# ഡിജിറ്റൽ നാഗവല്ലിമാർ

ഡോ. റോബിൻ കെ. മാത്യു

## ഡോ. റോബിൻ കെ. മാത്യു

കോട്ടയം ജില്ലയിലെ കാഞ്ഞിരപ്പള്ളി സ്വദേശി. കാഞ്ഞിരപ്പള്ളി സെയിന്റ് ഡൊമിനിക്ക് കോളജ്, കുട്ടിക്കാനം മരിയൻ കോളജ്, ഭാരതിയാർ സർവ്വകലാശാല, അണ്ണാമലൈ സർവ്വകലാശാല, മദ്രാസ് സർവ്വകലാ ശാല, ടോറോന്റോ സർവ്വകലാശാല എന്നിവടങ്ങളിലായി വിദ്യാഭ്യാസം. കമ്പ്യൂട്ടർ സയൻസ്, ഹ്യൂമൻ റിസോഴ്സ് മാനേജമെന്റ്, മനഃശാസ്ത്രം, സൈ ബർ സൈക്കോളജി, സൈബർ ഫോറൻസിക്ക് തുടങ്ങിയ വിഷങ്ങളിൽ ഉന്നതബിരുദങ്ങൾ. സിസ്കോ, കോംപറ്റിയ, മൈക്രോസോഫ്റ്റ് തുടങ്ങിയ കമ്പനികളുടെ സെർട്ടിഫിക്കേഷൻസ്. ഇന്ത്യയിലും വിദേശത്തുമായി പല സർവ്വകലാശാലകളിലും പ്രശസ്തസ്ഥാപനങ്ങളിലും പ്രവൃത്തിപരിചയം. മനഃശാസ്ത്രം, സൈബർ സൈക്കോളജി, സാമൂഹികശാസ്ത്രം തുടങ്ങി പല വിഷയങ്ങളെയുംകുറിച്ച് ഇംഗ്ലീഷ്, മലയാളം ആനുകാലികങ്ങൾ സ്ഥിരമായി എഴുതുന്നു.

ഇപ്പോൾ മൈസൂരിൽ സൈക്കോളജിസ്റ്റായി പ്രാക്ടീസ് ചെയ്യുന്നു.

മറ്റ് പുസ്തകങ്ങൾ:
മാടമ്പള്ളിയിലെ മനോരോഗികൾ - മനഃശാസ്ത്രം
ഒരു കന്യകയുടെ സുവിശേഷം (നോവൽ)
The Expedition of a Nun (Novel)


ഭാര്യ : ഡോ. ധന്യ ജോർജ്ജ്
മകൾ: അഥീന റോബിൻസ്
ഇമെയിൽ: robinkmathew@gmail.com

# ഡിജിറ്റൽ നാഗവല്ലിമാർ

ഡോ. റോബിൻ കെ. മാത്യു

ISBN: 978-93-5610-492-1
© Dr Robin K Mathew 2022

Published in India 2022 by **Pencil**
A brand of **One Point Six Technologies Pvt. Ltd.**
123, Building J2, Shram Seva Premises,
Wadala Truck Terminal, Wadala (E)
Mumbai 400037, Maharashtra, INDIA.

E - connect@thepencilapp.com
W - www.thepencilapp.com

Typeset in LaTeX by Theertha C.,
Chembakam Digital Solutions, Mahe.



DISCLAIMER:
The opinions expressed in this book are those of the authors and do not
purport to reflect the views of the Publisher.

# ഉള്ളടക്കം

# ആമുഖം



*ഡിജിറ്റൽ നാഗവല്ലിമാർ* എന്ന ഈ പുസ്തകം ഒരേ സമയംതന്നെ ഒരു മനഃശാസ്ത്രഗ്രന്ഥവും അനുഭവഗ്രന്ഥവുമാണ്. ഒന്നു രണ്ടു കേസുകൾ ഇതിൽ വിവരിക്കുന്നുണ്ടെങ്കിലും ഇതൊരു മനഃശാസ്ത്ര കേസ്ഡയറി യല്ല.ഇതിലെ ഓരോ അദ്ധ്യായത്തിലും ഞാൻ നേരിട്ട് അറിഞ്ഞതോ കണ്ടതോ അനുഭവിച്ചതായോ ആയ അനുഭവങ്ങളാണ് ഉള്ളത്. കൂടുതൽ സംഭവങ്ങളും എന്റെ വിദേശജീവിതത്തിൽ ഉണ്ടായ അനുഭവങ്ങളാണ്. ജീവിതത്തിൽ ഉണ്ടായ അനുഭവങ്ങൾ അക്കാദമികതയുടെയും മാനവികത യുടെയും അടിസ്ഥാനത്തിൽ നോക്കിക്കാണുവാനുള്ള ശ്രമമാണ് ഇത്.

ഇതിലെ കേസുകളിലും അനുഭവങ്ങളിലും പറഞ്ഞിരിക്കുന്ന പേരുകളും സ്ഥലങ്ങളും ശരിയായിട്ടുള്ളതല്ല. പക്ഷെ, മാദ്ധ്യമങ്ങളിൽ വന്ന വാർത്ത കൾ ശരിയായ പേരുകളോടെത്തന്നെ ഇതിൽ രേഖപ്പെടുത്തിയിട്ടുണ്ട്. ആരുടേയും സ്വകാര്യത നഷ്ടപ്പെടാതിരിക്കുവാനും ആരുടെയും വികാരങ്ങ ളെ ഹനിക്കാതിരിക്കുവാനും ഞാൻ പരമാവധി ശ്രമിച്ചിട്ടുണ്ട്.

അവതാരിക എഴുതിത്തന്ന പ്രിയസുഹൃത്ത് ബിപിൻ ചന്ദ്രനും എഡിറ്റി ങ്ങിൽ സഹായിച്ച പ്രൊഫ. ഗിരീഷ് കുമാറിനും ഡോ. മഹേഷ് മംഗലാട്ടിനും നന്ദി.

അകാലത്തിൽ വേർപിരിഞ്ഞുപോയ എന്റെ സുഹൃത്ത് അമ്പിളി ഫാ ത്തിമയ്ക്ക് ഈ പുസ്തകം ഞാൻ സമർപ്പിക്കുന്നു.

# അവതാരിക

ബിപിൻ ചന്ദ്രൻ

പക്ഷേ എനിക്കിവിടെ നിങ്ങളെയൊക്കെ നിഷേധിച്ചേ പറ്റൂ. ഞാൻ പഠിച്ചതിനെ മുഴുവൻ എനിക്ക് നിഷേധിച്ചേ പറ്റൂ. ഒരു മനോരോഗ ചികിത്സകനും സഞ്ചരിച്ചിട്ടില്ലാത്ത വഴികളിലൂടെയൊക്കെ ഞാൻ സഞ്ചരിച്ചെന്നിരിക്കും, ഒരു ഭ്രാന്തനെപ്പോലെ. എന്റെ നകുലനുവേണ്ടി, അവന്റെ ഭാര്യയ്ക്കുവേണ്ടി. ഐ ആം ഗോയിങ്ട്ട് ബ്രേക്ക് ഓൾ കൺവെൻഷനൽ കൺസെപ്റ്റ്സ് ഓഫ് സൈക്യാട്രി.

ഈ വാചകങ്ങൾ കേട്ടിട്ടില്ലാത്ത ഒരാളാണെങ്കിൽ എനിക്ക് നിങ്ങളോട് ഒന്നും പറയാനില്ല. ഈ വാചകങ്ങൾ കേട്ടിട്ടുള്ള ലക്ഷക്കണക്കിന് മനുഷ്യരിൽപ്പെടുന്ന ഈയുള്ളവൻ. മണിച്ചിത്രത്താഴിലെ ഡോക്ടർ സണ്ണി യെപ്പോലെ ഡോ. റോബിൻ കെ. മാത്യൂ എന്ന ചങ്ങാതിക്കുവേണ്ടി എഴുതാമവരട്ടെ എന്നുകരുതി നടത്തുന്ന ഒരു സാഹസമാണ് ഈ ആമുഖമെഴുത്ത്. അത് ഏറ്റവും നന്നായി മനസ്സിലാക്കുന്ന ഒരാൾ ഞാൻ തന്നെയാണ്.

പൊന്തുരുക്കുന്നിടത്ത് പൂച്ചയ്ക്കെന്ത് കാര്യം? ഒരു മനഃശാസ്ത്രജ്ഞന്റെ പുസ്തകത്തിൽ മലയാളംമാഷിനും മലയാളസിനിമാക്കാരനും എന്താണ് കാര്യം? പൂച്ചയ്ക്കും പോലീസുകാരനും ഏത് വീട്ടിൽ കയറാനും കാര്യവും കാരണംകാണിക്കൽനോട്ടീസുമൊന്നും വേണ്ട. അത്തരം ചില സ്വാതന്ത്ര്യങ്ങൾ നമുക്ക് ചില സുഹൃത്തുക്കളുടെ അടുത്തെടുക്കാം. പക്ഷേ ഒരു പുസ്തകത്തിന്റെ പൂമുഖത്ത് കയറി പൂഷം ഉറപ്പിക്കുന്നത് അങ്ങനെയല്ലല്ലോ. ചില അക്രമങ്ങൾ നടത്തുംമുമ്പ് "ഈ കാണിക്കുന്നത് ഒക്കെ മര്യാദയാണോ" എന്ന് നമ്മുടെ മനഃസാക്ഷി ചോദിക്കുമ്പോൾ അറിയാതെ നാം ഉള്ളിലേക്ക് നോക്കിപ്പോകുമല്ലോ.

അങ്ങനെ നോക്കുമ്പോൾ മനഃശാസ്ത്രവും ഞാനും തമ്മിൽ എന്താണ് ബന്ധം എന്നൊരു നെടുങ്കൻ ചോദ്യംകൊളുത്ത് ഉയർന്നുവരുന്നുണ്ട്.

പള്ളിക്കൂടത്തിൽ പഠിക്കുന്ന കാലത്ത് ചേട്ടൻ വീട്ടിൽ വാങ്ങിക്കൊണ്ടു വന്ന ഒരു മാസികയുടെ തലക്കെട്ടിൽ നിന്നാണ് മനഃശാസ്ത്രം എന്ന വാക്ക് ജീവിതത്തിലാദ്യമായി മനസ്സിൽക്കയറി ഉടക്കിക്കിടന്നത്. സാധാരണ ക്കാരുടെ സാമാന്യബുദ്ധിക്ക് നിരക്കാത്ത എമറ്റിക്കണ്ടൻ ഐഡിയകൾ വിരിയുന്ന ഒരു അപൂർവ്വതലയുടെ ഓണർ ആയിരുന്ന ചേട്ടൻപള്ളി. എന്താ വശ്യത്തിന്റെ പുറത്താണ് അന്തക്കാലത്ത് അങ്ങേര് മനഃശാസ്ത്രം മാസിക മേടിച്ചിരുന്നത് എന്നതിന് എത്ര ചിന്തിച്ചിട്ടും തൃപ്തികരമായ ഒരു ഉത്തരം ഇന്നും കിട്ടിയിട്ടില്ല, കേട്ടോ.

ഏതായാലും മനഃശാസ്ത്രം എന്ന സംഗതി ഒരു കുഞ്ഞുകളി ഐറ്റം അല്ലെന്ന് കുഞ്ഞുന്നാളിൽത്തന്നെ പിടികിട്ടിയത് ആ മാസിക മൂലമാ ണ്. മിക്കവാറും മലയാളികളിൽ എന്നപോലെ മനഃശാസ്ത്രത്തെക്കുറിച്ചും മനഃശാസ്ത്രജ്ഞന്മാരെക്കുറിച്ചുമുള്ള മുത്തമണ്ടത്തരങ്ങൾ മനസ്സിൽ പിന്നീട് പതിപ്പിച്ചതന്നത് സിനിമകളായിരുന്നു.

തമാശയുടെ ആവശ്യത്തിന് അല്പം കുറവുതോന്നിയാൽ അത് കു ത്തിത്തിരുകി ഡെഫിഷ്യൻസി പരിഹരിക്കുന്നതിനുള്ള ഉപകരണങ്ങൾ ആയിരുന്നല്ലോ ഒരുകാലത്ത് സിനിമയിലെ സൈക്യാട്രിസ്റ്റുകൾ.

സൈക്കോളജിയും സൈക്യാട്രിയും തമ്മിലുള്ള അതിർവരകളും അതിരുവേലികളുമൊന്നും സിനിമാക്കാരുടെ വിഷയമേ അല്ലായിരുന്നു. ഈശാന്താടിയും ഊഞ്ഞാൽ കണ്ണടയും പൊട്ടിച്ചിരി ഉല്പാദിപ്പിക്കാനുള്ള ഊളത്തരങ്ങളുമായി പേക്രൂംപടങ്ങളിൽ "വട്ടിന്റെ ഡോക്ടർമാർ" ഇടയ്ക്കിടെ അവതരിച്ചുകൊണ്ടിരുന്നു.

മാനസികാരോഗ്യത്തിൽ താളത്തെറ്റുകൾ സംഭവിച്ച കഥാപാത്രങ്ങളും മിക്കവാറും ഇതേ ധർമ്മം തന്നെ നിർവ്വഹിച്ചപോന്നു. *സ്വപ്നാടനവും അന ന്തരവും* പോലെ മനോനിലകളുടെ അവസ്ഥാന്തരങ്ങളെ ഗൗരവത്തോടെ പരിചരിച്ച സിനിമാശ്രമങ്ങളെ മറന്നുകൊണ്ടല്ല ഈ പറച്ചിൽ.

ഇടയ്ക്കൊക്കെ പ്രതാപ് പോത്തനെയും വിജയ് മേനോനെയുംപോ ലെയുള്ള നടന്മാർ അവതരിപ്പിച്ച സീരിയസ് സൈക്യാട്രിസ്റ്റുകളുടെ സ്റ്റീരിയോടൈപ്പുകളെയും കാണവാൻ കഴിയുമായിരുന്ന ചലച്ചിത്രങ്ങളിൽ. എന്തൊക്കെയായാലും ശരി തിരശ്ശീലയിൽ തെളിഞ്ഞ മനഃശാസ്ത്രജ്ഞരിൽ

മുക്കാലേൽ മുണ്ടാണിയും അബ്നോർമൽ ആയിരുന്നു. അപ്പോൾ ആരാണ് നോർമൽ എന്നൊരു ചോദ്യം ഉയർന്നുവന്നേക്കാം. അതിനുള്ള മറുപടി സി. ജി. യുങ്ങ് പണ്ടേക്ക് പണ്ടേ പറഞ്ഞിട്ടുണ്ട് "Show me a sane man and I will cure him for you."

ഒരുകാലത്ത് മിക്ക വാരികകളുടെയും അവിഭാജ്യഘടകമായിരുന്ന മനഃശാസ്ത്രജ്ഞനോട് ചോദിക്കാം എന്ന പേജ്. ഡോ. കെ. എസ്. ഡേവിഡ് മംഗളം വാരികയിൽ കൈകാര്യംചെയ്തിരുന്ന പംക്തി എന്നിവയൊക്കെ നന്നായിട്ട് ഓർക്കുന്നുണ്ട്. മനോരാജ്യം വാരികയിലെ അമ്മയും കുഞ്ഞും വനിതാരംഗം തുടങ്ങിയ സ്ഥിരംകോളങ്ങളിൽ സ്ത്രീകളുടെ മാനസികപ്ര ശ്നങ്ങൾക്കും പ്രതിസന്ധികൾക്കും മനഃശാസ്ത്രജ്ഞകളല്ലാത്ത റെയ്ച്ചൽ തോമസും ജെ. ലളിതാംബികയും ഒക്കെ ഒരുപാട് പ്രായോഗികനിർദ്ദേ ശങ്ങളും പ്രതിവിധികളും പകർന്നുകൊടുത്തിരുന്നു. ഡോ. പി. എം. മാത്യു വെല്ലൂർ ആഴ്ചയിലൊരിക്കൽ ടി. വി. യിൽ നടത്തിയിരുന്ന പ്രോഗ്രാമിലും ചില മഹിളാമാസികകളിലെ സംശയനിവാരണപദ്ധതികളിലും എരിവും പുളിയും ഏറ്റിയിരുന്നത് കൗതുകമുള്ള ചില ലൈംഗികസംശയങ്ങൾ ആയിരുന്നു. ക്ലിനിക്കൽ സൈക്യാട്രിയെക്കുറിച്ചും സൈക്കോളജിയെ ക്കുറിച്ചുമെല്ലാം ധാരാളം അബദ്ധധാരണകൾ പൊതുജനങ്ങൾക്കിടയിൽ പരക്കുന്നതിന് ഇത്തരം പംക്തികളിൽ ചിലതിന്റെയെങ്കിലും അവധാനമി ല്ലാത്ത സമീപനങ്ങൾ അരങ്ങ് ഒരുക്കിയിട്ടുണ്ടെന്നതിൽ തർക്കമില്ല.

മലയാളബിരുദപഠനകാലത്താണ് മനഃശാസ്ത്രപരമായ സമീപന ത്തിലൂടെ സാഹിത്യകൃതികളെ സമീപിച്ച ഒരു മനുഷ്യന്റെ രചനകൾ പരിചയപ്പെടുന്നത്. എം. എൻ. വിജയന്റെ വൈലോപ്പിള്ളിക്കവിതാപ ഠനങ്ങളിലൂടെയാണ് സിഗ്മണ്ട് ഫ്രോയ്ഡ് എന്ന മഹാമേരുവിലേക്കുള്ള സഞ്ചാരപഥങ്ങൾ ആദ്യമായി തുറന്നുകിട്ടിയത്.

ആ വഴിയിലൂടെ മുന്നോട്ടുപോയപ്പോഴാണ് സ്വപ്നങ്ങളുടെ വ്യാഖ്യാന വും മാനസികാപഗ്രഥനത്തിന് ഒരു മുഖവുരയും ഒക്കെ സന്ദർശിക്കാൻ ഇടവന്നത്. സ്വാഭാവികമായി വികസിച്ച ആ താല്പര്യമാണ് കാൾ ഗുസ്താവ് യുങ്ങിന്റെ അൺഡിസ്കവേഡ് സെൽഫിലേക്കും മാൻ ആൻഡ് ഹിസ് സിംബൽസിലേക്കും എറിക് ഫ്രോമിന്റെ ഗ്രേറ്റ്നസ് ആൻഡ് ലിമിറ്റേഷൻസ് ഓഫ് ഫ്രോയ്ഡ്സ് തോട്ടിലേക്കുമൊക്കെ കൈ എത്തിക്കാൻ ഇടയായത്.

അദ്ധ്യാപനം പഠിക്കാൻ പോയപ്പോഴായിരുന്നു സൈക്കോളജി അതിന്റെ സംഹാരതാണ്ഡവം പുറത്തെടുക്കുന്നത് അനുഭവിച്ചറിഞ്ഞത്. മൃഗങ്ങളിൽ പരീക്ഷണനിരീക്ഷണങ്ങൾ നടത്തിയ മഹാന്മാരായ മനഃ

ശാസ്ത്രജ്ഞന്മാർ ഞങ്ങൾക്ക് പട്ടി പാവ്ലോവും പച്ച തോൺഡൈക്കും തൊലിയൻ സ്കിന്നറും ഒക്കെയായി മാറി. പരീക്ഷച്ചോദ്യമായി വേഷം കെട്ടി വരുമ്പോൾ ഏത് ഗാന്ധിക്കും ഹിറ്റ്ലറിന്റെ മുഖവും മനോഭാവം തോന്നിപ്പിക്കാനായേക്കുമെന്ന മനഃശാസ്ത്രം മനസ്സിലാക്കാതെ അദ്ധ്യാപകർ ബ്രൂണറിനെയും പിയാഷെയും എത്ര കാണാപ്പാഠം പഠിച്ചിട്ടും എന്ത് പ്രയോജനം? വേണ്ടവിധത്തിൽ വിദ്യാഭ്യാസമനഃശാസ്ത്രവും വിദ്യാർത്ഥി മനഃശാസ്ത്രവും പഠിക്കാതെ പുറത്തിറങ്ങുന്ന സോഷ്യൽ എഞ്ചിനീയർമാരുടെ എണ്ണം പെരുകുമ്പോൾ പിള്ളേരുടെ മാനസികനിലകളുടെ പാലാരിവട്ടം പാലങ്ങൾ പൊളിഞ്ഞുകൊണ്ടേയിരിക്കുക സ്വാഭാവികമാണല്ലോ. ഇന്നത്തെ പിള്ളേരാണല്ലോ നാളത്തെ പൗരന്മാരും പൗരികളും. ഒന്നിന് അമ്പത്തി യൊന്നായി പെരുകുന്ന പിഴവുകളെക്കുറിച്ച് തിരയുമ്പോൾ മനഃശാസ്ത്രം എന്ന വിഷയത്തെക്കുറിച്ചുള്ള പിടിപാടില്ലായ്മയിലേക്കാണ് പല വിരലുകളും ചൂണ്ടപ്പെടുന്നത്.

കന്യാകുമാരിയിൽ നിന്ന് ജമ്മു താവിയിലേക്കും ഗുവഹട്ടിയിലേക്കും പോകുന്ന തീവണ്ടികളിലെ എ. സി. കമ്പാർട്ട്മെന്റ്കളുടെ അടക്കമുള്ള ശുചിമുറികളിൽ കയറി നോക്കിയാൽ മുളയ്ക്കുകയും മൂക്കുകയും മഞ്ഞ യ്ക്കുകയും മുരടിക്കുകയുമൊക്കെ ചെയ്യുന്ന മലയാളിയുടെ പൗരബോധം കണ്ടറിയാവുന്നതേയുള്ളൂ.

ഇന്ത്യയിലെ ഒട്ടുമിക്ക സംസ്ഥാനങ്ങളിലൂടെയും കടന്നുപോകുന്ന തീവണ്ടിമുറികളിലെ കക്കൂസ് സാഹിത്യത്തിന്റെ ഭാഷ മിക്കവാറും മഹിതമ ലയാളം തന്നെയായിരിക്കും. ഇതുപോലെയുള്ള എത്രയോ വിചിത്രവിശേഷ ങ്ങളുടെ വിളനിലങ്ങളാണ് മലയാളികളായ നമ്മളൊക്കെ.

മാനസികപ്രശ്നങ്ങൾ തിങ്ങിനിറഞ്ഞ പ്രഷർകുക്കറുകളായി മലയാ ളിജീവിതങ്ങൾ മാറുന്നതിനുള്ള കാരണങ്ങളെക്കുറിച്ച് ക്ലേശകരമായി ചിന്തിക്കേണ്ടി വരുന്നൊരു കാലഘട്ടത്തിലൂടെയാണ് നാം കടന്നുപോ കുന്നത്. മനഃശാസ്ത്രവിദഗ്ധരുടെ സേവനം പണ്ടത്തെ പടങ്ങളിലെ മണ്ടൻ കോമഡി എന്ന നിലയിലല്ലാതെ അത്യന്തം ഗൗരവമുള്ള കാര്യ മായി കുറെപ്പേരെങ്കിലും മനസ്സിലാക്കിത്തുടങ്ങിയിട്ടുണ്ട്. എന്നിരിക്കിലും മനഃശാസ്ത്രവിഷയത്തിലുള്ള വളർച്ചകളും പുതുസമീപനരീതികളുമൊക്കെ പൊതുജനങ്ങൾക്ക് അറിയാൻ കഴിയുന്ന തരത്തിലുള്ള പുസ്തകങ്ങളുടെ എണ്ണത്തിൽ മലയാളം സമ്പന്നമല്ല എന്നതൊരു പരിമിതി തന്നെയാണ്. കോവർ മുതൽ ജോൺസൺ ഐരൂർ വരെയുള്ളവരുടെ എഴുത്തുകളെ മറക്കാതിരിക്കുമ്പോൾത്തന്നെയും മനുഷ്യരും മനഃശാസ്ത്രവും തമ്മിലുള്ള അകലം കുറയ്ക്കുവാനും അടുപ്പം കൂട്ടാനും ഉതകുന്നതരത്തിലുള്ള ഗ്രന്ഥങ്ങൾ

കൂടുതലായി വന്നിരുന്നെങ്കിൽ എന്ന് ഒരാഗ്രഹം പലപ്പോഴും തോന്നിയിരു
ന്നു. ഡോ. റോബിൻ കെ. മാത്യു എഴുതിയ *മാടമ്പള്ളിയിലെ മനോരോഗികൾ*
എന്ന പുസ്തകത്തിന്റെ വരവ് അതുകൊണ്ടുതന്നെ വലിയ സന്തോഷം നല്കി
യിരുന്നു. അതിലെ മിക്കവാറും ലേഖനങ്ങൾ ആനുകാലികങ്ങളിൽ വന്ന
സമയത്ത് അച്ചടിമഷി പുരണ്ടരൂപത്തിൽ എഴുത്തുകാരൻ കാണുന്നതിന്
മുമ്പുതന്നെ വായിക്കുകയും അഭിപ്രായങ്ങൾ വിളിച്ചുപറയുകയും ചെയ്തിരുന്ന
ഒരു വായനക്കാരനായിരുന്നു ഞാൻ. അതു മാത്രമായിരിക്കാം ഒരുപക്ഷേ
റോബിന്റെ ഈ പുതിയ പുസ്തകത്തിന് മുൻകുറിപ്പ് എഴുതാനുള്ള എന്റെ
യോഗ്യതയും.

ഡിജിറ്റൽ നാഗവല്ലിമാർ എന്ന ഈ പുസ്തകം ഈ കാലഘട്ടത്തി
ലെ ഒരു മനഃശാസ്ത്രജ്ഞന്റെ അനുഭവക്കുറിപ്പുകളാണ്. ഒരു ക്ലിനിക്കൽ
സൈക്കോളജിസ്റ്റിന്റെ കേസ് ഡയറി ഈ പുസ്തകത്തിൽ നിങ്ങൾ പ്രതീക്ഷി
ക്കരുത്. സമകാലജീവിതത്തിന്റെ പലതരം മുദ്രകൾ ഇതിലെമ്പാടും തന്നെ
പതിഞ്ഞുകിടപ്പുണ്ട്. വിവിധങ്ങളായ വിഷയങ്ങൾ, വിഷമങ്ങൾ, വീക്ഷണ
ങ്ങൾ, വൈതരണികൾ, വൈകൃതങ്ങൾ, വിയോജിപ്പുകൾ, വയ്യാവേലികൾ
... വാഴ്വിന്റെ നാനാതരം വൈചിത്ര്യങ്ങൾ. യാത്രകൾകൊണ്ടും അന്യദേശ
വാസംകൊണ്ടുമൊക്കെ നേടാനും അറിയാനും കഴിഞ്ഞ വൈവിദ്ധ്യമാർന്ന
മനുഷ്യജീവിതാനുഭവങ്ങൾ ...

റോബിന്റെ വരികളിലൂടെ വിരിഞ്ഞുവിടർന്ന് വായനക്കാരിലേക്ക് എത്തു
ന്നത് അധികമാരും പറയുകയും എഴുതുകയും ചെയ്യാത്ത വിഷയങ്ങളാണ്
. ഇതൊരു മനഃശാസ്ത്രഗ്രന്ഥമോ കേസ് ഡയറിയോ അല്ല. യാത്രകളിലൂടെ
നേടിയ അനുഭവങ്ങളുടെ ചെപ്പ് ആണ്. ഒരു മനഃശാസ്ത്രജ്ഞൻ അനുഭ
വങ്ങളുടെ കാണാപ്പുറങ്ങളെക്കുറിച്ച് രസകരമായി പറയുന്ന ഗ്രന്ഥമാണ്.
അതുതന്നെയാണ് ഈ പുസ്തകത്തിന്റെ അനന്യതയും. നമ്മൾ പാർക്കുന്ന
ലോകത്തെ രോഗാതുരമാക്കുന്ന നിരവധി ഘടകങ്ങളെ നിരത്തിനിർത്തു
ന്നതിലൂടെയാണ് ആ എഴുത്തിന് പ്രസക്തി കൈവരുന്നത്. എന്താണ്
രോഗമെന്നും ആരാണ് രോഗി എന്നുമുള്ള കാര്യങ്ങളെ സംബന്ധിച്ച്
മാത്രമല്ല, സമൂഹമനഃശാസ്ത്രത്തെക്കുറിച്ച് എഴുത്തുകാരന് തന്റെതായ നില
പാടുകളും ബോദ്ധ്യങ്ങളുമുണ്ട്. വായനക്കാർക്ക് അതുമായി യോജിക്കുകയോ
വിയോജിക്കുകയോ ചെയ്യാം. പക്ഷേ റോബിൻ ഉന്നയിക്കുന്ന ചില വിഷയ
ങ്ങളെ അവഗണിക്കാനോ കണ്ടില്ലെന്ന് നടിക്കാനോ ആർക്കുമാവില്ല.

ഫ്രോയ്ഡ് ഇടങ്ങിയവരുടെ വിശകലനസമീപനങ്ങൾക്കും ഫ്രോയ്ഡു
ലന്റ് ആയ ജീവിതക്രമങ്ങൾക്കും ഇടയിൽ നിന്നുകൊണ്ടയാൾ തന്റെ
നിരീക്ഷണങ്ങൾ ഒക്കെ നിവർത്തിയിട്ടുന്നത് മനുഷ്യർക്ക് മനസ്സിലാകുന്ന ഭാ

ഷയിലാണ്. പാരായണക്ഷമതയ്ക്ക് പാരയാകുന്ന സാങ്കേതികക്ലിഷ്ടതകൾ ഒന്നുമില്ലാത്ത ഒരു പുസ്തകാനുഭവത്തിന്റെ വീട്ടിലേക്ക് ഈ പടിപ്പുരയിൽ നിന്നുകൊണ്ട് നിങ്ങളെ സധൈര്യം ക്ഷണിക്കവാൻ എനിക്ക് സാധിക്കുന്നത് അതുകൊണ്ടാണ്. പ്രിയപ്പെട്ട കൂട്ടുകാരന്റെ എഴുത്തിലേക്ക് പ്രബുദ്ധരായ വായനക്കാരെ സ്വാഗതം ചെയ്യാൻ ലഭിച്ച ഈ അവസരത്തിന് എഴുത്തുകാരനോടും പ്രസാധകരോടുമുള്ള സ്നേഹവും നന്ദിയും അറിയിച്ച കൊണ്ട് *ഡിജിറ്റൽ നാഗവല്ലിമാർ* വായനയ്ക്കും വിലയിരുത്തലിനുമായി സഹൃദയർക്ക് മുമ്പിൽ സന്തോഷത്തോടെ സമർപ്പിക്കുന്നു.

## ദുരന്തം അടുത്തെത്തുമ്പോൾ നിങ്ങൾ എന്തു ചെയ്യും?

നിങ്ങളുടെ മുമ്പിൽ മരണദൂതൻ വന്ന് അട്ടഹസിക്കുമ്പോൾ നിങ്ങളെന്തു ചെയ്യും?

കപ്പൽ മുങ്ങാൻ പോകുമ്പോഴും വിമാനം അപകടത്തിലാണെന്ന് അറി യുമ്പോഴും പരിഭ്രാന്തരായി നിലവിളിക്കുകയും സമനില തെറ്റി രക്ഷപ്പെടാൻ മാർഗങ്ങൾ ആരായുകയും ചെയ്യുന്ന ആളുകളുടെ വിവരങ്ങളൊക്കെ നമ്മൾ ധാരാളം കേൾക്കാറുണ്ട്. ഈ അവസ്ഥ സിനിമയിലും നാടകത്തിലുമൊക്കെ ധാരാളം അവതരിപ്പിക്കപ്പെട്ടിട്ടുണ്ട്. പല കഥകളിലും അതിനെക്കുറിച്ചുള്ള വിശദമായ വിവരണങ്ങൾ കാണാം.

പക്ഷേ യഥാർത്ഥ ജീവിതത്തിൽ വൻ ദുരന്തങ്ങൾ ഉണ്ടാവുമ്പോൾ ഇത്തരത്തിലുള്ള വല്യ പരിഭ്രാന്തി പലപ്പോഴും ആളുകളിൽ ഉണ്ടാകാറില്ല എന്നതാണ് സത്യം. പലപ്പോഴും മരണം മുമ്പിലെത്തുമ്പോൾ മനുഷ്യർ വള രെ ശാന്തരാവുകയാണ് ചെയ്യുന്നത്. വളരെ നാടകീയമായി ഫോണെടുത്ത് ഉറ്റവരെ വിളിച്ച് വിട ചൊല്ലുവാൻ മിനക്കെടുന്നവരും ഇലോം കുറവാണ്. നേരിട്ട് അറിയാവുന്ന ഇത്തരം രണ്ട് അനുഭവങ്ങൾ അവരുടെ തന്നെ വാക്കിൽ പറഞ്ഞു കൊണ്ട് ആ കാര്യത്തിലേക്ക് വരാം.


## അനുഭവം 1

**സദീപ് ജോസ്: (എന്റെ ഉറ്റ സുഹൃത്ത്)**
ക്രൈസ്റ്റ് ചർച്ച്, ന്യൂസീലാൻഡ്

ന്യൂസീലാൻറിലെ ഏറ്റവും പുരാതന നഗരമാണ് ക്രൈസ്റ്റ് ചർച്ച്. ക്രിസ്തു വിന്റെ പേരിലുള്ള പ്രശസ്തമായ ദേവാലയമാണ് ഇവിടത്തെ നഗരത്തിന് ഈ പേര് കിട്ടാനുള്ള കാരണം. ഈ നഗരത്തിന്റെ പ്രാന്തപ്രദേശങ്ങളി ലാണ് ഞാൻ താമസിച്ചിരുന്നത്. ഇവിടെ വെല്ലിംഗ്ടൻ യൂണിവേഴ്സിറ്റിയിൽ പഠിക്കവാനാണ് ഞാൻ ന്യൂസീലാൻറിൽ എത്തുന്നത്. ഉച്ചവരെയുള്ള പഠനത്തിനു ശേഷമാണ് ഞാൻ ജോലിക്ക പൊയ്ക്കൊണ്ടിരുന്നത്. എല്ലാ ദിവസവും ഈ പുരാതന ദേവാലയത്തിനു മുമ്പിൽ കൂടിയാണ് നടന്നു പൊയ്ക്കൊണ്ടിരുന്നതെങ്കിലും അന്നുവരെ ആ ദേവാലയം സന്ദർശിക്കാനുള്ള സാവകാശം എനിക്ക് കിട്ടിയിട്ടില്ല.


അന്ന് ഞാൻ പതിവില്ലും നേരത്തെയാണ് ജോലി സ്ഥലത്തേക്ക തിരി ച്ചത്. ഭ്രാന്ത് പിടിപ്പിക്കുന്ന ഒരുതരം കാലാവസ്ഥയാണ് ന്യൂസീലാൻറിലേത്. ഒരേസമയം തന്നെ തണുപ്പും പൊള്ളുന്ന വെയിലും. ജീവിക്കാൻ ഒരു സുഖവും തോന്നാത്ത കാലാവസ്ഥ. തണുത്ത കാറ്റ് ആഞ്ഞു വീശിക്കൊണ്ടി രുന്നു. പതിവില്ലും സാവകാശം നടന്നതിനാലാവണം പള്ളിയുടെ മുമ്പിൽ എത്തിയപ്പോൾ ഞാൻ ആദ്യമായി ആ ദേവാലയം ശ്രദ്ധിച്ചു. ഏതാണ്ട് ആറ്റമ്പത് കൊല്ലം പഴക്കം ഉള്ള ദേവാലയം ആണ്. ജോലിക്ക് എത്തുവാൻ ഇനിയും സമയം ബാക്കിയുണ്ട്. ഞാൻ പള്ളിയുടെ ഉള്ളിൽ കയറി അതൊന്ന നന്നായി കാണുവാൻ തീരുമാനിച്ചു.


ദേവാലയത്തിന്റെ ഉള്ളിൽ കുറച്ച് ആളുകൾ ഉണ്ട്. കൂടുതലും പള്ളി കാണുവാൻ തന്നെ വന്നവർ. പ്രാർത്ഥിക്കുന്നവർ കുറവാണ്. ഒരു വെളുത്ത വർഗക്കാരി അമ്മൂമ്മയും അവരുടെ കൂടെയുള്ള ഒരു പെൺകുട്ടിയും എന്റെ ശ്രു ദ്ധയിൽ പെട്ടു. അവർ ഒരു മെഴുകുതിരി കത്തിച്ച വച്ച് പ്രാർത്ഥിക്കുകയാണ്. അമ്മൂമ്മക്ക് ഒരു എഴുപതിനടുത്ത് പ്രായം കാണം. പെൺകുട്ടിക്ക് ഒരു പത്തു വയസിൽ താഴെ മാത്രമേ പ്രായം ഉള്ള. ഒരു പാവക്കുട്ടിയെ പോലെ എന്നൊക്കെ പറയാവുന്ന ഒരു പെൺകുട്ടി. ഞാൻ മാറിനിന്ന് കുറച്ചനേരം അവരെത്തന്നെ നോക്കി. രണ്ടുപേരും കരയുകയാണ്. ഇടയ്ക്കിടയ്ക്ക് കണ്ണുകൾ തുടയ്ക്കുന്നു. അവരുടെ ആരോ അടുത്തകാലത്തു മരിച്ച പോയിട്ടുണ്ടാവാം.


അടുത്തിടെയായി പലതവണ ന്യൂസീലാൻറിൽ ഭൂകമ്പം ഉണ്ടായി ക്കൊണ്ടിരിക്കുന്ന സമയമായിരുന്നു അത്. ചിലർക്ക് അവരുടെ ജീവൻ നഷ്ടപ്പെട്ടപ്പോൾ മറ്റ ചിലർക്ക് തങ്ങളുടെ ഏറ്റവും പ്രിയപ്പെട്ടവരെയാണ് നഷ്ടമായത്. ഈ പ്രാർത്ഥിക്കുന്ന മുത്തശ്ശിക്കും അവരുടെ കൊച്ച മകൾക്കും അവരുടെ ഉറ്റവരെ നഷ്ടപ്പെട്ടിട്ടുണ്ടാകാം. സെക്കൻറുകൾ കൊണ്ടാണ് ജീവിതം മാറി മറിയുന്നത്. സമ്പന്നർ ദരിദ്രർ ആകുന്നു. സനാഥർ അനാഥ

രാകുന്നു. ജീവിതത്തിന്റെ നിസ്സാരതയെക്കുറിച്ച് അല്പനേരം ഞാൻ ചിന്തിച്ചു.

പള്ളിമുഴുവൻ ചുറ്റിനടന്ന ഭംഗി ആസ്വദിക്കുന്നവരാണ് കൂടുതൽ ആളു കളും. ചില പെൺകുട്ടികൾ എന്തോ നോട്ടുകൾ കുറിച്ചെടുക്കുന്നു. ചരിത്ര വിദ്യാർത്ഥിനികൾ ആയിരിക്കും. മറ്റ ചിലർ ഫോട്ടോ എടുക്കുന്നു.

ഭീമമായ മാമോദിസ തൊട്ടിയോട് ചേർന്ന് ഒരു കരിങ്കൽ സ്ലാബ് ഉണ്ട്. അൾത്താര കാണുവാൻ വേണ്ടി ഞാൻ മുമ്പോട്ട് നീങ്ങി. അൾത്താരയിൽ അല്പം തിരക്കുണ്ട്.

പെട്ടെന്നാണ് തറയിൽ ഒരു വിറയൽ അനുഭവപ്പെട്ടത്. ദേവാലയ ത്തിന്റെ മച്ചിലെ ഭീമൻ ഝുക്കവിളക്ക് (ഷാൻലിയർ) വിറക്കുന്നതുപോലെ എനിക്ക തോന്നി. ഇതിന് മുൻപ് ഭൂമി കുലുക്കം അനുഭവിച്ചിട്ടുള്ളത് കൊണ്ട് എനിക്ക് കാര്യം മനസിലായി. പെട്ടെന്നതന്നെ ഞാൻ ആ കൂറ്റൻ കരിങ്കൽ സ്ലാബിന്റെ അടിയിലേക്ക് നുഴഞ്ഞ് കയറി. എന്നോടൊപ്പം മറ്റ ചിലരും കൂടി അവിടെ കയറിപ്പറ്റി. അധികം താമസിക്കാതെ മച്ചിലെ കൂറ്റൻ വിളക്ക് താഴേക്ക് നിലംപൊത്തി.

ദീനമായ ചില രോധനങ്ങൾ മുഴങ്ങി. അധികം വൈകിയില്ല. പള്ളിയുടെ മേൽക്കൂര നിലം പതിച്ചു. ആ കൂറ്റൻ കരിങ്കൽ സ്ലാബിന്റെ അടിയിൽ ഞങ്ങൾ കുറച്ചപേർ മാത്രം സുരക്ഷിതരായിരുന്നു. പൊടിപടലങ്ങൾ അവിടം മുഴുവൻ നിറഞ്ഞു. എന്റെ കണ്ണിലും വായിലും എല്ലാം പൊടി നിറഞ്ഞു. ബോധം നശിച്ചു. ഇത്രയും കാര്യങ്ങൾ പെട്ടെന്നതന്നെ സംഭവിച്ചതുകൊണ്ടതന്നെ പേടി തോന്നിയെന്ന് പറയാനാവില്ല.

ബോധം തെളിയുമ്പോൾ ഞാൻ ഒരു തുറന്ന സ്ഥലത്താണ്. പാരാ മെഡിക്കൽ സ്റ്റാഫും പോലീസും ഫയർ ഫോഴ്ഝും എല്ലാം ഉണ്ട്. അവർ ഞങ്ങളെ രക്ഷിച്ച പ്രഥമ ശുശ്രൂഷകൾ നൽകുകയാണ്.

അന്നത്തെ ആ ഭൂമി കുലുക്കത്തിൽ ക്രൈസ്റ്റ് ചർച്ച് പൂർണമായി തക ർന്നു. പള്ളിയിൽ ഉണ്ടായിരുന്ന മുപ്പതോളം പേരാണ് അന്നത്തെ ആ ദുരന്തത്തിൽ മരിച്ചത്. ആ കൂറ്റൻ കരിങ്കൽ സ്ലാബിന്റെ അടിയിൽ അഭയം പ്രാപിച്ച ഞാൻ ഉൾപ്പെടെ കുറച്ച പേർ മാത്രമാണ് രക്ഷപെട്ടത്. തങ്ങളുടെ ഉറ്റവർക്ക് വേണ്ടി പ്രാർത്ഥിച്ച കൊണ്ടിരുന്ന അമ്മൂമ്മയും കുഞ്ഞും തങ്ങളുടെ ഉറ്റവർക്കൊപ്പം ചേർന്ന പോയി.

പിന്നീട് മറ്റൊരു ദിവസം ഉണ്ടായ ഭീമമായ ഭൂകമ്പത്തിൽ ക്രൈസ്റ്റ് ചർച്ച എന്ന ആ നഗരം തന്നെ പൂർണമായും താറുമാറായി. ആ നഗരം ഉപേക്ഷിച്ച പുതിയ രീതിയിൽ പണിയ്യുവാനാണ് സർക്കാർ തീരുമാനിച്ചിരിക്കുന്നത്.ഇപ്പോൾ ആ നഗരം പൂർണമായും പുതുക്കി പണിതിരിക്കുന്നു.

## ഭൂകമ്പത്തിന്റെ ഇന്ത്യൻ ബാക്കിപത്രം:

ഭൂകമ്പത്തിൽ എല്ലാം നഷ്ടപ്പെട്ടവർക്ക് സർക്കാർ പ്രാഥമികമായ എല്ലാ സഹായങ്ങളും ചെയ്തു കൊടുത്തു. ഭക്ഷണത്തിനും മറ്റാവശ്യങ്ങ ൾക്കുമുള്ള സൗജന്യ കൂപ്പൺ വിതരണം ചെയ്യുന്നുണ്ടായിരുന്നു. എല്ലാം നഷ്ട പെട്ട അനേകം ആളുകൾ ഭക്ഷണത്തിനുള്ള കൂപ്പണുകൾക്കു വേണ്ടി ക്ഷമയോ ടെ ക്യൂവിൽ നിൽക്കുമ്പോൾ ഒരു കുഴപ്പവും സംഭവിക്കാത്ത നമ്മുടെ നാട്ടുകാ രിൽ ചിലർ സൗജന്യമായി കിട്ടുന്നതല്ലേ എന്നു കരുതി ഇതേ ക്യൂവിൽ നി ൽക്കുന്നത് കാണാമായിരുന്നു. ചിലരുടെ മുഖത്ത് അക്ഷമയും മറ്റ ചിലരുടെ മുഖത്ത് ഒരു ഊള ചിരിയും ഉണ്ടായിരുന്നു.

# അനുഭവം 2

രമ്യ റെക്സ് -ഭാര്യാ സഹോദരി.
ഫോർട്ട് മക്മറി, ആൽബ്രൈട്ട, ക്യാനഡ.

ഏതാണ്ട് 66500 ഓളം ആളുകൾ താമസിക്കുന്ന ബോറിയൽ വനത്താൽ ചുറ്റപ്പെട്ട (ഉത്തരധ്രുവങ്ങളിൽ കാണപ്പെടുന്ന വനങ്ങൾ) ക്യാനഡയിലെ ഒരു ചെറിയ നഗരമാണ് ഫോർട്ട് മക്മറി. മൈനസ് 50 ഡിഗ്രിവരെ താഴുന്ന കടു ത്ത ശൈത്യകാലത്തിനിടയിലും തൊഴിലവസരങ്ങൾ തേടി ആളുകൾ ഈ സ്ഥലത്തേക്ക് വരുന്നു.ക്യാനഡയിലെ എണ്ണയുടെ കേന്ദ്രമാണ് ഈ നഗരം. വ്യത്യസ്ത സാംസ്കാരിക പശ്ചാത്തലങ്ങളിൽ നിന്നുള്ളവരും കാനഡയുടെ വിവിധ ഭാഗങ്ങളിൽ നിന്നുള്ളവരും ഇവിടെ താമസിക്കുന്നു. മിക്ക ആളുകളും യാത്രക്കാരാണ്. ചിലർ എല്ലാ ദിവസവുമോ എല്ലാ ആഴ്ചയിലോ ഇവിടേക്ക് ജോലിക്ക് വന്നു പോകുന്നവരാണ്. ചിലർ ഇവിടെ ജനിച്ച് വളർന്നവർ. ശൈത്യകാലത്തെ കടുത്ത തണുപ്പ് പോലെ, വേനൽക്കാലം വളരെ ചുട്ടുള്ളതും എന്നാൽ സഹിക്കാവുന്നതുമാണ്. 2016 ലെ വേനൽക്കാലം അല്പം വ്യത്യസ്തമായിരുന്നു. ഫോർട്ട് മക്മറി നിവാസികളുടെ വേനൽക്കാല ഉന്മേഷം ഇത് മൂലം കുറഞ്ഞു പോയി .

പെട്ടന്നാണ് അവിടെ കാട്ട തീ പടർന്ന് പിടിച്ചത്. നഗരത്തിന്റെ ചുറ്റുമുള്ള മനോഹരമായ വനം തീജ്വാലകളാൽ വലയം ചെയ്യപ്പെട്ടു. 2016

മാർച്ച് ഒന്നാം തീയതി. നഗരത്തിന് സമീപം കാട്ടുതീ ഉണ്ടെന്ന ഞങ്ങൾക്ക് അറിയിപ്പ് കിട്ടിയിരുന്നു. എന്നാൽ എല്ലാം നിയന്ത്രണത്തിലാണെന്നും നദിക്കിപ്പുറം അത് കടക്കാൻ സാധ്യതയില്ലെന്നും നഗരഭരണകൂടത്തിൽ നിന്ന് അറിയിപ്പുകൾ കിട്ടികൊണ്ടിരുന്നു . വനം കത്തിയമരുന്നതിന്റെ പുക വളരെ അകലെനിന്ന് കാണുമ്പോൾ തന്നെ ചെറിയ ഒരു ഭയം മനസ്സിൽ അലയടിച്ചിരുന്നു. എന്നിരുന്നാലും അത് നദിയുടെ അപ്പുറമാണല്ലോ എന്ന ആശ്വാസത്തിൽ ആയിരുന്നു ഞങ്ങൾ. പുറത്തൊക്കെ തെളിഞ്ഞ കാലാവ സ്ഥയായിരുന്നു.

കാട്ടുതീയെ സംബന്ധമായ വാർത്തകൾ സർക്കാരിന്റെ ഭാഗത്തുനിന്ന് ഉണ്ടായിരുന്നെങ്കിലും പേടിക്കാൻ ഒന്നുമില്ല എന്ന് തന്നെയാണ് അവർ പറഞ്ഞു കൊണ്ടിരുന്നത്. പക്ഷെ പെട്ടെന്ന് തീ അളിപിടിച്ചാലോ? അങ്ങ നെയൊരു ചിന്ത മനസ്സിൽ തോന്നിയപ്പോൾ മാർച്ച് 2 ന് ഞങ്ങൾ ഞങ്ങളുടെ വാഹനങ്ങൾ തയ്യാറാക്കി. ആവശ്യത്തിന് ഇന്ധനം നിറച്ചു. പെട്ടന്ന് പുറ പ്പെടേണ്ടി വന്നാൽ എടുക്കേണ്ട അത്യാവശ്യം ചില സാധനങ്ങൾ, വസ്തുങ്ങൾ, പാസ്പോർട്ട്, മറ്റ രേഖകൾ എന്നിവ ഞങ്ങൾ കാറിൽ ലോഡുചെയ്തു. അപ്പോഴും അഗ്നി ഞങ്ങളെയൊന്നും ബാധിക്കില്ലെന്ന് ഞങ്ങൾ ഉറച്ച വിശ്വസിച്ചിരുന്നു. ഞാൻ 3 മാസം ഗർഭിണിയായതിനാൽ വായുവിന്റെ ഗുണനിലവാരത്തെക്കു റിച്ചു മാത്രം ആശങ്കാകുലയായിരുന്നു. വാസ്തവത്തിൽ അതുകൊണ്ട് മാത്രം ഭർത്താവിന്റെ കാൽഗരി എന്ന മറ്റൊരു നഗരത്തിലെ വീട്ടിലേയ്ക്ക് പോകാൻ ഞാൻ ആഗ്രഹിച്ചു. മാർച്ച് 3 ഓടെ ആകാശം തെളിഞ്ഞു. തിളങ്ങുന്ന നീലാകാശം. താപനില ഉയർന്നെങ്കിലും പുകയുടെ ലക്ഷണങ്ങളൊന്നുമില്ല. എല്ലാം ശാന്തമായതുപോലെ.

അന്നും പതിവുപോലെ എന്റെ ഭർത്താവായ റെക്കും അദ്ദേഹത്തിന്റെ പിതാവും ജോലിക്ക് പോയി. എല്ലാം ശാന്തമായല്ലോ എന്നോർത്ത് ആശ്വസിച്ചെങ്കിലും ഞാൻ വാർത്തകൾ ശ്രദ്ധിച്ച കൊണ്ടിരുന്നു. ഉച്ചയ്ക്ക് 12 മണിയോടെ എന്റെ മുറ്റത്ത് നിന്ന് നോക്കുമ്പോൾ അൽപ്പം അകലെ പുകയുടെ വലിയൊരു ചുരൾ കണ്ടു. ഞാൻ അതിന്റെയൊരു ഫോട്ടോ എടുത്തു ഭർത്താവിന് അയച്ചു. പക്ഷേ റെക്കിന് കുലുക്കമൊന്നുമില്ല. ഫോർട്ട് മക്മറിയിൽ എല്ലാ വർഷവും കാട്ടുതീ ഉണ്ടാകാറുണ്ടെന്നും അത് ഒരു തര ത്തിലും നഗരത്തിൽ എത്താതെ ഇരിക്കുവാൻ അധികൃതർ ശ്രദ്ധിക്കുമെന്നും റെക്ക് എന്നോട് പറഞ്ഞു. എനിക്ക് അല്പം ആശ്വാസം തോന്നുകയും ഞാൻ പാചകത്തിൽ ശ്രദ്ധിക്കുകയും ചെയ്തു.

ഉച്ചയ്ക്ക് 1.30 ഓടെ തീ നദിക്ക് അപ്പുറം പടർന്നു പിടിക്കുകയാണ് എന്ന വാർത്ത ഞങ്ങൾ അറിഞ്ഞു. എന്താണ് അവർ അർത്ഥമാക്കുന്നതെന്ന് ഉറ

പ്പില്ലാത്തതിനാൽ അടുത്ത അറിയിപ്പ് വരുന്നതുവരെ ശാന്തമായിരിക്കുവാൻ ഞാൻ ശ്രദ്ധിച്ചു. ഏകദേശം 15 മിനിറ്റിനുശേഷം ഒരു കൊറിയർ ഡെലിവറി പയ്യൻ ഞങ്ങളുടെ മുൻവാതിലിൽ മുട്ടി. ഞാൻ വാതിൽ തുറന്നപ്പോൾ അയാൾ പരിഭ്രാന്തനായി എന്നോട് ചോദിച്ചു.

"നിങ്ങൾ എന്താണ് ഇങ്ങനെ വീട്ടിൽ തന്നെ ഇരിക്കുന്നത്? തീ പടർന്നു പിടിക്കുകയാണ്. അധികം താമസിയാതെ ഈ പ്രദേശം മുഴുവൻ കത്തും. രക്ഷപെടാൻ നോക്കൂ."

അദ്ദേഹം വേഗം പാർസൽ നല്കി, ഡെലിവറി സ്ഥിരീകരിക്കാൻ എന്റെ അടയാളം എടുത്ത് പുറത്തേയ്ക്ക് ഓടി. ഞാൻ പുറത്തേക്ക് എത്തിനോക്കി. അവൻ പറഞ്ഞത് ശരിയാണ്. ഇപ്പോൾ എനിക്ക് തീജ്ജ്വാലകൾ അകലെ നിന്ന് വ്യക്തമായി കാണാൻ സാധിക്കുന്നുണ്ട്.

ഞാൻ റെക്സിനെ വിളിച്ചു. അദ്ദേഹം ഒരു മീറ്റിംഗിലായിരുന്നതുകൊണ്ട് കോൾ എടുത്തില്ല. ഞാൻ ഒരു വോയ്സ് മെസ്സേജ്ജ് ഇട്ടു. ഞാൻ പെട്ടെന്നു തന്നെ ഡാഡിയെ വിളിച്ച് കാര്യം പറഞ്ഞു.

"ഡാഡി തീ പടർന്നു പിടിക്കുകയാണ്. ഉടൻ രക്ഷപെട്ടേ മതിയാകൂ. ഞങ്ങൾ ഉടൻ പുറപ്പെടുകയാണ്."

അപ്പോഴും എന്റെ മനസ്സിൽ ഭയമില്ല. എന്റെ രണ്ട വയസ്സ് പറയമുള്ള കുട്ടിയെ എടുത്ത് കാറിൽ ഇരിക്കാൻ ഞാൻ മമ്മിയോട് ആവശ്യപ്പെട്ടു. ഞങ്ങളൾക്ക് വസ്തുങ്ങൾ മാറ്റാൻ പോലും ഉള്ള സമയം ലഭിച്ചില്ല. ഞാൻ വാഹനവുമായി മുൻപോട്ട് നൂറ മീറ്റർ നീങ്ങി കഴിഞ്ഞപ്പോഴാണ് റെക്സിന്റെ വിളി വരുന്നത്. അദ്ദേഹം അൽപ്പം പരിഭ്രാന്തനായിരുന്നു. ഒരുപാട് വൈകിയിട്ടില്ലെങ്കിൽ പറ്റമെങ്കിൽ പുതിയ കാർ എടുക്കൂ, കാരണം അതിൽ കൂടുതൽ പ്രധാനപ്പെട്ട കാര്യങ്ങൾ ഉണ്ട്. എന്നുമാത്രമല്ല. അത് പുതിയതുമാണ്".

ഞാൻ ഒരു യു ടേൺ എടുത്ത് വീട്ടിലേക്ക് പോയി. കാറിലെ സാധനങ്ങ ളും കുട്ടിയേയും പുതിയ കാറിലേക്ക് മാറ്റി. അഗ്നിജ്വാലകൾ ഞങ്ങളുടെ നേരെ പാഞ്ഞു വരുന്നത് എനിക്ക് കാണാമായിരുന്നു. പക്ഷേ ഇപ്പോഴും അത് അകലെയാണ്. ഞങ്ങളുടെ അയൽക്കാരൻ തന്റെ മോട്ടോർ ബൈക്കിൽ ഞങ്ങളുടെ അടുത്തേയ്ക്ക് വന്നു. എന്നെ സഹായിക്കാൻ ആണ് അയാൾ വണ്ടി നിർത്തിയത്. ഒട്ടും സമയം കളയരുതെന്നും എത്രയും വേഗം ഇവിടെ നിന്ന് പോകണമെന്നും അദ്ദേഹം നിർബന്ധിച്ചതു കൊണ്ട് ബാക്കിയുള്ളത്

എല്ലാം ഉപേക്ഷിച്ച ഞങ്ങൾ യാത്ര തിരിച്ചു.

ഞങ്ങളുടെ കോളനി ഒരു ലൂപ്പാണ്, അകത്തോട്ട വരവാനും പുറത്തോട്ട് പോകുവാനും ഒരു വഴി മാത്രം. ഞങ്ങളുടെ ബ്ലോക്കിൽ നിന്ന് മെയിൻ റോഡിലെത്താൻ ഇടത്തേക്ക് പോകണം, പക്ഷേ ആ വശത്ത് നിന്ന് തീ വരുന്നുണ്ടെന്നതിനാൽ ആ വശം പോലീസ് ബ്ലോക്ക് ചെയ്തിരുന്നു. ഞങ്ങൾ വലതുവശത്തേക്ക് പോയി. അവിടെ വാഹനങ്ങളുടെ ഒരു വലിയ നിരതന്നെയുണ്ട്. കാറുകളും ട്രക്കുകളും സാവധാനത്തിൽ വളരെ ശാന്തമായി ഹോണടിക്കാതെ നീങ്ങുന്നു. എല്ലാവരും ശാന്തരായിരുന്നു. വീട്ടുകളി ൽനിന്ന് വാഹനവുമായി വരുന്നവർക്ക് ഇടയ്ക്ക് കയറുവാൻ വ്യക്തമായ അകലം ആളുകൾ ഇടയ്ക്ക് പാലിച്ചിരിക്കുന്നു. ആരും പരിഭ്രാന്തിയുടെയോ സ്വാർത്ഥതയുടെയോ ലക്ഷണങ്ങൾ കാണിച്ചില്ല. ചുറ്റുമുള്ള പല വീട്ടുകളും കത്തി അമരുന്നു. വീട്ടുകളിൽനിന്ന് പൊട്ടിത്തെറികളും ഭയപെടുത്തുന്ന ശബ്ദങ്ങളും കേൾക്കാം. ചില വീട്ടുകൾ നിലം പൊത്തുന്നത് ഞങ്ങൾക്ക് കാണാമായിരുന്നു.ഒരു ത്രി ഡി ഇംഗ്ലീഷ് സിനിമ കാണുന്നത് പോലെ.

പെട്ടെന്നാണ് അത് സംഭവിച്ചത്. മുന്നോട്ടുള്ള റോഡ് കാണുവാൻ സാധിക്കുന്നില്ല. മുൻപിൽ തീജ്വാലകൾ മാത്രം. ഞങ്ങളുടെ മുന്നിലുള്ള ഡ്രൈവർ വണ്ടി നിർത്തി. മുമ്പിൽ ഒരു മല പോലെ നിൽക്കുന്ന തീ ജ്വാല കണ്ട് അയാൾ പരിഭ്രാന്തനായി. കാറിൽ നിന്നിറങ്ങി അലറി.

"ഞാൻ ആ തീജ്വാലയിലേക്ക് പോയി മരിക്കാൻ തയ്യാറല്ല". അയാൾ അവിടെ കുത്തിയിരുന്നു.

ഞാൻ വണ്ടി പുറകോട്ട് എടുക്കാൻ ശ്രമിച്ചു. പക്ഷേ അൽപ്പം പോലെ സ്ഥലമില്ല. ഞാൻ കയ്യ് കൊണ്ട് ആംഗ്യം കാണിച്ചു. "മുൻപോട് പോക്ക. അല്ലെങ്കിൽ വഴി മാറ്റ". ഭാഗ്യത്തിന് ആ മനുഷ്യൻ തന്റെ കാർ ഒരു വശ ത്തേക്ക് ഒതുക്കി മാറ്റി നിർത്തി തന്നു. കോളനിയിൽനിന്ന് ദേശീയപാതയെ വേർതിരിക്കുന്ന പുല്ലിന് കുറുകെ ഞാൻ വണ്ടി ഓടിച്ചു. അത് ഒരു ചെറിയ കുന്നും താഴ്ചരയും പോലെയായിരുന്നു. അത് എത്ര ആഴത്തിലുള്ളതാണെന്ന് എനിക്ക് കാണാൻ കഴിയുമായിരുന്നില്ല. ഞങ്ങൾക്ക് മതിയായ ക്ലിയറൻസ് ഉണ്ടോയെന്നും എനിക്ക് ഉറപ്പില്ലായിരുന്നു. ഞാൻ ആദ്യമായിട്ടായിരുന്ന ഈ വാഹനം ഓടിക്കുന്നത്.പക്ഷെ എന്റെ മുമ്പിൽ ജീവനും മരണവും മാത്രമേ രണ്ട് ഓപ്ഷൻസായി ഉണ്ടായിരുന്നുള്ളു.

"നീ ധൈര്യത്തോടെ മുമ്പോട്ട് എടുക്കൂ മോളെ. വരുന്നത് വരട്ടെ. ഏതായാ ലും പുറകോട്ട് പോകാൻ സാധിക്കില്ല." മമ്മി തന്ന പ്രോത്സാഹനത്തിൽ

ഞാൻ കുന്നിൻ മുകളില്ലൂടെ ഓടിച്ച് ദേശീയപാതയിൽ ലയിച്ച.

ദേശീയപാതയുടെ ഇരുവശത്തുനിന്നും വലിയ തീജ്ജ്വാലകൾ ഞങ്ങ ൾക്ക് കാണാമായിരുന്നു. തീജ്ജ്വാലകൾ കാറിനെ തഴുകുന്നുണ്ടോ എന്നു ഞാൻ സംശയിച്ച. അകത്തു നല്ല ചൂട് അനുഭവപ്പെടുവാൻ തുടങ്ങി. കാ റിന്റെ അകം ചൂട്ട പഴുക്കുന്നതുപോലെ. എന്റെ മോൾ കരയാൻ തുടങ്ങി. ഒരു തുവാല നനച്ച് മോൾടെ മുഖത്ത് ഇടാൻ ഞാൻ മമ്മിയോട് ആവശ്യപ്പെട്ടു.

കുറെ മുമ്പോട്ട പോയപ്പോൾ തീജ്ജ്വാലകൾ ഇല്ല. പകരം തീയുടെ കട്ടി പിടിച്ച പുക ഘനീഭവിച്ച മുമ്പിൽ ഉള്ളതൊന്നും കാണവാൻ സാധിക്കാത്ത അവസ്ഥ. ഞാൻ വണ്ടി നിർത്തിയില്ല. വളരെ പതുക്കെ ഏതാണ്ട് ഒരു ഊഹം വച്ച് വാഹനം ഓടിച്ച കൊണ്ടിരുന്നു. മുമ്പിൽ പോകുന്ന കാറിന്റെ ബ്രേക്ക് ലൈറ്റുകൾ ആയിരുന്നു എന്റെ വഴികാട്ടി. ഇതിനിടയിൽ റെക്സ് വി ളിച്ച്, ജോലി സ്ഥലത്തുനിന്ന് പോരുകയാണെന്ന് എന്നെ അറിയിക്കുകയും ഫോർട്ട് മക്മറിയിലേക്കുള്ള തെക്ക് സ്ഥലത്ത് കണ്ടുമുട്ടാൻ ആവശ്യപ്പെടുക യും ചെയ്തു.

ഞങ്ങൾ പുകയെ മറികടന്ന് മുമ്പോട്ട് പോയി. ഒരു സ്ഥലത്ത് എത്തി യപ്പോൾ ആളുകൾ വാഹനം വശങ്ങളിലേക്ക് മാറ്റി നിർത്തി തങ്ങളുടെ കുടുംബത്തിനായി കാത്തിരിക്കുന്നത് കാണാമായിരുന്നു. ഞാൻ കുറെ ദൂരം കൂടി മുമ്പോട്ട പോയി. റെക്സ് പറഞ്ഞ സ്ഥലത്ത് എത്തി. അരമണിക്കൂറിന ശേഷം റെക്കും ഡാഡിയും അവിടെ എത്തി. പിന്നെ ഞങ്ങൾ അവിടെ നിന്ന് കാൽഗരിയിലേക്ക് പോയി.

ആ തീയിൽ ഞങ്ങളുടെ വീട്ടം ഒരു കാറും. അതുവരെ ഉണ്ടാക്കിയ സമ്പാദ്യവും എല്ലാം നഷ്ടപ്പെട്ടു. പക്ഷെ ആർക്കും ഒരപകടവും ഉണ്ടാകാതെ ദൈവം കാത്തു. മരണത്തെ മുമ്പിൽ കണ്ട മൂന്നാമത്തെ സംഭവം ആയിരുന്നു എനിക്കത്.

## ആപത്ത് വരുമ്പോൾ നിസ്സംഗമാകുന്ന മനസ്സ് (നോർമൽസി ബയസ്സ്)

1977ൽ ഒരു കാനറി ദ്വീപിൽ ഉണ്ടായ വിമാനാപകടത്തിൽ രക്ഷപ്പെട്ടവ ർ നൽകിയ വിവരണം ഞെട്ടിക്കുന്നതായിരുന്നു.

ഒരു KLM വിമാനവും ഒരു പാൻ അമേരിക്കൻ വിമാനവും റൺവേയിൽ കൂട്ടിയിടിച്ച ആഘാതത്തിൽ വിമാനം പൊട്ടിത്തെറിച്ച് എല്ലാ യാത്രക്കാരും മരണമടഞ്ഞു. പാൻ അമേരിക്കൻ വിമാനം കത്തുവാൻ തുടങ്ങിയിരുന്നു.

വിമാനത്തിന്റെ ചിറകിന്റെ അടുത്ത് വാതിലില്ലൂടെ നിഷ്പ്രയാസം ആളുകൾക്ക് രക്ഷപ്പെടാമായിരുന്നു. 20 അടി ചാടണം എന്ന മാത്രം. സമയം കടന്നു പൊയ്ക്കൊണ്ടിരുന്നു. വിമാനത്തിന്റെ മേൽക്കൂര അടർന്നു പോയിട്ടും വിമാന ത്തിന് ചൂടുപിടിച്ച തുടങ്ങിയിട്ടും എന്തുചെയ്യണമെന്നറിയാതെ സീറ്റ് ബെൽറ്റ് പോലും മാറ്റാതെ പലയാളുകളും അവിടെ തന്നെ ഇരുന്നു. അപൂർവ്വം ചിലർ തങ്ങളുടെ പ്രിയപ്പെട്ടവരുടെ സീറ്റ് ബെൽറ്റ് ഊരി മാറ്റുകയും വളരെ പണിപ്പെട്ട് അലറി വിളിച്ച് അവരെ വിമാനത്തിന്റെ രക്ഷാ വാതിലിലേക്ക് ക്ടിക്കൊണ്ടുപോവുകയും ചെയ്തു. ഒരുപാട്ടുപേർക്ക് ഈ സമയംകൊണ്ട് വിമാനത്തിൽനിന്ന് രക്ഷപ്പെടാൻ സാധിക്കുമായിരുന്നുവെങ്കിലും വെറും ഇരുപത് പേർ മാത്രമാണ് ചാടി രക്ഷപ്പെട്ടത്.

മിനിറ്റുകൾക്കുള്ളിൽ വിമാനത്തിന്റെ ടാങ്ക് പൊട്ടിത്തെറിച്ചു. അകത്തുള്ള ഏല്ലാവരും മരിച്ചു. അപകടം കണ്ടു തരിച്ചിരുന്ന ആളുകളെ അവരുടെ ആ അവസ്ഥയിൽനിന്നു ഉണർത്തി അവരെ സഹായിച്ചുവെന്നുവെങ്കിൽ അനേകം പേർക്ക് രക്ഷപ്പെടാമായിരുന്നു. ഇതുപോലുള്ള അപകടങ്ങ ളിൽപ്പെടുന്നവർ കാണിക്കുന്ന വിചിത്രമായ സ്വഭാവരീതികളെക്കുറിച്ച് പഠിക്കുന്ന മനഃശാസ്ത്രജ്ഞരായ ഡാനിയേൽ ജോൺസൺ, ജോൺ ലീ എന്നിവർ പറയുന്നത് ഒരു അത്യാഹിതം ഉണ്ടാകുമ്പോൾ 75% പേരും മരവിച്ച ചലനരഹിതരാവും എന്നാണ്.

തങ്ങൾക്ക് ഒരു അത്യാഹിതവും ഉണ്ടാവില്ല എന്നു തന്നെയാണ് ഭൂരി പക്ഷം ആളുകളും വിശ്വസിക്കുന്നത്. അത്യാഹിതം ഉണ്ടാവുകയാണെങ്കിൽ എന്ത് ചെയ്യണമെന്ന് മാനസികവും ശാരീരികവുമായി തയ്യാറെടുക്ക ന്നവർക്ക് മാത്രമേ അപകടങ്ങളിൽനിന്ന് രക്ഷപ്പെടാനുള്ള സാധ്യത ഉപയോഗിക്കുവാൻ സാധിക്കുകയുള്ളൂ. ഒരു ദുരന്തം അടുത്തെത്തുമ്പോൾ എല്ലാം പഴയതുപോലെ ആവുമെന്നും തനിക്കൊരു അത്യാഹിതവും സംഭ വിക്കില്ല എന്നും കരുതുന്ന അവസ്ഥയ്ക്കാണ് നോർമൽസി ബയസ് എന്ന് പറയുന്നത്.

അമേരിക്കയിൽ ഇടയ്ക്കിടെയുണ്ടാകുന്ന ചുഴലിക്കാറ്റിനെക്കുറിച്ചുള്ള മുന്നറിയിപ്പുകൾ പലരിലും ഒരു ചലനവും സൃഷ്ടിക്കാറില്ല എന്നതാണ് സത്യം. പൊതുജനത്തിന്റെ പ്രതികരണത്തെക്കുറിച്ച് കാലാവസ്ഥ പ്രവചനക്കാരും ദുരിതാശ്വാസ പ്രവർത്തകരും പറയുന്നത് ഇങ്ങനെയാണ്. "മുന്നറിയിപ്പ് ഉണ്ടാകുമെങ്കിലും ഒന്നും സംഭവിക്കില്ലെന്ന വിശ്വാസമാണ് മിക്ക ആളു കൾക്കും. ഒരുവശത്ത് നിസ്സഹായരായി ഒന്നും ചെയ്യാതെ കുറേപ്പേർ. മുന്നറിയിപ്പ് വെറുതെയാണ് എന്ന് കരുതുന്ന മറ്റൊരു കൂട്ടർ മറുവശത്ത്".

ചുഴലിക്കാറ്റ് വിദഗ്ദ്ധൻ മാർക്ക് സ്വെൻവോൾഡ് (Tornado chaser mark Svenvold) തന്റെ പുസ്തകത്തിൽ ഇതിനെക്കുറിച്ച് പരാമർശിക്കുന്നത് ഇപ്രകാരമാണ്, "വ്യക്തമായ മുന്നറിയിപ്പ് അവഗണിച്ച് ഒന്നും സംഭവിക്കില്ല എന്ന് കരുതുകയും അങ്ങനെ മറ്റുള്ളവരെ ആശ്വസിപ്പിക്കുകയും സ്വയം രക്ഷപ്പെടുന്നതിൽ നിന്ന് മറ്റുള്ളവരെ പിന്തിരിപ്പിക്കുകയും ചെയ്യുന്ന അനേകം ആളുകളുണ്ട്. പരിഭ്രാന്തി പരത്തുന്ന സാഹചര്യം ഉണ്ടായാൽ നമ്മുടെ ചുറ്റുമുള്ള മനുഷ്യരുടെ പ്രതികരണമാണ് നമ്മൾ ആദ്യം ആരായുന്നത്. അവരുടെ പ്രതികരണം നോക്കിയാണ് നമ്മൾ പ്രവർത്തിക്കുന്നത്".

## അപകടമുണ്ടായാൽ എന്തു ചെയ്യണം

ഒരു അപകടം മുമ്പിൽ കാണുമ്പോൾ നമ്മുടെ ശരീര വ്യവസ്ഥിതി, പ്രത്യേകിച്ച ഹോർമോൺ വ്യവസ്ഥിതി അതിനോട് പെട്ടെന്നുതന്നെ പ്രതികരിക്കുന്നു. മുമ്പിൽ ഒരു അപകടമോ ജീവന് ഭീഷണിയാകാവുന്ന ഒരു അവസ്ഥയോ ആണെന്ന് മസ്തിഷ്കത്തിന് മനസിലായി കഴിഞ്ഞാൽ നമ്മുടെ അഡ്രിനാലിൻ പമ്പ് ചെയ്യും. അഡ്രിനാലിൻ അല്ലെങ്കിൽ എപിനെഫ്രിൻ എന്ന് അറിയപ്പെടുന്ന ഈ ഹോർമോൺ നമ്മുടെ യുക്തിസഹമല്ലാത്ത പ്രവർത്തനങ്ങൾ നിയന്ത്രിക്കുന്നതിൽ ഉൾപ്പെടുന്നു. അഡ്രിനാലിൻ സാധാരണയായി അഡ്രീനൽ ഗ്രന്ഥികളും മെഡുള്ള ഓബ്ലോംഗാറ്റയിലെ ന്യൂറോണകളും ആണ് ഉൽപാദിപ്പിക്കുന്നത്. അത്ര പുരോഗമിക്കാത്ത അമിഗ്ദല എന്ന മസ്തിഷ്കത്തിന്റെ ഭാഗം ശരീരത്തിന്റെ നിയന്ത്രണം പരിപൂർണ്ണമായും ഏറ്റെടുക്കുന്ന അവസ്ഥ സംജാതമാകുന്നു. പിന്നീട് അവിടെനിന്ന് ഓടി രക്ഷപെടാനോ, അക്രമിക്കാനോ ഉള്ള വെമ്പൽ ആണുണ്ടാകുന്നത്.. ഹൃദയമിടിപ്പ് കൂട്ടുന്നു. കയ്യിലോട്ടും കാലിലോട്ടും ഉള്ള രക്ത ഓട്ടം കൂട്ടുന്നു. പക്ഷെ പലപ്പോഴും വലിയ അപകടങ്ങൾ ഉണ്ടാകുമ്പോൾ നമ്മുടെ മസ്തിഷ്കത്തിന്റെ പ്രാകൃതമായ പ്രവർത്തനം കാരണം നമ്മൾ യുക്തിരഹിതമായി പ്രവർത്തിക്കുകയും കൂടുതൽ അപകടത്തിലോട്ട് എടുത്തു ചാട്ടുകയും ചെയ്യും. അതുകൊണ്ടുതന്നെ എന്ത് അപകടമുണ്ടായാലും ഒരു മിനിറ്റ് നിങ്ങളുടെ മനസ്സും ശരീരവും ശാന്തമായി നിർത്തുക. അമിഗ്ദലക്ക് നിയന്ത്രണം കൊടുക്കാതെ നിങ്ങളുടെ യുക്തിസഹമായ മസ്തിഷ്കഭാഗമായ നിയോ കോർട്ടെക്സിന് നിയന്ത്രണം വരും വരെ ശാന്തമാകുക. പരിഭ്രാന്തിയോടെ ഒരു തീരുമാനം എടുക്കാതെ ഇരിക്കുക. രക്ഷപെടാനുള്ള സാദ്ധ്യത എപ്പോഴും ഉപയോഗിക്കുക. അപകടം തീർച്ചയായും നിങ്ങളുടെ അടുത്തുണ്ട് എന്നും അത് വഴി മാറി പോകില്ല എന്നും മനസിലാക്കുക. നോർമൽസി ബയാസിന് കീഴ്പ്പെടാതെയിരിക്കുക.

# തല്ലികൊല്ലുന്നവരുടെ മനഃശാസ്ത്രം

ടോറോണ്ടോ എന്ന വനഗരത്തിൽ, ബെസ്റ്റ് ബൈ എന്ന ഇലക്ട്രോണിക് റീറ്റെയിൽസ് ചെയിനിന്റെ ഒരു ശാഖയിൽ വച്ച് ഉണ്ടായ ഒരു അനുഭവം. ഞാൻ അവിടെ ഒരു ലാപ്ടോപ്പ് നോക്കുവാൻ കയറിയതാണ്. തൊട്ട മുന്നിലായി എന്തോ സാധനം മേടിച്ച ബില്ലിംഗിന് പേര് പറഞ്ഞു കൊടു ക്കുകയാണ് ഒരു സ്ത്രീ. മേരി ജോസഫ് എന്നോ മറ്റോ ആണ് അവരുടെ പേര്. കാഴ്ചയിൽ മലയാളി ലുക്ക് ഉണ്ട്. മലയാളി തന്നെ. ഞാൻ ഉറപ്പിച്ചു. ഞാനവരോട് മലയാളത്തിൽ ചോദിച്ചു. "നാട്ടിൽ എവിടെയാണ്?"
അവർക്ക് എന്റെ ചോദ്യം മനസ്സിലായ ലക്ഷണമില്ല. അതുകൊണ്ട് ഞാൻ ഇംഗ്ലീഷിൽ ചോദിച്ചു. "ഇന്ത്യയിൽ നിന്നല്ലെ?"
"അല്ല. പാക്കിസ്ഥാനിൽ നിന്നാണ്" അവർ പറഞ്ഞു.
എനിക്ക് അതിശയമായി. പാക്കിസ്ഥാനിൽ ഈ ലുക്കം പേരും ഉള്ളവരോ?
"നിങ്ങൾ എവിടെ നിന്നാണ്?" അവർ എന്നോട് ചോദിച്ചു?
"ഞാൻ ഇന്ത്യയിൽ നിന്നാണ്."
അവരുടെ മുഖത്തപ്പോൾ ഭയം നിഴലിച്ചു.
"നിങ്ങൾ ശരിക്കും ഇന്ത്യയിൽ നിന്നാണോ? നിങ്ങൾ പാക്കിസ്ഥാനി അല്ലെ?"

ഞാൻ എന്റെ കനേഡിയൻ ഐഡിയും ഇന്ത്യൻ ഐഡിയും കാണിച്ചു. എന്റെ പേര് കണ്ടപ്പോൾ അവർക്ക് ആശ്വാസമായി. അങ്ങനെ അവർ അവരുടെ കഥ പറഞ്ഞു.

അവർ ഒരു പാക്കിസ്ഥാനി ക്രിസ്ത്യാനിയാണ്. പാക്കിസ്ഥാനിലെ ന്യൂനപക്ഷപീഡനംമൂലം ആ രാജ്യത്തുനിന്ന് അഭയാർത്ഥിയായി കാനഡ യിൽ എത്തിയതാണ് അവർ. മതം സൈക്കോസിസിന്റെ അവസ്ഥയിൽ എത്തിയ ഒരു ജനതയുടെ ഇടയിൽ പെട്ടുപോയ ഒരു കുടുംബമായിരുന്ന അവരുടേത്. അവരുടെ സഹോദരി കൊല്ലപ്പെട്ടു. ഭർത്താവ് ആക്രമികളുടെ

പീഡനത്തിന് ഇരയായി. ഇവർക്കും കുടുംബത്തിനും കഷ്ടിച്ച് ജീവൻ തിരിച്ച് കിട്ടിയെന്ന മാത്രം.

ഇതൊക്കെ പറയുമ്പോഴും അവർ എന്നെ അല്പം സംശയഭാവത്തോടെ നോക്കി. ഇടയ്ക്ക് അവർ എന്നോട് വീണ്ടും എന്റെ രാജ്യവും മതവും ചോദിച്ചു. ഇനിയും അവരെത്തേടി മതതീവ്രവാദികൾ എത്തും എന്ന ഭയമാണ് ഈ സുരക്ഷിതരാജ്യത്തുപോലും അവരെ ഭരിക്കുന്നത്.

## ഗോത്രീയമായ വെറുപ്പ്

ഒരു ഗോത്രത്തിനോട് മറ്റൊരു ഗോത്രത്തിനു തോന്നുന്ന വെറുപ്പ് മനു ഷ്യൻ ഒരുമിച്ച് താമസിക്കുന്ന കാലംതൊട്ട് ഉണ്ടായിരുന്നു. തന്റേതിൽനിന്ന് വ്യത്യസ്തമായ ആചാരങ്ങൾ, വിശ്വാസങ്ങൾ, വസ്ത്രങ്ങൾ, ഭാഷകൾ ഒക്കെയുള്ള ആളുകളോട് തോന്നുന്ന അപരവിദ്വേഷം മനുഷ്യർക്കിടയിൽ എന്നും ഉണ്ടാ യിരുന്നു. എല്ലാ രാജ്യങ്ങളിലും ഈ വ്യത്യാസങ്ങൾ ഒക്കെ കുറഞ്ഞുവരുന്നു എങ്കിലും മനുഷ്യനെ ഭിന്നിപ്പിക്കുന്നതിൽ ഇപ്പോഴും മുൻപന്തിയിൽ മതം തന്നെയാണ്.

## ജനക്കൂട്ടവിചാരണയും വിധി നടപ്പാക്കലും

കുറച്ച വർഷങ്ങൾക്ക് മുമ്പ് പാലക്കാട്ട്, മധു എന്ന ആദിവാസി യു വാവിനെ ഒരുകൂട്ടം ആളുകൾ കൊടുംകുറ്റവാളിയെപ്പോലെ തടഞ്ഞുവച്ചത് എന്തിനായിരുന്നു? ഒരു ദുർബലയുവാവ് പട്ടിണിമൂലം ഭക്ഷണം മോഷ്ടിച്ചത് ഭഗ്യ വലിയ തെറ്റാണോ? മാനസികനില തെറ്റിയ ഒരു സാധുവിനെ ആളുകൾ ഉപദ്രവിക്കുന്നത് കണ്ടുനില്ക്കുവാനും ആ കിരാതകർമ്മത്തിന് തങ്ങൾ സാക്ഷ്യംവഹിച്ചു എന്ന് അറിയിക്കുവാനായി അവരെ ചേർത്തുനിർത്തി സെൽഫി എടുക്കുവാനും ആളുകളുണ്ടായി.

ഇന്ത്യയിലെ മറ്റ സംസ്ഥാനങ്ങളെ അപേക്ഷിച്ച് ജനാധിപത്യമൂല്യ ങ്ങൾ താരതമ്യേന ഉയർത്തിപ്പിടിക്കുന്ന കേരളത്തിൽ തന്നെ അഞ്ചുവ ർഷത്തിനുള്ളിൽ എത്രയോ ആൾക്കൂട്ടകൊലപാതകങ്ങൾ അരങ്ങേറിക്കഴിഞ്ഞു. കുറച്ച വർഷങ്ങൾക്ക മുമ്പ് കോഴിക്കോട് നഗരത്തിൽ പട്ടാപകൽ പൊതു ജനം നോക്കിനില്ക്കെ ഒരു യുവാവിനെ ജനക്കൂട്ടം തല്ലിക്കൊന്നു. അയാൾ ചെയ്ത കുറ്റം മറ്റൊരു സ്ത്രീയുടെ വീട്ടിനിന്ന് ഇറങ്ങിവരുന്നത് കണ്ടുവെന്നതാ ണ്. ഇന്ത്യയിൽ ഒരു കോടതിയിലും നിലനില്ക്കുന്ന കുറ്റമല്ല അയാൾ ചെയ്തത്. സദാചാര അസ്മിത ബാധിച്ച ഒരു ജനക്കൂട്ടമാണ് ഈ അരുംകൊല ചെയ്തത്.

## തല്ലികൊല്ലുന്നവന്റെ മനഃശാസ്ത്രം
### നിയമം തെറ്റിക്കുന്ന വിചാരണകൾ (Lynching)

അമേരിക്കയിലെ വെർജീനിയയിൽ 1790 കാലഘട്ടത്തിൽ ജീവിച്ചിരുന്ന കേണൽ ചാൾസ് ലിഞ്ച് എന്ന ഒരു പട്ടാള ഓഫിസറുടെ പ്രവർത്തികളിൽ നിന്നാണ് ഇങ്ങനെയൊരു ലിഞ്ചിങ് ഇംഗ്ലീഷിൽ ഉണ്ടാവുന്നത്. നിയമവിരുദ്ധമായ ആൾക്കൂട്ടവിചാരണ എന്നാണ്ത ലിഞ്ചിങ് എന്ന വാക്കിന്റെ അർത്ഥം. തന്റെ വീടിന്റെ പരിസരത്ത് അതിക്രമിച്ച കടക്കുന്നവരെ അയാൾ നിയമവിരുദ്ധമായി വിചാരണ ചെയ്യുകയും മരത്തിൽ കെട്ടിയിട്ട് അടിക്കുകയും ചെയ്തിരുന്നു.

ആൾക്കൂട്ടവിചാരണയ്ക്ക് വിധേയരായവർ ആദ്യകാലഘട്ടങ്ങളിൽ സമൂഹത്തിലെ അധഃസ്ഥിതവർഗ്ഗത്തിൽപ്പെട്ടവരായിരുന്നു. നിയമവ്യവസ്ഥിതി ശരിയായ രീതിയിലല്ല മുമ്പോട്ട് പോകുന്നത് എന്ന് കരുതുന്ന ഒരു കൂട്ടരാണ് ഇപ്രകാരം നിയമം കയ്യിലെടുക്കുന്നതും സ്വയം വിചാരണയും ശിക്ഷയും നടപ്പാക്കുന്നതും.

കുറ്റവാളിയെന്നു മുദ്രകുത്തപ്പെട്ടവരെ പരസ്യമായി കൊടുംക്രൂരതകൾക്ക് വിധേയരാക്കുന്നതു കണ്ടുകൊണ്ട് നില്ക്കാൻ ജനക്കൂട്ടം ഉത്സുകരായി കൂടാറുണ്ട്. ഇരുപത്തൊന്നാം നൂറ്റാണ്ടിലും വ്യഭിചാരം പോലുള്ള കുറ്റങ്ങൾക്ക് അനേകർ നോക്കിനില്ക്കെ തലവെട്ടിക്കൊല്ലുന്ന രീതി ഇപ്പോഴും സൗദി അറേബ്യ പോലുള്ള രാജ്യങ്ങളിൽ ഉണ്ട്. തന്റെ സഹജീവി ഏറ്റവും നിസ്സഹായമായ അവസ്ഥയിൽ കല്ലെറിഞ്ഞു കൊല്ലപ്പെടുന്നതും വേദനകൊണ്ട് പുളയുന്നതും തല നഷ്ടപ്പെട്ട് ശരീരം പിടയുന്നതും കണ്ടു രസിക്കുവാൻ തടിച്ചുകൂടുന്നവരിൽ മലയാളികളുമുണ്ട് എന്നതാണ് സത്യം.

ഇതുപോലെയുള്ള അനേകം നിയമവിരുദ്ധവും നിയമാനുസൃതമായ ആൾക്കൂട്ടകൊലപാതകങ്ങൾ ഒരു ഉത്സവംപോലെ കണ്ടുരസിച്ച് ആളുകൾ കൊണ്ടാടും.

അമേരിക്കയിൽ അടിമവ്യവസ്ഥിതി നിലനിന്നിരുന്ന കാലത്ത് 1921-ൽ നടന്ന കണക്കെടുപ്പിൽ ഏതാണ്ട് 3224 ആൾക്കൂട്ടകൊലപാതകങ്ങളാണ് നടന്നത്. അതിൽ 2522 കറുത്തവർഗ്ഗക്കാരും 702 വെളുത്ത വർഗ്ഗക്കാരുമാണ് കൊല്ലപ്പെട്ടത്. ചില ആൾക്കൂട്ട കൊലപാതകങ്ങളും പരസ്യവിചാരണകളും പത്രങ്ങളിൽ പരസ്യം വരെ ചെയ്യാണ് നടന്നിരുന്നത്. എത്ര കൂടുതൽ ആളുകൾ ഇതിൽ പങ്കെടുക്കുന്നവോ അതിനനുസരിച്ച ഈ ആഘോഷത്തിന്റെ

ഹരവ്വം കൂടിയിരുന്നു.

ഒരു ആരോപണം ഉന്നയിക്കപ്പെട്ട വ്യക്തിയിൽനിന്ന് ഉറ്റവരും സുഹൃ ത്തുക്കളുമായി ഓരോരുത്തരായി അകന്നുമാറി തുടങ്ങും. കുറ്റാരോപിതനായ വ്യക്തിയെ പിന്താങ്ങുന്നത് അപകടകരമാണ് എന്ന് അവർക്കറിയാം. ആൾക്കൂട്ടം വിധി പറഞ്ഞാൽ പിന്നെ ആ രാജ്യത്തെ നീതിന്യായവ്യവസ്ഥി തി അയാളെ കുറ്റവിമുക്തനായി പ്രഖ്യാപിച്ചാലും അയാൾക്ക് രക്ഷയില്ല. അതിന് രണ്ട് കാരണങ്ങളാണ്. തെറ്റുകാരനല്ല എന്ന കോടതിവിധി എത്തുമ്പോഴേക്കും അയാൾ മാനസികവും ശാരീരികവും സാമൂഹികവുമായി തകർന്നിട്ടുണ്ടാവും. രണ്ട്, കോടതിവിധികൊണ്ട് ജനങ്ങൾ അവരുടെ വികാരത്തിൽ ചാലിച്ചെഴുതിയ അവരുടെ മനസ്സിലെ വിധി മായുന്നില്ല.

## ആൾക്കൂട്ട മനഃശാസ്ത്രം
രൂപാന്തരം പ്രാപിക്കുന്ന മനുഷ്യർ

The crowd- A Study of the Popular Mind (1896) എന്ന പുസ്തകത്തിൽ Gustave Le Bon ഈ ആൾക്കൂട്ടരൂപാന്തരത്തെക്കുറിച്ച് പ്രതിപാദിക്കുന്നത് ഇങ്ങനെ. ഒരു വ്യക്തി വൈകാരികമായ ഒരു ആൾക്കൂട്ടത്തിലേക്ക് എത്തുമ്പോൾ അയാളുടെ അടിസ്ഥാനസ്വഭാവങ്ങൾ, സമൂഹത്തിലെ അയാളുടെ സ്ഥാനം, ജോലി, ബൗദ്ധികമായ പക്വത എന്നി വയെല്ലാം പാടെ വിസ്മരിച്ച് അയാളുടെ സ്വത്വബോധത്തിൽനിന്ന് മാറി ആൾക്കൂട്ടത്തിന്റെ പൊതുസ്വഭാവത്തിലേക്ക് വിലയം പ്രാപിക്കുന്നു. ഈ വ്യക്തി ഒറ്റയ്ക്ക് നില്ക്കുമ്പോൾ ഒരിക്കലും ചെയ്യവാൻ തുനിയാത്ത കാര്യങ്ങൾ ഈ വൈകാരികസമൂഹത്തിനുള്ളിൽ നിന്ന് ചെയ്യവാൻ ഇയാൾ മടികാണിക്കുന്നി ല്ല. അതായത് ഒരു വ്യക്തി അയാളുടെ നാഗരികതയും മാന്യതയും എല്ലാം വിസ്മരിച്ച് അടിസ്ഥാന പ്രാകൃതസ്വഭാവത്തിലേക്ക് മടങ്ങുന്നു എന്നർത്ഥം.

ആൾക്കൂട്ട മനഃശാസ്ത്രവും അക്രമവും എന്ന പുസ്തകത്തിൽ ഡോ. വെൻഡി ജെയിംസ് (Dr. Wendy James- The Psychology of Mob Mentality and Violence) ആൾക്കൂട്ടം എങ്ങനെ അക്രമത്തിലേയ്ക്ക് എത്തപ്പെടുന്നു എന്ന് സൂചിപ്പിക്കുന്നു.

1. പടർന്നു പിടിക്കുന്ന വൈകാരികത (Convergence Theory)
   വൈകാരികമായി വളരെ ഉയർന്ന ഒരു സമൂഹത്തിലേക്ക് ഒരു വ്യ ക്തി എത്തിപ്പെടുന്നു. ഇവിടെ എത്തിപ്പെടുന്ന ഓരോ ആളുകളെയും ഇതേ വൈകാരികതയിലേയ്ക്ക് ഇതേ സമൂഹം സമ്മോഹനം ചെയ്യുന്നു.

ഇത് പലപ്പോഴും അപകടകരമായ അതിവൈകാരികചെയ്തികളിലേ ക്ക് ഇവരെ എത്തിക്കും.

2. വൈകാരികതയുടെ    പേരിൽ    ഒന്നിക്കുന്നവർ    (Convergence Theory)

മേല്പറഞ്ഞതിൽനിന്ന് നേരെ വിപരീതമായ കാര്യമാണ് ഇവിടെ നടക്കുന്നത്.    ഒരേ വൈകാരികതയുള്ള ആളുകൾ ഒരുമിച്ചുകൂട്ടുന്നു. അല്ലെങ്കിൽ ഈ വൈകാരികതയാണ് ഇവരെ ഒന്നിപ്പിക്കുന്നത്. ഇവർ അക്രമാസക്തരായത് ഒരു കൂട്ടത്തിൽപ്പെട്ടു എന്നത് കൊണ്ടല്ല. മറിച്ച് അതിവൈകാരികമായിത്തന്നെ ഒരു ആക്രമത്തിന് മുതിർന്ന് ഇവർ ഒത്തുകൂടി എന്നുള്ളതുകൊണ്ടാണ്. ഉദാഹരണം: ഇന്ത്യയിൽ പശുവിനെ കൊന്നു എന്ന വാർത്ത ആളുകളെ ഒന്നിപ്പിക്കുന്നതു പോലെ.

3. ആൾക്കൂട്ടത്തിൽ ആരും അറിയാതെ ( Emergent norm theory)

മുമ്പ് പറഞ്ഞ രണ്ടു കാരണങ്ങൾകൊണ്ടും ഒത്തുകൂടിയവർക്ക് തങ്ങൾ ഒരു കൂട്ടത്തിൽ ആയതിനാൽ ഒരിക്കലും ആരും തങ്ങളെ തിരി ച്ചറിയില്ല എന്ന സുരക്ഷിതബോധം നല്കുന്നു.    ഇതുപോലെയുള്ള ഒരു ആൾക്കൂട്ടത്തെ അക്രമത്തിന് പ്രേരിപ്പിക്കാനും അക്രമത്തിന് തിരികൊളുത്തുവാനും അതിന്റെ മുൻപന്തിയിൽ നില്ക്കുവാൻ ഉത്സാ ഹം കാണിക്കുകയും ചെയ്യുന്നവർ ഒരു ക്രിമിനൽ പശ്ചാത്തലം ഉള്ളവരായിരിക്കും.    എന്നാൽ കൂടെയുള്ള ബഹുഭൂരിപക്ഷവും ഒരു ആവേശത്തിൽ നിയമങ്ങൾ ലംഘിക്കുന്ന സാധാരണക്കാരായ ചെറുപ്പക്കാർ ആയിരിക്കും.

ഇപ്രകാരമുള്ള വിചാരണക്ക് ഒരു പൊതുസ്വഭാവമുണ്ട്.    ആളുകളെ മര ത്തിൽ കെട്ടിയിട്ടു കൈകൾ രണ്ടും പുറകിൽ വരിഞ്ഞുകെട്ടി, മരത്തോട് ചേർത്തുനിർത്തുകയോ അടിച്ച് അവശനാക്കി മുട്ടിൽ നിർത്തി, പിന്നീട് തറയിൽ ചേർത്ത് കിടത്തി ക്ഷമ യാചിപ്പിച്ച, രക്തംവാർന്ന് മരിക്കവാൻ വിട്ടുക.

## സാഡിസം (Sadism)

മറ്റുള്ള മനുഷ്യരുടെ വേദനയിൽ ആനന്ദം കണ്ടെത്തുന്ന ഒരു മനഃശാസ്ത്ര പ്രതിഭാസം മനുഷ്യനിൽ അന്തർലീനമായുണ്ട്.    ഇത് ചില മനുഷ്യരിൽ വളരെ കൂടുതലായിരിക്കും. ആനന്ദലബ്ധിക്കായി മറ്റ മനുഷ്യരെ ക്രൂരമായി പീഡിപ്പിക്കുവാനും ഇക്കൂട്ടർക്ക് മടിയില്ല.    ലൈംഗികവേഴ്ചയുടെ സമയത്ത്

ഇണയെ കടിച്ച മുറിക്കുക, കട്ടിലിൽ ചേർത്ത് ബന്ധിച്ച, ചാട്ടവാർ കൊണ്ട് അടിച്ച മുറിവേല്പിക്കുക, ചെറിയ ഷോക്കടിപ്പിക്കുക മുതൽ ബ്ലേഡ് കൊണ്ട് വരഞ്ഞുകീറുകയും കത്തി കൊണ്ട് ശരീരഭാഗങ്ങൾ അറുത്തുമുറിക്കുകയുംചെയ്ത വധിക്കുകയും അതിൽ രതി മൂർച്ഛ പ്രാപിക്കുകയും ചെയ്യുന്ന സൈക്കോപാ ത്തുകൾ വളരെയധികം ഉണ്ട്. ഈ അന്യദുഃഖം ആസ്വദിക്കുന്ന അവസ്ഥ ഏറിയും കുറഞ്ഞും സമൂഹത്തിൽ ഏറെ കാണാം. ആങ്ങള മരിച്ചാലും നാത്തുന്റെ കണ്ണുനീർ കാണുമ്പോൾ കിട്ടുന്ന ആ സുഖമുണ്ടല്ലോ. ഈ സുഖങ്ങ ശ്ക്ക് മനഃശാസ്ത്രത്തിൽ സാഡിസ്റ്റിക്ക് പേഴ്സണാലിറ്റി ഡിസോർഡർ എന്ന് പറയുന്നു.

ഒരു ആൾക്കൂട്ടത്തിന്റെ ബുദ്ധി നിലവാരം (IQ) എന്നത് വൈകാരികമായി അക്രമം നടത്താൻ ആഹ്വാനം നല്കുന്ന നേതാവിന്റെ ബുദ്ധിയെ അവിടെ കൂടിയിരിക്കുന്ന ആൾകളുടെ എണ്ണം കൊണ്ട് ഹരിക്കുമ്പോൾ ലഭിക്കുന്ന നിസ്സാരമായ ബുദ്ധിയുടെ അളവാണ്. അതായത് കടുത്ത ബുദ്ധിമാന്ദ്യമുള്ള ഒരു വ്യക്തിയുടെ ബുദ്ധി നിലവാരത്തിലും താഴെയായിരിക്കും ഈ വൈകാ രിക ആൾക്കൂട്ടത്തിന്റെ ബുദ്ധിനിലവാരം. ഇവരുടെ അതിവൈകാരികത ഇവരെ ഒരേ ശാരീരികഭാഷയുള്ളവരാക്കുന്നു. ഇപ്രകാരമൊരു കൊല നടത്തിക്കഴിയുമ്പോൾ ഓരോ വ്യക്തിയിലും കുറ്റബോധത്തിന് പകരം വല്ലാത്തൊരു ആത്മസംതൃപ്തി ഉടലെടുക്കുന്നു. ജനക്കൂട്ടത്തിൽ ആയതിനാൽ ആരും തങ്ങളെ തിരിച്ചറിയില്ലെന്ന ആത്മവിശ്വാസവും ഇവർക്കുണ്ടാകും.

## കാട്ടുനീതി

ഹെയ്റ്റി എന്ന സൗത്ത് അമേരിക്കൻ രാജ്യത്തിൽ ഒരു ഭൂകമ്പത്തെ ത്തുടർന്ന് ഒരു പകർച്ചവ്യാധി പടർന്നുപിടിച്ച. വൃദ്ധ പുരോഹിതരുടെ മന്ത്രങ്ങളാണ് ഈ പകർച്ചവ്യാധിക്ക് കാരണമായത് എന്നൊരു വാ ർത്ത വളരെ വേഗം പടർന്നു. ഇപ്രകാരം ആൾക്കൂട്ടം പറഞ്ഞുണ്ടാക്കിയ വൈകാരികതയുടെ ഫലമായി നാല്പത്തിയഞ്ച് വൃദ്ധ പുരോഹിതരാണ് ആൾക്കൂട്ടവിചാരണയില്ലൂടെ വധിക്കപ്പെട്ടത്.

ഒരു രാജ്യത്ത് നിലനില്ക്കുന്ന നീതിന്യായ വ്യവസ്ഥിതിയെ തൃണവ ത്ഗണിച്ച് ആൾക്കൂട്ടം നിയമം കയ്യിലെടുക്കുന്ന രീതിക്കാണ് കാട്ടുനീതി എന്ന് പറയുന്നത്. വാസ്തവത്തിൽ കാട്ടുനീതി എന്നൊരു സമാന്തരനീതിന്യായ വ്യവസ്ഥിതി തന്നെ നൈജീരിയയിൽ നിലനില്ക്കുന്നു എന്നതാണ് സത്യം.

കൊലചെയ്യാൻ തയ്യാറെട്ടുത്തു നില്ക്കുന്ന ഒരാളുടെ മാനസികാവസ്ഥ ശാസ്ത്രജ്ഞരെ എക്കാലവും അമ്പരപ്പിച്ചിട്ടുള്ള വിഷയമാണ്. ആ പ്രവൃത്തി

ചെയ്യുന്നതിന് മുമ്പായി അവർക്ക് ഒരു 'വിശുദ്ധ വിറയൽ' അനുഭവപ്പെടുമെന്നാണ് ജന്തുശാസ്ത്രത്തിൽ നൊബേൽ സമ്മാനം ലഭിച്ചിട്ടുള്ള കോൺറാഷ്ഡ് ലോറൻസ്റ്റ് പറയുന്നത്. അത് സ്വന്തം സമൂഹത്തിന്റെ 'സംരക്ഷണത്തിനായുള്ള വീരോചിതപ്രവൃത്തി'യാണെങ്കിൽ അതിനുമുമ്പ് നട്ടെല്ല് മുതലുള്ള വിറയൽ ആയിരിക്കും അനുഭവപ്പെടുക. മൃഗങ്ങളിൽ ഇത്തരം സന്ദർഭങ്ങളിൽ പുറത്തുള്ള രോമങ്ങൾ ഉയർന്നുനില്ലും. നട്ടെല്ലിന് അനുഭവപ്പെടുന്ന വിറയൽ ഇരുകൈകളിലേക്കും പ്രവഹിക്കും. എല്ലാ തടസ്സങ്ങളും അപ്രസക്തമാകും. കൊല്ലുന്നതിനോ മുറിവേല്പിക്കുന്നതിനോ ഉള്ള മാനസികമായ വിഷമതകളെല്ലാം അപ്പോൾ അപ്രത്യക്ഷമാകും. അതിക്രമങ്ങൾ ചെയ്യമ്പോഴും അതൊരു പുണ്യപ്രവൃത്തി ആണെന്ന ബോധം ഈ ആളുകളുടെ മനസ്സിനെ കീഴടക്കും.

ലോറൻസ് എഴുതി. സഹപാഠിയായ മാഷാൽ ഖാനെ വടികളും കല്ലുകളുംകൊണ്ട് കൊന്ന പാക്കിസ്ഥാനിലെ മർദാൻ യൂണിവേഴ്സിറ്റിയിലെ 2025 വിദ്യാർത്ഥികൾക്കും തങ്ങൾ ചെയ്യുന്നത് പുണ്യപ്രവൃത്തി ആണെന്ന് തോന്നിയിട്ടുണ്ടാകണം. ഒടുവിൽ ഒരു വിദ്യാർത്ഥി കൈത്തോക്കെടുത്ത് വെടിയുതിർക്കുകയും ചെയ്തു. ഈ പ്രവൃത്തിയിലൂടെ മഹത്തരമായ ഒരു കർത്തവ്യം നിർവ്വഹിച്ചതായി അവർ പറയുന്നു. ആറുകണക്കിനാളുകൾ ഇത് കാണുകയും മൊബൈൽ ഫോണിൽ ദൃശ്യങ്ങൾ പകർത്തിയും ബാക്കിയുള്ള വർക്ക് ഷെയർ ചെയ്യുകയും ചെയ്ത് ആനന്ദ നിർവ്വതിയടഞ്ഞു. ദൃശ്യങ്ങൾ ആര് ഷൂട്ട് ചെയ്തുവെന്ന് മാത്രം മറച്ചുവച്ചു.

ഇസ്ലാമിനെക്കുറിച്ച് ബഹുമാനം കുറഞ്ഞരീതിയിൽ ഫേസ്ബുക്കിൽ പോസ്റ്റിട്ട എന്ന മാരകമായ തെറ്റാണ് ഖാനെതിരെ ആരോപിച്ച കുറ്റം. ഈ ആരോപണം ഒടുവിൽ തെറ്റാണെന്നു തെളിഞ്ഞു. അതുവരെയും ഖാന്റെ സ്വന്തം ഗ്രാമത്തിൽ അയാൾക്ക് വേണ്ടി ശരിയായവിധം ശവസംസ്കാരച്ചടങ്ങുകൾ ചെയ്യാൻപോലും ബന്ധുക്കൾക്ക് കഴിഞ്ഞില്ല. ഖാൻ പതിവായി നിസ്കരിക്കുന്ന ഒരാളാണെന്ന് തെളിഞ്ഞപ്പോൾ മാത്രമാണ് പ്രധാനമന്ത്രി നവാസ് ഷെരീഫും ബിലാവൽ ഭുട്ടോയെപ്പോലുള്ള പ്രതിപക്ഷനേതാക്കളും ഖാനോട് സഹതാപം കാട്ടുന്ന പ്രസ്താവനകൾ പുറപ്പെടുവിച്ചത്.

കടുത്ത മതനിന്ദ നടത്തുന്നവരുടെ രക്തത്തിനുവേണ്ടി ദാഹിക്കുന്നവരാണോ പാകിസ്ഥാനിലെ ഭൂരിപക്ഷം ജനതയും എന്ന ലോകമാധ്യമങ്ങൾ അന്ന് അത്ഭുതത്തോടെ ചോദിച്ചു. മതനിന്ദകൾക്കെതിരെയുള്ള ശിക്ഷകൾ കോടതിയിൽ വളരെ സാവകാശമാണ് തീർപ്പ് കല്പിക്കുന്നത് എന്നതിനാൽ തങ്ങൾ അതിനുവേണ്ടി കാത്തുനില്ലാതെ സ്വയം ശിക്ഷ നടപ്പാക്കുന്നുവെന്നാ

ണ് ആളുകൾ ഇതിന് മറുപടി പറഞ്ഞത്.

## വംശീയ ഉന്മൂലനമനഃശാസ്ത്രം
തന്റെ തന്നെ ശത്രുവായ ശരീരഭാഗം.

സാധാരണഗതിയിൽ ആരോഗ്യവാനായ ഒരു വ്യക്തി, അയാൾക്ക് തന്റെ ശരീരത്തിലെ ഒരു ഭാഗം, പ്രത്യേകിച്ച് കാൽ തന്റെ ശരീരത്തിന്റെ ഭാ ഗമല്ല എന്ന തോന്നൽ ഉണ്ടാകുന്ന ഒരു നാഡിരോഗാവസ്ഥയുണ്ട്. ബോഡി ഇന്റെഗ്രിറ്റി ഐഡന്റിറ്റി ഡിസോർഡർ എന്നൊരു രോഗാവസ്ഥയാണിത്. എന്തോ ഒരു അബദ്ധത്തിൽ തങ്ങളുടെ ശരീരത്തിന്റെ ഭാഗമായി മാറിയ ഈ ശരീരഭാഗം എങ്ങനെയെങ്കിലും അടർത്തിമാറ്റണം എന്ന ചിന്ത ഇവരെ നി രന്തരം വേട്ടയാടും. ഈ അവസ്ഥയുടെ പാരമ്യത്തിൽ അവർ കൈകാലുകൾ സ്വന്തമായി മുറിച്ചമാറ്റാൻ ശ്രമിക്കുകയും സാരമായി തന്നെ മുറിവേറ്റ ഈ ഭാഗം അവസാനം ശസ്ത്രക്രിയയിലൂടെ മാറ്റേണ്ടതായി വരുകയും ചെയ്യും.

ഇതൊരു മനോരോഗമാണ് എന്ന് പറഞ്ഞുകൂടാ. ഈ രോഗമുള്ളവ ർക്ക് ഇടത്തെ കാൽ മുറിച്ചകളയുവാനാണ് തോന്നുക. മസ്തിഷ്കത്തിലെ വലത് പരിറ്റൽ ലോബിൽ സംഭവിക്കുന്ന ക്ഷതം ആയിരിക്കാം ഇങ്ങനെ ഒരു അസ്വസ്ഥതയ്ക്ക് കാരണമെന്നാണ് വൈദ്യസമൂഹത്തിന്റെ നിഗമനം. അപൂർവ്വം ചില കേസുകളിൽ തങ്ങളുടെ ശരീരഭാഗം മുറിച്ചമാറ്റപ്പെട്ട എന്ന ചിന്ത ചിലർക്ക് ലൈംഗികോത്തേജനം പ്രദാനം ചെയ്യുന്നു.

ഇതുപോലെതന്നെയാണ് തന്റെ രാജ്യത്തുള്ള കുറച്ച ന്യൂനപക്ഷങ്ങൾ തങ്ങളുടെ രാജ്യത്തിൽപ്പെട്ടവരല്ല എന്നും അവർ തങ്ങൾക്കെതിരാണ് എന്നും അവർ രാജ്യദ്രോഹികളാണ് എന്നുമുള്ള ചിന്ത ഒരു ഭൂരിപക്ഷ സമൂഹത്തിൽ ഉടലെടുക്കുന്നത്. വംശീയ ഉന്മൂലനങ്ങളുടെ മനഃശാസ്ത്രം ഉടലെടുക്കുന്നത് സമൂഹത്തിന്റെ ഈ അപരബോധത്തിൽ നിന്നാണ്.

വംശീയകലാപങ്ങൾക്ക് ഇറങ്ങിത്തിരിക്കുകയും അതിന് തിരികൊളുത്തു കയും ചെയ്യുന്ന ആളുകളെ ഭരിക്കുന്നത് ഗോത്രവർഗ്ഗ മനോഭാവങ്ങളാണ്. ഈ മനോഭാവമാകട്ടെ തന്റെ ഗോത്രത്തിന് പുറത്തുള്ളവരെയെല്ലാം ശത്രുക്കളായി കാണുവാൻ പ്രേരിപ്പിക്കുന്നു. ന്യൂറോ സൈക്കാടിസ്റ്റ് ഡോ. ഏറ ദത്തയുടെ അഭിപ്രായത്തിൽ ഈ ഗോത്രീയമനോഭാവം മനുഷ്യനെ ഗുഹാമനുഷ്യന്റെ അവസ്ഥയിലേയ്ക്ക് എത്തിക്കുന്നു. തന്റെ ചുരുങ്ങിയ അതി ർത്തിപ്രദേശത്തേക്ക് കടന്നുവരുന്നവരെ നിഷ്കരുണം വധിക്കുവാനാണ് ഈ സമയത്തുള്ള ചോദന.

ഇതിൽ ഇരയാകുന്നവർ ഭൂരിപക്ഷഗോത്രത്തിന് പുറത്തുള്ളവരാണ്. ഈ പരദേശീസ്പർദ്ധ തങ്ങളുടെ ഗോത്രത്തിന് ചുറ്റുമുള്ളവരെ ദുഷ്ടരും തങ്ങൾക്ക് ഭീഷണിയും ക്രൂരരും കാരുണ്യം അർഹിക്കാത്തവരുമായി ചിന്തി ക്കുവാൻ മനുഷ്യനെ പ്രേരിപ്പിക്കുന്നു. ആൾക്കൂട്ട കൊലപാതകങ്ങൾക്കെല്ലാം ചില പൊതുസ്വഭാവങ്ങളുണ്ട്. തങ്ങൾ ചെയ്യുന്നത് ഒരു നന്മയാണ് എന്ന ചിന്ത, ഏതോ അദൃശ്യശക്തിക്കുവേണ്ടി പ്രവർത്തിക്കുന്നവരാണ് തങ്ങൾ എന്ന ചിന്ത. ഇര ഒരിക്കലും ദയ അർഹിക്കുന്നില്ല എന്ന ബോധം.

വംശീയകലാപങ്ങൾ ഏറ്റവും കൂടുതൽ നടക്കുന്ന രാജ്യങ്ങളെല്ലാം തന്നെ ഈ ഗോത്രീയസംസ്കാരം നിലനിൽക്കുന്ന രാജ്യങ്ങളാണ്. ഐക്യരാഷ്ട്ര സഭയുടെ കണക്കനുസരിച്ച് ഇപ്രകാരമുള്ള ആൾക്കൂട്ടകൊലപാതകങ്ങൾ ഏറ്റവും കൂടുതൽ നടക്കുന്ന രണ്ടുരാജ്യങ്ങൾ ഇന്ത്യയും പാക്കിസ്ഥാനുമാണ്. മതരാഷ്ട്രം നല്കുന്ന ശക്തമായ പിന്തുണ ഇന്ത്യയും പാകിസ്ഥാനുമടക്കമുള്ള രാജ്യങ്ങളെ വീണ്ടും ഗോത്രവർഗ്ഗസംസ്കാരത്തിന്റെ മൂല്യങ്ങളിലേക്ക് കൂട്ടിക്കൊ ണ്ടുപോകുന്നു. ഈ ഗോത്രവൈകാരികത ഒരു വ്യക്തിയിൽനിന്ന് മറ്റൊരു വ്യക്തിയിലേക്ക് വളരെ വേഗം പടർന്നു പിടിക്കും. നാസി ജർമ്മനിയുടെ മുഖ്യപ്രചാരകനായ ജോസഫ് ഗീബൽസ് പറയുന്നതുപോലെ ഒരു നുണ കൂടുതൽ ആളുകൾ വിശ്വസിക്കണമെന്ന് ഉണ്ടെങ്കിൽ വളരെ വലിയൊരു നുണ പറയുകയും അത് ആവർത്തിച്ചു പറയുകയും ചെയ്യുക.

അനേകായിരം ജാതി-ഭാഷ-വർഗ്ഗവ്യത്യാസങ്ങൾ നിലനിൽക്കുന്ന ഇന്ത്യയിലാണ് ഇത്തരത്തിലുള്ള വിദ്വേഷകലാപങ്ങൾ ഏറ്റവും കൂടുതൽ ഉണ്ടാകുന്നത്. ജസ്റ്റിസ് മാർക്കണ്ഡേയ കഡ്ജു അഭിപ്രായപ്പെടുന്നതു പോലെ വെറും അയ്യായിരം രൂപ ഉണ്ടെങ്കിൽ ആർക്കും ഇന്ത്യയിൽ ഒരു വർഗ്ഗീയകലാപമുണ്ടാക്കാൻ സാധിക്കും. എന്നാൽ സംഗതി അതിലും പുരോഗമിച്ചു. ഒരു വാട്സ്ആപ്പ് സന്ദേശം മതി ഒരു ഗ്രാമം മുഴുവൻ എരിഞ്ഞ ടങ്ങാൻ. അതിവൈകാരികമായ വ്യാജസന്ദേശങ്ങളും ചിത്രങ്ങളും നുണകളും പ്രചരിക്കുന്നത് ഈ ദിശയിലേക്കുള്ള ഒരു പോക്കാണ്. സമൂഹമാധ്യമങ്ങളു ടെ ആവിർഭാവത്തോടെ ഇത് ക്ഷിപ്രസാദ്ധ്യമാവുകയും ചെയ്യുന്നു.

## മനുഷ്യൻ കാട്ടാളനായി മാറുമ്പോൾ

ഒരു മനുഷ്യർ എങ്ങനെ കാട്ടാളനായി മാറുന്നുവെന്നതിനെക്കുറിച്ച് ഏറ്റവും അധികം പഠനങ്ങൾ നടത്തിയ സാമൂഹിക മനഃശാസ്ത്രജ്ഞരാണ് ഡോക്ടർ ഫിലിപ്പ് ജി സിംബാർഡോ, ഡോ. സ്റ്റാൻലി മിൽഗ്രാം എന്നിവർ. ഓരോ മനുഷ്യനും ഒരു മദർ തെരേസയോ ഒരു ഹിറ്റ്ലറോ ആകാൻ സാ ഹചര്യങ്ങൾ കാരണമാകുന്നു എന്ന് അവർ അഭിപ്രായപ്പെടുന്നു. തങ്ങളുടെ

ചെയ്തികൾ അറിയപ്പെടുകയില്ല എന്നും പിടിക്കപ്പെടുകയില്ല എന്നും ഉറപ്പുള്ള അവസ്ഥയിൽ ആളുകൾ കൂടുതൽ ക്രൂരന്മാരായിത്തീരും.

ഒരേ തരത്തിലുള്ള വസ്തുക്കൾ (യൂണിഫോമുകൾ), ആയുധങ്ങൾ, ചിഹ്ന ങ്ങൾ ഇവയൊക്കെ ധരിക്കുമ്പോൾ ആളുകളിൽ അക്രമവാസന കുടിവരുന്നു. തങ്ങൾക്ക് അധികാരം ലഭിച്ചാൽ കാര്യങ്ങൾ മുഴുവൻ തങ്ങളുടെ നിയന്ത്ര ണത്തിലാക്കുവാനുള്ള ഒരു കാനനവാസന, ഒരു കിരാതവെമ്പൽ ഓരോ വ്യക്തിയിലും ഉണ്ടാകുമെന്നാണ് ഡോക്ടർ ഫിലിപ്പ് ജി സിംബാർഡോയുടെ സ്റ്റാൻഫോർഡ് ജയിൽ പരീക്ഷണത്തിൽ തെളിയുന്നത്.

1971-ൽ ഡോ. സിംബാർഡോ സ്റ്റാൻഫോർഡ് സർവ്വ കലാശാലയിലെ തന്റെ വിദ്യാർത്ഥികളെ ഒരു പരീക്ഷണത്തിന് വിധേയരാക്കി. അദ്ദേഹം അവരെ തരം തിരിച്ച് കുറ്റവാളികളുടെയും ജയിൽ വാർഡന്മാരുടെയും റോൾ നല്കി.

ആറു ദിവസം കഴിഞ്ഞപ്പോൾ അദ്ദേഹത്തിന് പരീക്ഷണം മുഴുപ്പിക്കാ നാവാതെ അത് അവസാനിപ്പിക്കേണ്ടിവന്നു. ഗാർഡുകളായി വേഷമിട്ട വിദ്യാർത്ഥികൾ കുറ്റവാളികളുടെ വേഷമിട്ട തങ്ങളുടെ സഹപാഠികളോട് അതി ക്രൂരമായിട്ടാണ് പെരുമാറിക്കൊണ്ടിരുന്നത്. തങ്ങൾക്ക് അധികാരം കിട്ടി എന്ന തോന്നൽപോലും അവരിൽ ക്രൂരമായ ഒരു മനോവിശേഷം ഉണ്ടാ ക്കിയെടുത്തു. അധികാരത്തിന്റെ യൂണിഫോം, സംഘബലം, ചിഹ്നങ്ങൾ, ശക്തി ഇവയെല്ലാം തങ്ങളുടെ സഹപാഠികളോട് ക്രൂരമായി പെരുമാറാൻ അവരെ പ്രേരിപ്പിക്കുകയായിരുന്നു.

കേരത്തിലെ ഒരു ചാനൽ ചർച്ചയിൽ കാണികളിൽ ഇരുന്ന് ഒരു പെൺകുട്ടി വളരെ ആവേശത്തോടെ പറഞ്ഞു. "സർ മാനഭംഗം നടത്തു ന്ന ആളുകളെ ജനകീയവിചാരണ ചെയ്ത് കൊന്നുകളയണമെന്നാണ് എന്റെ അഭിപ്രായം". അവിടെ സന്നിഹിതനായിരുന്ന പോലീസ് IG ഇതിന് കൃത്യമായി മറുപടി കൊടുക്കുന്നു. "കുട്ടി ഇപ്പോൾ പറഞ്ഞ അതേ മനോഭാവം തന്നെയാണ് അപകടം. തെറ്റ് ചെയ്തു എന്ന് നമ്മൾ കരു തുന്ന ഒരാളെ പച്ചക്ക് കത്തിക്കുവാനുള്ള മനോഭാവം തന്നെയാണ് ആൾക്കൂട്ടകൊലപാതകത്തിലേക്ക് എത്തുന്നത്"

ഓരോ മണിക്കൂറും ലോകത്തിലെ ഏതെങ്കിലും ഒരു ഭാഗത്ത് ആരെങ്കി ലുമൊക്കെ ആൾക്കൂട്ടവിചാരണയ്ക്ക് വിധേയരായിക്കൊണ്ടിരിക്കുന്നു. ഡോ. സിംബാർഡോയുടെ വാക്കുകളിൽ ക്രൂരത ചെയ്യുവാൻ നിങ്ങൾക്ക് കൃത്യമായ എന്തെങ്കിലുമൊരു ഉദ്ദേശ്യം വേണമെന്നില്ല. അതിന് യോജിച്ച ഒരു അവസ

രം ലഭിച്ചാൽ മതി. ഓരോ മണിക്കൂറിലും ആരെങ്കിലുമൊക്കെ സമൂഹമാദ്ധ്യ
ങ്ങളിൽ വിചാരണ ചെയ്യപ്പെട്ടുകൊണ്ടിരിക്കുന്നു.

# ശരീരം വിട്ട് സഞ്ചരിക്കുന്ന രേവതി

രേവതി ഒരു നേഴ്സിങ് വിദ്യാർത്ഥിയിനിയായിരുന്നു. രേവതിയുടെ സഹോ ദരനാണ് അവളെ എന്റെ അടുത്തുകൊണ്ടുവന്നത്. എന്റെ മുമ്പിൽ വളരെ വിഷണ്ണയായിട്ടാണ് അവൾ ഇരുന്നത്. അവളുടെ അനുഭവം അല്പം വി ചിത്രമായിരുന്നു. കുറച്ച ദിവസമായി അവൾ ചില സ്വപ്നങ്ങൾ കണ്ടു ചാടി എഴുന്നേല്ക്കുന്നു. ഒരു മുറിയിൽ അവളെ ആരോ പിടിച്ചിരുത്തി അതിന് ചുറ്റും മതിൽകെട്ടുന്നു. അവൾ അങ്ങനെ ആ മുറിക്കുള്ളിൽ അകപ്പെട്ടുപോകുന്നു. തന്റെ ശരീരം മുറിക്ക് പുറത്ത് പോകുന്നില്ലെങ്കിലും തന്റെ മനസ്സ് പുറത്തുകട ന്നു ശരീരത്തെ നോക്കുന്നത് കാണുവാൻ അവൾക്ക് സാധിക്കുന്നു. അവിടെ മറ്റുള്ള ആളകളുടെ മനസ്സും ഇതുപോലെ ഒഴുകിനടക്കുന്നുണ്ട്. ഹോസ്റ്റലിൽ വച്ചാണ് ഈ അനുഭവം കൂടുതൽ.

സുഹൃത്തുക്കളിൽ ഒരാളമായി അവൾ തന്റെ അനുഭവം പങ്കുവച്ചു. അവളുടെ മുറിയിൽ വച്ച് ഏതാണ്ട് സമാനമായ അനുഭവങ്ങൾ പലർക്കും ഉണ്ടായതായി പലരും പറഞ്ഞു കേട്ടിട്ടുണ്ടെന്നവൾ പറഞ്ഞു. ഒരു ദിവസം പകൽസമയത്ത് ആ മുറിയിൽ ഉറങ്ങിയപ്പോൾ ഇതേ അനുഭവമുണ്ടായതായി മറ്റൊരു പെൺകുട്ടിയും ഓർക്കുന്നു.

രേവതിക്ക് പ്രേതങ്ങളിൽ ഒന്നും വിശ്വാസമില്ല. പക്ഷെ ഈ അനു ഭവങ്ങൾ അവളെ മാനസികമായി വിഷമിപ്പിക്കുന്നു. മറ്റൊരു സ്ഥലത്തും ഈ പ്രശ്നങ്ങൾ അവൾക്കുണ്ടാവുന്നില്ല എന്നതിനാൽ മുറിയിൽ പ്രേതം ഉണ്ടോ എന്ന് എങ്ങനെ കണ്ടുപിടിക്കാം എന്നറിയുവാൻ വന്നതാണ് അവ ർ. ആ മുറിയിൽ പണ്ടൊരു വിദ്യാർത്ഥി ആത്മഹത്യചെയ്ത ചരിത്രം കൂടിയുണ്ട്.

## എന്താണ് പ്രേതബാധ?

ഒരു വ്യക്തി സാധാരണയായി സംസാരിക്കുന്ന രീതിയിൽനിന്നുംമാറി സംസാരിക്കുകയും അവരുടെ ഭാഷാശൈലിയും ഭാവങ്ങളും വികാരപ്രകട

നങ്ങളും മറ്റൊരു വ്യക്തിയുടെ പോലെയോ തികച്ചും അസാധാരണമാവുക യോ ചെയ്യുമ്പോൾ ഇത് എന്തിന്റെയോ ബാധയാണെന്ന് ഇപ്പോഴും ജനം കരുതിപ്പോകാറുണ്ട്. എന്നാൽ ഇപ്രകാരമുള്ള ഭാവമാറ്റങ്ങൾക്ക് പലപ്പോഴും ശരീരശാസ്ത്രപരമോ മനഃശാസ്ത്രപരമോ ആയ കാരണങ്ങൾ ഉണ്ടാകും. കൂടുതൽ സംസാരിച്ച കഴിഞ്ഞപ്പോൾ എനിക്ക് മനസ്സിലായ കാര്യങ്ങൾ ഇതാണ്. രേവതിക്ക് ഉണ്ടാകുന്ന പ്രശ്നങ്ങൾ രേവതിയുടെ വെറും തോന്നൽ ഒന്നുമല്ല. ഹൈപോക്സിയ ആണ് ഇവിടെ വില്ലൻ.

## ഹൈപോക്സിയ (Hypoxia)

നിങ്ങളുടെ ശരീരത്തിൽ ആവശ്യത്തിന് ഓക്സിജൻ ഇല്ലെങ്കിൽ, നി ങ്ങൾക്ക് ഹൈപ്പോക്സീമിയ അല്ലെങ്കിൽ ഹൈപ്പോക്സിയ എന്ന അവസ്ഥ ഉണ്ടാകാം. ഇവ അപകടകരമായ അവസ്ഥകളാണ്. ഒരു പരിധിക്കപ്പുറം നിങ്ങൾക്ക് മതിയായ ഓക്സിജൻ ലഭിക്കുന്നില്ലെങ്കിൽ, നിങ്ങളുടെ തലച്ചോ റിനും കരളിനും മറ്റ് അവയവങ്ങൾക്കും രോഗലക്ഷണങ്ങൾ ആരംഭിച്ച് മിനിറ്റുകൾക്കുശേഷം കേടുപാടുകൾ സംഭവിക്കാം.

നിങ്ങളുടെ ശരീരത്തിന്റെ ആവശ്യങ്ങൾ നിറവേറ്റാൻ ആവശ്യമായ ഓക്സിജൻ നിങ്ങളുടെ ടിഷ്യൂകളിലേക്ക് കൊണ്ടുപോകുന്നില്ലെങ്കിൽ ഹൈപ്പോക്സീമിയ (നിങ്ങളുടെ രക്തത്തിലെ കുറഞ്ഞ ഓക്സിജൻ) ഹൈ പ്പോക്സിയയ്ക്ക് (നിങ്ങളുടെ ടിഷ്യൂകളിൽ കുറഞ്ഞ ഓക്സിജൻ) കാരണമാകും. ഹൈപ്പോക്സിയ എന്ന വാക്ക് ചിലപ്പോൾ രണ്ട് പ്രശ്നങ്ങളും വിവരിക്കാൻ ഉപയോഗിക്കുന്നു.

രോഗലക്ഷണങ്ങൾ ഓരോ വ്യക്തിക്കും വ്യത്യാസപ്പെടാമെങ്കിലും, ഏറ്റ വും സാധാരണമായ ഹൈപ്പോക്സിയ ലക്ഷണങ്ങൾ ഇവയാണ്:

- ചർമ്മത്തിന്റെ നിറത്തിലുള്ള മാറ്റങ്ങൾ

- ആശയക്കുഴപ്പം

- ചുമ

- വേഗത്തിലുള്ള ഹൃദയമിടിപ്പ്

- ദ്രുതശ്വസനം

- ശ്വാസംമുട്ടൽ

- മന്ദഗതിയിലുള്ള ഹൃദയമിടിപ്പ്

- വിയർക്കൽ

- ശ്വാസംമുട്ടൽ

ഓക്സിജന്റെ അളവ് രക്തത്തിൽ കുറയുന്നതനുസരിച്ച് മതിഭ്രമങ്ങൾ, മിഥ്യാ ദർശനങ്ങൾ (Hallucinations) എന്നിവയൊക്കെ ഉണ്ടാകും എന്നത് തികച്ചും അറിയപ്പെടുന്ന കാര്യമാണ്. മരിച്ചപോയ തങ്ങളുടെ പ്രിയപ്പെട്ടവരെ കാണുക, മാലാഖമാരെയോ, ദൈവത്തെയോ കാണുക, ദിവ്യസ്വരങ്ങൾ കേൾക്കുക തുടങ്ങിയവയൊക്കെ രക്തത്തിലെ ഓക്സിജന്റെ അളവ് കുറഞ്ഞാൽ സംഭവിക്കും. ഇപ്രകാരമുള്ള അവസ്ഥയിൽ ഒരു വ്യക്തിയിൽ പല ഭാവമാറ്റ ങ്ങളും ദൃശ്യമാകാറുണ്ട്. മിഥ്യാദർശനം (Hallucinations), പരസ്പരവിരുദ്ധ മായ രീതിയില്ലുള്ള സംസാരം, ബോധക്ഷയം തുടങ്ങി പല മാറ്റങ്ങളും കാണ വാൻ സാധിക്കും.

ഇത് പലപ്പോഴും ബാധയുടെ ഉപദ്രവമാണെന്നും മറ്റചിലപ്പോൾ ദൈവാ നുഭവം ആണെന്നും ജനം കരുതാറുണ്ട്. ജനങ്ങൾ കൂടി നില്ലുന്ന സ്ഥലങ്ങൾ, വായുസഞ്ചാരമില്ലാത്ത മുറികൾ, ബോധപൂർവ്വമുള്ള ശ്വാസനിയന്ത്രണം, മറ്റ് ശാരീരികകാരണങ്ങൾ തുടങ്ങിയവയൊക്കെ മൂലം ഹൈപോക്സിയ ഉണ്ടാകാറുണ്ട്.

കാർബൺഡൈഓക്സൈഡ് കൂടുതൽ ആകുമ്പോൾ രക്തത്തിൽ കാ ർബൺഡൈഓക്സൈഡിന്റെ അളവ് കൂടുമ്പോൾ കാഴ്ചയെ ബാധിക്കുകയും മതിഭ്രമം ഉണ്ടാക്കുകയും ചെയ്യാറുണ്ട്. തുരങ്കങ്ങൾ കാണുന്നതും കടുത്ത പ്രകാശം കാണുന്നതും സ്വർഗ്ഗവും ദൈവങ്ങളെയും മരിച്ചവരെയുമൊക്കെ കാണുന്നതും ഇക്കാരണത്താലാവാം. രേവതി കിടക്കുന്ന മുറി ഒരു ഒഴിഞ്ഞ സ്ഥാനത്തു വായുസഞ്ചാരമില്ലാത്ത അവസ്ഥയിലാണ് എന്ന് മാത്രമല്ല, ആശുപത്രിയുടെ ഇനിസിനേറ്റർ (മാലിന്യങ്ങൾ കത്തിച്ചു കളയുന്ന സ്ഥലം) നിന്നുള്ള പുക കാറ്റടിക്കുമ്പോൾ എയർഹോളില്ലൂടെ തള്ളികയറാറുമുണ്ട്. അതുകൊണ്ടുതന്നെ ജനൽ തുറക്കുന്ന പരിപാടി ഇല്ല. ഇവിടെ വായു ദുഷിച്ചതാണ് പ്രശ്നമായത്. കാർബൺഡൈഓക്സൈഡ് ഉൾപ്പെടെയുള്ള വാതകങ്ങളുടെ സാന്ദ്രത ഇവിടെ കൂടുതലാണ്. ഇതൊക്കെയാണ് ഉറങ്ങുന്ന സമയത്തുള്ള വിഭ്രാന്തിക്ക് കാരണം.

## രോഗങ്ങൾ ഉണ്ടാക്കുന്ന പ്രേതസാന്നിദ്ധ്യം

ടെമ്പറൽ ലോബ് എപ്പിലെപ്സി എന്ന അപസ്മാരം ഉള്ളവരിൽ മിഥ്യാ ഭ്രമങ്ങളും മിഥ്യാദർശനങ്ങളും ഒക്കെ വളരെയധികമായി ഉണ്ടാവാറുണ്ട്. പക്ഷെ പലരുടെയും കാര്യത്തിൽ ഇതൊരു അപസ്മാരം ആണെന്നുപോലും

പലപ്പോഴും കണ്ടെത്താറില്ല. ഒന്നുകിൽ ഇത് മാനസികരോഗമാണെന്ന് ആളുകൾ വിധിയെഴുതും, അല്ലെങ്കിൽ ചിലപ്പോൾ ആത്മീയമായ പരിവേഷം അതിന് ലഭിക്കാറുണ്ട്. ഇവർ ഇല്ലാത്ത ശബ്ദങ്ങൾ കേൾക്കുകയും ദൈവങ്ങളെയും മരിച്ചുപോയവരെയും ഒക്കെ കാണുകയും ചെയ്യും. ആത്മീയാനുഭൂതി ഉണ്ടാവുന്ന ചിലരിൽ ഈ അനുഭൂതികളുടെ സമയത്തെടുത്ത ഇലക്ട്രോ ഇൻസെഫാലോ ഗ്രാഫ് (EEG) എന്ന മസ്തിഷ്കതരംഗപരിശോധനയിൽ ഇവ ർക്ക് ടെമ്പറൽ ലോബ് അപസ്മാരം ഉണ്ടാകുന്നതായി കണ്ടെത്തിയിട്ടുണ്ട്.

ജോൻ ഓഫ് ആർക്ക്, ഫയോഡർ ദസ്തോവിസ്കി തുടങ്ങി ഒരുപാട് ആളുകൾ ടെമ്പറൽ ലോബ് അപസ്മാരബാധിതരായിരുന്നുവെന്ന് പിന്നീട് തെളിഞ്ഞിട്ടുണ്ട്. തന്റെ ആത്മീയാനുഭൂതിയെക്കുറിച്ച് ദസ്തോവിസ്കി പറയുന്ന ത് ഇപ്രകാരമാണ്. "എനിക്ക് ജീവിതത്തിൽ ഇടയ്ക്കിടയ്ക്ക് എന്റെ ശരീരവും ഈ പ്രപഞ്ചവുമായി ഒരു ഏകാത്മഭാവം ഉണ്ടാകുന്നതായി അനുഭവപ്പെടാറുണ്ട്. ഏതാണ്ട് സെക്കൻഡുകൾ മാത്രം നീണ്ടുനില്ലുന്ന ഈ പരമാനന്ദത്തി നുവേണ്ടി പത്തുവർഷമോ എന്റെ ജീവിതം മുഴുവനോ നല്കുവാൻ ഞാൻ തയ്യാറാകും."

പ്രേതങ്ങളെ കാണുവാനുള്ള അനേകം ശാസ്ത്രീയകാരണങ്ങളിൽ ചിലത് മാത്രമാണ് ഇതൊക്കെ. രേവതി ആ മുറിയിൽനിന്ന് മാറി താമസിച്ചപ്പോൾ പിന്നീട് ഉപദ്രവമൊന്നും ഉണ്ടായിട്ടില്ല.

## പരിണാമത്തിന്റെ വഴിയിൽ

എന്തുകൊണ്ടാണ് നിങ്ങൾ ഉറക്കത്തിൽ ഞെട്ടുന്നത്? എന്തുകൊണ്ടാ ണ് തങ്ങൾ ഒരു മുറിക്കുള്ളിൽ അകപ്പെട്ടുപോവുന്നതായി ആളുകൾ സ്വപ്നം കാണുന്നതും ഭയപെടുന്നതും?

ഇന്നത്തെ മനുഷ്യരായ "ഹോമോ സാപ്പിയൻസ്" എന്ന സ്പീഷീസ് പരിണമിച്ച് ഉണ്ടായിട്ട് ഏതാണ്ട് രണ്ടലക്ഷം വർഷം മാത്രമേ ആയിട്ടുള്ളൂ. അതിൽ തന്നെ 98 ശതമാനം സമയവും മനുഷ്യർ കാട്ടിത്തന്നെയായിരു ന്നു. മനുഷ്യൻ കൃഷി ആരംഭിച്ചിട്ടും വനത്തിന് പുറത്തുവന്നിട്ടും ഏതാണ്ട് പതിനായിരം വർഷം മാത്രമേ ആയിട്ടുള്ളൂ. അതുവരെ നമ്മൾ വേട്ടയാടിയും ഭക്ഷണങ്ങൾ ശേഖരിച്ചും വനത്തിൽ അലയുകയായിരുന്നു. അതായത് നമ്മുടെ അതിജീവനത്തിനുവേണ്ട സകല മസ്തിഷ്ക പ്രോഗ്രാമിങ്ങും നടന്നിരിക്കുന്നത് വനത്തിൽ ജീവിക്കാൻ വേണ്ടിയാണ്.

വനത്തിൽ ഗൃഹകളിലും വൃക്ഷങ്ങളിലുമാണ് മനുഷ്യൻ അന്തിയുറങ്ങി യിരുന്നത്. വൃക്ഷങ്ങളിൽ നിന്ന് ഉറക്കത്തിൽ താഴെ വീണുപോകുവാൻ തുടങ്ങുന്നത് സാധാരണമാണ്. അതുകൊണ്ടുതന്നെ എല്ലാം മനുഷ്യരും വീഴുന്നതായി സ്വപ്നംകണ്ട് ഞെട്ടാറുണ്ട്. പ്രതേകിച്ച കൊച്ചുകുട്ടികൾ. അതുപോലെ ഗൃഹകളിൽ താമസിക്കുമ്പോൾ ഗൃഹാമുഖം അടഞ്ഞുപോയി പുറത്തിറങ്ങാൻ സാധിക്കാത്ത അവസ്ഥ ഉണ്ടാകുമോ എന്ന ഭയം നമുക്കും നമ്മുടെയും കുരങ്ങുവർഗ്ഗത്തിന്റെയും അവരുടെ പൊതുപൂർവ്വീകന്റെയുംകൂടെ എപ്പോഴും ഉണ്ടായിരുന്നു. അതുകൊണ്ടാണ് നമ്മൾ അകപ്പെട്ടുപോകുന്ന സ്വപ്നം കാണുന്നതും ചില ആളുകൾക്ക് അടഞ്ഞുകിടക്കുന്ന സ്ഥലത്തെ ഭയമുള്ളതും (ക്ലോസ്റ്റോഫോബിയ).

## ദൈവത്തിന്റെ ഹെൽമെറ്റ്

അതീന്ദ്രിയാനുഭൂതി, ആത്മീയാനുഭൂതി, ടെമ്പറൽ ലോബുകളുടെ സൂക്ഷ്മമായ ഉത്തേജനത്തിന്റെ ഫലങ്ങൾ എന്നിവ പഠിക്കുന്നതിനായി സ്റ്റാൻലി കോറനും ന്യൂറോ സയൻറിസ്റ്റ് മൈക്കൽ പെർസിംഗറും ചേർന്ന് വികസിപ്പിച്ചെടുത്ത ഒരു പരീക്ഷണോപകരണമാണ് ഗോഡ് ഹെൽമെറ്റ്. ഗോഡ് ഹെൽമെറ്റ് ധരിച്ചുകൊണ്ട് പങ്കെടുത്തവരുടെ റിപ്പോർട്ടുകൾ പൊതുജനശ്രദ്ധ ആകർഷിക്കുകയും നിരവധി ടി. വി. ഡോക്യുമെന്ററി കൾ അതിനെത്തുടർന്ന് നിർമ്മിക്കപ്പെട്ടുകയും ചെയ്തു. ഒരു വ്യക്തിയുടെ തലയിൽ സ്ഥാപിച്ചിരിക്കുന്ന ഈ ഉപകരണം വളരെ ദുർബലമായ കാ ന്തികക്ഷേത്രങ്ങൾ സൃഷ്ടിക്കുന്നു. പെർസിംഗർ ഈ തരംഗങ്ങളെ വളരെ 'സങ്കീർണ്ണമായത്' എന്നാണ് വിശേഷിപ്പിക്കുന്നത്. ഒരു ലാൻഡ് ലൈൻ ടെലിഫോൺ ഹാൻഡ്സെറ്റ് അല്ലെങ്കിൽ ഒരു സാധാരണ ഹെയർ ഡ്രയർ ഉപയോഗിച്ച് സൃഷ്ടിക്കുന്നതിനേക്കാൾ ശക്തമാണ് ഈ തരംഗങ്ങൾ. എന്നാ ൽ ഒരു റെഫ്രിജേറ്റർ ഉണ്ടാക്കുന്നതിലും ദുർബലവും.

ഗോഡ് ഹെൽമെറ്റ് ധരിക്കുമ്പോൾ പല ആളുകളും 'തങ്ങൾക്ക് നിഗ്ര ഢമായ പല അനുഭൂതികളും ശരീരംവിട്ട് സഞ്ചരിക്കുന്ന അവസ്ഥകളും ഉണ്ടായതായി റിപ്പോർട്ട് ചെയ്തിട്ടുണ്ടെന്ന് പെർസിംഗർ റിപ്പോർട്ട് ചെയ്യുന്നു.' ഇതുപോലെയുള്ള പല മാനസികപ്രതിഭാസങ്ങൾക്കും എന്തെങ്കിലും തരത്തി ലുള്ള ശാരീരികമോ സാമൂഹികമോ പരിണാമപരമായോ ഉള്ള കാരണങ്ങൾ ഉണ്ടാവുമെന്ന് ചുരുക്കം. നല്ല വായുസഞ്ചാരമുള്ള മുറിയിലേക്ക താമസം മാറ്റിയതോടെ രേവതിയുടെ പ്രശ്നങ്ങളും അവസാനിച്ചു.

# ദുരൂഹമായ കൂട്ടക്കൊലകൾ

ലോകത്തിന്റെ പല ഭാഗത്തുള്ളവർ തന്നെ പ്രണയിക്കുന്നവെന്നും ലൈം ഗികമായി ഉപയോഗിക്കാൻ സാധിക്കാത്തതിനാൽ തന്റെ പെൺമക്കളെ അവർ കൂട്ടക്കാൻ നോക്കിയിരിക്കുകയാണ് എന്നും വിശ്വസിച്ചിരുന്ന ഒരു കോളേജ് പ്രൊഫസർ എന്നെ കാണവാൻ എത്തിയിരുന്നു. അവരുടെ ചിന്തകളെ മാറ്റിയെടുക്കാൻ കുറച്ചധികം കാലങ്ങളുടെ ചികിത്സയും ഒരു സൈക്കാട്രിസ്റ്റിന്റെ സഹായവും വേണ്ടി വന്നു. എന്നാൽ അമ്മ പറയുന്നത് സത്യമാണ് എന്ന് വിശ്വസിച്ച ഭയത്തിന്റെ മുൾമുനയിൽ ജീവിച്ചിരുന്ന ആ പെൺകുട്ടികളെ പെട്ടെന്ന് രക്ഷിച്ചെടുക്കുവാൻ എനിക്ക് സാധിച്ചു.

### ബുരാരി കൂട്ടക്കൊല

2018 ജൂലൈ 1 ന് ഡൽഹിക്കടുത്തുള്ള ബുരാരിയിൽ നിന്നുള്ള ചുണ്ടാ വത്ത് കുടുംബത്തിലെ പതിനൊന്ന് കുടുംബാംഗങ്ങളെയാണ് അവരുടെ സ്വന്തം വീട്ടിൽ മരിച്ച നിലയിൽ കണ്ടെത്തിയത്. പത്ത് കുടുംബാംഗങ്ങളെ തൂങ്ങിമരിച്ച നിലയിൽ കണ്ടെത്തി. മരണത്തെ കൂട്ട ആത്മഹത്യയാണെ ന്ന് പോലീസ് വിലയിരുത്തി.

ചുണ്ടാവത്ത് കുടുംബം അവരുടെ ജന്മനാടായ രാജസ്ഥാനിൽ നിന്ന് താമസം മാറിയശേഷം ബുരാരിയുടെ സന്ത് നഗർ പരിസരത്തുള്ള ഇരട്ട നിലകളുള്ള വീട്ടിൽ ഇരുപത് വർഷമായി താമസിക്കുന്നു. അവർ പലചരക്ക് കടകൾ നടത്തിയാണ് ജീവിച്ചിരുന്നത്. 2007-ൽ ലളിത് ചുണ്ടാവത്തിന്റെ പിതാവ് ഭോപ്പാൽ സിംഗ് സ്വാഭാവിക കാരണങ്ങളാൽ മരിച്ചു. പിതാവിന്റെ മരണശേഷം ലളിത് വളരെ അന്തർമുഖനായിത്തീർന്നു. താമസിയാതെ അദ്ദേഹം മരങ്ങൾക്ക മുന്നിൽ പ്രാർത്ഥിക്കാനും തെരുവുമൃഗങ്ങൾക്ക് ഭക്ഷണം നല്കാനും തുടങ്ങി. തന്റെ പിതാവിന്റെ ആത്മാവ് തനിക്കുണ്ടെന്ന് ഒരു ദിവ സം അവൻ തന്റെ കുടുംബത്തോട് പറയുന്നു . ഒരു നല്ല ജീവിതം നേടാനുള്ള വഴികൾ പിതാവ് അദ്ദേഹത്തിന് അയാൾക്ക് ഉപദേശിച്ചുപോല്ലും. 2013

മുതൽ അദ്ദേഹം പിതാവിന്റെ 'നിർദ്ദേശങ്ങൾ' സംബന്ധിച്ച് ഒരു ഡയറി സൂക്ഷിക്കുവാൻ തുടങ്ങി.

ജൂലൈ 1 ന് രാവിലെ 7. 15 ഓടെ, മരിച്ചവരിൽ ഒരാളമായി സ്ഥിരം രാവിലെ നടക്കാൻ പോയിരുന്ന അയൽവാസിയായ ഗുർചരൺ സിംഗ് അയാളെ കാണാത്തതിനെ തുടർന്ന് ചണ്ഡാവത്ത് വസതിയിലേക്ക് പോയി. അവരുടെ കടകൾ അപ്പോഴും തുറന്നിട്ടില്ലായിരുന്നു. സാധാരണയായി അവർ കടകൾ രാവിലെ 6 മണിക്ക് തുറക്കും. അയാൾ അവരുടെ വീട്ടിൽ പോയി ഒന്ന് അന്വേഷിക്കാം എന്ന് തീരുമാനിച്ചു. ഗുർചരൺ സിംഗ് വീടിന്റെ വാതിൽ തുറന്നതും അയാൾ ലളിത് ചണ്ഡാവത്ത് ഉൾപ്പെടെ പത്ത് പേരെ തൂങ്ങിമരിച്ച നിലയിൽ കണ്ടെത്തി. മറ്റ് അയൽവാസികളെ വിളിച്ച് അദ്ദേഹം കാര്യം പറഞ്ഞു.

വീടിന്റെ ഉള്ളിൽ തൂങ്ങിമരിച്ച നിലയിൽ കണ്ടെത്തിയവരിൽ രണ്ട് പുരുഷന്മാർ, ആറ് സ്ത്രീകൾ, രണ്ട് കൗമാരക്കാർ എന്നിവർ ഉൾപ്പെടുന്നു. ചില മൃതദേഹങ്ങളിൽ കൈയും കാലും കെട്ടിയിട്ടുണ്ട്. 77 കാരിയായ നാരായണി ദേവിയെ മറ്റൊരു മുറിയിൽ മരിച്ച നിലയിൽ കണ്ടെത്തി. അവരെ കഴുത്തുഞെരിച്ച് കൊല്ലപ്പെട്ടതായിട്ടാണ് കാണപ്പെട്ടത്. വീട്ടിൽ പതിനൊന്ന് ഡയറിക്കുറിപ്പുകൾ പോലീസ് കണ്ടെത്തി. അവയെല്ലാം പതിനൊന്ന് വർഷമായി എഴുതി വന്നിരുന്ന ഡയറികളാണ്. ഡയറിയിൽ ഇങ്ങനെ പരാമർശിക്കുന്നു: 'എല്ലാവരും സ്വന്തം കൈകൾ കെട്ടിയിരിക്കും, ക്രിയ (അനുഷ്ഠാനം) ചെയ്യുമ്പോൾ എല്ലാവരും പരസ്പരം കൈകൾ അഴിക്കാൻ സഹായിക്കും' ഒരു പക്ഷെ ഈ ക്രിയകൾക്ക് ശേഷം അവർ മരണത്തിൽ നിന്ന് രക്ഷപെട്ടവരും എന്നവർ പ്രതീക്ഷിച്ച കാണും.

പതിനൊന്ന് പേർ മരിച്ച ഈ സംഭവത്തെ മാദ്ധ്യമങ്ങൾ ഒറ്റക്കെട്ടായി അത് ഷെയേർഡ് സൈക്കോസിസ് എന്ന മാനസിക അവസ്ഥയാണെന്ന നിഗമനത്തിലാണ് ആദ്യം എത്തിച്ചേർന്നത്. എന്നാൽ അതിന് വലിയ വാർത്താസ്വീകാര്യത ലഭിക്കാത്തതുകൊണ്ട് സംഗതി ഒരു സീരിയൽ ലൈനിൽ അല്പം പ്രേതാദിസങ്കല്പങ്ങൾ ചേർത്ത് ചില മാദ്ധ്യമങ്ങളും യൂട്യൂബ് ചാനലുകളും വിളമ്പി തുടങ്ങി.

ഷെയേർഡ് സൈക്കോസിസ്

ഷെയേർഡ് സൈക്കോസിസ് പൂർണ്ണമായ അർത്ഥത്തിൽ വളരെ അപൂർവമായി മാത്രം ഉണ്ടാകുന്ന ഒരു രോഗാവസ്ഥയാണ്. തങ്ങളെ അപാ യപ്പെടുത്താൻ ആളുകൾ ശ്രമിക്കുന്നുവെന്ന ചിന്ത, ആത്മീയാനുഭൂതികൾ,

മിഥ്യാദർശനങ്ങൾ ഇവയൊക്കെയാണ് എല്ലാ കേസുകളിലും പൊതുവായിട്ടുള്ള ലക്ഷണങ്ങൾ.

രണ്ടു വ്യക്തികളുടെ മനോവിഭ്രാന്തികൾ എന്ന *ഫോലി അദ്ദ* എന്ന ഫ്രഞ്ച് പദമാണ് ഈ രോഗാവസ്ഥയുടെ യഥാർത്ഥ പേര്. ഏറ്റവും ലളിതമായി പറഞ്ഞാൽ ഒരു വ്യക്തിക്ക് ഒരു പ്രത്യേകതരം മിഥ്യാഭ്രമം ഉണ്ടാകുന്നു എന്ന് കരുതുക. ഉദാഹരണം തന്നെ അപായപ്പെടുത്തുവാൻ ഒരു പ്രത്യേക സംഘടനയോ വ്യക്തിയോ ശ്രമിക്കുന്നു എന്ന ചിന്ത. ഈ ചിന്തയോ സംശയമോ അയാൾ സമൂഹത്തിൽ ആരോടും തുറന്ന് പറയുന്നില്ല. വളരെ നോർമലായി ജീവിതം നയിക്കുന്ന ഇയാൾക്ക് ഒരു പ്രശ്നവും ഉള്ളതായി ആരും കരുതില്ല. വളരെ സൗഹാർദപരമായി, മാന്യമായി പെരുമാറുന്ന ആളായിരിക്കും ഇവർ. എന്നാൽ തന്റെ കൂടെ ജീവിക്കുന്ന ഒരു സുഹൃത്തിനോടോ ജീവിതപങ്കാളിയോടോ മാത്രമയാൾ ഇക്കാര്യം തുറന്ന പറയുന്നു. ഇയാൾ പറയുന്ന കാര്യം തികച്ചും സത്യമാണെന്ന വിശ്വസിക്കുന്ന ഈ സുഹൃത്ത് അല്ലെങ്കിൽ പങ്കാളി ഇതേ സംശയങ്ങൾ മനസിൽ കൊണ്ടുനടക്കുകയും അത് വിശ്വസിക്കുകയും ക്രമേണ അതൊരു മിഥ്യാഭ്രമത്തിന്റെ അവസ്ഥയിലേക്ക് എത്തിച്ചേരുകയും ചെയ്യവാനുള്ള സാദ്ധ്യതയുണ്ട്. കുടുംബം ഒന്നിച്ച തന്നെ അദൃശ്യനായ ഈ വ്യക്തിയെ ഭയന്ന് ഒളിച്ചോട്ടുകയോ ആത്മഹത്യ ചെയ്യകയോ ഒക്കെ ചെയ്യാം. അപൂർവമായി മാത്രമാണ് ഇങ്ങനെയുള്ള ആളുകൾ മറ്റുള്ള വ്യക്തികളെ ആക്രമിക്കുന്ന രീതിയിലേക്ക് കാര്യങ്ങൾ ബ്രാരി.

## മോഡൽ എത്തിയിട്ടുള്ളത് ആസ്ട്രേലിയയിലും

ഇന്ത്യ പോലൊരു കൂട്ടുകുടുംബവ്യവസ്ഥിതിയിൽ രണ്ടുപേരുടെ മനോവിഭ്രാന്തി ഒരു കുടുംബത്തിന്റെ മുഴുവൻ വിഭ്രാന്തി ആയിക്ക പെട്ടന്ന് തന്നെ പരിണമിക്കാം. ഡൽഹിയിലെ ബുരാരി കുടുംബത്തിൽ ഉണ്ടായതുപോലെ ആസ്ട്രേലിയയിലും ഒരു സംഭവമുണ്ടായിട്ടുണ്ട്. ഒരു മനോവിഭ്രാന്തിയെ തുടർന്ന് തങ്ങൾ വേട്ടയാടപ്പെടുന്ന എന്ന ചിന്ത മാർക്ക് ട്രോമ്പ് എന്ന കുടുംബനാഥനുണ്ടാകുന്നു. അത് സത്യമാണെന്ന് അദ്ദേഹത്തിന്റെ ഭാര്യയും മക്കളും വിശ്വസിക്കുന്നു. തങ്ങളെ ആരോ അപായപ്പെടുത്താൻ ശ്രമിക്കുന്ന എന്ന ഭീതിയിൽ കുറേനാൾ വീട്ടിനുള്ളിൽ കഴിഞ്ഞുകൂടിയ അവർ അവസാനം വീട്ടുവിട്ട് അലയുന്നു. രണ്ടുദിവസം കഴിഞ്ഞപ്പോൾ രണ്ടു മക്കൾ തിരിച്ച് വീട്ടിലേക്ക് വരാൻ ശ്രമിക്കുന്നു. ഈ കുടുംബത്തെ സാമൂഹ്യപ്രവർത്തകരും പോലീസും ചേർന്ന് മാനസികമായി പുനരധിവസിപ്പിക്കുകയും അവർ ഇപ്പോൾ സന്തോഷകരമായി ജീവിക്കുകയും ചെയ്യുന്നു.

## ഇത്തരം കേസുകളിൽ മനഃശാസ്ത്രജ്ഞൻമാർക്ക് എന്തു ചെയ്യാൻ സാധിക്കും?

ഇന്ത്യപോലെ സമൂഹത്തിൽ ഭൂരിപക്ഷം പേരും ഭർത്താവ് അല്ലെങ്കിൽ അച്ഛൻ പറയുന്നത് വേദവാക്യമായി പരിഗണിക്കുന്നവരാണ്. തങ്ങൾക്ക് ഭാവി മുമ്പിൽ കാണാൻ കഴിയുമെന്നും ദൈവത്തിന്റെ രുചി തിരിച്ചറിയാൻ സാധിക്കും എന്നും ഒക്കെ പറയുന്ന ചില വ്യക്തികളെയും അവർ പറയുന്നത് മാത്രമാണ് സത്യം എന്ന് വിശ്വസിക്കുന്ന കുടുംബങ്ങളെയും ഞാൻ നേരിട്ട് കണ്ടിട്ടുണ്ട്. അവർ ഒരിക്കലും ചികിത്സ തേടില്ല.

ചിലർ ഉടൻ സംഭവിക്കാൻ പോകുന്ന ഒരു ലോകാവസാനത്തിൽ വിശ്വസിക്കുമ്പോൾ ചിലർ തങ്ങളെ അപായപ്പെടുത്തുവാൻ കാത്തിരിക്കുന്ന ഏതോ ചില ശക്തികളെ ഭയപ്പെടുന്നു. ചിലർ തങ്ങൾക്ക് മനശക്തികൊണ്ട് രോഗം മാറ്റാൻ സാധിക്കും എന്നും ചിലർക്ക് മരിച്ചുപോയർ നല്കുന്ന സന്ദേ ശങ്ങൾ വായിച്ചെടുക്കാൻ സാധിക്കും എന്ന് കരുതുന്നു. ഇത്തരത്തിലുള്ള മിഥ്യാഭ്രമങ്ങൾ മനഃശാസ്ത്ര ചികിത്സ കൂടാതെ മാറ്റുവാൻ അത്രയെളുപ്പമല്ലാ യിരിക്കാം. പക്ഷെ അവരുടെ കുടുംബത്തെ രക്ഷിച്ചെടുക്കാൻ പലപ്പോഴും സാധിച്ചിട്ടുണ്ട്.

ഭർത്താവ്/പിതാവ് പറയുന്നത് അതേപടി വിശ്വസിക്കുന്നത് ഒരു മനോരോഗമോ മിഥ്യാഭ്രമമോ ആകണമെന്നില്ല. അങ്ങനെയാണെങ്കിൽ ചില ദിവ്യന്മാർ തികച്ചും യുക്തിരഹിതമായ വചനങ്ങൾ അതേപടി വിശ്വ സിക്കുന്നതും ചില നേതാക്കന്മാരുടെ വിഷലിപ്തമായ പ്രസംഗങ്ങൾ ശ്രവിച്ച ഒരു ജനക്കൂട്ടത്തെ മുഴുവൻ കൊല്ലുവാൻ വേണ്ടി ഒരു വലിയ ജനക്കൂട്ടം ഇറങ്ങിത്തിരിക്കുന്നതും, മറ്റ ചില അവസരങ്ങളിൽ മരണത്തിന ശേഷമുള്ള ജീവിതത്തിനുവേണ്ടി ഭൂമിയിലുള്ളവരെ കൊന്നൊടുക്കുവാൻ മടിക്കാത്തതു മൊന്നും മനോരോഗമായി ഇന്നേവരെ കണക്കാക്കപ്പെട്ടിട്ടില്ല.

സമൂഹത്തിൽ സാംസ്കാരികമായോ മതപരമായോ നിലനിൽക്കുന്ന അന്ധവിശ്വാസങ്ങളെ മനോരോഗത്തിന്റെ ഗണത്തിൽ പെടുത്തിയി ട്ടില്ല. ദിവ്യതയുള്ളവർ എന്ന് സമൂഹം ചിന്തിക്കുന്നവർക്ക് ഉണ്ടാകുന്ന മിഥ്യാദർശനങ്ങളെ ഇന്ത്യപോലൊരു സമൂഹത്തിൽ മിഥ്യാദർശനമായോ മനോവിഭ്രാന്തിയായോ ആരും കരുതുന്നില്ല. കേരളത്തിലെ വളരെ പ്രശ സ്തനായ ഒരു വ്യക്തിക്ക് മരിച്ചുപോയ തന്റെ ഭാര്യയുമായി സംസാരിക്കാൻ സാധിക്കും എന്ന് പറഞ്ഞപ്പോൾ ആ വ്യക്തിയെപ്പോലെ ഉന്നതനായ ഒരു വ്യക്തി പറയുമ്പോൾ അത് സത്യമായിരിക്കും എന്ന് മിക്ക മലയാളികളും വിശ്വസിച്ചു. കൂടെ താമസിക്കുന്ന ആൾ മനോരോഗത്തിന്റെ പ്രവണതയുള്ള

ആളാണെങ്കിൽ ഈ ചിന്തകൾ അതുപോലെതന്നെ പടർന്നു സ്വന്തമായി ത്തന്നെ ഒരു വിഭ്രാന്തിയായി തീരാം.

## പീപ്പിൾസ് ടെമ്പിൾ

1955-ൽ ജിം ജോൺസ് അമേരിക്കയിൽ ഇന്ത്യാന സംസ്ഥാനത്തിൽ ആരംഭിച്ച ആത്മീയ പ്രസ്ഥാനമായിരുന്ന പീപ്പിൾസ് ടെമ്പിൾ അല്ലെങ്കിൽ ജനങ്ങളുടെ ക്ഷേത്രം. സോഷ്യലിസത്തിന്റെയും ക്രിസ്തുമതത്തിന്റെയും കമ്മ്യ ണിസത്തിന്റെയും സാമൂഹ്യസമത്വത്തിന്റെയും ആശയങ്ങൾ ഉൾപ്പെടുത്തി രൂപീകരിച്ച ഈ പ്രസ്ഥാനം ആദ്യകാലത്ത് ഒരുപാട് നന്മകൾ ചെയ്തു മുന്നേറി. എന്നാൽ ക്രമേണ ജിം ജോൺസ് ക്രിസ്തുവിന്റെ ഒരു അവതാരം എന്ന നിലയിലേക്ക് മാറുകയും നിയമവിരുദ്ധമായ പല പ്രവർത്തനങ്ങളിൽ ഏർപ്പെടുകയും അവസാനം അമേരിക്കൻ സർക്കാരിന്റെ കണ്ണിലെ കരടാ യി മാറുകയും ചെയ്തു.

ഈ സമയം കൊണ്ട് ഗയാനയിലെ ജോൺസ് ടൗൺ എന്ന സ്ഥല ത്തേക്ക് ജിം തന്റെ കമ്മ്യൂൺ മാറ്റിയിരുന്നു. താൻ നിയമത്തിന്റെ മുമ്പിൽ കീ ഴടങ്ങേണ്ടി വരും എന്ന ഘട്ടം എത്തിയപ്പോൾ ജിം അറ്റകൈ പ്രയോഗിച്ചു. തനിക്കൊപ്പം താൻ പറയുന്ന രീതിയിൽ മരിക്കുന്ന എല്ലാവർക്കും ജിം ആക രക്ഷകമായ പറുദീസ ഉറപ്പ് നല്കി. 1978 നവംബർ 17ൽ തന്റെ അനുയായിക ളോട് സയനൈഡ് കലർത്തിയ മുന്തിരിച്ചാറിന്റെ ചുവയുള്ള വിശുദ്ധ പാനീ യം കുടിക്കുവാൻ ജിം ആവശ്യപ്പെട്ടു. 918 പേരാണ് അന്ന് ആ വിശുദ്ധപാ നീയം കുടിച്ച് കൂട്ട ആത്മഹത്യ ചെയ്തത്. അതും ഒരാളുടെ വിഭ്രാന്തിയുടെയും അയാളോടുള്ള വിശ്വാസത്തിന്റെയും പേരിൽ മാത്രം.

ബുരാരി കൂട്ടക്കൊലയിൽ മനഃശാസ്ത്രപരമായ കാരണങ്ങളൊക്കെ ഉണ്ടാവാമെങ്കിലും അത് ഷെയർ സൈക്കോസിസ് എന്ന ഒരു അവസ്ഥ യായി പൂർണ്ണമായി കരുതുവാനാകില്ല. കാരണം മുമ്പ് പറഞ്ഞതുപോലെ അവിട്ടത്തെ ഗൃഹനാഥന് ഉണ്ടായ മാനസികവിഭ്രാന്തി ഒരു വെളിപാടായി കുടുംബങ്ങൾ തെറ്റിദ്ധരിച്ചതാകാം. ഇതേ ന്യായവൈകല്യം ബ്ലൂ വെയിൽ എന്ന സങ്കല്പ ഗെയിമിലും തിരുവനന്തപുരത്ത് നടന്ന കൂട്ടക്കൊലപാതകം ആസ്തൽപ്രൊജക്ഷൻ ആണെന്ന തീരുമാനത്തിലും ഉണ്ടായി. ഈ രണ്ട് മനഃശാസ്ത്ര സാങ്കേതികതകളും ഒരു തെറ്റായ വാദമാകാം എന്ന് ആയിടയ്ക്ക് തന്നെ ഈ ലേഖകൻ എഴുതിയിരുന്നു.

## ആസ്തൽ പ്രൊജക്ഷൻ

സംസ്ഥാന മുഖ്യമന്ത്രിയുടെ വീടിന് സമീപം Apr 12, 2017 ന് കേരളത്തെ ഞെട്ടിച്ച ഒരു ദാരുണ കൂട്ടകൊലപാതകം അരങ്ങേറി. തിരുവനന്തപുരത്ത് കേഡൽ ജിൻസൺ രാജ എന്ന യുവാവ് തന്റെ മാതാപിതാക്കൾ അടക്കം നാലു പേരെ കൂട്ടക്കൊല ചെയ്ത ചട്ടുകരിച്ചു. ഇയാൾ ആകട്ടെ ഒരു മെഡിക്കൽ വിദ്യാർത്ഥിയുമായിരുന്നു.

2017 ഏപ്രിൽ 9 പുലർച്ച ക്ലിഫ് ഹൗസിന സമീപമുള്ള ബെയ്ൻസ് കോമ്പൗണ്ടിലെ 117-ാം നമ്പർ വീട്. വീട്ടിൽ നിന്നു പുക ഉയരുന്നത് കണ്ടപ്പോൾ വീടിന തീ പിടിച്ച എന്നാണ് നാട്ടുകാർ ആദ്യം കരുതിയത്. നാട്ടുകാരും പോലീസും ഫയർഫോഴ്സും പാഞ്ഞെത്തി. വീട്ട പൊളിച്ച് അകത്തുകടന്ന പോലീസിനെയും അഗ്നിശമന സേനാംഗങ്ങളെയും നാട്ടുകാരെയും കാത്തിരുന്നത് ഞെട്ടിക്കുന്ന ദൃശ്യങ്ങളായിരുന്നു. കത്തിക്കരിഞ്ഞ് അസ്ഥിക്കൂടങ്ങളായി മാറിയ മൂന്നു മൃതശരീരങ്ങൾ. അതിനടുത്ത് ടാർപോളിനും ബെഡ്ഷീറ്റും കൊണ്ട് മൂടിക്കെട്ടിയ നിലയിൽ പുഴുവരിച്ച തുടങ്ങിയ മറ്റൊരു മൃതശരീരം! മറ്റൊരു വിചിത്രമായ കാഴ്ച കൂടി അവിടെ കാത്തിരിപ്പുണ്ടായിരുന്നു. മനുഷ്യശരീരത്തിന്റെ ഒരു ഡമ്മി. ഇരുമ്പ് കമ്പികളും പ്ലാസ്റ്റിക്കും കൊണ്ട നിർമ്മിച്ച ഡമ്മി പാതി കത്തിയ നിലയിലായിരുന്നു. അതോടെ, മനുഷ്യമാംസം കത്തിയ വായുവിൽ നിന്ന് കരുതിക്കൂട്ടി നടത്തിയ ഒരു കൂട്ടക്കൊലപാതകത്തിന്റെ ചിത്രം പോലീസിന് കിട്ടി.

കൊല്ലപ്പെട്ടവർ പ്രൊഫസർ രാജ തങ്കം, ഭാര്യ ഡോക്ടർ ജീൻപത്മ, മകൾ കരോളിൻ ബന്ധുവായ ലളിത എന്നിവരായിരുന്നു. കാണാതായിരിക്കുന്നതു രാജ തങ്കത്തിന്റെയും ജീൻപത്മയുടെയും ഏക മകനായ കേഡൽ ജിൻസൺ രാജയെ. കത്തിക്കരിഞ്ഞ നിലയിൽ കണ്ടെത്തിയത രാജ തങ്കത്തിന്റെയും ജീൻപത്മയുടെയും കരോളിന്റെയും മൃതശരീരങ്ങൾ. പൊതിഞ്ഞു കെട്ടി പുഴുവരിച്ച നിലയിൽ ബന്ധുവായ ലളിതയുടെ മൃതശരീരവും. കൂട്ടക്കൊലയുടെ ഒരു നഖചിത്രം പോലീസിന് മുമ്പിൽ വിടർന്നു. താൻ കൂടി കൊലപ്പെട്ട എന്ന വരുത്തിത്തീർക്കാനായിട്ടാണ് കേഡൽ ഒരു ഡമ്മി ഉണ്ടാക്കിയത് എന്ന നിഗമനത്തിലായി പോലീസ്. കേഡലിന വേണ്ടി പൊലീസ് അന്വേഷണം ആരംഭിച്ചു.

ഉയർന്ന ജീവിതസാഹചര്യങ്ങളില്ലുള്ളവരായിരുന്ന കേഡലിന്റെ കുടുംബം. അച്ഛൻ രാജ തങ്കം മാർത്താണ്ഡം ക്രിസ്ത്യൻ കോളജിലെ പ്രൊഫസർ ആയിരുന്നു. അമ്മ ഡോക്ടർ ജീൻപത്മ തിരുവനന്തപുരം ജനറൽ ആശുപത്രിയിൽ നിന്ന് വി. ആർ. എസ്. എടുത്തതാണ്. അതിനുശേഷം സൗദി അറേബ്യയിലും ബ്രൂണെയിലും ജോലി ചെയ്തിട്ടുണ്ട്. മകൾ കരോളിൻ ചൈനയിൽ നിന്ന് എം. ബി. ബി. എസ് പൂർത്തിയാക്കി നാട്ടിലെത്തിയത്

സംഭവം നടക്കുന്നതിനും മൂന്നു മാസം മുമ്പ്. കേഡൽ ജിൻസൺ ആസ്ട്രേ ലിയയിൽ നിന്ന് ആർട്ടിഫിഷ്യൽ ഇന്റലിജൻസ് പഠിച്ച ആളും. ഇത്രയേറെ സൗഭാഗ്യങ്ങളും സൗകര്യങ്ങളും ഉള്ള കുടുംബത്തിൽ എന്താണ് സംഭവിച്ച ത്? എന്തിനാണ് കേഡൽ തന്റെ മാതാപിതാക്കളെയും സഹോദരിയെയും ബന്ധുവായ സ്ത്രീയെയും ഇത്ര ക്രൂരമായി കൊന്നത്? പോലീസിന്റെ പ്രധാന ചോദ്യം അതായിരുന്നു. കേഡൽ നിഷ്ഠളങ്കമായി മറുപടി പറഞ്ഞു; 'ആസ്ട്രൽ പ്രൊജക്ഷൻ... ആത്മാക്കൾ പരലോകത്തേക്ക പറക്കുന്നത് എനിക്ക് കാണണമായിരുന്നു.'

പ്രഥമദൃഷ്ട്യാ കൊലയ്ക്ക് പ്രേരകമാകുന്ന രീതിയിലുള്ള ഒരു മു ൻവൈരാഗ്യമോ സാമ്പത്തികലാഭമോ ഒന്നുമില്ലാത്ത കൊലപാതകങ്ങൾ. എന്തായിരുന്നു ഈ കൊലയ്ക്ക് പിന്നിലെ പ്രേരകം?

പിടിയിലായ യുവാവിന്റെ മൊഴി വിശ്വസിക്കാമെങ്കിൽ തികച്ചും ഭീതി തവ്വും അസാധാരണവുമായ ഒരു കാരണമാണ് വെളിവാകുന്നത്. താൻ സാത്താൻ സേവയുടെ ഭാഗമായി ശരീരത്തിൽ നിന്ന് മനസ്സിനെ മറ്റൊരു ലോകത്തേക്ക് എത്തിക്കാനുള്ള ആസ്ട്രൽ പ്രൊജക്ഷൻ എന്ന പരീക്ഷണം നടത്തുകയിരുന്നു എന്നാണ് അയാൾ പറഞ്ഞത്. എന്താണ് ഇതിന്റെ മനഃശാസ്ത്രവശമെന്ന് നോക്കാം.

താൻ സാത്താന്റെ സേവകനാണ് എന്ന വിഭ്രാന്തി. വിശ്വാസത്തിന് (ഡില്യൂഷ്യനൽ ഡിസോഡർ) അടിമയായത് ആവാം കേഡൽ എന്ന വ്യക്തി യെക്കൊണ്ട് ഈ നരഹത്യ ചെയ്യിപ്പിച്ചത്. കേരളത്തിലെ കുറ്റകൃത്യങ്ങളുടെ ചരിത്രത്തിലെ അപൂർവ്വങ്ങളിൽ അപൂർവ്വമായ ഈ കേസിന് നിമിത്തമായ ത് ചാത്തൻ സേവയുടെ മറവിൽ എത്തിയ മനോരാഗമാണ്.

## എന്താണ് ആസ്ട്രൽ പ്രൊജക്ഷൻ?

സ്വന്തം ശരീരത്തിൽ നിന്ന് ആത്മാവിനെ മോചിപ്പിച്ച് പ്രപഞ്ചത്തി ന്റെ ഏത് കോണിലേക്കും സഞ്ചരിക്കുവാൻ പ്രാപ്തമാക്കുന്ന നിഗൂഢ ആഭിചാരക്രിയയാണിത്. ഔട്ട് ഓഫ് ബോഡി എക്സ്പീരിയൻസ് അല്ലെ ങ്കിൽ സ്വന്തം ശരീരം വിട്ട് പുറത്തേക്ക് സഞ്ചരിക്കുന്ന അവസ്ഥ. ഇവരുടെ വിശ്വാസത്തിൽ 'ആസ്ട്രൽ ബോഡി' എന്നത് ശരീരത്തെയും മനസ്സിനെ യും ആത്മാവിനെയും ഉൾക്കൊള്ളുന്ന ഒരു രൂപമായിട്ടാണ് കരുതുന്നത്. ലോകത്തുള്ള പല പ്രാചീന സംസ്കാരങ്ങളുടെയും നിഗൂഢ ശാസ്ത്രങ്ങളിലും പുരാണഗ്രന്ഥങ്ങളിലും ഇത്തരത്തിലുള്ള ആസ്ട്രൽ പ്രൊജക്ഷനെക്കുറിച്ചുള്ള

വിവരങ്ങൾ കാണുവാൻ സാധിക്കും.

പ്രാചീനഭാരതത്തിൽ ഈ അവസ്ഥയെ കൂടുവിട്ടു കൂടുമാറുന്ന രീ തി, പരകായ പ്രവേശം, ലിംഗശരീരം എന്നിങ്ങനെ പല പേരുകളിൽ അറിയപ്പെടുന്നു.     നമ്മുടെ ആധുനിക ആത്മീയ പുരുഷന്മാരുടെ കൃതി കളിൽ പലയും ഇതിനെക്കുറിച്ച് പരാമർശിക്കുന്നുണ്ട്.      മെഹർ ബാബ, ഓഷോ രജനീഷ്, പരമഹംസയോഗാനന്ദ തുടങ്ങിയവരും ഇതിനെക്ക റിച്ച് പരാമർശിക്കുന്നുണ്ട്.     പ്രാചീന യഹൂദ നിഗൂഢവിദ്യയായ കബാല, ചൈനീസ് താന്ത്രികവിദ്യ, പ്രാചീന ജാപ്പനീസ് നിഗൂഢ താന്ത്രികവിദ്യ, മായൻ സംസ്കാരത്തിലെ നിഗൂഢാചാരങ്ങൾ, തെക്കേ അമേരിക്കൻ ഗോ ത്രവർഗ്ഗക്കാരുടെ നിഗൂഢശാസ്ത്രങ്ങൾ, പ്രാചീന ഈജിപ്ഷ്യൻ മന്ത്രവിദ്യ തുടങ്ങിയവയിലൊക്കെ ആസ്ട്രൽ പ്രൊജക്ഷന്റെ പല രൂപഭേദങ്ങളെയും കുറിച്ച് പരാമർശിക്കുന്നുണ്ട്.

## ആസ്ട്രൽ പ്രൊജക്ഷന്റെ മനഃശാസ്ത്ര വർഷങ്ങൾ

മനസ്സ് എന്നയതുതന്നെ നമ്മുടെ മസ്തിഷ്കത്തിലെ ചില രാസപ്രവ ർത്തനങ്ങളുടെ ആകെത്തുകയാണ്.സങ്കീർണമായ ന്യൂറൽ ഫയറിംഗിസാ ണ് മനസ്സ് എന്ന് ശാസ്ത്രം തെളിയിച്ചിട്ടുണ്ട്. ആസ്ട്രൽ പ്രൊജക്ഷൻ എന്നത് മനുഷ്യമസ്തിഷ്കത്തിന്റെ ചില പ്രത്യേക ഭാഗങ്ങളുടെ ഉത്തേജനങ്ങൾ, മിഥ്യാ ദർശനങ്ങൾ, ഡെല്യുഷ്യൻ, സ്വപ്ന ഭാവനകൾ തുടങ്ങിയവയൊക്കെ മാത്ര മാണെന്ന് മനഃശാസ്ത്രജ്ഞർ നിസ്സംശയം പറയുന്നു.    ചുരുക്കി പറഞ്ഞാൽ ഇത് ഒരു തോന്നൽ മാത്രമാണ്. ഇവിടെ നമ്മുടെ ശരീരത്തിൽനിന്ന് ഒന്നും പുറത്തുപോയി സഞ്ചരിക്കുന്നത് അല്ല. മനോരോഗങ്ങൾ, മയക്കമരുന്നുകൾ, വിഷവാതകങ്ങൾ, ശ്വാസതടസ്സം തുടങ്ങിയ കാര്യങ്ങളൊക്കെ ഇപ്രകാരമു ള്ള ഒരു അനുഭൂതി സങ്കല്പങ്ങൾ മനുഷ്യരിൽ സൃഷ്ടിക്കാറുണ്ട്. ഈ അനുഭവ പരീക്ഷണങ്ങളിൽ ഒന്നിൽ പോലും ഇവർ അവകാശപ്പെടുന്നതുപോലെ മറ്റ് സ്ഥലങ്ങളിലെ കാഴ്ചകൾ തത്സമയം കാണാം എന്ന വാദം തെളിഞ്ഞിട്ടില്ല. എല്ലാം അവരുടെ ഓർമ്മയുടെയും, ഭാവനയുടെയും വിലാസങ്ങൾ മാത്ര മാണ്.  നിയന്ത്രിതമായ രീതിയിൽ മനുഷ്യമസ്തിഷ്കത്തിൽ നിന്നും വൈദ്യുതി തരംഗങ്ങൾ വഴിയും ആസ്ട്രൽ പ്രൊജക്ഷൻ പോലെയുള്ള അനുഭൂതികൾ ലബോറട്ടറികളിൽ സൃഷ്ടിച്ചു കാണിച്ചിട്ടുണ്ട്.

ആസ്ട്രൽ പ്രൊജക്ഷൻ പരീക്ഷിച്ചതാണ് എന്ന് കേരള പോലീസിനോ ട് പറയുന്നുണ്ടെങ്കിലും സ്വന്തം ശരീരത്തിൽ ആസ്ട്രൽ പ്രൊജക്ഷൻ പരീക്ഷി ക്കാതെ കുടുംബാംഗങ്ങളെ നാലുപേരെ തല്ലിക്കൊന്നു ചുട്ട കരിച്ചത് എന്തി നാണെന്ന ചോദ്യം ഇന്നും ദുരൂഹമായി അവശേഷിക്കുന്നു. മനസ്സ് എന്ന പ്ര

ഹേളികയുടെ അവസ്ഥാന്തരങ്ങൾ കുറ്റകൃത്യങ്ങളിലേയ്ക്ക് നീങ്ങുന്നത് നിരാശാ ജനകമാണ്.

ഡോ.റോബിൻ കെ മാത്യു

ഹേളികയുടെ അവസ്ഥാന്തരങ്ങൾ കുറ്റകൃത്യങ്ങളിലേയ്ക്ക് നീങ്ങുന്നത് നിരാശാ ജനകമാണ്.

# സ്വർഗ്ഗത്തിലെ അടിമപ്പണിക്കാർ

സജിത്ത് ഭക്ഷണം കഴിക്കുന്നത് ഞാനും ഭാര്യയും കൗതുകത്തോടെ നോക്കിനിന്നു. കുറെ കാലമായി അവൻ നല്ല ഭക്ഷണം കഴിച്ചിട്ട് എന്ന് വ്യക്തമാണ്. ഭക്ഷണം കഴിച്ച് ഐസ്ക്രീമും കഴിച്ച് എഴുന്നേറ്റ് നന്ദി പറയുമ്പോൾ അവന്റെ കണ്ണുകൾ നിറഞ്ഞിട്ടുണ്ടായിരുന്നു.

സ്ഥലം ടോറോൻറൊ, ക്യാനഡ. സജിത്ത് നാട്ടിൽ ഒരു നേഴ്സായിരുന്നു. നിർദ്ധനമായ ഒരു കുടുംബത്തിൽ നിന്ന് വളരെ കഷ്ടപ്പെട്ടാണ് അവൻ മംഗലാപുരത്ത് ബി. എസ്. സി. നഴ്സിങ് പഠിച്ചത്. പഠനം കഴിഞ്ഞ് രണ്ടവ രേഷം പഠിച്ച കോളേജിൽ തന്നെ ജോലി ചെയ്തു. കിട്ടുന്ന തുച്ഛമായ ശമ്പളം ഒന്നിനും പര്യാപ്തമായിരുന്നില്ല. ഡെൽഹിയിലോ ബോംബെയിലോ ഒക്കെ പോയാൽ നല്ല ശമ്പളം ലഭിക്കുമെങ്കിലും അതിനനുസരിച്ച് ചിലവും കൂടും. മാ ത്രമല്ല രണ്ടുവർഷത്തെ പ്രവൃത്തിപരിചയം വലിയ ഒരു ശമ്പള വർദ്ധനവിന് അത്ര സഹായകരം ഒന്നുമല്ല. തുച്ഛമായ ശമ്പളം, കടങ്ങൾ ബാക്കി, കുടുംബ പ്രാരാബ്ധങ്ങൾ വല്ലാതെ അലട്ടുന്നു. ഈ സമയത്താണ് കാനഡയിലേക്കുള്ള മൈഗ്രേഷൻ തള്ളിക്കയറ്റം ആരംഭിക്കുന്നത്. മൈഗ്രേഷൻ സെന്ററുകൾ ഒരു ആവേശമായി മാറിക്കൊണ്ടിരുന്ന സമയം. ക്യാനഡ എന്ന വാഗ്ദത്ത ഭൂമിയിലേയ്ക്ക് എങ്ങനെയും എത്തണം. ഇതാണ് ഒരുപാട് ആളുകളുടെ ജീവിതാഭിലാഷം. നേഴ്സിങ് പഠിക്കുന്നത് തന്നെ പലരും ഈ രാജ്യം വിട്ടു പോകുവാനാണ് എന്ന് തോന്നും.

ഇമിഗ്രേഷൻ ഏജൻസികൾ അസത്യവാഗ്ദാനങ്ങളുടെ ദൂര ഭൂതങ്ങളെ കെട്ടഴിച്ചുവിട്ടുകൊണ്ടേയിരുന്നു. സത്യവുമായി യാതൊരു ബന്ധവുമില്ലാത്ത മോഹനവാഗ്ദാനങ്ങൾ, സുരഭിലസ്വപ്നങ്ങൾ ഇവയെല്ലാം ക്യാനഡ ഭൂമിയിലെ സ്വർഗ്ഗമാണെന്ന ഒരു ബോധം ആളുകളിൽ ഉണ്ടാക്കിയെടുക്കുന്നു. അവി ടെയെത്തി ഒരു വർഷം കൊണ്ടുതന്നെ എല്ലാവരും കാറും വീടും വാങ്ങുന്നു.

നാട്ടിലേക്ക് ധാരാളമായി പണമയക്കുന്നു. എത്ര നല്ല കാര്യങ്ങൾ!

ക്യാനഡ എന്ന സ്വർഗ്ഗം സജിത്തിനെയും ഹഠാദാകർഷിച്ചു. അവൻ കൊച്ചിയിലുള്ള ഇമിഗ്രേഷൻ ഏജന്റിനെ സമീപിച്ചു. ബി. എസ്. സി. നേഴ്സിങ് ബിരുദമുള്ള ആളകളെ തേടി കനേഡിയൻ സർക്കാർ അലയു കയാണ് എന്നും അവിടെ ഒരു സ്വർഗ്ഗം അവനെ കാത്തിരിപ്പുണ്ടെന്നും ഏജൻസിയിലെ തരുണീമണികൾ അവനെ അറിയിച്ചു. ഏജൻസിയുടെ വലിയ സാർ അവനെ അടിമുടി ഇന്റർവ്യൂ ചെയ്തു. നേഴ്സുമാർക്ക് അവിടെ വല്യ ഡിമാൻഡാണ്. ഡോക്ടർമാരെക്കാളും ശമ്പളവും പലപ്പോഴും നേഴ്സ് മാർക്കാണ്. ടോറോൻറോ എയർപോർട്ടിൽ ചെന്നിറങ്ങുമ്പോൾ തന്നെ 'നേഴ്സ് വാണ്ടഡ് ' എന്ന പ്ലക്കാർഡുമായി അവിടെ ആളകൾ കാത്തുനി ല്പ്പുണ്ട് എന്നുള്ള ആനന്ദദായകമായ കാര്യങ്ങൾ ഈ സാർ അവനെ ധരിപ്പിച്ചു.

ഏജൻസി സജിത്തിന്റെ വിദ്യാഭ്യാസവും പ്രവൃത്തിപരിചയവും മറ്റും വിശദമായി പരിശോധിച്ചപ്പോൾ ഒരു കാര്യം മനസിലായി. ക്യാനഡ യിലേക്ക് കുടിയേറാൻ വേണ്ട പോയിന്റ് അവനില്ല. കാരണം പ്രവൃത്തി പരിചയം കുറവ്. പക്ഷെ വിഷമിക്കേണ്ടതില്ല. ഇമിഗ്രേഷൻ സാദ്ധ്യമല്ല എന്നെയുള്ളൂ. പഠനത്തിനായി അങ്ങോട്ട് പോകാം. അവിടെ പോയി ഒരു വർഷത്തെ കോഴ്സ് പഠിക്കണം. ഒരു വർഷത്തെ പി. എസ്. ഡബ്ല്യു എന്ന കോഴ്സാണ് അവർ അവനവേണ്ടി തിരഞ്ഞെടുത്തത്. പഠനം കഴിഞ്ഞാൽ ഉടൻ ജോലി. രണ്ട വർഷത്തിനുള്ളിൽ സ്ഥിരതാമസകാർഡ്. ഇതിനെല്ലാം കൂടി മുപ്പത്തഞ്ചു ലക്ഷം രൂപ വേണം. തന്നെക്കൊണ്ട് കൂട്ടിയാൽ കൂടാത്ത കാര്യമായതുകൊണ്ടതന്നെ സജിത്ത് ക്യാനഡ മോഹം ഉപേക്ഷിച്ചു. എന്നാ ൽ കൺസൾട്ടൻസിയിലെ കൗൺസിലേഴ്സ് വിട്ടുകൊടുത്തില്ല. അവർ സുന്ദരമായ ശബ്ദത്തിൽ സജിത്തിനെ വിളിച്ച് എല്ലാവിധ പ്രതീക്ഷകളും വാരിക്കോരി നല്കി. മോഹനസ്വപ്നങ്ങളും ഇപ്പോഴത്തെ കഷ്ടപാടുകളും തുലനം ചെയ്ത സജിത്ത് അങ്ങനെ ആകെയുള്ള 20 സെന്റ് സ്ഥലവും വീടും പണയപ്പെടുത്തി, അമ്മയുടെ കെട്ടുതാലിയും വിറ്റ് ക്യാനഡയിലേക്ക് പറന്നു.

ഒരു ഡിസംബർ മാസത്തിലാണ് അവൻ ടോറോൻറോ പീയേഴ്സൺ ഇന്റർനാഷണൽ വിമാനത്താവളത്തിൽ എത്തുന്നത്. സമയം ഉച്ച കഴിഞ്ഞി രുന്നു. അവിടെ ചെന്നിറങ്ങിയാൽ അവനെ കാത്ത് ഏജൻസിയുടെ കാർ ഉണ്ടാവുമെന്നും അവർ അവനെ ഒരു അപ്പാർട്ട്മെന്റിൽ കൊണ്ടാക്കുമെന്നും അവിടെ എല്ലാവിധ സൗകര്യങ്ങളും ഉണ്ടാകുമെന്നുമാണ് ഏജൻസി ഉറപ്പ നല്കിയിരുന്നത്. എന്നാൽ ടോറോൻറോ എയർപോർട്ടിൽ രണ്ട മണിക്കൂർ കാത്തുനിന്നിട്ടും അവിടെ മുഴുവൻ അരിച്ചുപെറുക്കിയിട്ടും സജിത്ത് അന്വേ ഷിക്കുന്ന ആളെ കാണാനില്ല. പുറത്തിറങ്ങിയപ്പോഴാണ് സംഗതിയുടെ

കിടപ്പ് അത്ര പന്തിയല്ല എന്ന് സജിത്തിന് മനസ്സിലായത്. മൈനസ് 15 ഡിഗ്രി സെൽഷ്യസ് തണുപ്പ്. നാട്ടിൽ നിന്നുകൊണ്ടുവന്ന ജാക്കറ്റ് കൊണ്ടാന്നും ഒരു പ്രയോജനവുമില്ല. ശരീരത്തിലൂടെ തണുപ്പ് അരിച്ചകയറുന്നു. കരച്ചിലടക്കാൻ സാധിക്കുന്നില്ല. നന്നായി വിശക്കുന്നു. ഭാഷ പോലും നല്ല തിട്ടമില്ല. എങ്ങോട്ട് പോകണമെന്നോ ആരെ കാണണമെന്നോ ഒരുഹവും കിട്ടുന്നില്ല. കേരളവും മംഗലാപുരവും മാത്രമുള്ള ലോകമേ അവനു തിട്ടമുള്ളൂ.

പെട്ടെന്ന് ഒരാൾ അവനെ പുറകിൽ നിന്ന് തട്ടിവിളിച്ച. ഇന്ത്യക്കാരൻ തന്നെ. ആ മനുഷ്യൻ ഹിന്ദിയിൽ ആണ് സംസാരിച്ചത്. എന്തു പറ്റി? എന്താണ് കരയുന്നത്? നീ ഇന്ത്യയിൽ നിന്നല്ലേ?

സജിത്തിന് അറിയാവുന്ന ഹിന്ദിയിൽ അവൻ കാര്യം മുഴുവൻ പറഞ്ഞു. വന്നയാൾ സ്വയം പരിചയപ്പെടുത്തി. പേര് അലി ഇക്ബാൽ. അയാളൊരു പാകിസ്ഥാനി ടാക്സി ഡ്രൈവറാണ്. ഒരാളെ എയർപോർട്ടിൽ കൊണ്ടാക്കാൻ വന്നതാണ്. ഒരു ചായ വാങ്ങി മടങ്ങുമ്പോഴാണ് ഒരു പയ്യൻ നിന്ന് കരയുന്നതു കാണുന്നത്.

"നിന്നെ അവർ പറ്റിച്ചതാണ്. ഇവിടെ ഇത് സാധാരണമാണ്. എവിടേക്കാണ് നിനക്ക് പോകേണ്ടത് എന്നുള്ള അഡ്രസ്സ് കൈയിലുണ്ടോ?" അയാൾ തിരക്കി.

സജിത്ത് ഒരു ചെറിയ ഡയറിയിൽനിന്ന് അഡ്രസ് കാണിച്ച കൊടുത്തു. അപ്പോഴാണ് അതിൽ വിളിക്കാൻ ഒരു നമ്പർ ഉണ്ടെന്ന് വന്നയാൾ ശ്രദ്ധിച്ചത്. അയാൾ സ്വന്തം ഫോണിൽ നിന്ന് ആ നമ്പറിലേയ്ക്ക് വിളിച്ച. ഒരാൾ ഫോണെടുത്തു. അയാൾ ഒരു പാർട്ടിയിലാണ്. അയാൾക്ക് വരുവാൻ സാധിക്കില്ലത്രെ! അലി അയാളെ പൂരത്തെറി വിളിച്ചു.

"നീ വല്ലതും കഴിച്ചോ?"
"ഇല്ല" സജിത്ത് പറഞ്ഞു.
എയർപോർട്ടിലെ ടിം ഹോർട്ടൻസ് എന്ന കടയിൽ നിന്ന് അവന് അലി ഒരു സാൻവിച്ചും കാപ്പിയും വാങ്ങി കൊടുത്തു. അവനത് ആർത്തിയോടെ കഴിച്ചു.

സജിത്തിനെ ആയാൾ തന്റെ കാറിൽ അവൻ പറഞ്ഞ വീടിന്റെ ബേ സ്‌മെന്റിൽ കൊണ്ടെത്തിച്ച. അവിടെ രണ്ടുപേർ കൂടിയുണ്ട്. അലി തന്റെ നമ്പർ അവന് നല്കി. എന്താവശ്യമുണ്ടെങ്കിലും വിളിക്കാൻ മറക്കരുത് എന്ന് പറഞ്ഞു. വീണ്ടും വരാമെന്നും പറഞ്ഞ് അയാൾ പോയി.

ആ ഇരുളടഞ്ഞ ബേസ്മെന്റിൽ (ബേസ്മെന്റുകൾ ഒരു വീടിന്റെ അടിയി ലത്തെ നിലയാണ്.  അത് ഭൂനിരപ്പിനു താഴെയാണ്) ഒരു മലയാളിയും ഒരു തമിഴ് വിദ്യാർത്ഥിയും ഉണ്ടായിരുന്നു.  വൃത്തിഹീനമായ, പ്രകാശം കടന്നുചെല്ലാത്ത ആ ബേസ്മെന്റിൽ ഒരു ദുർഗ്ഗന്ധം തങ്ങിനിന്നിരുന്നു. നേഴ്സിങ്ങിന് പഠിച്ചുകൊണ്ടിരുന്നപ്പോൾ മംഗലാപുരത്ത് താമസിച്ചിരുന്ന മൂന്നാംകിട ലോഡ്ജ് പോലും അതിലും എത്ര നല്ലതായിരുന്നു എന്നവൻ ഓർത്തു. ക്യാനഡയിൽ ഇങ്ങനെയും ആളുകൾ താമസിക്കുന്നുണ്ട് എന്നത് അവന്റെ ആദ്യ അറിവായിരുന്നു.

അവിടെ കാര്യമായ വെപ്പും കുടിയും ഉള്ള ലക്ഷണം ഒന്നുമില്ല. പാചകം ഒരു വഴിയാണ്. എന്തെങ്കിലും അച്ചാറും ചമ്മന്തിപ്പൊടിയും മാത്രം ഉണ്ടാവും ചോറിന്. ആകെയുള്ള ബാത്റൂമിന്റെ അവസ്ഥ ശോചനീയമാണ്. മുറിയിൽ ദുർഗന്ധം കെട്ടിനിൽക്കുന്നു.

വൃത്തിഹീനമായ പഴയൊരു മെത്തയിൽ ഒരുതരത്തിൽ സജിത്ത് ചുരു ണ്ടുകൂടി കിടന്നു. സന്ധ്യയായപ്പോൾ അലി വന്നു. കുറച്ച വസ്തുക്കളും ജാക്കറ്റും തണുപ്പ് മാറ്റാനുള്ള റജായിയും മറ്റും കൊണ്ടുവന്നിട്ടുണ്ട്. കൂടെ രുചികരമായ പാകിസ്താനി ബിരിയാണിയും. പോകാൻനേരം അലി അവനെ ആലിംഗനം ചെയ്തപ്പോൾ സജിത്തിന്റെ കണ്ണുനിറഞ്ഞ് ഒഴുകുകയായിരുന്നു.    അവനെ പിടിച്ച കുലുക്കിക്കൊണ്ട് അലി പറഞ്ഞു.    നീ എന്റെ സഹോദരനാണ് ഇന്ത്യക്കാരൻ. എല്ലാം ശരിയാകും. നിന്നെപ്പറ്റിച്ച ആ പന്നിയെ നമുക്ക് ഒന്ന് കാണണം.

അന്ന് ആ മുറിയില്ലുള്ള മൂന്ന് പേരും കുശാലായി ഭക്ഷണം കഴിച്ചു. കൂടെ യുള്ളവരോട് അല്പം സംസാരിച്ചു.    അവർക്കുമുണ്ടായിരുന്ന യാതനകളുടെ കഥകൾ പറയുവാൻ. മനോവിഷമത്തോടെയും ക്ഷീണത്തോടെയും സജിത്ത് ഉറങ്ങാൻ കിടന്നു. എത്രനേരം ഉറങ്ങി എന്നറിയില്ല. ഉണർന്ന കഴിഞ്ഞപ്പോ ൾ ശരീരം മുഴുവൻ എന്തോ കുത്തിയിട്ടുണ്ട്.  കാനഡയില്ലും കൊതുകുണ്ടോ. അവന് അതിശയമായി. പക്ഷേ അത് കൊതുകായിരുന്നില്ല. കൊതുകില്ലും ഭീകരമായ മൂട്ടയായിരുന്നു.    പ്രകാശം കടന്നുചെല്ലാത്ത സ്ഥലങ്ങളിൽ ഇവ ധാരാളമുണ്ട്.    മൂട്ടകടി ഉണ്ടാക്കിയ മാനസികവും ശാരീരികവുമായ ബുദ്ധിമുട്ടുകൾ അത്ര നിസ്സാരമായിരുന്നില്ല. അവന് ഉറക്കം വന്നില്ല. ദേഹം ചൊറിഞ്ഞു നീറുന്നു.

ഒരാഴ്ച കഴിഞ്ഞപ്പോൾ കോളേജിൽ പോകണം.  വീട്ടിൽ അമ്മയെ വിളിച്ച് എല്ലാം നന്നായിരിക്കുന്നു എന്ന് അറിയിച്ച. മുറിയൊക്കെ അല കോലപ്പെട്ട കിടക്കുകയാണ്.  ധാരാളം പാറ്റകളും എലികളും മൂട്ടകൾക്ക്

ക്കൂട്ടായിയുണ്ട്. ഒരുദിവസം പാചകം ചെയ്ത മടുത്തുവന്നിരുന്നപ്പോഴാണ് അവൻ അത്ഭുതകരമായ കാഴ്ച കണ്ടത്. ചൂടുള്ള പാത്രത്തിൽ നിന്ന് ഒരു എലി ഒരു കഷ്ണം ഇറച്ചി കടിച്ചെടുത്തുകൊണ്ടു പോകുന്നു.

സജിത്ത് കോളേജ് തപ്പിപ്പിടിച്ച് ചെന്നു. എവറസ്റ്റ് എന്ന പ്രൈവറ്റ് കോളേജിലാണ് ഏജൻസി അവന് അഡ്മിഷൻ തരപ്പെടുത്തി കൊടുത്തിരി ക്കുന്നത് (ഈ കോളേജ് പിന്നീട് സർക്കാർ അടച്ചുപൂട്ടി). ക്യാനഡയിലെ ഉന്നതവിദ്യാഭ്യാസം മൂന്ന് തലത്തിലാണ്. യൂണിവേഴ്സിറ്റികളിലാണ് ഏറ്റവും നിലവാരമുള്ളത്. അവർക്ക് മാത്രമാണ് ബിരുദങ്ങൾ കൊടുക്കുവാൻ സാധിക്കുന്നത്. പിന്നീട് ഉള്ളത് കമ്മ്യൂണിറ്റി കോളേജുകളാണ്. സർക്കാർ ഫണ്ട് ഉള്ളതുകൊണ്ട് ഫീസ് താരതമ്യേന കുറവാണ്. ഇവിടങ്ങളിൽ തൊഴിൽ ലഭിക്കാനുള്ള കോഴ്സുകളാണ് കൂടുതൽ. നമ്മുടെ പോളിടെക്നിക് പോലെ. എന്നാൽ പ്രൈവറ്റ് കോളേജുകൾക്ക് നിലവാരം തീർത്തും കുറവാ ണ്. എവറസ്റ്റ് ഒരു പ്രൈവറ്റ് കോളേജാണ്.

സജിത്തിന് അഡ്മിഷൻ എടുത്തിരിക്കുന്നത് പി. എസ്.@ ഡബ്ല്യൂ. എന്ന കോഴ്സിനാണ്. വൃദ്ധസദനങ്ങളിലും മറ്റും ജോലി ചെയ്യുവാനുള്ള പരിശീലന ഡിപ്ലോമ. ഏതാണ്ട് ഒരു വർഷത്തെ കോഴ്സ്. പഠനം തുടങ്ങിയ അന്നുമുതൽ പല പാർട്ട് ടൈം ജോലിക്കും അവൻ ശ്രമിച്ചെ ങ്കിലും ഒന്നും തരമായില്ല. വിദ്യാർത്ഥികൾക്ക് അവിടെ ആഴ്ചയിൽ 20 മണിക്കൂർ മാത്രമേ ജോലി ചെയ്യാൻ അനുവാദമുള്ളൂ. എന്നാൽ പലരും അവർക്ക് ജോലി കൊടുക്കില്ല. മാത്രമല്ല എല്ലാ ജോലികൾക്കും അവിടെ ആവശ്യത്തിലധികം ആളുകൾ ലഭ്യമാണ്. ഉദാഹരണം നമ്മുടെ നാട്ടിൽ വീട്ടിൽ ജോലി ചെയ്യുന്നവർക്ക് ഇപ്പോൾ നല്ല ഡിമാൻഡാണല്ലോ. ആളെ കിട്ടാത്തതിനാലാണ് ഈ ഡിമാൻഡ്. അവരെ ഭയന്നാണ് വീട്ടുകാർ നില്ക്കുന്നത്. എന്നാൽ നമുക്ക് വീട്ടുജോലിക്ക് ആളെ ആവശ്യമുണ്ട് എന്ന് നമ്മൾ ആഗ്രഹിക്കുകയും പിറ്റേദിവസം രാവിലെ ഒരു നൂറ് പേർ ജോലി തരാമോ എന്ന് ചോദിച്ച് നമ്മുടെ വീടിന്റെ മുറ്റത്ത് കാത്തുനില്ക്കുകയും ചെയ്യുന്ന ഒരു അവസ്ഥ ആലോചിക്കുക. ഇതേ അവസ്ഥയാണ് ക്യാനഡയിൽ എല്ലാ ജോലിക്കും. അവിടെ ഒരു തൂപ്പ് ജോലി ലഭിക്കാൻ പോലും കടുത്ത മത്സരമുണ്ട്.

അവസാനം ഒരു ചൈനക്കാരന്റെ കടയിൽ സജിത്തിനു ജോലി ലഭിച്ചു. ദിവസം 6 മണിക്കൂർ, ഏഴ് ദിവസം ജോലി. അണ്ടർ ദി ടേബിൾ എന്ന വ്യവസ്ഥയിലാണ് ജോലി. അതായത് ജോലിക്കാർക്ക് സർക്കാർ നിശ്ചയിച്ച മിനിമം കൂലി എല്ലാവരും നല്കണം. പക്ഷേ 20 മണിക്കൂർ മാത്രമേ വിദ്യാർഥികൾക്ക് ഒരാഴ്ചയിൽ ജോലി ചെയ്യാൻ സാധിക്ക എന്ന്

പറഞ്ഞല്ലോ. അപ്പോൾ ഒരു അഡ്ജസ്റ്റ്മെന്റ് എന്ന നിലയ്ക്ക് അണ്ടർ ടേബിൾ എന്ന നിയമവിരുദ്ധമായ ഒരു പരിപാടിയുണ്ട്. ഒരു മണിക്കൂറിൽ 10 ഡോളർ എന്ന സർക്കാർ നിശ്ചയിച്ചിരിക്കുന്ന കൂലിക്ക് പകരം ഈ വ്യവസ്ഥയിലെ 7 ഡോളറോ 5 ഡോളർ മാത്രമോ പണമായി കയ്യിൽ നല്കും. ജോലി ചെയ്യുന്നതിന്റെ ഒരു രേഖയുമുണ്ടാവില്ല.

കടയിൽ നല്ല പിടിപ്പത് പണിയുണ്ടായിരുന്നു. രണ്ടാഴ്ച കഴിഞ്ഞു കൂലി ചോദിച്ചുവെങ്കിലും ചൈനക്കാരൻ മുതലാളി പിന്നീട് തരാമെന്ന് പറഞ്ഞു. ഒരാഴ്ച കൂടി അവിടെ പണിയെടുത്തെങ്കിലും അയാൾ കൂലി കൊടുത്തില്ല. അങ്ങനെ സജിത്ത് ആ ജോലി മതിയാക്കി. പിന്നീട് പലയിടത്തും ജോലിക്ക് ശ്രമിച്ചെങ്കിലും ലഭിച്ചില്ല. ജോലിയോ കുറവ് പണിക്കാരോ സമൃദ്ധം.

ഒരു മാസം അവൻ നല്ല രീതിയിൽ കഷ്ടപ്പെട്ടു. ഒരു നിവൃത്തിയുമില്ല. നാട്ടിൽനിന്നു കൊണ്ടുവന്ന പണം തീർന്നുകൊണ്ടിരിക്കുന്നു. അവസാനം അവന് ഒരു ശ്രീലങ്കൻ സൂപ്പർമാർക്കറ്റിൽ ജോലി കിട്ടി. ഒരു മാസം വലിയ കുഴപ്പമില്ലാതെ പോയി. ഒരു ദിവസം ജോലിക്കിടെ അവന്റെ കയ്യ് നന്നായി മുറിഞ്ഞു. ഹെൽത്ത് കാർഡ് ഇല്ലാത്തതിനാൽ ആശുപ ത്രിയിൽ പോകാൻ സാധിക്കുന്നില്ല. വേദനകൊണ്ട് പുളഞ്ഞ അവൻ ബോധരഹിതനായി. ആരൊക്കെയോ ആംബുലൻസ് വിളിച്ച് അവനെ ആശുപത്രിയിലാക്കി. ബോധം വന്നപ്പോൾ മാത്രമാണ് കാര്യങ്ങൾ അത്ര പന്തിയല്ല എന്ന് മനസ്സിലായത്. ഹെൽത്ത് കാർഡ് ശരിയായിട്ടില്ല. ഇൻഷുറൻസും ഇല്ല. കടുത്ത ബില്ല് ആണ് തന്നെ കാത്തിരിക്കുന്നത്. ഐ. ഡി. ഒന്നും കാണിച്ചിട്ടില്ല. അതുകൊണ്ടുതന്നെ ആളെ തിരിച്ചറിയാൻ സാധിക്കില്ല എന്നൊരു വിശ്വാസം അവനു തോന്നി. ഒന്നും നഷ്ടപ്പെടാൻ ഇല്ലാത്തതുകൊണ്ടുതന്നെ അവൻ ആശുപത്രിയിൽ നിന്നും മുങ്ങി. രണ്ടു ദിവ സം വീട്ടിൽ തന്നെ അടച്ചിരുന്നു. പോലീസ് അന്വേഷിച്ച് വരുമോ എന്ന ഭയം.

ജോലി സ്ഥലത്തു ചെന്നപ്പോഴാണ് തന്റെ സ്ഥാനത്ത് മറ്റൊരാൾ ജോലി ചെയ്യുന്നത് കണ്ടത്. ഒരു മാസം കഴിഞ്ഞു വരൂ, അപ്പോൾ ആലോചിക്കാം ജോലിയുടെ കാര്യമെന്നായി തമിഴ് മുതലാളി.

സജിത്തിന്റെ കയ്യിലെ പണം തീർന്നു തുടങ്ങിയിരുന്നു. രണ്ടു ദിവസം കഴിഞ്ഞപ്പോഴാണ് ഒരു കടയിൽ വച്ച് അവനെ ഞാൻ പരിചയപ്പെടുന്നത്. ജോലി അന്വേഷിച്ച നടക്കുകയാണ്. ഞാൻ തന്നെ അവനോട് മലയാളി യാണോ എന്ന് ചോദിച്ച സംസാരം ആരംഭിച്ചു. ഏതാണ്ട് ഒരു മണിക്കൂർ സമയം കൊണ്ട് അവൻ അവന്റെ യാതനകൾ എന്നോട് പറഞ്ഞു. ഞാൻ അവനെ വീട്ടിലേക്ക് ക്ഷണിച്ചു. വയറ്റുനിറച്ച് ഭക്ഷണം കൊടുത്തു. ജോലി

വാങ്ങി തരുവാൻ എനിക്ക് സാധിക്കില്ല, പക്ഷെ നിനക്ക് വിശക്കുമ്പോൾ എന്റെ വീട്ടിൽ ഭക്ഷണം ഉണ്ടാവുമെന്ന് ഞാൻ അവനു ഉറപ്പുനല്ലി.

ഞങ്ങൾ പിന്നീട് ടൊറോൻറോയിൽനിന്ന് വാൻക്രവറിലേയ്ക്ക് സ്ഥലം മാറി. കുറെ കാലത്തേയ്ക്ക് സജിത്തിന്റെ വിവരമില്ലായിരുന്നു. അടുത്തയിടെ അവൻ വിളിച്ചിരുന്നു. ജോലി പലതും മാറി മാറി ചെയ്തു ഇപ്പോൾ ഒരു കടയിൽ ജോലിയാണ്. നേഴ്സിങ് മേഖലയിലേക്ക് കയറുവാൻ വേണ്ട ടെസ്റ്റുകൾക്ക് പഠിക്കുന്നുമുണ്ട്.

ക്യാനഡയിൽ ജോലി കിട്ടാതെ നരകിയ്ക്കുന്ന അനേകരെ കണ്ടിട്ടുണ്ട്. അതിൽ ബിരുദാനന്തരബിരുദമുള്ള ഡോക്ക്ടർമാർ, എൻജിനിയർമാർ, ചാ ർട്ടേർഡ് അക്കൗണ്ടന്റുകൾ, ഗവേഷണ ബിരുദധാരികൾ ഒക്കെയുണ്ട്. ഇതൊ രു വിഡ്ഢികളുടെ സ്വർഗ്ഗമാണ്. എന്നെങ്കിലും എവിടെയെങ്കിലും അള്ളിപ്പിടിച്ച കയറാം എന്ന പ്രതീക്ഷയിൽ അവർ ടാക്സി ഓടിച്ചും, ഹോട്ടലിൽ പാത്രം കഴ കിയും, പെട്രോൾ പമ്പിൽ പെട്രോൾ അടിച്ചും, സെക്യൂരിറ്റി പണി ചെയ്തുമൊ ക്കെ കാലം കഴിക്കും. ഇതിൽ അപ്പൂർവ്വം ചിലർക്ക് അവരുടെ മേഖലയിൽ തന്നെ ജോലി കിട്ടും. നല്ല ജോലി കിട്ടിയാൽ ഇവിടം സ്വർഗ്ഗം തന്നെയാണ്.
ക്യാനഡയിൽ ജോലി സാദ്ധ്യത വളരെ കുറവാണ്. ഒരാളെ വേണ്ട സ്ഥലത്ത് ആയിരം പേർ ജോലി ചെയ്യവാൻ തയ്യാറായി നില്ക്കുന്നു എന്ന് പറഞ്ഞുവല്ലോ.. ഓരോ വർഷവും ലക്ഷക്കണക്കിന് ആളുകളാണ് ഇവി ടേയ്ക്ക് വിദ്യാർത്ഥികളായും കുടിയേറ്റക്കാരായും എത്തിച്ചേരുന്നത്. ഈ മനോഹരതീരത്തു ജീവിക്കണം എന്ന് തോന്നിയാലും പലരും ഒന്നാം ക്ലാസ് ട്രെയിനിലെ മൂന്നാം ക്ലാസ് യാത്രക്കാരായി ജീവിതം ഹോമിക്കേണ്ടി വരാറുണ്ട്. കാരണം അവിടെ സർക്കാർ തന്നെ പറയുന്ന രണ്ടു കാര്യങ്ങ ളുണ്ട്. വെറും 20% ജോലി മാത്രമാണ് പുറത്തേയ്ക്ക് പരസ്യപ്പെടുന്നുന്നത്. എല്ലാത്തിനും ഉപരി ഇവിടെ ജോലി കിട്ടാനുള്ള മാനദണ്ഡം നിങ്ങൾക്ക് എന്ത് അറിയാം എന്നുള്ളതല്ല, ആരെ അറിയാം എന്നുള്ളതാണ്.

പാരഡൈസ് ലോസ്റ്റ് എന്ന ജോൺ മിൽട്ടണ്റെ പ്രശസ്തമായ പുസ്തകത്തിൽ പറയുന്നുണ്ട്; "സ്വർഗത്തിൽ അടിമപ്പണി ചെയ്യുന്നതിലും നല്ലത് നരകത്തിൽ രാജാവായി വാഴുന്നതാണ്." പക്ഷെ ഇപ്പോഴും എങ്ങ നെയെങ്കിലും കാനഡയിൽ എത്തിയാൽ മതി എന്നു പറഞ്ഞ് ആളുകൾ വരി നില്ക്കുകയാണ്.

# മേഘങ്ങളിൽ ദൈവത്തെ കാണുന്നവർ

നാൻസിയ്ക്ക് എന്തോ പ്രത്യേകതയുണ്ടെന്നാണ് അവളുടെ ചുറ്റുമുള്ളവർ കരുതിയിരുന്നത്. പ്ലസ് 2 വിദ്യാർത്ഥിനിയാണ് അവൾ. എല്ലാ ദിവസവും പള്ളിയിൽ പോകുന്ന, നല്ല ദൈവഭയമുള്ള പെൺകുട്ടി. മറ്റാർക്കുമില്ലാത്ത ഒരു പ്രത്യേകതയുണ്ട് അവൾക്ക്. സകല സ്ഥലത്തും എന്തെങ്കിലും പാറ്റേൺ അല്ലെങ്കിൽ ക്രമം കണ്ടുപിടിക്കും എന്നള്ളതായിരുന്നു അത്. ഉദാഹരണത്തിന് കരിഞ്ഞ ചപ്പാത്തിയിലും കസേരയിലെ തേഞ്ഞ ഭാഗത്തും യേശുവിൻ്റെ മുഖം കാണുക, മേഘങ്ങളിൽ പലതരം വിശുദ്ധരെയും മാലാഖമാരെയും കാണുക, ചന്ദ്രനിൽ കന്യാമറിയത്തെയും ഉണ്ണീശോയെയും കാണുക തുടങ്ങിയവയൊക്കെ അവളുടെ സ്ഥിരം പരിപാടിയായിരുന്നു. കന്യാസ്ത്രീ ആകണം എന്നതായിരുന്നു അവളുടെ ലക്ഷ്യം. നാൻസിയ്ക്ക് എന്തോ പ്രത്യേക ദൈവപ്രസാദവരം ഉണ്ടെന്നായിരുന്നു അവളുടെ വീട്ടുകാർ കരുതിയത്. പക്ഷെ അവളുടെ സഹോദരൻ എന്നോട് ഫേസ്ബുക്കിലൂടെ എൻ്റെ നമ്പർ ആവശ്യപ്പെട്ടു. മദ്രാസ് ഐഐടി വിദ്യാർത്ഥിയാണ് അയാൾ. തൻറെ സഹോദരിയുടെ സ്വഭാവത്തിലെ മനഃശാസ്ത്ര വിശദീകരണം എന്താണെന്ന് അയാൾക്ക് അറിയണമായിരുന്നു.

## പരാഡോളിയ

എപ്പോഴെങ്കിലും നിങ്ങൾ മേഘങ്ങളിൽ ആകൃതികൾ തിരയാൻ ശ്രമിച്ചിട്ടുണ്ടോ? അല്ലെങ്കിൽ കരിഞ്ഞ ചപ്പാത്തിയിൽ പരിചിതമായ ഒരു മുഖം കണ്ടിട്ടുണ്ടോ? അങ്ങനെ കാണാത്തവർ ചുരുങ്ങും എന്നതാണ സത്യം. ക്രമരഹിതമായ ചില വസ്തുക്കളിൽ പാറ്റേണുകൾ കാണാൻ ആളുകളെ പ്രേരിപ്പിക്കുന്ന ഒരു മാനസിക പ്രതിഭാസമാണ് പാരെഡോലിയ. ഇത് പലപ്പോഴും മനുഷ്യരുടെ സ്വഭാവവിശേഷങ്ങൾ വസ്തുക്കളിൽ ആരോപിക്കുന്നതിലേക്ക നയിക്കുന്നു.

ലളിതമായി പറഞ്ഞാൽ മേഘങ്ങളിൽ രൂപങ്ങൾ കാണുക, രാത്രിയിൽ ചന്ദ്രന്റെ പ്രതലത്തിൽ അമ്മയുടെയും കുഞ്ഞിന്റെയും മുയലിന്റെയുമൊക്കെ രൂപങ്ങൾ കാണുക, കരിഞ്ഞ ചപ്പാത്തിയിലും കസേരയുടെ വികൃതമായ പ്ലാസ്റ്റിക്ക് ഭാഗത്തും ദിവ്യരൂപങ്ങൾ കാണുക, മുളംകമ്പിനുള്ളിൽക്കൂടി കാറ്റടിക്കുമ്പോൾ ഉണ്ടാവുന്ന സ്വരം സ്വർഗ്ഗനാദമായി തോന്നുക. അങ്ങ നെ എന്തിലും ഏതിലും എപ്പോഴും പാറ്റേണുകൾ കാണുന്നത് പാരഡോലിയ എന്ന മനഃശാസ്ത്രപരമായ അവസ്ഥയാണ്.

ചെറിയ അളവിൽ ഇത് ഏവരിലും ഏറിയും കുറഞ്ഞും ഇരിക്കുമെങ്കിലും ചിലർക്ക് ഇതൊരു രോഗാവസ്ഥ തന്നെയാകാറുണ്ട്. വിശ്വാസങ്ങളുടെ അകമ്പടി കൂടെയാകുമ്പോൾ കാര്യങ്ങൾ വഷളാകുന്നു.

## പാരഡോലിയയുടെ പരിണാമ മനഃശാസ്ത്രം

പാരഡോലിയ എന്ന പ്രതിഭാസം നമ്മുടെ പൂർവ്വികർക്ക് ഗുണകരമായി ട്ടുണ്ടെന്നാണ് പരിണാമ മനഃശാസ്ത്രജ്ഞർ വാദിക്കുന്നത്. ഇത് മനുഷ്യരെ അതിജീവിക്കാൻ സഹായിച്ചതായി അവർ വാദിക്കുന്നു. കുഞ്ഞുങ്ങൾക്ക് പാരഡോലിയ അനുഭവപ്പെടുകയാണെങ്കിൽ ആ കുഞ്ഞുങ്ങൾ പരിപാ ലിക്കപ്പെടാനുള്ള സാധ്യത കൂടുതലാണ്. ഉദാഹരണം ഒരു ദശലക്ഷം വർഷങ്ങൾക്ക് മുമ്പ് ഒരു മുഖം തിരിച്ചറിയുവാനും പുഞ്ചിരിക്കുവാനും കഴിവു ള്ള കുട്ടികൾ, മാതാപിതാക്കളുടെ ഹൃദയം കൂടുതൽ കവരുകയും കൂടുതൽ ലാളിക്കപ്പെടുകയും ചെയ്തു (കാൾ സാഗൻ). അങ്ങനെയുള്ള കുട്ടികൾ കൂടുതൽ അതിജീവിക്കുകയും ചെയ്തു.

അതുകൊണ്ടുതന്നെ ഇത്തരത്തിലുള്ള തിരിച്ചറിയൽ തലമുറകളിലൂടെ അതിജീവിക്കാൻ മനുഷ്യനെ സഹായിച്ചു. അതുപോലെ പാരഡോലിയ എന്ന വിശേഷഗുണവും അതിജീവിച്ചു.

ലാളനയിൽ മാത്രമല്ല, ഭയത്തിന്റെ മേഖലയിലും പാരഡോലിയ മനുഷ്യ നെ ഏറെ സഹായിച്ചു. ഒളിഞ്ഞിരിക്കുന്ന ഇരപിടിയരുടേതിന് സാമ്യമുള്ള മുഖങ്ങൾ പോലും പെട്ടെന്ന തിരിച്ചറിയാൻ സാധിച്ചത് പൂർവ്വികരെ അതിജീ വിക്കാൻ സഹായിച്ചു. അതുപോലെ തന്നെയാണ് ചില ശബ്ദങ്ങളിൽനിന്നും അവ ആപത്താണോ അല്ലയോ എന്ന് തിരിച്ചറിയുവാൻ സാധിക്കുന്ന കഴിവ്. ബ്രിട്ടീഷ് സൈക്കോളജിക്കൽ സൊസൈറ്റിയുടെ ക്രിസ്റ്റഫർ ഫ്രഞ്ച് പറയുന്നു, നമ്മുടെ ശിലായുഗപൂർവ്വികൻ വെറുതെ നില്ക്കുമ്പോഴാണ് അതാ പൊന്തക്കാട്ടിൽ പുലിയുടെ മുഖം പോലെ ഒന്ന്; അത് പുലി തന്നെയാണ് എന്ന് കരുതി അവിടെ നിന്ന് ഓടി രക്ഷപെട്ടവരുടെ ജീൻ മാത്രമേ അവ

ശേഷിച്ചുള്ളൂ. അങ്ങനെയൊരു പാറ്റേൺ മനസിലാക്കുവാൻ സാധിക്കാത്ത ആളുകളെ പുലികൾ ഭക്ഷണമാക്കി.

## ആരാണ് പരാഡോളിയ അനുഭവിക്കാൻ സാധ്യതയുള്ളത്?

നിങ്ങൾ എത്ര ഉന്നത വ്യക്തിയായാലും എത്ര വിദ്യാഭ്യാസവും യു ക്തിബോധവും ഉണ്ടെങ്കിലും നിങ്ങൾക്ക് പാരെഡോലിയ അനുഭവപ്പെടാം. ഇതിൽ ഞെട്ടേണ്ട കാര്യമൊന്നുമില്ല. കാരണം ഇത് നിങ്ങളുടെ പുരാ തന അതിജീവന സഹജാവബോധം മാത്രമാണ്. എന്നാൽ മനുഷ്യർ കാട്ടിൽ നിന്നിറങ്ങിയിട്ടും ചിലരിൽ ഈ അവസ്ഥ വളരെ കൂടുതലായി തന്നെ ഇപ്പോഴുമുണ്ട്. കൂടുതൽ മതവിശ്വാസികളായ, അല്ലെങ്കിൽ അമാ നുഷികതയിൽ വിശ്വസിക്കുന്ന ആളുകൾക്ക് പാരെഡോലിയയ്ക്ക് കൂടുതൽ സാധ്യതയുള്ളവരാണെന്ന് അനുമാനിക്കപ്പെടുന്നു. ന്യൂറോട്ടികായ ആളു കൾക്കും നെഗറ്റീവ് മാനസികാവസ്ഥയിലുള്ളവർക്കും പാരെഡോലിയ അനുഭവപ്പെടാനുള്ള സാധ്യത കൂടുതലാണെന്ന് പഠനങ്ങൾ വ്യക്തമാക്കുന്നു. ഇതിനുള്ള കാരണം, ഈ ആളുകൾ അപകടത്തെക്കുറിച്ച് കൂടുതൽ ജാഗ്രത പുലർത്തുന്നുവെന്നതാണ്. അതിനാൽ അവിടെ ഇല്ലാത്ത എന്തെങ്കിലും കണ്ടെത്താനുള്ള പ്രവണത ഇവരിൽ കൂടുതലാണ്. ഇല്ലാത്ത മുഖങ്ങൾ കാണാൻ സ്ത്രീകൾക്കാണ് കഴിവ് കൂടുതൽ. ബാക്കിയുള്ളവരുടെ മുഖഭാവം നോക്കി അവരുടെ വികാരങ്ങളെ തിരിച്ചറിയാൻ അവർക്ക് മികച്ച കഴിവു ണ്ടെന്ന വസ്തുതയുമായി ഇത് ചേർത്തുവായിക്കാം.

## മനഃശാസ്ത്രത്തിൽ പരാഡോളിയയുടെ ഉപയോഗം

ചില മനഃശാസ്ത്രജ്ഞർ മനഃശാസ്ത്രപരീക്ഷണങ്ങളിൽ പരാഡോളിയ യെ ആശ്രയിക്കുന്നു. ഒരു വ്യക്തിയുടെ മറഞ്ഞിരിക്കുന്ന വികാരങ്ങളെ വ്യാഖ്യാനിക്കാൻ അവർ രോഷാക്ക് ഇങ്ക് ബ്ലോട്ട് ടെസ്റ്റ് ഉപയോഗിക്കുന്നു. പേപ്പറിൽ മഷി കുടഞ്ഞ ചില രൂപങ്ങൾ സൃഷ്ടിച്ചു, പേപ്പർ പകുതിയായി മടക്കിക്കൊണ്ട് നിർമ്മിച്ച ഒരു ചിത്രം പരിശോധനയിൽ ഉൾപ്പെടുത്തുന്നു. തത്ഫലമായുണ്ടാകുന്ന ചിത്രം വ്യാഖ്യാനിക്കാൻ സൈക്കോളജിസ്റ്റ് അവരു ടെ രോഗിയോട് ആവശ്യപ്പെടുന്നു. തത്വത്തിൽ രോഗി അവരുടെ ആന്തരിക ചിന്തകളെ ക്രമരഹിതമായ ഇമേജിലേക്ക് അവതരിപ്പിക്കുന്നു. ഇതിൽ നിന്ന് തങ്ങളുടെ മുമ്പിൽ ഇരിക്കുന്ന ആളുടെ വ്യക്തിത്വം, മനോരോഗങ്ങൾ തുടങ്ങിയവയൊക്കെ കണ്ടെത്തുന്നു.

ഈ പരീക്ഷണത്തിന് ശാസ്ത്രീയമായ അടിസ്ഥാനം ഇല്ല എന്ന് പറയാതെ വയ്യ. കാരണം ഓരോ വ്യക്തിയും ഒരേ കാര്യങ്ങൾ വിവിധ

രീതിയിലായിരിക്കും നോക്കി കാണുന്നത്. അത് അവൻ ജനിച്ച വളർന്ന സംസ്കാരവുമായായി വളരെ ബന്ധപ്പെട്ടുമാണ് കിടക്കുന്നത്. ഏറ്റവും ചുരുക്കി പറഞ്ഞാൽ ഒരേ പാറ്റേൺ തന്നെ കോട്ടയത്തുള്ള ഒരു പുരുഷനും ഇടുക്കിയിലുള്ള പുരുഷനും അപഗ്രഥിക്കുന്നത് രണ്ടുതരത്തിലായിരിക്കും. നമ്മുടെ കൊച്ച കേരളത്തിലെ അടുത്തടുത്ത രണ്ട ജില്ലകൾ തോറും ഇത്രയും വ്യത്യാസമുണ്ടെങ്കിൽ രാജ്യങ്ങൾ തമ്മിലോക്കെ എത്ര വ്യത്യാസങ്ങൾ ഒരേ പാറ്റേൺ അപഗ്രഥിക്കുന്നതിൽ ഉണ്ടാവും.

## പരാഡോളിയയിൽ നിന്ന് ലാഭം

കരിഞ്ഞ ചപ്പാത്തിയിലും മേഘങ്ങളിലും ഇഷ്ടദൈവത്തിന്റെ ചിത്രം കാണുന്നത്, അന്യഗ്രഹജീവികളെ കാണുന്നത് തുടങ്ങി പലതിനുമുള്ള യുക്തിസഹമായ വിശദീകരണമാണ് പാരെഡോലിയ എന്ന് പറഞ്ഞുവല്ലോ.

2004-ൽ, പത്ത് വർഷം പഴക്കമുള്ള ഒരു ചീസ് സാൻഡ്‌വിച്ച് ഈ ബേ എന്ന ഓൺലൈൻ സൈറ്റിൽ 28,000 ഡോളറിന് ഒരു വിദ്വാൻ വിറ്റു. കന്യാ മറിയത്തിന്റെ ചിത്രം അതിൽ കരിഞ്ഞിരിക്കുന്നതായി പലർക്കും കാണുവാൻ സാധിച്ചു എന്നതായിരുന്ന കാരണം. നമുക്ക് പരിചിതമായ ഒരു രൂപം മാത്രമേ നമ്മൾ ഇപ്രകാരം കാണുകയുള്ളൂ. ഒരു ഇന്ത്യക്കാരനും ആഫ്രിക്കൻ ഗോത്ര വർഗ്ഗത്തിലെ ദൈവത്തെ ഒരു കരിഞ്ഞ റൊട്ടിയിലും മേഘങ്ങളിലും കാണുകയില്ല. ക്രമങ്ങൾ തിരക്കുന്ന ഒരു യന്ത്രമാണ് മനുഷ്യമസ്തിഷ്കം.

# നിങ്ങളറിയാതെ നിങ്ങളെ ചതുപ്പിൽ ആഴ്ത്തുന്നവർ

ടൊറോൻറോയിൽ എനിക്കൊപ്പം ജോലി ചെയ്തിരുന്ന ദിവ്യ എന്ന പെ
ൺകുട്ടിയെ ഞാൻ ആദ്യം തന്നെ ശ്രദ്ധിച്ചിരുന്നു. എനിക്ക് മൂന്ന് വർഷം മുമ്പാ
ണ് അവർ അവിടെ ജോലിക്ക് പ്രവേശിക്കുന്നത്. തികച്ചും ശാന്തയും സൗമ്യ
സ്വഭാവവുമുള്ള ഒരു സുന്ദരി. ഒരുകാലത്തു പൂമ്പാറ്റയെപ്പോലെ പാറിനടന്നിരു
ന്ന മിടുക്കിയായിരുന്നു എന്ന് പലരും അവളെ പറ്റി പറഞ്ഞുകേട്ടു. കുറച്ച നാ
ളായി വല്ലൊ്യാരു മാറ്റം അവളിൽ ഉണ്ടായിരിക്കുന്നു. അവളുടെ ജോലി ഉടൻ
നഷ്ടപ്പെട്ടുവാൻ സാധ്യതയുണ്ട് എന്നൊരു സംസാരം ഓഫിസിൽ ഉണ്ടായി
രുന്നു.

ദിവ്യ എന്തിനെയോ ഭയപ്പെട്ടുന്നതു പോലെ എനിക്ക് തോന്നിയിരുന്നു.
എന്തു കാര്യം ചെയ്യുന്നതിനു മുമ്പും മറ്റൊരാളുടെ ഉറപ്പ് വേണ്ടതുപോലെ. മൂന്ന്
വർഷമായി ഇതേ സ്ഥാപനത്തിൽ ജോലി നോക്കിയിട്ടും എന്തുകൊണ്ടാണ്
ഇവർക്ക് ഇത്രയും ആത്മവിശ്വാസമില്ലാത്തത് എന്ന് ഞാൻ ഓർത്തു.
അങ്ങനെയിരിക്കുമ്പോഴാണ് വാൾമാർട്ടിൽ വച്ച് ദിവ്യയുടെ കൂടെ അവരുടെ
സുഹൃത്തായ എലിസബത്തിനെ കണ്ടുമുട്ടുന്നത്. എലിസബത്തിനെ എനി
ക്ക് മുമ്പേ പരിചയമുണ്ട്.

അന്നു രാത്രി എലിസബത്ത് എന്നെ വിളിച്ചു. ദിവ്യയെക്കുറിച്ചാണ്
അവർ സംസാരിച്ചത്. പഠിക്കുന്ന കാലത്തും പിന്നിട്ടും ദിവ്യ വളരെ മിടുക്കി
യായിരുന്നു. ദിവ്യ ഒരു കൂർഗിയാണ്. അവൾ ഒറ്റയ്ക്കാണ് കാനഡയിലേക്ക്
കുടിയേറിയത്. അതും വിവാഹത്തിന് മുമ്പ്. എലിസബത്തിന്റെ കൂടെയാണ്
ആദ്യം അവൾ താമസിക്കുകയും കുടിയേറ്റത്തിന്റെ ബാലാരിഷ്ടതകൾ തര
ണം ചെയ്യുകയും. അന്നത്തെ എല്ലാം ബുദ്ധിമുട്ടുകളെയും അവൾ ധീരതയോടെ
തരണം ചെയ്തു. രണ്ടു വർഷം മുമ്പായിരുന്നു അവളുടെ വിവാഹം. ഒരു പട്ടാള
ഉദ്യോഗസ്ഥനെയാണ് അവൾ വിവാഹം ചെയ്തത്. കഴിഞ്ഞ വർഷം അയാൾ

പട്ടാളത്തിലെ കംമീഷൻഡ് പദവി ഉപേക്ഷിച്ച ക്യാനഡയിൽ എത്തി.

പട്ടാള അധികാരങ്ങൾ ഉപേക്ഷിച്ചവെങ്കിലും അയാൾ ഭാര്യയുടെ മേൽ തന്റെ അധികാരം പ്രയോഗിച്ച സായൂജ്യമടയുവാൻ ശ്രമിച്ച. എന്നാൽ ദിവ്യയുടെ മുമ്പിൽ അതൊന്നും അത്ര വിലപ്പോയില്ല. എന്നിട്ടും കഴിഞ്ഞ ഏതാനും മാസങ്ങളായി ദിവ്യയുടെ പെരുമാറ്റത്തിൽ കാര്യമായ പ്രശ്നങ്ങൾ കണ്ടുതുടങ്ങിയിരിക്കുന്നു. തനിക്ക് എന്തോ പ്രശ്നമുണ്ട് എന്നാണ് ദിവ്യ ഇപ്പോൾ തറപ്പിച്ച പറയുന്നത്.

ഞാൻ ദിവ്യയോട് ഒന്ന് സംസാരിക്കണം. എലിസബത്ത് നിർബന്ധിച്ച.

എലിസബത്തിന്റെ ആവശ്യപ്രകാരം ഞാൻ ദിവ്യയോട് സംസാരിച്ച. ആദ്യമൊക്കെ മനസ്സ് തുറക്കാൻ അവൾ വിസമ്മതിച്ചെങ്കിലും ജോലിയിൽ നിന്ന് അവളെ പിരിച്ചുവിട്ടേക്കുമെന്ന് വല്ലാതെ ഭയന്ന ഒരു ദിവസം ഒരു ചായക്ക് അപ്പറവും ഇപ്പറവുമിരുന്ന് അവൾ അവളുടെ കഥ പറഞ്ഞു.

ഭർത്താവിന് ക്യാനഡയിൽ എത്തിയിട്ട് നല്ലൊരു ജോലിയൊന്നും ലഭിച്ചിരുന്നില്ല. മേജർ പദവിയിൽ ഇരുന്ന അയാൾ ഇപ്പോൾ വിമാനത്താ വളത്തിൽ സെക്യൂരിറ്റി ആയിട്ട് ജോലി ചെയ്യുകയാണ്. അവിടെ പ്രശ്ങ്ങൾ ആരഭിക്കുകയിരുന്നു. ഗ്യാസ് ലൈറ്റിങ് എന്ന മനഃശാസ്ത്ര ച്ഷണത്തിന്റെ ഇരയായിരുന്നു ദിവ്യ.

## എന്താണ് ഗ്യാസ് ലൈറ്റിങ്

1944-ൽ ഇറങ്ങിയ ഒരു അമേരിക്കൻ ചലച്ചിത്രമാണ് ഗ്യാസ് ലൈറ്റ്. തന്റെ ഭാര്യ്ക്ക് മാനസികമായ രോഗം ഉണ്ടെന്ന വരുത്തിതീർക്കുവാനും അവളുടെ സ്വത്തുക്കൾ തട്ടിയെടുക്കുവാനും നായകൻ നടത്തുന്ന ശ്രമങ്ങളാ ണ് ഈ സിനിമയിൽ ഭംഗിയായി അവതരിപ്പിക്കുന്നത്.

ഭർത്താവ് തന്റെ വീട്ടിലെ ഗ്യാസ് ലൈറ്റിന്റെ പ്രകാശം ഓരോ ദിവ സവും ചെറിയ രീതിയിൽ കുറയ്ക്കുന്നു. പ്രകാശം കുറഞ്ഞുവരുന്നു എന്ന് ഭാര്യ സ്വാഭാവികമായി പരാതിപ്പെടുന്നു. എന്നാൽ അത് അവളുടെ തോന്നൽ മാത്രമാണ് എന്ന ഭർത്താവ് പറയുന്നു. ഭാര്യക്ക് മനോരോഗമാണ് എന്ന് ചിത്രീകരിക്കുവാനുള്ള ശ്രമമായിരുന്നു അയാളുടേത്. അവസാനം പ്രകാശം തീർത്തും കുറയുന്നതനുസരിച്ച് അവളുടെ വേവലാതിയും കൂടി വരുന്നു.

## ഗ്യാസ് ലൈറ്റിങ് നിത്യജീവിതത്തിൽ

ആടിനെ പട്ടിയാക്കുന്ന തന്ത്രങ്ങൾ പലതരത്തിലുണ്ട്. സ്വന്തം ലാഭത്തി നുവേണ്ടി കാര്യങ്ങളെ വളച്ചൊടിക്കുന്ന രീതി. സമൂഹത്തിലും കുടുംബത്തിലും ജോലിസ്ഥലത്തുമൊക്കെ ഈ അധീശത്വ മനോഭാവം കാണുവാൻ സാ ധിക്കും. ഉദാഹരണത്തിന് ഒരു കുടുംബത്തിൽ ഭർത്താവ് തന്റെ ഭാര്യയെ ഒതുക്കുവാൻ വേണ്ടി ബോധപൂർവമോ അല്ലാതെയോ നടത്തുന്ന ചില ശ്രമങ്ങൾ. ഇവിടെ ശാരീരികമായ ഒരു ബലപ്രയോഗവും നടക്കുന്നില്ല. പകരം തന്റെ പങ്കാളി ചിന്തിക്കുന്ന രീതികൾ പൂർണ്ണമായി തെറ്റാണെന്നും അവരുടെ മനസ്സിലെ സംശയങ്ങളും ചിന്തകളും തികച്ചും അടിസ്ഥാന രഹിതമാണെന്നും ഭർത്താവ് നിരന്തരം ഓർമ്മപ്പെടുത്തുന്നു. എന്നാൽ ഭാര്യ ഭർത്താവിന്റെ തെറ്റുകൾ ചൂണ്ടിക്കാണിക്കുമ്പോൾ, രണ്ടുപേരും ഉൾപ്പെട്ട സംഭവങ്ങൾ എടുത്തു പറയുമ്പോൾ അപ്രകാരം ഒന്നും നടന്നിട്ടില്ല എന്നും ഇതൊക്കെ നീ ചിന്തിച്ച് ഉണ്ടാക്കുന്നതാണ് എന്ന് പറയുന്നു. അതിനുശേഷം തന്റെ ചിന്താഗതികൾക്ക് അനുകൂലമായ ചില കാര്യങ്ങൾ നിരത്തി അതാണ് സത്യം എന്ന് സമർത്ഥിക്കുന്നു. ബോധപൂർവ്വമായ ഈ മനഃശാസ്ത്ര നാടക ത്തിനാണ് ഗ്യാസ് ലൈറ്റിങ് എന്ന് വിളിക്കുന്നത്.

## ഗ്യാസ് ലൈറ്റ് തന്ത്രം എങ്ങനെ തുടങ്ങുന്നു?

ബോധപൂർവ്വമായ ഈ ഗ്യാസ് വിളക്ക് തന്ത്രം എങ്ങനെയാണ് ആരംഭിക്കുന്നതെന്നു നോക്കാം. ആദ്യമൊക്കെ വളരെ നേർത്ത രീതിയിലാ യിരിക്കും ഈ തന്ത്രം തുടങ്ങുന്നത്. ഉദാഹരണം ഭാര്യ ഭർത്താവിനോട് ഒരു കഥയോ സംഭവമോ പറയുന്നു. ഈ സംഭവത്തിലെ വളരെ അപ്രസക്ത മായ ഒരു കാര്യം മറ്റേ വ്യക്തി ചോദ്യം ചെയ്യുന്നു. അത് തെറ്റാണല്ലോ എന്ന കാര്യം വളരെ സൂക്ഷിച്ച തന്നെയായിരിക്കും അയാൾ അവതരിപ്പിക്കുക. അത് വളരെ നിസ്സാരമായ ഒരു തെറ്റാണെന്ന് ഭാര്യ അംഗീകരിക്കുകയും ചെയ്യുന്നു. അതിനുശേഷം അവൾ പറഞ്ഞുവന്ന കാര്യവുമായി മുന്നോട്ട പോകുന്നു. കുറച്ചുകഴിയുമ്പോൾ ഇതുപോലെതന്നെ മറ്റൊരു തെറ്റ് അയാൾ ചൂണ്ടികാണിക്കുന്നു. ഇതെല്ലം കഴിഞ്ഞു മറ്റൊരു സന്ദർഭത്തിൽ ഭാര്യ പറയുന്ന ശരിയായ കാര്യങ്ങളെ പോലും ഇയാൾ ബോധപൂർവ്വം ചോദ്യം ചെയ്യുന്നു. ഇതിന് ഒരു ബലം കിട്ടുവാൻ മുമ്പത്തെ സംഭവം ഇവിടെ എടുത്തു കാണിക്കുന്നു. 'അന്ന് ആ കാര്യം പറഞ്ഞപ്പോൾ എത്ര വലിയ മണ്ടത്തര ങ്ങളാണ് നീ പറഞ്ഞത്' എന്ന് ഓർമ്മപ്പെടുത്തുന്നു. തന്റെ എതിരാളിയുടെ ഓർമ്മയ്ക്ക് എന്തോ കാര്യമായ പ്രശ്നമുണ്ട് എന്ന് സ്ഥാപിച്ചെടുക്കാനുള്ള ശ്രമങ്ങളായിരിക്കും അയാൾ ആദ്യം നടത്തുക.

സ്വാഭാവികമായി ആദ്യമൊക്കെ വളരെ ശക്തമായ രീതിയിൽ ഭാര്യ അയാളെ എതിർക്കും. ഇവിടെ ഒരിക്കലും ഭർത്താവ് ബലം പ്രയോഗിക്ക ന്നില്ല എന്ന് മാത്രമല്ല, ഭാര്യയോട് അനുകമ്പയും സ്നേഹവും ഉള്ളതായി ഭാവിക്കുകയും ചെയ്യും. ക്രമേണ തനിക്കൊരു തകരാറില്ലേ എന്ന് ഭാര്യ സ്വയം സംശയിച്ചു തുടങ്ങും.

പിന്നീട് അയാളുടെ രീതി മാറും. മറ്റുള്ളവരുടെ വൈകാരികതയോടു സ്ഥിരമായി മുഖം തിരിക്കുന്ന സമീപനമായിരിക്കും ച്ഷകൻ പിന്നീട് കൈക്കൊള്ളുന്നത്. 'എനിക്ക് നിന്റെ മണ്ടത്തരങ്ങൾ കേൾക്കാൻ സമയ മില്ല, നീ സംസാരിക്കുന്നത് യാതൊരു സെൻസുമില്ലാത്ത കാര്യങ്ങളാണ്' തുടങ്ങിയ വാചകങ്ങൾ ഈ ച്ഷകൻ ഇടയ്ക്കിടെ പറയുന്നത് കേൾക്കാം. ഇരയുടെ ഓർമ്മകളെ ചോദ്യം ചെയ്യുക, അവർ പറയുന്ന രീതിയിൽ അല്ല കാര്യങ്ങൾ നടന്നത് എന്ന് ഉറപ്പിച്ചു പറയുക, തികച്ചും സാങ്കല്പികമായ ഒരു കാര്യം പറഞ്ഞിട്ട് 'അത് നീ ഓർക്കുന്നില്ലേ? അപ്പോൾ നിനക്ക് കാര്യമായി എന്തോ പ്രശ്നമുണ്ട്' എന്നു സ്ഥാപിച്ചെടുക്കുവാൻ ശ്രമിക്കുക, രണ്ടുകൂട്ടർക്കും അറിയാവുന്ന വളരെ അടുത്ത് നടന്ന ഒരു കാര്യം അങ്ങനെ നടന്നിട്ടില്ല എന്ന് ഉറപ്പിച്ചു പറയുകയും, തികച്ചും നടക്കാത്ത ഒരു കാര്യം അവിടെ ചേർക്കുകയും ചെയ്യുക തുടങ്ങിയവയൊക്കെയായിരിക്കും തന്ത്രങ്ങൾ.

**ഉദാഹരണം:**

ഇര: നമ്മൾ രണ്ടുപേരും കൂടി നടന്നു പോയപ്പോൾ ആ വഴിയിൽ ഒരു സംഘടനം നടക്കുന്നത് നിങ്ങൾ ഓർക്കുന്നില്ലേ? പ്രശ്നം പരിഹരിക്കുവാൻ നിങ്ങൾ തന്നെയല്ലേ അന്ന് മുൻകൈ എടുത്തത്?

ച്ഷകൻ: ഹേ നീ എന്താണ് ഈ പറയുന്നത്. അങ്ങനെ ഒരു സംഭവം നട ന്നിട്ട് പോലുമില്ലല്ലോ. നമ്മൾ രണ്ടുപേരും കൂടി അങ്ങനെയൊരു സ്ഥലത്തേ പോയിട്ടില്ല.

ഇര വളരെ ശക്തമായി, വ്യക്തമായി, ഒരു കാര്യം പറയുമ്പോൾ അതിന മറുപടി കൊടുക്കാതെ അത് പറഞ്ഞ ആളെ ഇടിച്ചു താഴ്ത്തുക.

**ഉദാഹരണം:**

"നീ പിന്നെയും ആ കുരുട്ടുബുദ്ധി സുഹൃത്തിനോട് സംസാരിച്ച കാണും. അവളാണ് നിന്റെ തലയിലേക്ക് ഈ തെറ്റിദ്ധാരണകൾ ഒക്കെ കയറ്റുന്നത്? സമൂഹത്തിന് മുമ്പിലും ഇവർ ഈ തന്ത്രം വളരെ ബോധപൂർവ്വം പ്രയോഗി ക്കും.

**ഉദാഹരണം:**

ഒരു സമൂഹത്തിൽ വച്ച്, ഈ ച്ഷകൻ കൃത്യമായി ഇരയു നേരെ അടിസ്ഥാ

നരഹിതമായ ആരോപണങ്ങൾ തൊടുത്തുവിട്ടു കൊണ്ടിരിക്കും. വളരെ ശാന്തമായി, ചിരിച്ചുകൊണ്ട് ചുറ്റുമുള്ളവർ ഒന്നും തന്നെ ശ്രദ്ധിക്കാത്ത രീതിയിലായിരിക്കും ഈ സംഭാഷണം മുമ്പോട്ട പോകുന്നത്. സഹികെട്ടന്ന ഇര കുറച്ചകഴിയുമ്പോൾ ഉച്ചത്തിൽ പ്രതികരിച്ച പോകം. അയാൾ സംസാരം നിറുത്തുന്നു. ചുറ്റുമുള്ളവർ തിരിഞ്ഞു നോക്കുന്നു. ചുറ്റുമുള്ള ആളുകൾ നോക്ക മ്പോൾ ഇര അകാരണമായി ശബ്ദം വയ്ക്കുന്നു.

ചില സന്ദർഭങ്ങളിൽ ചൂഷകൻ തനിക്കെതിരെയാണ് ഈ ഗ്യാസ് തന്ത്രം പ്രയോഗിക്കപ്പെടുന്നതെന്നും താനാണ് ഇരയെന്നും പറഞ്ഞു കള യും. ഈ ഇരവാദം വളരെ കൃത്യമായി അയാൾ സ്ഥാപിച്ചെടുക്കുകയും ചെയ്യും.

സാധാരണ സ്ത്രീകളെ അപേക്ഷിച്ച പുരുഷന്മാരാണ് ഈ തന്ത്രം കൂട്ട തലായി പയറ്റുന്നത്. സ്ത്രീയെ തന്റെ വരുതിയിൽ നിർത്തുവാൻ പുരുഷന്മാർ കാലാകാലങ്ങളായി ഈ തന്ത്രങ്ങളുടെ വിവിധ വകഭേദങ്ങൾ പയറ്റിവരുന്നു. പക്ഷെ ഇത് ഒരു മേഖലയിൽ മാത്രം നിലനില്ക്കുന്ന ഒന്നായികാണരുത്. ഒരാളുടെ ഓർമ്മകളെ ചോദ്യം ചെയ്യുന്ന ചെറിയ കാര്യങ്ങളിൽ മാത്രം ഈ തന്ത്രം ഒതുങ്ങി നില്ക്കുന്നില്ല. ജീവിതത്തിന്റെ സമസ്തമേഖലകളിലും പല രീതികളിൽ ഈ തന്ത്രം ആളുകൾ പ്രയോഗിച്ച വരുന്നു.

## ഗ്യാസ് ലൈറ്റിങ് എങ്ങനെ പ്രതിരോധിക്കാം?

- നിങ്ങളുടെ വൈകാരികതയെ ആരെങ്കിലും ബോധപൂർവ്വം മുറിപ്പെട ത്തുന്നു എന്ന് ബോധ്യപ്പെട്ടാൽ, അല്ലെങ്കിൽ അങ്ങനെയൊരാൾ ചെയ്യ ന്നുണ്ട് എന്ന് നിങ്ങൾക്ക് സംശയം തോന്നിയാൽ പെട്ടെന്നതന്നെ ആ വ്യക്തിയിൽനിന്ന് പൂർണ്ണമായി അകലുകയോ വിട്ടുമാറുകയോ ആണ് നല്ലത്. എന്നാൽ പലപ്പോഴും ഇത് അത്ര പ്രായോഗികമ ല്ല. കാരണം അപ്പറത്തുള്ളത് നിങ്ങളുടെ ജീവിതപങ്കാളിയോ, സുഹൃ ത്തോ, ഓഫീസ് അധികാരിയോ, പുരോഹിതരോ അങ്ങനെ ആരെ ങ്കിലും പ്രധാന വ്യക്തിയായിരിക്കും.

- നിങ്ങൾ ചെയ്തില്ല എന്ന് നിങ്ങൾക്ക് ഉറപ്പുള്ള ഒരു കാര്യത്തിന്റെ ഉത്ത രവാദിത്വം ഒരുകാരണവശാലും നിങ്ങൾ ഏറ്റെടുക്കരുത്. കാരണം നി ങ്ങൾ ഒരു സന്ദർഭത്തിൽ കുറ്റം ഏറ്റെടുത്താൽ, പിന്നീട് പുതിയ ആരോ പണവുമായി അയാൾ വീണ്ടുമെത്തും.

- സ്നേഹത്തിന്റെ പേരിൽ നിങ്ങളുടെ വൈകാരികത ബലികഴിച്ച് ഒരു ബന്ധം മുമ്പോട്ട കൊണ്ടുപോകാൻ ശ്രമിച്ചാൽ, ഒരിക്കലും മറ്റേ ആളെ തൃപ്തിപ്പെടുത്തുവാൻ നിങ്ങൾക്ക് സാധിക്കില്ല.

- മറ്റേ വ്യക്തിയുടെ വാദങ്ങൾക്ക് അതേ രീതിയില്ലുള്ള മറുവാദം നടത്തരുത്. കാരണം തികച്ചും കെട്ടിച്ചമച്ച വാദങ്ങൾക്ക് നിങ്ങൾ മറുപടിയും മറുവാദവും ഉന്നയിക്കുമ്പോൾ നിങ്ങൾക്ക് നഷ്ടം മാത്രമല്ല, അയാൾ വീണ്ടും വിജയിക്കുകയും ചെയ്യും. ഇങ്ങനെയുള്ള സന്ദർഭങ്ങളിൽ അയാളുടെ വാദങ്ങൾ ഒരിക്കലും അംഗീകരിച്ച കൊടുക്കുന്നതായി സമ്മതിക്കരുത്.

- നിങ്ങളുടെ മാനസികവും ശാരീരികവുമായ സുരക്ഷയാണ് പ്രാധാനം എന്നതിനാൽ ആ സ്ഥലത്തുനിന്ന് മാറുകയും ശാരീരികമായ ഒരു ഭീഷണി നിലനില്ലുന്നുണ്ടെങ്കിൽ നിയമപരമായ സഹായം സ്വീകരിക്കുകയും ചെയ്യാവുന്നതാണ്.

- നിങ്ങളുടെ പ്രശ്നങ്ങൾ നിങ്ങളുടെ ജീവിത പങ്കാളിയുമായി പങ്ക വയ്ക്കുക. ഒരു മനഃശാസ്ത വിദഗ്ദ്ധന്റെ അഭിപ്രായം തേടുകയും ചെയ്യുന്നത് മാനസികമായിട്ടുള്ള ആഘാതം നേരിടുവാൻ ഉള്ള മുൻകരുതലുകൾ എടുക്കുവാൻ സാധിക്കും.

## എന്തുകൊണ്ടാണ് ഗ്യാസ് ലൈറ്റിങ് തന്ത്രം ആൾക്കാർ ഉപയോഗിക്കുന്നത്

പ്രധാനമായും തങ്ങൾക്ക് പങ്കാളിയുടെയോ മറ്റാരുടെയോ മേലോ ആധിപത്യം നേടിയെടുക്കുന്നതിനുവേണ്ടിയാണ് ഈ തന്ത്രം ആളുകൾ പയറ്റുന്നത്. അധീശത്വ മനോഭാവം, നാർസിസം, സാമൂഹ്യവിരുദ്ധ കാഴ്ചപ്പാടുകൾ അങ്ങനെ പല മനോരോഗങ്ങളും ഈ മനസികാവസ്ഥയ്ക്ക് കാരണമാകാം. കുടുംബങ്ങളിൽ, ഒരു സമൂഹത്തിൽ, രാഷ്ട്രീയത്തിൽ, സ്ഥാപങ്ങളിൽ, സംഘടനകളിൽ ഒക്കെയും ഈ തന്ത്രം ആളുകൾ പയറ്റും.

ഗ്യാസ് വിളക്ക് തന്ത്രം പയറ്റുന്ന ആൾ തങ്ങളുടെ തന്നെ മാനസിക നിലയില്ലുള്ള ഒരു ശൂന്യത നികത്താനാണ് ശ്രമിക്കുന്നത്. ആ ശ്രമമാകട്ടെ മറ്റൊരാളുടെ വൈകാരികതയെ കുത്തി മുറിവേല്പിച്ച് ആയിരിക്കും എന്നമാത്രം. നിങ്ങളുടെ വികാരം മനസ്സിലാക്കാനോ നിങ്ങളെ ശ്രദ്ധിക്കുവാനോ, എന്തിന് നിങ്ങളെ ഒരു വ്യക്തിയായി പോലും അവർ അംഗീകരിക്കില്ല.

## ഗ്യാസ് ലൈറ്റ് തന്ത്രത്തിന്റെ പരിണിതഫലങ്ങൾ

ഗ്യാസ് ലൈറ്റിങ് ക്രിയകൾ പുരോഗമിക്കുന്നതോടുകൂടി ഇതിന്റെ ഇരയായവർ തങ്ങളുടെ തന്നെ ഓർമ്മകളെ സംശയിച്ച തുടങ്ങും. ഈ കീഴ്പ്പെടുത്തലുകൾ ഇരയുടെ മാനസികാരോഗ്യത്തിന് ഗുരുതരമായ പ്ര ത്യാഘാതങ്ങൾ സൃഷ്ടിക്കുന്നു. വളരെ സ്വാഭാവികമായി തന്നെ ഇരയുടെ ആത്മവിശ്വാസവും ആത്മാഭിമാനവും കുറഞ്ഞു കുറഞ്ഞു വരും. ഇതൊക്കെ തങ്ങൾ അർഹിക്കുന്നതാണ് എന്ന് അവർ സ്വയം ബോധ്യപ്പെടുത്തുന്നു. അല്ലെങ്കിൽ ഇതിൽ നിന്ന് പുറത്തു കടക്കുവാൻ തങ്ങൾക്ക് സാധിക്കില്ല എന്ന മാനസികമായ പൊരുത്തപ്പെടൽ (learned helplessness). ഇതുപോ ലൊരു ചുഷണത്തിൽനിന്ന് ഒരാൾ രക്ഷപ്പെട്ട വന്നാൽ തന്നെ അവരുടെ ആത്മവിശ്വാസം വളരെ കുറവായിരിക്കും. തങ്ങൾ ചിന്തിക്കുന്ന രീതി ശരിയാ ണോ, പറയുന്നത് ശരിയാണോ, തങ്ങൾ പറയുന്നത് ആളുകൾ നിസാരമായി തള്ളിക്കളയുമോ എന്നെല്ലാം ഇവർ ചിന്തിച്ച തുടങ്ങും. ഈ ചുക്ഷണം ഇരയുടെ മാനസികമായ ആരോഗ്യത്തെ സാരമായി തന്നെ ബാധിക്കും. ആകുലത, വിഷാദം, അമിത ആശ്രയത്വബോധം തുടങ്ങിയവയെല്ലാം ഇങ്ങനെയുള്ള ഇരകളിൽ കണ്ടുവരുന്നു. എന്തിനും ഏതിനും മറ്റൊരാളെ ആശ്രയിക്കാതെ പിന്നീട് മുന്നോട്ട പോകാൻ ഇവർക്ക് സാധിക്കാതെ വരും.

ചികിത്സ:

ഈ ബന്ധത്തിൽനിന്ന് പുറത്തുകടക്കുക എന്നതാണ് ആദ്യം ചെയ്യേ ണ്ടത്. ഇവരുടെ അടുത്തുള്ള ആളുകളുടെ ശ്രദ്ധ, കരുതൽ തുടങ്ങിയവയൊ ക്കെയാണ് ആദ്യം ആവശ്യം. ഇരയുടെ ആത്മവിശ്വാസം തിരിച്ചുപിടിക്കുക എന്നതാണ് ഈ പ്രക്രിയയുടെ പ്രധാന ഉദ്ദേശം എന്ന് പറഞ്ഞു കഴി ഞ്ഞല്ലോ. തന്റെ സ്വന്തം ചിന്തകളും തീരുമാനങ്ങളും തനിക്കുതന്നെ വിശ്വസിക്കാൻ സാധിക്കാത്ത അവസ്ഥയിൽനിന്ന് പുറത്തുകടക്കാൻ അവരെ പ്രാപ്തരാക്കുകയാണ് ചികിത്സയുടെ ആദ്യഘട്ടം. പിന്നീട് മനഃ ശാസ്ത്രപരമായ കൗൺസിലിംഗ്, സാമൂഹികപരവും നിയമപരവുമായ ഇടപെടലുകൾ ഒക്കെ ആവശ്യമായി വരും.

ദിവ്യയുടെ കഥയിലേക്ക് തിരിച്ച വരാം. ഞാൻ ദിവ്യയോട് ഏതാണ് ഒരു മണിക്കൂർ സംസാരിച്ച. ദിവ്യയുടെ പ്രശ്നം ഭർത്താവിന്റെ ഗ്യാസ് ലൈ റ്റിങ് തന്ത്രമാകാനാണ് സാധ്യത എന്ന് എനിക്ക് ഏതാണ്ട് ഉറപ്പായിരുന്നു. പക്ഷെ ഇവിടെ ഭാര്യയുടെ പാരാനോയിയ എന്ന സംശയരോഗത്തിന്റെ സാ ധ്യത കൂടി കണക്കിലെടുക്കണമല്ലോ. എന്റെ നിർദ്ദേശപ്രകാരം ഞങ്ങളുടെ പൊതുസുഹൃത്ത് എലിസബത്ത് മുൻകൂട്ടി അറിയിച്ച ദിവ്യയുടെ വീട്ടിൽ പോ യി. അവരുടെ ഭർത്താവിന്റെ പെരുമാറ്റം, അവിടെ നിലനില്ലുന്ന കുടുംബ വ്യ വസ്ഥ, ഇവർ തമ്മിലുള്ള ആശയവിനിമയങ്ങൾ എന്നിവയെല്ലാം എലിസബ

ത്ത് നിരീക്ഷിച്ചു. എന്റെ നിഗമനങ്ങൾ ശരിവയ്ക്കുന്നതായിരുന്നു എലിസബ ത്തിന്റെ കണ്ടെത്തലുകൾ. ദിവ്യ ഒരു ദുർബലയും ചപലമനസ്കയുമാണെന്ന് വരുത്തിത്തീർക്കുവാൻ അവരുടെ പട്ടാളക്കാരൻ ഭർത്താവ് ശ്രമിച്ചുകൊണ്ടേ യിരുന്നു.

ഞങ്ങൾ ദിവ്യയെ കാര്യങ്ങൾ പറഞ്ഞു മനസിലാക്കി. അവരെ ആ അവസ്ഥയിൽ നിന്ന് രക്ഷപെടുത്തുന്നതിന്റെ ആദ്യഘട്ടമെന്ന നിലയിൽ ഒരു സർക്കാർ സോഷ്യൽ വർക്കറിന്റെ അടുത്തേയ്ക്ക് അവരെ പറഞ്ഞുവിട്ടു. ഒരു വർഷത്തിന് ശേഷം പീഡിതമായ ആ ദാമ്പത്യബന്ധത്തിൽ നിന്ന് ദിവ്യ പുറേത്തയ്ക്ക് എത്തി. അവൾ ഇപ്പോൾ നല്ല നിലയിൽ ജീവിക്കുന്നു.

## ദിശാബോധം നശിച്ച നമ്മുടെ വിദ്യാഭ്യാസം

ദുബായിൽ നിന്ന് ടോറോന്റോയിലേക്കുള്ള എയർ കാനഡ വിമാന ത്തിൽ ഞാൻ സ്വസ്ഥമായി ഇരിപ്പുറപ്പിച്ചു. എന്റെ അടുത്ത് ഒരു മലയാളി സ്ത്രീ ഇരിപ്പുണ്ട്. അവരുടെ കയ്യിൽ ഒരു കുട്ടി. അവരുടെ മറ്റേ കുട്ടി അടുത്ത റോയിൽ ഇരിക്കുന്ന അവരുടെ ബന്ധുവിന്റെ കൂടെയുണ്ട്. കുട്ടികൾ നല്ല വികൃതിയാണ്. അപ്പറത്തെ ബന്ധുവിന്റെ കൂടെയുള്ള കുട്ടി നിലത്ത് ഇഴയുക യാണ്.

എയർഹോസ്റ്റസ് വന്നു. എയർ കാനഡ എയർ ഹോസ്റ്റസുമാരോട് വല്ലാത്ത ബഹുമാനം തോന്നാറുണ്ട്. കാരണം ഈ വൈകിയ പ്രായത്തിലും അവർ ഈ കടുപ്പമുള്ള ജോലി ചെയ്യുന്നുണ്ടല്ലോ. എയർ ക്യാനഡയിൽ ജോലിക്ക് കയറുന്നവർ ആദ്യം ചെയ്യുന്ന ഒരു ആചാരമുണ്ട്. ആതിഥ്യ മര്യാദ, സൗമ്യത, വിനയം തുടങ്ങിയ വാക്കുകൾ അടങ്ങിയ നിഘണ്ടു എടുത്ത് അവർ നയാഗ്ര വെള്ളച്ചാട്ടത്തിൽ ഏറിയും. പുല്ല് പോകട്ടെ.

നമ്മുടെ ഈ രണ്ടു കുട്ടികളുടെ പരാക്രമം കണ്ട് എയർ ഹോസ്റ്റസ് പറഞ്ഞു, 'കുട്ടികളെ സീറ്റിൽ ഇരുത്തി ബെൽറ്റ് ഇടണം.'

പെൺകുട്ടി പറഞ്ഞു, 'അവർ എന്റെ അടുത്തു മാത്രമേ ഇരിക്കൂ മാഡം. അവർ വലിയ വാശിക്കാരാണ്. ഞാൻ പറഞ്ഞിട്ട് കേൾക്കുന്നില്ല.'

അപ്പോൾ എയർഹോസ്റ്റസ് പറഞ്ഞ ഒരു മറുപടിയുണ്ട്, 'നിങ്ങളുടെ കുട്ടി പറഞ്ഞാൽ കേൾക്കുന്നില്ലെങ്കിൽ അത് നിങ്ങളുടെ കൂടി പ്രശ്നമാണ്. അതാകട്ടെ ബാക്കിയുള്ള യാത്രക്കാർക്ക് മുഴുവൻ പ്രശ്നമുണ്ടാക്കുന്നുണ്ട്. മാത്രമല്ല, ഈ അവസ്ഥയിൽ കുട്ടികളെ വെച്ചുകൊണ്ട് ഫ്ലൈറ്റ് ടേക്ക് ഓഫ് ചെയ്യില്ല. നിങ്ങൾ യാത്ര വേണ്ടെന്ന് വയ്ക്കുന്നതായിരിക്കും ഉചിതം.'

ഞാൻ എന്റെ തൊട്ട് അടുത്തിരുന്ന അപ്പുപ്പനോട് അഭ്യർത്ഥിച്ച് അയാളെ മുമ്പ് പറഞ്ഞ ആ ബന്ധുവിന്റെ സീറ്റിൽ ഇരുത്തി, പുറകിലുള്ള

ഒരു ഒഴിഞ്ഞ സീറ്റിലേക്ക് ഞാൻ മാറി ഇരുന്നു. അങ്ങനെ ഈ പട മുഴുവൻ ഒരു റോയിൽ ഇരുന്നു. സ്വന്തം സീറ്റിൽ നിന്ന് തന്നെ ഇറക്കിയതിന് ആ വെള്ളക്കാരൻ അപ്പപ്പൻ എന്റെ പിതാവിനെ ആ ഫൈറ്റിലേല്ല് ആവാഹിച്ച് വരുത്തിയിട്ടുണ്ടാവും. പക്ഷെ ഇറങ്ങുന്ന സമയത്ത് ഒരു നന്ദി വാക്ക് പോ യിട്ട് ഒരു നോട്ടം കൊണ്ട് പോലും യാത്ര പറയുവാൻ ഈ പെൺകുട്ടിയോ ബന്ധുവോ മിനക്കെട്ടില്ല. പക്ഷെ ആ എയർ ഹോസ്റ്റസ് പറഞ്ഞ ആ വാക്യം എന്റെ മനസ്സിൽ തങ്ങി നിന്നു, 'നിങ്ങളുടെ കുട്ടി അനുസരിക്കുന്നില്ലെങ്കിൽ അത് നിങ്ങളുടെ കുടി പ്രശ്നമാണ്.'

ടൊറോന്റോയിൽ താമസിക്കുന്ന ഒരു വൈദികൻ ഒരിക്കൽ പറഞ്ഞു. ഒരു മലയാളി സ്ത്രീ ഒരിക്കൽ അദ്ദേഹത്തെ കാണാൻ വന്നു. കൂടെ രണ്ടു കുട്ടികളുണ്ട്. അതിൽ ഒരു കുട്ടി അദ്ദേഹത്തിന്റെ ടി. വി. റിമോട്ട് കൺട്രോൾ എടുത്തു ടീപ്പോയിൽ ഇട്ട് അടിക്കുവാൻ തുടങ്ങി. അപ്പോൾ മറ്റേ കുട്ടിക്കും ആ റിമോട്ട് വേണം. വിശാലഹൃദയയായ ആ മാതാവ് അദ്ദേഹത്തിന്റെ വിഡിയോ റിമോട്ട് എടുത്തു മറ്റേ കുട്ടിക്ക് കൊടുത്തു. രണ്ടു കുട്ടികളും മത്സ രിച്ച് റിമോട്ടുകൾ തകർക്കുകയാണ്. റിമോട്ടുകൾ നശിക്കുന്നത് കണ്ടിട്ടും അമ്മയ്ക്ക് ഒരു കുലുക്കവുമില്ല. അവസാനം സഹികെട്ട് ആ വൈദികൻ പറഞ്ഞു.'ജാൻസി കുട്ടികൾ എന്റെ റിമോട്ട് നശിപ്പിക്കുകയാണ്. ഇത് പഴയ മോഡലാണ്, വേറെ വാങ്ങാൻ കൂടി സാധിക്കില്ല. നീ എന്താണ് ഒന്നും മിണ്ടാത്തത്?'

വൈദികൻ തന്റെ കുട്ടികളോട് മോശമായി പെരുമാറി എന്നു പറഞ്ഞ് അവർ കുട്ടികളെയും വിളിച്ച് അവിടെ നിന്ന് ഇറങ്ങി പോയത്രേ!.

പാശ്ചാത്യ രാജ്യത്തു പൊതു ഇടങ്ങളിൽ ചെന്നാൽ നമ്മൾ കാണുന്ന ഒരു പ്രത്യേകതയുണ്ട്. അവിടെ കുട്ടികൾ വളരെ നിശ്ശബ്ദവും അച്ചടക്കമു ള്ളവരുമായിരിക്കും. ആവശ്യമില്ലാതെ കരയുകയോ ബാക്കിയുള്ളവർക്ക് ശല്യം ഉണ്ടാക്കുകയോ ഒന്നും ചെയ്യില്ല. മറ്റ് വീട്ടുകളിൽ ചെന്നാൽ അവർക്ക് ശല്യമില്ലാതെ ഒരിടത്ത് ഇരിക്കും. കടയിൽ കയറിയാൽ സാധനങ്ങൾ വാരി എടുക്കില്ല. പക്ഷെ നമ്മുടെ കുട്ടികൾ വളർന്നവരുമ്പോൾ നമ്മളെ പോലെ ആകുന്നതും ഈ പരിശീലനത്തിന്റെയും അച്ചടക്കരാഹിത്യത്തിന്റെയും പ്രശ്നം മൂലമാണ്.

കുട്ടികളെ മുൻസീറ്റിൽ ഇരുത്തി ദീർഘദൂരയാത്ര പോകുന്നവരോട് ഞാൻ എനിക്ക് അറിയാവുന്ന രീതിയിലൊക്കെ പറയാറുണ്ട്. 'ഇത് അപകടമാണ്. പുറകിൽ ഒരു കാർ സീറ്റ് വാങ്ങി അതിൽ കുട്ടികളെ ഇരുത്തൂ.' അപ്പോൾ

ലഭിക്കുന്ന ചില മറുപടികൾ:

'അവൻ വല്ലാത്ത കുറുമ്പനാണ്.    അവൻ അതിലൊന്നും ഇരിക്കില്ല മിസ്റ്റർ.'
'എന്റെ കുട്ടിയല്ലേ, ഞാൻ മുറുകെ പിടിച്ചിട്ടുണ്ട്.'
'ദൈവം തുണയുള്ളപ്പോൾ എന്ത് പേടിക്കാൻ.'


നിങ്ങളുടെ കുട്ടികൾക്ക് മാത്രം എന്താണ് ഇത്ര പ്രത്യേകത? പുറത്തുള്ള രാജ്യത്തു ജീവിക്കുന്ന സകലവംശജരുടേയും കുട്ടികൾക്ക് അച്ചടക്കം പാലിച്ച കാറിൽ ഇരിക്കാമെങ്കിൽ, പൊതു സ്ഥലത്ത് നന്നായി പെരുമാറാൻ സാ ധിക്കുമെങ്കിൽ ഇവിടെ നിങ്ങളുടെ കുഞ്ഞിനും അത് സാധിക്കും.   അതിന് ആദ്യം മാറേണ്ടത് നിങ്ങളുടെ മനോഭാവമാണ്.   സർക്കാർ ഇത് നിയമം മൂലം അതനുശാസിക്കേണ്ടതുണ്ട്.

ചില മാറ്റങ്ങൾ വരുത്തുന്നതിന് കുറിച്ച് സർക്കാർ ആലോചിച്ചവരുന്ന ണ്ട്. ഏതാണ്ട് 100 വർഷം മുമ്പ് ക്യാനഡയിലോ അമേരിക്കയിലോ അവർ നടപ്പാക്കി, അവർ വളരെ കൃത്യമായിട്ട് പാലിക്കുന്ന ട്രാഫിക്ക് നിയമങ്ങളിൽ ചിലത് ഈ വൈകിയ വേളയിലെങ്കിലും നടപ്പാക്കുന്നതിനെപ്പറ്റി നമ്മുടെ സർക്കാർ ആലോചിക്കുന്നുണ്ടല്ലോ? നല്ലത്.

നമ്മൾ അച്ചടക്കം പാലിക്കുന്ന സ്ഥലങ്ങൾ ഇല്ല എന്നല്ല. തീർച്ചയായും ഉണ്ട്.   ബീവറേജ്സ് ഔട്ട് ലെറ്റിന്റെ മുൻപിൽ മദ്യം വാങ്ങുവാൻ, അനുഗ്രം ഇരന്ന വാങ്ങുവാൻ ആരാധനലയങ്ങളിൽ, സിനിമയിലെ സ്റ്റണ്ട് സീനിൽ നായകന്റെ അടി കൊള്ളാൻ വേണ്ടി കാത്തുനില്ലുന്ന വില്ലന്മാർ.   അങ്ങനെ ചുരുങ്ങിയ സ്ഥലങ്ങളിൽ മാത്രം നമ്മൾ ജപ്പാൻകാരെ വെല്ലുന്ന മാന്യത കാണിക്കുന്നു.

## ക്ഷൺ പോലെ മുളയ്ക്കുന്ന അന്താരാഷ്ട്ര വിദ്യാലയങ്ങൾ

കേരളത്തിലെ പുകൾപെറ്റ ഒരു അന്താരാഷ്ട്ര വിദ്യാലയത്തിലെ (international school) ഒരു സംഘം കുട്ടികളെ ഒരു പൊതുസ്ഥലത്തു വച്ച് കാണുവാനിടയായി. ഓരോ കുട്ടിയുടെയും നെഞ്ചിൽ പരംവീർ ചക്രം പോലെ തൂങ്ങുന്ന സ്കൂൾ ബാഡ്ജ്. ഇപ്രകാരമുള്ള ഒരു പഞ്ചനക്ഷത്ര വിദ്യാലയത്തിൽ പഠിക്കുന്ന ഈ കുട്ടികൾക്ക് ഒരു അന്താരാഷ്ട്ര മാന്യതയും, അച്ചടക്കവും പ്രതീക്ഷിച്ച ഞാൻ അക്ഷരാർത്ഥത്തിൽ ഞെട്ടിപ്പോയി. കലപില സംസാ രിച്ചുകൊണ്ട് അലക്ഷ്യമായി നടന്നുപോയ രണ്ടു കുട്ടികൾ ഒന്നിന് പുറകെ ഒന്നായി ആർക്കും ശല്യമുണ്ടാക്കാതെ പാതയുടെ ഓരത്തു നിന്നിരുന്ന

എന്റെ കാലിൽ ചവുട്ടി. പ്രായത്തിൽ മുതിർന്നവരുടെ കാലിൽ ചെറുതായി പോലും നമ്മളുടെ കാലുകൊണ്ടാൽ ക്ഷമ പറയുകയും കാലിൽ തൊട്ട വന്ദി ക്കുകയും ചെയ്യുന്ന ഒരു സംസ്കാരവും വിദ്യാഭ്യാസവുമാണ് എന്റെ തലമുറയും എനിക്ക മുമ്പുള്ള അനേകം തലമുറയും സിദ്ധിച്ചിട്ടുള്ളതും അനുവർത്തിച്ച പോന്നിട്ടുള്ളതും. എന്നാൽ എന്റെ കാലിൽ അത്ര ചെറുതല്ലാത്ത രീതിയിൽ തന്നെ ചവുട്ടിയ ഒരു കുട്ടി ഒന്നും സംഭവിക്കാതെ കടന്നുപോയപ്പോൾ മറ്റേ കുട്ടി എന്നെ അവജ്ഞയോടെ നോക്കുക പോലും ചെയ്തു.

ആ പൊതുസ്ഥലത്തു കൂടിനിന്നിരുന്ന പലരിലും ഇവരുടെ പെരുമാറ്റം അസ്വസ്ഥത ഉണ്ടാക്കുന്നത് ഞാൻ ശ്രദ്ധിച്ചു. അടുത്തതന്നെ ചവറ്റുകുട്ട ഉണ്ടായിട്ടുകൂടി മിഠായി കടലാസുകൾ വെറും നിലത്തേക്ക് അലക്ഷ്യമായി ഇടുവാൻ അവർക്കൊരു മടിയും ഉള്ളതായി തോന്നിയില്ല.

## നമ്മുടെ നാട്ടിലെ അന്തരാഷ്ട്ര വിദ്യാഭ്യാസം എന്താണ്?

ഇടയ്ക്കിടെ വായിൽ നിന്ന് വീഴുന്ന മുറി ഇംഗ്ലീഷ്. അതും ഹിന്ദി ചുവ ചേർന്ന അമേരിക്കൻ പ്രയോഗങ്ങൾ, അമേരിക്കൻ ടെലിവിഷൻ ഷോകളെ പറ്റിയുള്ള പരാമർശങ്ങൾ, അമേരിക്കൻ ഫാസ്റ്റ്ഫുഡുകൾ തുടങ്ങിയവയൊ ക്കെയാണ് അവരുടെ അന്താരാഷ്ട്ര വിദ്യാഭ്യാസം അവർക്ക നല്കിയ മേന്മകൾ.

ഒറ്റപ്പെട്ട ഒരു സംഭവം മുൻനിർത്തിയാണ് ഇത്രയും കാര്യങ്ങൾ എഴുതി യത് എന്ന് ധരിക്കരുത്. വിദ്യാഭ്യാസ മേഖലയിലും മനഃശാസ്ത്ര മേഖലയിലും പ്രവർത്തിക്കുന്ന എനിക്ക് ഇതൊരു പഠനവിഷയം തന്നെയാണ്. ഇന്ത്യ യിലും വിദേശത്തുമായി വിഖ്യാത സർവ്വകലാശാലകൾ ഉൾപ്പെടെയുള്ള അനേകം വിദ്യാഭ്യാസ സ്ഥാപനങ്ങളിലെ അധ്യാപകരും കുട്ടികളുമായി നേരിട്ടും അല്ലാതെയും സംവദിക്കുവാൻ എനിക്ക് അവസരം ലഭിച്ചിട്ടുണ്ട്. നമ്മുടെ സ്കൂൾ തലത്തിലുള്ള വിദ്യാഭ്യാസത്തെപ്പറ്റിയാണ് ഈ ലേഖനത്തിൽ പ്രധാനമായും പരാമർശിക്കുന്നത്.

## എന്റെ സ്കൂൾ അനുഭവം

കേരളത്തിലെ നാട്ടിൻപുറത്തെ ഒരു ജെസ്യൂട്ട് സ്കൂളിലാണ് ഞാൻ പഠിച്ചത്. സ്കൂളിൽ ചേർന്ന വർഷം ഒരിക്കൽ ഞങ്ങൾ മൂന്ന് കൂട്ടുകാർ മിഠായി തിന്നതിന് ശേഷം അതിന്റെ കടലാസ് അലക്ഷ്യമായി വരാന്തയിൽ തന്നെ ഇട്ടു. പുറകെ നടന്നുവന്നിരുന്ന ഞങ്ങളുടെ പ്രധാന അധ്യാപകൻ ആ കടലാ സുകൾ എടുത്ത് അടുത്തുള്ള ചവറ്റുകുട്ടയിൽ നിക്ഷേപിച്ചു. പിറ്റേ ദിവസത്തെ സ്കൂൾ അസംബ്ലിയിൽ അദ്ദേഹം പറഞ്ഞ കാര്യങ്ങൾ ഞങ്ങളെ വല്ലാതെ സ്വാ

ധിനിച്ചു. 'ഇന്ത്യയുടെ ആദ്യത്തെ പ്രധാന മന്ത്രിയായിരുന്ന പണ്ഡിറ്റ് നെഹ്റു തന്റെ ഓഫീസ് പരിസരത്തോ വരാന്തയിലോ ആരെങ്കിലും അലക്ഷ്യമായി കടലാസു കഷണങ്ങൾ ഇട്ടിരിക്കുന്നത് കണ്ടാൽ അദ്ദേഹം അത് സ്വന്തം കൈകൾ കൊണ്ടെടുത്ത് അടുത്തുള്ള ചവറ്റുകൂടയിൽ നിക്ഷേപിക്കുമായിരുന്നു. അടുത്ത് ചവറ്റുകൂട ഇല്ലെങ്കിൽ അദ്ദേഹം അത് തന്റെ സ്വന്തം പോക്കറ്റിൽ ഇടുമായിരുന്നു. നെഹ്റുവിന് അതാകാമെങ്കിൽ നമുക്കും അത് സാധിക്കും.' പിന്നീട് ഒരിക്കലും റോഡിലോ, മറ്റ പൊതുസ്ഥലങ്ങളിലോ ഒരു ചെറിയ കടലാസുപോലും അലക്ഷ്യമായി വലിച്ചെറിയുവാൻ ഞങ്ങളിൽ ഭൂരിഭാഗവും മിനക്കെടാറില്ല.

ആദ്യമായി ഒരു പാശ്ചാത്യ രാജ്യത്ത് എത്തിയപ്പോൾ അവരുടെ വൃത്തി യും മാന്യതയും സഹിഷ്ണുതയും ഒക്കെ കണ്ട് എനിക്ക് തല കുനിക്കേണ്ടി വന്നിട്ടില്ല. കാരണം സഹിഷ്ണുതയുടെയും യുക്തിഭദ്രതയുടെയും ശാസ്ത്രബോധ ത്തിന്റെയും പരസ്പര ബഹുമാനത്തിന്റെയും പാഠങ്ങൾ ഞങ്ങളുടെ വിദ്യാലയം തന്നെ ഞങ്ങൾക്ക് പകർന്നു നല്ലിയിരുന്നു.

## വെള്ളയടിച്ച കുഴിമാടങ്ങൾ

അപാരമായ പ്രൗഢിയോടെ നിലകൊള്ളുന്ന ബഹുനില കെട്ടിടങ്ങൾ, അമേരിക്കൻ ശൈലികൾ, പാശ്ചാത്യ ഭക്ഷണങ്ങൾ ലഭിക്കുന്ന കാന്റീനുകൾ, റോളർ സ്കേറ്റിങ് പരിശീലനം, കുതിര സവാരി, ഗോൾഫ്, ബില്യാർഡ്സ് തുടങ്ങിയ സായിപ്പിന്റെ നാട്ടിലെ ശൈത്യകാല വിനോദങ്ങൾ എന്നിവയൊക്കെ കുട്ടികളെ പഠിപ്പിച്ചതുകൊണ്ടൊന്നും ഒരു സ്കൂളും ഒരിക്കലും ഇന്റർനാഷണൽ ആകില്ല.

## ഏതുതരം അന്താരാഷ്ട്ര വിദ്യാഭ്യാസമാണ് ഇന്ത്യയുടെ ആവശ്യം?

1. വസുധൈവ കുടുംബകം, ലോകമേ തറവാട് എന്ന ടാഗോർ വിഭാവനം ചെയ്ത അന്താരാഷ്ട്ര വിദ്യാലയങ്ങളാണ് നമ്മുടെ രാജ്യത്തിന് ആവശ്യം.

2. സങ്കുചിതമായ കാഴ്ചപ്പാടുകളും, വിഭാഗീയമായ ചിന്തകളും കൊണ്ട് മനുഷ്യ ബന്ധങ്ങൾക്ക് മതിലുകൾ തീർക്കാത്ത വിദ്യാലയം.

3. കോർപ്പറേറ്റ് ദാസ്യ വൃത്തിക്കും പണസമ്പാദനത്തിനുമുള്ള യന്ത്രങ്ങളെ അടവച്ച് വിരിയിക്കുന്ന പഠന സമ്പ്രദായം അല്ല നമുക്ക് വേണ്ടത്. മനുഷ്യത്വത്തിനും, മനുഷ്യ സ്നേഹത്തിനും മൗലിക പ്രാധാന്യം കല്പിക്കുന്ന വിദ്യാലയങ്ങളാണ് നമുക്ക വേണ്ടത്. പൊതുജീവിതത്തിലും കുടുംബജീവിതത്തിലും പാലിക്കേണ്ട വൃത്തി, മാന്യത, സഹിഷ്ണുത, ക്ഷമ തുടങ്ങിയ കാര്യങ്ങൾക്ക് പ്രാധാന്യം നൽകുന്ന വിദ്യാലയങ്ങൾ നമുക്ക് വേണം. രാജ്യത്തിന്റെ നിയമങ്ങൾ അനുസരിക്കുന്ന, പൗരബോധമുള്ളവരെ വാർത്തെടുക്കുന്നവ ആയിരിക്കണം വിദ്യാലയങ്ങൾ. ഓരോ കുട്ടിയുടെയും അഭിരുചി മനസ്സിലാക്കി അവന താല്പര്യമുള്ള മേഖല തിരഞ്ഞെടുക്കുവാൻ പ്രാപ്തനാക്കുന്ന വിദ്യാഭ്യാസമാണ് നമുക്ക് വേണ്ടത്. ട്രാഫിക്ക് നിയമങ്ങളും മറ്റ പൊതുനിയമങ്ങളും അനുസരിക്കേണ്ടത് ശിക്ഷിക്കപ്പെട്ടും എന്ന ഭയം കൊണ്ടല്ല. മറിച്ച്, അത് അനുസരിക്കേണ്ടത് തന്റെ കർത്തവ്യം ആണെന്നുമുള്ള നീതിബോധം കുട്ടികളിൽ രൂഢമൂലമാക്കുന്നതായിരിക്കണം വിദ്യാലയങ്ങൾ. മനുഷ്യ ജീവനും മനുഷ്യത്വത്തിനും സഹജീവികളോടുള്ള കരുണയ്ക്കും അങ്ങേയറ്റം പ്രാധാന്യം നല്കുന്ന നല്ല മനുഷ്യരെ വാർത്തെടുക്കുന്ന വിദ്യാലയങ്ങളാണ് രാജ്യത്തിന് ആവശ്യം. നമ്മുടെ നാട്ടിലെ ജോലിയോടുള്ള ആത്മാർത്ഥതയില്ലായ്മയും പുറം തിരിഞ്ഞ തൊഴിൽസംസ്കാരവും

അപ്പാടെ തിരുത്തി, ഉത്തരവാദിത്തമുള്ള ഒരുകൂട്ടം പൗരന്മാരെ സൃഷ്ടി ക്കുന്ന ഒരു വിദ്യാഭ്യാസ സമ്പ്രദായമാണ് രാജ്യത്തിന് വേണ്ടത്.

4. അവശരോട്ടും പ്രായമായവരോട്ടും സമൂഹത്തിലെ അധഃസ്ഥിത വർഗത്തോട്ടും കരുണയും, ബഹുമാനം കാട്ടുന്ന ഒരു ഉദ്ബുദ്ധ സമൂഹത്തെ വാർത്തെടുക്കുന്ന വിദ്യാലയങ്ങൾ വേണം നമുക്ക്.

5. എല്ലാത്തിനുമുപരി നമ്മുടെ കുട്ടികളെ നിർബ്ബന്ധമായി പരിശീലിപ്പി ക്കേണ്ട കാര്യങ്ങളാണ് നീന്തൽ, പ്രഥമശുശ്രൂഷ നല്കൽ, അടിസ്ഥാന പരമായ സൈനികപരിശീലനം എന്നിവ.

6. എല്ലാ കുട്ടിയും ഏതെങ്കിലും ഒരു കല, സംഗീത ഉപകരണം, സ്പോ ർട്സ് ഇനം എന്നിവയിൽ ഒരെണ്ണം നിർബ്ബന്ധമായും പരിശീലനം നേടിയിരിക്കണം.    മനോരോഗങ്ങളെ ചുറ്റിപ്പറ്റിയുള്ള അന്ധവിശ്വാ സങ്ങളും അറിവില്ലായ്മയും പാടെ നീക്കി, അടിസ്ഥാനപരമായ മനഃ ശാസ്ത്രപരിശീലനം വിദ്യാർത്ഥികൾക്ക് വിദ്യാലങ്ങൾ നല്ക്കണം.    മത ത്തിന്റെ കരാളഹസ്തങ്ങളിൽ നിന്ന് വിദ്യാർത്ഥികളെ മോചിപ്പിച്ച ശാ സ്ത്രബോധവും, ശാസ്ത്രബോധത്തിൽ ഊന്നിയുള്ള ചിന്താരീതികളും നി ർബന്ധമായും വിദ്യാലങ്ങൾ പരിശീലിപ്പിക്കണം.

'ഒരു വ്യക്തിയുടെ മാനസികവും ബൗദ്ധികവുമായ ഗുണങ്ങളെയും, നന്മകളെയും കണ്ടെത്തി അത് വികസിപ്പിച്ചെടുക്കുക എന്നതായിരിക്കണം വിദ്യാഭ്യാസത്തിന്റെ പരമലക്ഷ്യം' എന്ന മഹാത്മാഗാന്ധിയുടെ വാക്കുകൾ ഓർക്കുക.

# ഒരു നോർത്ത് അമേരിക്കൻ തെരുവ് ഗാഥ

ലോകത്തിലെ ഏറ്റവും മനോഹരവും സമ്പന്നവുമായ രാജ്യങ്ങളിൽ ഒന്നാണ് ക്യാനഡ. ഇന്ന് കുടിയേറ്റക്കാരുടെ പറുദീസയായിട്ടാണ് ഈ രാജ്യം കണക്കാക്കുന്നത്. അമേരിക്കയുടെ സാമീപ്യവും അതെ ഭ്രപ്രകൃതിയും ജനാധിപത്യ മൂല്യങ്ങൾ അങ്ങേയറ്റം പുലരുന്നതും ഈ രാജ്യത്തെ മറ്റ രാജ്യ ക്കാർക്ക് പ്രിയഭൂമിയാക്കുന്നു. ഇന്ത്യയുടെ മൂന്നര ഇരട്ടി വലുപ്പവും ഇന്ത്യയുടെ ഒരു സംസ്ഥാനത്തിന്റെ അത്രയും മാത്രം ജനസംഖ്യയും മാത്രമുള്ള ഈ രാജ്യത്തിന്റെ ഏതാണ്ട് പത്തു ശതമാനം മാത്രമേ ജനവാസം ഉള്ളൂ.

സാംസ്കാരികമായും സാമ്പത്തികമായും നോക്കിയാൽ വൈരുദ്ധ്യ ങ്ങളുടെ ആകെത്തുകയാണ് ഈ രാജ്യം. പക്ഷെ ഈ സുന്ദരഭൂമിയിൽ പലപ്പോഴും ഒരു മൂന്നാംകിട രാജ്യത്തെ പൗരനെ പോലെ ജീവിക്കേണ്ടി വരുന്ന പലരുമുണ്ട്.

### എല്ലാം നഷ്ടപ്പെട്ട മണ്ണിന്റെ മക്കൾ

നോർത്ത് അമേരിക്കൻ ആദിവാസികളെ (റെഡ് ഇന്ത്യൻസ്) ആക്രമിച്ച കിഴടക്കിയും, വസൂരി, കോളറ പോലുള്ള രോഗങ്ങൾ പര ത്തിയും അവരെ കൂട്ടത്തോടെ നശിപ്പിച്ചുമാണ് അമേരിക്ക, കാനഡ എന്നീ രാജ്യങ്ങൾ യുറോപ്യൻസ് തങ്ങളുടെ കീഴിലാക്കിയത്. അന്ന് വെള്ള ക്കാർ വിതറിയ മഹാദുരിതത്തിന്റെ ഫലം ഇപ്പോളും ആദിവാസി സമൂഹം അനുഭവിച്ചുകൊണ്ടിരിക്കുകയാണ്. നല്ലയൊരു പങ്ക് ഗോത്രവർഗ്ഗക്കാരും അധീശത്വത്തിന്റെ കുത്തൊഴുക്കിൽ ഇല്ലാതായി. ആദിവാസികൾക്ക് ഗവ ണ്മെന്റ് എല്ലാ മാസവും പണം നല്. അതിനാൽ തന്നെ അവർ അലസരും പഠനത്തിൽ താൽപ്പര്യം ഇല്ലാത്തവരും ലഹരി പ്രിയരുമായി തെരുവിൽ അലയുകയാണ് പതിവ്. പുതിയ യുഗത്തിന്റെയും സംസ്കാരത്തിന്റെയും നാഗരികതയുടെയും സമവാക്യങ്ങൾ സ്വീകരിക്കവാൻ കൂട്ടാക്കാത്തവരായി ഗോത്രവർക്കാരിൽ നല്ലൊരു പങ്ക് വെറുതെ കിട്ടുന്ന പണത്തിന്റെ തണലിൽ

ജീർണ്ണിച്ചില്ലാതായികൊണ്ടിരിക്കുന്നു.

നോർത്ത് അമേരിക്കയിൽ സമൂഹ നേതൃത്വത്തിന്റെ മുഖ്യധാരയി ൽ ആദിമ ഗോത്രവർഗ്ഗക്കാർ ഇലോം വിരളമാണ്. ഇവർ കൂടുതലായുള്ള പ്രദേശങ്ങളിൽ പകൽ സമയങ്ങളിൽ പോലും നമ്മൾ വീടുകൾ തുറന്ന് ഇട്ടാൽ അവർ വീടുകളിൽ കയറി കിടക്കും. ഇവരുടെ കാര്യത്തിൽ ഒരു തരത്തിലും ഇടപെടാൻ പോലീസിനു താൽപ്പര്യമില്ല. ഇവർക്കെതിരെ കേസെടുക്കുവാനും പൊതുവെ പോലീസും സർക്കാരും തയ്യാറാകാറില്ല. എന്നാൽ സ്വന്തമായി ഒരു തിരിച്ചറിയൽരേഖ പോലും ഇല്ലാത്തതിനാൽ ഒരു പണവും ഗവൺമെന്റിൽനിന്നും ലഭിക്കാത്ത ആയിരങ്ങൾ ഇന്നും തെരുവിൽ അലയുന്നുണ്ട്. നന്നേ ചെറുപ്പത്തിൽ തന്നെ ലഹരിക്ക് അടിമയായവരും ബലാത്സംഘം ചെയ്യപ്പെട്ടവരും അനാഥരായവരും എയിഡ്സ് രോഗികളും മാനസികരോഗികളുമായ അനേകം യാചകരെ ഇവിടെ കാണാം.

## അല്പം മണ്ണിന്റെ ചരിത്രം

കാനഡയിലെ ഫെഡറൽ റെസിഡൻഷ്യൽ സ്കൾ സമ്പ്രദായം 1870 കളുടെ മധ്യത്തിൽ തന്നെ ആരംഭിച്ചു. അതിന്റെ പ്രധാന ലക്ഷ്യങ്ങളിലൊന്ന് ആദിവാസി കുട്ടികളെ അവരുടെ കുടിൽ സംസ്കാരത്തിലുള്ള പഠനശാലകളി ൽ നിന്ന് മോചിപ്പിക്കുകയായിരുന്നു. ആദിവാസി കുട്ടികളെ ഒരു 'പരിഷ്കത സാഹചര്യങ്ങളുടെ വൃത്തത്തിനുള്ളിൽ നിലനിർത്തുക' എന്നതായിരുന്നു സർക്കാരിന്റെ പ്രധാന ലക്ഷ്യം. ചില ക്രിസ്ത്യൻ ഡിനോമിനിഷേനുകളാണ് ഈ സ്കളുകൾ തുടങ്ങിയത്.

കാനഡയിലെ 150, 000 ഫസ്റ്റ് നേഷൻസ് (ആദിവാസി) കുട്ടികളിൽ മൂവായിരത്തിലധികം പേരാണ് ഇത്തരത്തിലുള്ള റസിഡൻഷ്യൽ സ്കൾ സമ്പ്രദായത്തിൽ ഏതാണ്ട് മുപ്പതുവർഷം കൊണ്ട് മരിച്ചത്. സർക്കാർ ആസൂത്രിതമായി നടത്തിയ അന്വേഷണത്തിലാണ് ഞെട്ടിക്കുന്ന ഈ വിവരങ്ങൾ പുറത്തു വന്നത്. കൂടുതൽ രേഖകൾ വെളിച്ചത്തുവരുമ്പോൾ ഈ എണ്ണം ഉയരുമെന്ന് പ്രതീക്ഷിക്കുന്നു. ഇത്രയധികം സ്വദേശി കുട്ടികളുടെ മരണത്തിന് പ്രധാന കാരണം ടിബി പോലെയുള്ള രോഗങ്ങളാണ്. എന്നാൽ പോഷകാഹാരക്കുറവ്, തീ, മുങ്ങിമരണം, ആത്മഹത്യ, അക്രമം തു ടങ്ങിയ കാരണങ്ങളും ഈ കൂട്ടത്തിലുണ്ട്. നിരവധി കുട്ടികൾ മാനസികമായും ശാരീരികമായും ലൈംഗികമായും പീഡിപ്പിക്കപ്പെട്ടു, തുടർന്ന് ആത്മഹത്യ ചെയ്യുകയോ അല്ലെങ്കിൽ സ്കളകളിൽനിന്ന് പലായനം ചെയ്ത ധ്രുവപ്രദേശ ത്തെ അതിശൈത്യത്തിൽ മരിക്കുകയോ ചെയ്തു. വിദ്യാർത്ഥികളുടെ മരണം റെസിഡൻഷ്യൽ സ്കൾ സംവിധാനത്തിന്റെ ഒരു ഭാഗമായിരുന്നു. പല

സ്ഥലങ്ങളുടെയും കൂടെ മുൻകൂട്ടി നിശ്ചയിച്ചിട്ടുള്ള ശ്മശാനങ്ങൾ ഉൾപ്പെട്ടിരുന്നു. മരിച്ചവരിൽ കുറഞ്ഞത് 500 ഇരകളെങ്കിലും പേരില്ലാതെ തുടരുന്നു. കാരണം അവരുടെ മരണം റിപ്പോർട്ട് ചെയ്യരുത് എന്നൊരു നയപരമായ തീരുമാനം ഔദ്യോഗികമായി തന്നെ നിലവിൽ ഉണ്ടായിരുന്നു.

ആദിവാസികളുടെ പരമ്പരാഗത വിദ്യാഭ്യാസം തടസ്സപ്പെടുത്തിക്കൊണ്ട് അവരെ നാഗരികരാക്കുക എന്ന ഫെഡറൽ നയപ്രകാരം തദ്ദേശീയരായ കുട്ടികൾ ഈ റെസിഡൻഷ്യൽ സ്ഥലങ്ങളിൽ ചേരാൻ നിർബന്ധിതരായി. ഇത് ആദിവാസികളുടെ പ്രാദേശികഭാഷകളും സാംസ്കാരികസ്വത്വങ്ങളും നഷ്ടപ്പെടുന്നതിലേക്ക് നയിച്ചു. വാസ്തവത്തിൽ, നോവ സ്കോഷ്യ പോലുള്ള പ്രവിശ്യകളിൽ ഈ സാംസ്കാരിക വംശഹത്യ ഇപ്പോഴും നടക്കുന്നുണ്ട്. അവിടെ 25 വർഷം മുമ്പുവരെ മുതിർന്ന മിക്മാക് സ്വദേശികൾ പോലും അവരുടെ പരമ്പരാഗതമായ ചെണ്ട സമ്മേളനങ്ങളിൽ ഒത്തുകൂടുന്നത് നിയമവിരുദ്ധമായി കണക്കാക്കപ്പെട്ടിരുന്നു. ഇപ്പോഴും ഏറ്റവും കൂടുതൽ കുറ്റകൃത്യങ്ങൾക്ക് ഇരയാകുന്നവർ കാനഡയിലെ ഗോത്രവർഗ്ഗക്കാരാണ്. ജയിലിൽ നിന്ന് മടങ്ങുന്നവർ വീണ്ടും തെറ്റുകളിലേക്ക് നീങ്ങുന്നു. ആത്മ ഹത്യ, മദ്യപാനം, കഞ്ചാവിന്റെ ഉപയോഗം, തൊഴിലില്ലായ്മ, ലൈംഗിക പീഡനങ്ങൾ തുടങ്ങിയവയൊക്കെ ഇക്കൂട്ടരുടെ ഇടയിൽ ഇപ്പോഴും വളരെ കൂടുതലാണ്. നഗരത്തിന്റെ മങ്ങിയ ചിത്രം.

കാനഡയിലെ ഏറ്റവും മനോഹരവും ജീവിതയോഗ്യമായ കാലാവസ്ഥ യുള്ള നഗരമാണ് ബ്രിട്ടീഷ് കൊളമ്പിയ എന്ന പ്രവിശ്യയിലെ വാൻക്വവർ. വാൻക്വവർ ഡൌൺ ടൗണിന്റെ (നഗര കേന്ദ്രം) വാതയനമാണ് മെയി ൻസ്ട്രീറ്റ് സ്ക്യ റെയിൽവേസ്റ്റേഷൻ. ഇവിടത്തെ പൊതുഗതാഗത ബസ്സിലുള്ള യാത്ര വളരെ വിരസമാണ്. ബസ്സുകൾ അക്ഷരാർത്ഥത്തിൽ ഇഴഞ്ഞു നീങ്ങ കയാണ്. മുപ്പതു മുതൽ നാല്പതു കിലോമീറ്റർ വരെ മാത്രമാണ് ബസ്സിന്റെ വേഗത. ഓരോ നൂറു മീറ്ററിലും ബസ് സ്റ്റോപ്പുകൾ. ഇതിനിടയിൽ ട്രാഫിക് ലൈറ്റുകൾ. പ്രായമുള്ളവർക്കൊ അംഗപരിമിതർക്കോ വേണ്ടി എത്ര നേരം വേണമെങ്കിലും വണ്ടി നിർത്തി ഇടും. ഇടയ്ക്ക് അല്പം വേഗത കൂടിപ്പോയി എന്ന് തോന്നിയത് കൊണ്ടോ, ഡ്രൈവർക്ക് കാപ്പി കുടിക്കണം എന്ന് തോന്നിയത് കൊണ്ടോ ഒക്കെ വണ്ടി നിർത്തി ഇടുന്നത് കൂടിയാകുമ്പോൾ ഈ ഇഴഞ്ഞു നീക്കം അസഹനീയം തന്നെ. ഏഴ് കിലോമീറ്റർ യാത്ര ചെയ്യുവാൻ ഏതാണ്ട് നാല്പത് മിനുട്ട് വരെ ചിലപ്പോൾ വേണ്ടി വരും.

തെരുവുജീവിതം

വാൻക്ലുവർ ഡൗണ്‍ ടൗണിന്റെ പ്രധാനപെട്ട ഒരു തെരുവാണ് ഹേ സ്റ്റിങ്ങ് സ്റ്റീറ്റ്. മഴ പെയ്തുകൊണ്ടിരിക്കുന്ന ഒരു ദിനമാണ് ഞാൻ ആദ്യമായി ഈ സ്റ്റീറ്റിലൂടെ കടന്നുപോകുന്നത്. ഇന്ത്യയിലെ പല സ്ഥലങ്ങളിലും ഉള്ള മനസ്സ് മടുപ്പിക്കുന്ന കാഴ്ചകൾ ഇവിടെയും കാണുവാൻ സാധിക്കും. യാതൊരു അറ്റകുറ്റ പണികളും നടത്താത്ത ചില ഹോട്ടൽ കെട്ടിടങ്ങൾ. ജനലുകൾ പൊട്ടിപൊളിഞ്ഞതും കീറിയ കർട്ടനുകളും വൃത്തിഹീനമായ ഭിത്തികളും എന്നെ എം. മുകുന്ദന്റെ ദൽഹി എന്ന നോവലിലെ ഹോട്ടൽ ഓർമിപ്പിച്ചു. ഇവിടുത്തെ തെരുവിന്റെ ഓരത്തെ നടപ്പാതകളിൽ തിരക്ക് വളരെ കൂടുതലാ ണ്. ഭവനരഹിതരായ അനേകമാളുകളുടെ സങ്കേതമാണ് ഈ നടപ്പാതകൾ.

കാനഡയിലെതന്നെ ഏറ്റവും അധികം ഭവനരഹിതരെ കാണുവാൻ സാധിക്കുന്നത് ഒരുപക്ഷെ ഇവിടെ ആയിരിക്കും. ഭവനരഹിതരിൽ കൂട തല്യം ഇവിടുത്തെ ആദിവാസികളാണ് (ഫസ്റ്റ് നേഷൻസ്). ഇവരെ കൂ ടാതെ തെരുവിൽ അലയുന്നവരിൽ വെള്ളക്കാരും ഉണ്ട്. ഇവരിൽ സ്ത്രീ കളും പുരുഷന്മാരും ചെറുപ്പക്കാരും അതിസുന്ദരികളും സുന്ദരന്മാരും എല്ലാ മുണ്ട്.. ഇവരിൽ ചിലർ വഴിയിൽ തുണി വിരിച്ച് ചെറിയ വ്യാപാര ങ്ങൾ നടത്തുന്നു. ചിലർ ഒരു പായ്ക്കറ്റ് സിഗരറ്റ് വാങ്ങി ഓരോ സിഗരറ്റും ചി ല്ലറ വില്പന നടത്തുന്നു. ചിലർ ഭക്ഷണ സാധനങ്ങൾ വില്ക്കുന്നു. ഇനിയും ചിലർ മയക്കുമരുന്ന് വില്ക്കുന്നു. വെയിസ്റ്റ് ബിന്നുകളിൽ പരതി ഭക്ഷണം കണ്ടെടുത്തു കഴിക്കുന്നവരെയും കാണാം.

ലോകത്തിലെ തന്നെ ഏറ്റവും സമ്പന്നമായ രാജ്യങ്ങളിൽ ഒന്നാണ് കാനഡ. കോടികണക്കിന് മുഴു പട്ടിണിക്കാരുടെ രാജ്യമായ ഇന്ത്യയിൽ ജനിച്ചവളർന്ന എനിക്ക് ഈ കാഴ്ചകൾ ഒരു വികാരവും ഉണ്ടാക്കരുതാത്തതാ ണ്. എന്നാൽ കൊടും തണുപ്പത്ത്, ചിന്നി പെയ്യുന്ന മഴയിൽ, തെരുവിൽ പനി പിടിച്ച, നായ്ക്കളെ പോലെ വിറങ്ങലിച്ച കിടക്കുന്ന മനുഷ്യരെ കാണുമ്പോൾ എന്നും മനസ്സ് വല്ലാതെ നോവാറുണ്ട്. പ്രത്യേകിച്ച് ഇവർ കിടക്കുന്നത് സമ്പന്നതയുടെയും കൊള്ളലാഭങ്ങളുടെയും പ്രതീകമായ കോർപ്പറേറ്റ് ഭീമന്മാരുടെയും ബാങ്കുകളുടെയും അംബരചുംബികളായ കെട്ടിടങ്ങൾക്ക് മുൻപിൽ ആകുമ്പോൾ.

ഇവർ എങ്ങനെ അനാഥരായി? എന്താണ് ഇവരുടെ ജീവിത്തിൽ സംഭവിച്ചത്? ഇപ്രകാരം തെരുവിൽ അലയുന്ന പലരും ഈ അവസ്ഥയിൽ എത്തിച്ചേർന്നതിന് പിന്നിൽ പല ദുരന്തകഥകളുമുണ്ട്. കെട്ടുറപ്പില്ലാത്ത കുടും ബങ്ങളുടെയും ലൈംഗിക അരാജകത്വത്തിന്റെയും ഫലമായി തെരുവിലേയ്ക്ക് ഇറങ്ങേണ്ടി വന്ന മനുഷ്യരാണ് ഒരു കൂട്ടർ. നല്ല വിദ്യാഭ്യാസവും ജോലിയും ഉണ്ടായിട്ടും പെട്ടെന്ന് ജോലി നഷ്ടപ്പെടുകയും കടഭാരം മൂലം ജീവിതം

നശിക്കുകയും ചെയ്ത്വരായ മറ്റൊരു കൂട്ടർ. നല്ല കുടുംബത്തിൽ ജനിച്ചിട്ടും വ്യക്തി സ്വാതന്ത്ര്യത്തിനുവേണ്ടി വാദിച്ച്, പഠനം ഉപേക്ഷിച്ച്, മദ്യത്തിനും മറ്റ ലഹരികൾക്കും അടിമകളായി എല്ലാം നശിച്ച തെരുവിൽ എത്തിയ മറ്റ ചിലർ.

സമ്പന്നതയുടെ വിരി മാറിലെ ഈ ആട് ജീവിതങ്ങൾ ആരും കാണുന്നില്ലേ?

വാൻക്യുവറിലെ വെസ്റ്റ് ഹേസ്റ്റിങ്സ് തെരുവിൽ സർക്കാർ വക ഒരു ലഹരി വിമോചനകേന്ദ്രം (ഡി അഡിക്ഷൻ സെന്റർ) ഉണ്ട്. മയക്കമരുന്നിന് അടിമകളായ അനേകമാളുകൾ ഈ സ്ഥാപനത്തിന് ചുറ്റും എപ്പോഴുമുണ്ടാകും. ലഹരിമരുന്ന് കിട്ടാതെ വരുമ്പോൾ ഉണ്ടാകുന്ന ഭീകരമായ അവസ്ഥയിൽ (withdrawal symptoms) നിന്ന് രക്ഷനേടാൻ ചെറിയ അളവിൽ ഇവിടെ നിന്ന് തന്നെ മയക്കമരുന്നുകളും ലഭിക്കും. ഇവ രെ പുനരധിവസിപ്പിക്കുവാൻ സർക്കാർ നടത്തുന്ന ശ്രമങ്ങൾ പലപ്പോഴും പര്യാപ്തമല്ല. വികസനത്തിനെയും നഗരത്തിന്റെ മനോഹാരിതയുടെയും കോർപ്പറേറ്റ് ലാഭങ്ങളുടെയും കണക്കുകൾ നിരത്തുമ്പോൾ ഈ തെരുവിന്റെ മക്കളെ വിസ്മരിക്കുവാൻ തന്നെയാണ് പലർക്കും താല്പര്യം.

## യാചകനെ സഹായിക്കുന്ന കോമളയുവാവ്

ആളുകൾ വന്നു പോകുന്ന പല സ്ഥലങ്ങളിലും യാചകരെ കാണാം. ഒരു യാചന ബോർഡ് എഴുതി വച്ച് പുതച്ചുമൂടി ഇരുന്നോ കിടന്നോ ആണ് യാചകർ പൊതുവെ ഭിക്ഷ യാചിക്കാറുള്ളത്. ഇവർക്ക് ഭക്ഷണം കൊടുക്ക ണം എന്നുണ്ടെങ്കിലും എനിക്ക് അത്ര ധൈര്യം തോന്നിയിട്ടില്ല. ഒരിക്കൽ ഒരു സ്ക്ലെ ട്രെയിൻ സ്റ്റേഷനിൽ നിന്ന് ഇറങ്ങിവരുമ്പോൾ സ്റ്റേഷൻ പരിസരത്ത് തണുപ്പത്ത് പുതച്ച് മൂടി കിടക്കുന്ന ഒരു യാചകന് ഒരു യുവാവ് തന്റെ ബാഗ് തുറന്ന് ഒരു സാൻവിച്ച് കൊടുക്കുന്നു. എനിക്ക് ആ യുവാവിനോട് വളരെ ബഹുമാനം തോന്നി. ഞാൻ അവിടെ തന്നെ നിന്ന് അത് വീക്ഷിച്ചു. കുറച്ച കഴിഞ്ഞ് ആ യുവാവ് തന്റെ ബാഗ് തുറന്ന് ഒരു സിറിഞ്ച് എടുത്ത് ആ മനുഷ്യന് കൊടുക്കുന്നു. അയാൾ സ്വയം അത് തന്റെ കൈത്തണ്ടയിൽ കുത്തി വയ്ക്കുന്നു. യാചകൻ അതുവരെ തനിക്ക ലഭിച്ച നാണയങ്ങൾ യുവാവിന് പ്രതിഫലമായി നല്കുന്നു. ആയിരകണക്കിന് ആളുകൾ ഓരോ മണിക്കൂറിലും വന്നുപോകുന്ന ഒരു റെയിൽവേ സ്റ്റേഷൻ പരിസരത്തിലാണ് ഈ മയ ക്കമരുന്ന് വ്യാപാരം. സമ്പന്നതയുടെയും സാംസ്കാരിക ഉന്നതിയുടെയും ആഡംബര തീവണ്ടിയിലെ മൂന്നാം തരം ടിക്കറ്റുകാരുടെ ഇത്തരം കഥകൾ അവസാനിക്കുന്നില്ല.

# രംഗബോധമില്ലാത്ത അതിഥി

ഞാൻ അംഗമായിരിക്കുന്ന ഏക വാട്സ് ആപ്പ് ഗ്രൂപ്പാണ് ഞങ്ങളുടെ പ്രീ ഡിഗ്രി ഗ്രൂപ്പ്. ഞാൻ തന്നെ ഉണ്ടാക്കിയത് ഉൾപ്പെടെ പല ഗ്രൂപ്പുകളിൽ നിന്നും ഞാൻ ഇറങ്ങി പോന്നിട്ടുണ്ട്. ഒരു കാര്യവുമില്ലാതെ തള്ളുന്ന ഗുഡ്മോർണിങ് മെസേജുകളും സത്യവിരുദ്ധമായ വീഡിയോകളും കൊണ്ട് എന്റെ മനസ്സും ഫോണും മലീസമാക്കേണ്ട എന്ന് കരുതിയാണ് ഇത്. എന്നാൽ ഈ പ്രീ ഡിഗ്രി ഗ്രൂപ്പിൽ മാത്രം ഞാൻ ഇപ്പോഴും തുടരുന്നു.

മായാറാണി എന്ന ഞങ്ങളുടെ കൂട്ടുകാരി വാട്സ്ആപ്പ് ഗ്രൂപ്പിൽ ഇട്ട ഒരു ശബ്ദ സന്ദേശമാണ് എന്നെ സുനിതയെക്കുറിച്ച് ഓർമിപ്പിച്ചത്. 23 വർഷമായിരിക്കുന്നു ഞങ്ങൾ ആ കോളേജിൽ നിന്ന് പിരിഞ്ഞിട്ട്.

ആ ശബ്ദസന്ദേശം ഏതാണ്ട് ഇങ്ങനെ ആയിരുന്നു, 'നമ്മുടെ കൂടെ പഠിച്ച സുനിതയുടെ മകൻ മരിച്ച പോയി. എന്തോ അപകടമാണ്. മുറിയിൽ തൂങ്ങിമരിച്ച നിലയിലാണ് കാണപ്പെട്ടത്. അവളെ കാണുവാൻ ഞാൻ അടുത്തദിവസം പോവുകയാണ്.'

ഞങ്ങളെയെല്ലാം ഞെട്ടിച്ച ഒരു വാർത്തയായിരുന്നു അത്. മായ അവളെ കാണുകയും സംസാരിക്കുകയും ചെയ്തു. സുനിത തന്റെ മകന്റെ മരണത്തിന്റെ ആഴത്തിൽനിന്നും പതുക്കെ കയറി വരുന്നു. മാസങ്ങ ൾക്കുശേഷം സുനിതയെ പ്രീഡിഗ്രി ഗ്രൂപ്പിൽ ചേർത്തു. മകന്റെ കാര്യം മാത്രം ആരും ചോദിക്കരുത് എന്ന നിബന്ധനയോടെ.

ഏതാനും ആഴ്ചകൾ കഴിഞ്ഞപ്പോൾ ഞാൻ സുനിതയുടെ നമ്പരിൽ വിളിച്ച് സൗഹൃദം പുതുക്കി. ഏതാണ്ട് ഒരു മണിക്കൂർ സംസാരിച്ചു. അവൾ മകന്റെ കാര്യവും പറഞ്ഞു. ഞാൻ എല്ലാം ശ്രദ്ധയോടെ കേട്ടു. എന്ത

പറഞ്ഞാണ് ഞാൻ അവളെ ആശ്വസിപ്പിക്കുന്നത്? ഒരു പക്ഷേ ക്ഷമ യോടെ ബാക്കിയുള്ളവരെ ശ്രവിക്കുക എന്നത് തന്നെയാണ് ഏറ്റവും നല്ല ആശ്വസിപ്പിക്കൽ എന്നെനിക്കറിയാം. പിന്നീട് മാസങ്ങൾക്ക് ശേഷം മനഃശാസ്ത്രപരമായ ചില സംശയങ്ങൾ ചോദിക്കുവാൻ അവൾ എന്നെ വിളിച്ചു. അതിനുശേഷം സുനിത ഒരുകാര്യം എന്നോട് ആവശ്യപ്പെട്ടു. വളരെ വിചിത്രവും സങ്കീർണ്ണവുമായ ചില ജീവിതാവസ്ഥകളില്ലൂടെയാണ് അവൾ കടന്നുപോയത്. ഞാൻ അതിനെ കുറിച്ച് എഴുതണം. എഴുതാമെന്ന് ഞാൻ സമ്മതിച്ചു. ഫോണിൽ വിളിച്ചും വാട്സാപ്പിൽ വോയിസ് മെസ്സേജായി കൈമാറിയതുമായ സന്ദേശങ്ങളാണ് താഴെ സംഗ്രഹിച്ചിരിക്കുന്നത്.

വിവാഹം കഴിഞ്ഞ് രണ്ടു വർഷമായിട്ടും സുനിതക്ക് ഒരു കുഞ്ഞ് പി റന്നില്ല. ചികിത്സയും പ്രാർത്ഥനയും നേർച്ചയുമായി ഒരുപാട് പണവും സമയവും പ്രയത്നവും ചെലവായി. അവസാനം ചികിത്സ ഫലിച്ചു. സുനിത ഗർഭിണിയായി. ഏതാനും ആഴ്ചകൾക്കുള്ളിൽ ഗർഭം അലസി. വീണ്ടും അവൾ ഗർഭിണിയായി. അവൾക്ക് ഒരു ആൺകുട്ടി ജനിച്ചു.

കുട്ടി ജനിക്കുമ്പോൾ സുനിത ഒരു കേന്ദ്രസർക്കാർ ഉദ്യോഗസ്ഥയാ യിരുന്നു. സുനിതയുടെ ഭർത്താവും കേന്ദ്രസർക്കാർ ഉദ്യോഗസ്ഥനാണ്. സുനിതയുടെയോ ഭർത്താവ് ദിലീപിന്റെയോ മാതാപിതാക്കളുടെ സഹാ യമൊന്നും കുട്ടിയെ വളർത്താൻ നിർഭാഗ്യവശാൽ അവർക്ക് ലഭിച്ചില്ല. സുനിതക്ക് രാവിലെ 9 മുതൽ 5 മണി വരെയായിരുന്ന ജോലി. ഈ സമയത്ത് ഭർത്താവ് കുട്ടിയെ നോക്കും. ഭർത്താവിന് ജോലി വൈകിട്ടത്തെ ഷിഫ്റ്റിലാണ്. സുനിത ഓഫീസിൽ നിന്ന് ഇറങ്ങുമ്പോൾ കുട്ടിയെയും എടുത്തു ദിലീപ് പലപ്പോഴും റെയിൽവേസ്റ്റേഷനിൽ എത്തുമായിരുന്നു. അവിടെ വച്ച് അവർ കുട്ടിയെ കൈമാറും. അങ്ങിനെ ദുരിതപൂർണ്ണമായ തിരക്കിൽ കുറെനാൾ മുൻപോട്ടുപോയി. അവസാനം കുട്ടിയുടെ കാര്യവും ജോലിയും കൂടി ഒന്നിച്ച് നോക്കുവാൻ സാധിക്കില്ല എന്ന അവസ്ഥ വന്നപ്പോൾ സു നിത ജോലി ഉപേക്ഷിച്ചു. വളരെയേറെ പ്രമോഷൻ സാധ്യതയുള്ള ഒരു കേന്ദ്രസർക്കാർ ജോലിയാണ് തങ്ങളുടെ മാതാപിതാക്കളുടെ സഹായം ലഭിക്കാത്തതുകൊണ്ട് അവൾ വേണ്ടെന്നു വച്ചത്.

ഒരു പരിചാരികയെ വീട്ടിൽ വയ്ക്കാം എന്ന സുനിതയുടെ ആവശ്യം ദിലീപിന്റെ വീട്ടുകാർ മാനിച്ചില്ല എന്ന മാത്രമല്ല, സുനിതയുടെ വാക്കുകേട്ട് ഞങ്ങളറിയാതെ പരിചാരികയെ നിർത്തി ദിലീപ് അനുസരണക്കേട് കാണിക്കില്ലെന്ന ദിലീപിന്റെ മാതാപിതാക്കളുടെ പരസ്യപ്രസ്താവന യിൽ ദിലീപ് നിസംഗതനായി. പിന്നീട് കുറച്ച വർഷങ്ങൾ സുനിത ഭർത്താവിനോടൊപ്പം അഹമ്മദാബാദിൽ ജീവിച്ചു. രണ്ടാമത്തെ കുട്ടി

ഉണ്ടായപ്പോൾ അവർ അങ്കമാലിയിൽ ഒരു വീട് വെച്ചു. സുനിതയും മക്കളും അവിടെ താമസം തുടങ്ങി.

സ്വന്തം മക്കൾക്കുവേണ്ടി ഉഴിഞ്ഞുവച്ച ജീവിതമായിരുന്നു സുനിതയുടെ പിന്നീട്ടുള്ള ജീവിതം.

മൂത്തമകൻ റിജോ അല്പം ഹൈപ്പർ ആക്റ്റീവ് ആയിട്ടുള്ള കുട്ടിയാ യിരുന്നു (ADHD). ഏഴാം ക്ലാസിൽ പഠിക്കുമ്പോഴേ അവൻ ജൂഡോ ചാമ്പ്യനായിരുന്നു. സ്കേറ്റിംഗ്, ശാസ്ത്രീയ സംഗീതം, ഡ്രംസ്, കീബോർഡ്, ഗിറ്റാർ, നീന്തൽ, ഫുട്ബാൾ, വര, ഗ്ലാസ് പെയിൻറിങ്, നൃത്തം, പാശ്ചാത്യ സംഗീതം തുടങ്ങിയ മേഖലകളിലെല്ലാം അവൻ ഒന്നാം രണ്ടാം സ്ഥാനത്ത് ഉണ്ടായിരുന്നു. മാതാപിതാക്കൾ രണ്ടുപേരും മുത്തശ്ശനും മുത്തശ്ശിയും പരിചാരകരും ഒക്കെ സഹായിക്കുവാൻ ഉള്ള സ്ഥലങ്ങളിൽ പോലും കുട്ടിയെ ഇത്രയധികം സ്ഥലങ്ങളിൽ കൊണ്ടുപോയി ട്രെയിനിങ് കൊടുക്കുക ദുഷ്കരമാണ് എന്നോർക്കുക. പക്ഷെ സുനിത ഇതെല്ലാം ഒറ്റയ്ക്ക് തന്നെ ചെയ്തു. ദിലീപിന്റെ ശക്തമായ മാനസികപിന്തുണ അവൾക്ക് കരുത്തേകി.

പാചകവും വീട് വൃത്തിയാക്കലും ഇളയ കുട്ടിയുടെ കാര്യവുമൊക്കെ അവൾ ഭംഗിയായി നോക്കി. ഹൈപ്പർ ആക്റ്റിവിറ്റി കൊണ്ടുള്ള ചില ബുദ്ധിമുട്ടുകൾ ഒഴിച്ചാൽ റിജോ വളരെ നല്ല മിടുക്കനായ കുട്ടിയായിരുന്നു. അവനെക്കൊണ്ട് കാര്യമായ ബുദ്ധിമുട്ടുകൾ ഒന്നും തന്നെ ഉണ്ടായിരുന്നില്ല. റിജോക്ക് അനിയത്തി കുട്ടിയെ ജീവനായിരുന്നു.

ഹൈപ്പർ ആയിരുന്ന റിജോയുടെ ഹൈപ്പർ ആക്റ്റിവിറ്റി എന്ന അവസ്ഥ മനസ്സിലാക്കാൻ ശ്രമിക്കാതെ, സുനിതയുടെയും ദിലീപിന്റെയും വിശദീകര ണങ്ങളെ പരിഹസിച്ചുകൊണ്ടിരുന്ന ഇരുകുടുംബാംഗങ്ങളും ചെയ്തിരുന്നത് സ്വന്തം പാരമ്പര്യത്തിൽ ആർക്കും ഇങ്ങനെയില്ല എന്ന വാദമായിരുന്നു. ജീവിതാനുഭവങ്ങളുടെ കണക്കുകൾ നിരത്തി, പ്രസവിച്ച കണക്ക മുതൽ വളർത്താൻ ചിലവാക്കിയ ഓരോ ചില്ലറ വരെ നിരത്തിയ സുനിതയുടെയും ദിലീപിന്റെയും മാതാപിതാക്കൾ അവരെ പഴിചാരി മാറിനിന്നു. ഉത്ത രവാദിത്വത്തിൽ നിന്ന് ഒളിച്ചോടാനുള്ള ഏറ്റവും നല്ല വഴി പഴിചാരുക എന്നതാണല്ലോ?.

റിജോക്ക് റോപ്പ് ഡാൻസ് വളരെ ഇഷ്ടമായിരുന്നു. ജനലിൽ കയർ കെട്ടി, അതിൽ ഉങ്ങി വിവിധ അഭ്യാസങ്ങൾ കാണിക്കാൻ വിദഗ്ധനായിരു ന്നു അവൻ. വായനാ പ്രിയനായ അവനുവേണ്ടി ഏതാണ്ട് ആയിരത്തോളം

പുസ്തകങ്ങൾ തന്നെ സുനിത വാങ്ങിയിട്ടുണ്ട്.

അങ്ങനെയിരിക്കെ ഒരു ദിവസം ചില മുതിർന്ന കുട്ടികൾ റിജോയെ ഉപദ്രവിച്ചു. അവൻ ക്ലാസ് മോണിറ്ററായിരുന്നു. മലയാളം സംസാരിക്കുന്ന തിന് പേരെഴുതി ടീച്ചറെ ഏല്പിച്ചു എന്നതാണ് അവൻ ചെയ്ത തെറ്റ്. അവർ അവന്റെ കഴുത്തിൽ മുറുകെ പിടിച്ച് ശ്വാസംമുട്ടിച്ചു. താൻ മരിച്ചപോകുമെന്ന റിജോ കരുതിയ നിമിഷം. എന്നാൽ കഴുത്തിൽ നിന്ന് പിടിവിട്ടപ്പോൾ അവൻ പഴയപടിയായി.

കഴുത്തിലെ ജുഗലാർ നാഡി ബ്ലോക്ക് ആവുകയും മസ്തിഷ്ത്തിലേക്കുള്ള ശ്വാസം നിലയ്ക്കുകയും ചെയ്ത ആ നിമിഷം ഒരു പ്രത്യേകതരം അവസ്ഥ യിലൂടെ റിജോ കടന്ന് പോയിട്ടുണ്ടാവാം. അപ്പോഴുണ്ടാകുന്ന അവസ്ഥ മരണവെപ്രാളം അല്ല, ഒരുതരം മയക്കം പോലത്തെ അനുഭൂതിയായാണ് വ്യക്തിക്ക് അനുഭവപ്പെടുക.

കഴുത്തിൽ പിടിച്ച് ശ്വാസം മുട്ടിച്ചാലും മരിച്ചപോവുകയില്ല എന്ന് അവന് മനസ്സിലായി. അങ്ങനെ റിജോ അമ്മയോട് ഒരിക്കൽ പറയുകയും ചെയ്തു. എന്നാൽ കഴുത്തിൽ കയർ കുരുങ്ങിയാൽ അപകടമാണെന്നും മരിച്ചപോകു മെന്നുമുള്ള അറിവ് അമ്മ അവനുമായി പങ്കുവെച്ചു.

2018 സെപ്റ്റംബർ 20. അടുത്തദിവസം റിജോയുടെ അച്ഛൻ അഹമ്മ ദാബാദിൽ നിന്നും വരുന്നുണ്ട്. അപ്പനെ വിസ്മയിപ്പിക്കാൻ വേണ്ടി ചില നമ്പറുകൾ ഒക്കെ അവൻ പ്ലാൻ ചെയ്തിട്ടുണ്ട്. സ്കൂളിൽ നിന്ന് വന്ന് ഭക്ഷണവും കഴിച്ച് അവൻ മുറിയിലേക്ക് കയറി. കതകടച്ചിരുന്നാണ് റിജോ സാധാരണ പഠിക്കുകയും പരിശീലിക്കുകയും ചെയ്യുന്നത്. അനിയത്തിയുമായി കളിച്ചശേ ഷം പഠിക്കാൻ പോകുകയാണെന്ന് പറഞ്ഞ് അവൻ അകത്തേക്ക് കയറി. പഠനം കഴിഞ്ഞു കുറച്ച നേരം ഉറങ്ങും. അതിനുശേഷം സംഗീതത്തിന് പോകണമെന്നും നാല് മണിയാകുമ്പോൾ വിളിക്കണം എന്നും പറഞ്ഞാണ് അവൻ കതകടച്ചത്. ആ വാതിൽ പിന്നീട് ഒരിക്കലും അവന തുറക്കാനായി ല്ല.

സമയം ഏതാണ്ട് നാല് മണിയായി. സുനിതയും ഒരുറക്കം കഴിഞ്ഞ ശേഷം ഡോറിൽ മുട്ടുന്നു. മോനെ പാട്ട് പഠിക്കുന്നിടത്തു പോകുവാൻ സമയം ആയി. ഇറങ്ങി വാടാ. അവൾ വിളിച്ചു..അതിന് ശേഷം അവൾ അടുക്കള യിലേക്ക് പോയി. എന്നാൽ ഏറെ നേരം കഴിഞ്ഞിട്ടും അവൻ വാതിൽ തുറക്കാത്തതുകൊണ്ട് സുനിത വാതിലിൽ ശക്തിയായി ഇടിച്ചു. ശബ്ദം കേട്ട് അടുത്ത വീട്ടിലുള്ള ആളുകൾ വന്നു. എന്നാൽ കുട്ടി ഉറങ്ങുകയായിരിക്കും

എന്നുപറഞ്ഞ് അവർ തിരിച്ചുപോയി.

വീണ്ടും ഏറെനേരം ശ്രമിച്ചിട്ടും വാതിൽ ഇറക്കാത്തയെകൊണ്ട് സുനിത വാതിൽ തല്ലി പൊളിക്കുവാൻ ശ്രമിച്ചു. അയൽപക്കത്തുനിന്ന് ആളുകൾ വീണ്ടും എത്തി. മോൻ വഴക്ക് ഉണ്ടാക്കിയിട്ട് ആണോ അകത്തേക്ക് കയറിപ്പോയതെന്ന് അവർ ചോദിച്ചു. അല്ല എന്നും ഉറങ്ങിയിട്ട് സംഗീത ക്ലാസ്സിൽ പോകണം എന്നും പറഞ്ഞാണ് അവൻ കതകടച്ചതെന്നും അവൾ മറുപടി പറഞ്ഞു.

എല്ലാവർക്കും സംശയമായി. പുറത്തുനിന്ന് രണ്ടുപേർ വന്നു കല്ലും കമ്പിപ്പാരയുമൊക്കെ ഉപയോഗിച്ച വാതിൽ കുത്തിത്തുറന്നു. അകത്തു കയറിയവർ കണ്ട കാഴ്ച ഭയാനകമായിരുന്നു. ഒരു ബെൽറ്റിൽ തൂങ്ങി കിടക്കുകയാണ് റിജോയുടെ നിശ്ചലമായ ശരീരം.

സുനിതയുടെ സമനില തെറ്റി. അവൾ നേരെ മെയിൻ റോഡിൽ പോയി കിടന്നു. നല്ല ട്രാഫിക് ഉള്ള നേരം. മകൻ പോയ വഴിയേ പോകുവാനുള്ള മാതാവിന്റെ അവസാനശ്രമം. പുറകെ വന്നവർ തക്കസമയത്ത് അവളെ അവിടെ നിന്ന് മാറ്റിയതുകൊണ്ട് ദുരന്തം ആവർത്തിച്ചില്ല.

പെട്ടെന്നാണ് തന്റെ ഇളയമകൾ ഒറ്റയ്ക്കാണെന്ന് സുനിത ഓർക്കുന്നത്. മോളെ നോക്കണം എന്ന് പറഞ്ഞ് അവൾ കരഞ്ഞു. ഈ സമയം കൊണ്ട് നാട്ടുകാർ റിജോയുടെ ശരീരം ബെൽറ്റിൽ നിന്ന് ഊരിമാറ്റി ആശുപത്രിയിൽ കൊണ്ടുപോയി. പക്ഷെ അവൻ ഈ ലോകം വിട്ടുപോയിരുന്നു. തന്റെ മകൻ പോയെന്ന് അറിഞ്ഞ സുനിത അതുവരെ വിശ്വസിച്ചിരുന്ന സകല ദൈവങ്ങളെയും ശപിച്ചു.

പോലീസ് വന്ന് മുറിപൂട്ടി. ശവസംസ്കാരം കഴിഞ്ഞു പോലീസ് വീണ്ടും വന്ന് മുറി തുറന്ന് പരിശോധിച്ചു. കുട്ടി ആത്മഹത്യ ചെയ്തതാണ് എന്ന നിഗമനത്തിലാണ് പൊലീസ് എത്തിച്ചേർന്നത്. ജനലിൽ മുൻപ് ഒരു കയർ കെട്ടിയിരുന്നു. ആ കയർ കെട്ടിയത് കുട്ടിയാണെന്നും അവനു മുമ്പേ തന്നെ അങ്ങനെ ഒരു ചിന്ത മനസ്സിൽ ഉണ്ടായിരുന്നു എന്നുമുള്ള നിഗമനത്തിലാ ണ് പോലീസ് എത്തിച്ചേർന്നത്. എന്നാൽ ആ കയർ നേരത്തെതന്നെ വാഴക്കുല തൂക്കുവാൻ വേണ്ടി സുനിതയുടെ സഹോദരൻ കെട്ടിയതായിരുന്നു.

പിന്നീട് പോലീസ് വീണ്ടും സമഗ്രമായി അന്വേഷിച്ചിട്ടും ആത്മഹത്യ ചെയ്യുവാനുള്ള ഒരു കാരണവും അവർക്ക് കണ്ടെത്താനായില്ല. ശരീരത്തിൽ ബെൽറ്റ് കെട്ടി പുതിയ ഏതോ ഒരു ട്രിക്ക് പരിശീലിച്ചതാണ് റിജോ. അപ്പൻ

വരുമ്പോൾ പുതിയ അഭ്യാസം കാണിച്ച വിസ്മയിപ്പിക്കുവാൻ ഉള്ള ഒരു ശ്രമം. പക്ഷേ സംഗതി ഒരു ദുരന്തത്തിലാണ് കലാശിച്ചത്. കുട്ടിയുടെ കഴുത്തിലെ ജുഗുലാർ നാഡി അമർന്ന് ബ്രെയിൻലേക്കുള്ള ഓക്സിജൻ നിന്ന് പോവുകയും, ഒരു മയക്കത്തിൽ നിന്നും അവൻ ക്രമേണ മരണത്തിലേക്ക് നീങ്ങുകയും ചെയ്തു.

സുനിതയും ദിലീപും ഇളയ കുട്ടിയും ഇപ്പോൾ ഈ ഷോക്കിൽ നിന്ന് കരകയറി വരുന്നതേ ഉള്ളൂ. തികച്ചും പ്രതീക്ഷിക്കാത്ത സമയത്ത് വന്നകയ റിയ വിളിക്കാത്ത അതിഥിയായ രംഗബോധമില്ലാത്ത കോമാളി അവരുടെ ജീവന്റെ ഒരു ഭാഗമാണ് എടുത്തു കൊണ്ടുപോയത്. 23 വർഷങ്ങൾക്ക് ശേഷം സുനിതയോട് സംസാരിക്കേണ്ടി വന്നത് ഇതാണല്ലോ എന്നോർത്ത് എന്റെ മനസ്സിലും ദുഃഖം അലയടിക്കുന്നു. ഇക്കാര്യങ്ങളൊക്കെ ലോകം അറി യണമെന്ന് സുനിത ആഗ്രഹിക്കുന്നതുകൊണ്ട മാത്രമാണ് ഇതെഴുതിയത്.

റിജോയുടെ മരണശേഷം, സുനിതയുടേയും ദിലീപിന്റേയും അമ്മമാർ ഒരേ സ്വരത്തിൽ ചോദിച്ച ചോദ്യമുണ്ട്. ഞങ്ങൾ നിങ്ങളുടെ വീട്ടിൽ താമ സിക്കുകയോ, റിജോയുടെ ചെറുപ്പത്തിൽ നിങ്ങൾ പറഞ്ഞതനുസരിച്ച് ഒരു വേലക്കാരിയെ ഏർപ്പെടുത്തി തരികയോ ചെയ്തിരുന്നു എങ്കിൽ റിജോയുടെ മരണത്തിന്റെ ഉത്തരവാദിത്തം ഞങ്ങൾക്കായേനേ. തന്റെ സഹോദരിയുടെ രണ്ടു മക്കളെയും പൊന്നുപോലെ നോക്കുകയും അവരെ എല്ലാ അവധിക്കാ ലങ്ങളിലും വീട്ടിൽ കൊണ്ടുനിർത്തുകയും ചെയ്യുന്നതു കാണുമ്പോൾ റിജോയെ ചേർത്തുപിടിച്ച് അടുത്ത അവധിക്കാലത്ത് പോകാം എന്ന് പ്രതീക്ഷയോടെ പറഞ്ഞിരുന്ന ദിലീപിന് ഇനി ആ കള്ളം ആവർത്തിക്കണ്ടി വരില്ല.

മക്കളെ മനസ്സിലാക്കാൻ സാധിക്കാത്തതാണോ, അതോ മരുമക്കളെ അംഗീകരിക്കാനുള്ള മടിയാണോ തങ്ങളുടെ മാതാപിതാക്കളുടെ പ്രശ്നം എന്ന് പരസ്പരം ചോദിച്ച തള്ളിനീക്കിയ നീണ്ട പതിനാലുവർഷം. ഇരുവീ ട്ടുകാരും ആലോചിച്ച് നടത്തിയ വിവാഹത്തിൽ, പിന്നീടുള്ള ജീവിതത്തിൽ തങ്ങളുടെ മാതാപിതാക്കളുടെ നിസ്സഹകരണം അവർ രണ്ടുപേരേയും തളർത്തിയിരുന്നു. നാളെ എല്ലാം ശരിയാകും എന്ന് വിശ്വസിക്കുകയും പ്രതീക്ഷിക്കുകയും ചെയ്തുകൊണ്ട് അസ്തമയസൂര്യനെ നോക്കി, പിന്നി ട്ട വർഷങ്ങളിലെ തിക്താനുഭവങ്ങളിൽ നിന്ന് പാഠം പഠിച്ചുകൊണ്ട്, ബന്ധനമായ എല്ലാ ബന്ധങ്ങളെയും പൊട്ടിച്ചെറിഞ്ഞു താൻ ജീവിക്കാൻ പോവുകയാണെന്നു പറഞ്ഞ സുനിതയുടെ വാക്കുകളിലെ ദൃഢതയുടെ ആഴം അളക്കാനാവാത്തതായിരുന്നു.

നമുക്ക് ചുറ്റുമുള്ള ആളുകളുടെ ജീവിതത്തിൽ യാതാർത്ഥത്തിൽ സം ഭവിക്കുന്നതും നമ്മൾ അവരെക്കുറിച്ച മനസിലാക്കുന്നതും തമ്മിൽ എത്ര അന്തരമാണ് ഉള്ളത്. പുറമെനിന്ന് കാണുന്നതോ മാദ്ധ്യമങ്ങൾ വിധിക്ക ന്നതോ നീതിയിൽ ചാലിച്ച നിയമവ്യവസ്ഥിതിയുമൊക്കെ പലപ്പോഴും പലരോട്ടം ചെയ്യുന്നത് അനീതിയാണ്. അതുപോലെതന്നെ മാതാപിതാ ക്കളെ നോക്കാത്ത മക്കളെക്കുറിച്ചുള്ള ക്ലീഷേ വിലാപങ്ങൾക്ക് അപ്പറമാണ് പല വീട്ടുകളിലെയും യാഥാർത്ഥ്യം.

# പിടയുന്ന ജീവനോടൊപ്പം ഒരു സെൽഫി

കലാഭവൻ മണിയുടെ മൃതശരീരം തൃശൂരിൽ എത്തിച്ചപ്പോൾ ഒരു വലിയ ജനക്കൂട്ടം അവിടെ കാത്തുനില്ലുണ്ടായിരുന്നു. തങ്ങളുടെ താരത്തിന്റെ നിശ്ചലമായ ശരീരം അവസാനമായി ഒരു നോക്ക് കാണുവാൻ എത്തിയ സുഹൃത്തുക്കളും ബന്ധുക്കളും നാട്ടുകാരും ഒക്കെയായിരുന്ന അവർ. വിങ്ങുന്ന മനസ്സും നിറഞ്ഞൊഴുകുന്ന കണ്ണുകളുമായി നിന്ന അനേകമാളുകൾ. എന്നാ ൽ മണിയുടെ സഹപ്രവർത്തകരായ താരങ്ങളെ കണ്ടതും മൊബൈൽ ഫോൺ ക്യാമറകളുമായി ആരവത്തോടെ 'പ്രബുദ്ധരായ' ഒരുകൂട്ടം ആളുകൾ അവരെ വളഞ്ഞു. താരങ്ങൾക്കൊപ്പം നിന്ന് സെൽഫി എടുക്കാനും ആ സെൽഫി ഫേസ്ബുക്കിലിട്ട് ലൈക്കുകൾ വാരി കൂട്ടാനും വേണ്ടി വെമ്പിനിന്ന കുറെ മനുഷ്യക്കോലങ്ങൾ. സ്ഥിതിഗതികൾ നിയന്ത്രിക്കാൻ പോലീസിന് ഇടപെടേണ്ടി വന്നു.

## കേരളം ലജ്ജിച്ച ദിനം

2010-മാർച്ച് 22 കോട്ടയം താഴത്തങ്ങാടിയിൽ ഏകദേശം നാല്മണി സമയത്ത് ഒരു ബസ്സ് പുഴയിലേയ്ക്ക് മറിഞ്ഞു. നല്ല മഴയും പുഴയിൽ നല്ല ഒഴുക്കും. സ്കൂൾ കുട്ടികളടക്കം അനേകം യാത്രക്കാർ അപകടത്തിൽപെട്ടു. തങ്ങളുടെ അരുമ മക്കൾ സ്കൂൾ വിട്ടുവരുന്നതും കാത്തിരുന്ന അമ്മമാർ അല മുറയിട്ട് കരഞ്ഞു. നല്ലവരായ കുറെ നാട്ടുകാരും പോലീസും ഫയർഫോഴ്സും ജീവൻ പണയപ്പെടുത്തി രക്ഷാപ്രവർത്തനത്തിനിറങ്ങി. അവസാനത്തെ ശ്വാസം നിലയ്ക്കുന്നതിന് മുമ്പ് ഏവരെയും രക്ഷപെടുത്താൻ സാധിക്കണേ എന്ന പ്രാർത്ഥനയോടെ.

പുഴയിലെ ശക്തമായ ഒഴുക്കും കോരിച്ചൊരിയുന്ന മഴയുമേല്പിച്ച പ്രതി കൂല അവസ്ഥയെക്കാളും രക്ഷാപ്രവർത്തനത്തിന വിഘാതമായത് മറ്റൊ ന്നായിരുന്നു. പുഴയിൽ ജീവനുവേണ്ടി പൊരുതുന്ന കുരുന്നു ജീവനുകളുടെ ദൃ ശ്യം മൊബൈൽ ഫോൺ ക്യാമറയിൽ പകർത്താൻ തിക്കും തിരക്കും തല്ലും

ഉണ്ടാക്കിയ ജനക്കൂട്ടമായിരുന്നു അത്. പോലീസിനും ഫയർഫോഴ്സിനും തട സ്സം നിന്ന ഈ ഫോട്ടോ പ്രേമികൾ പോലീസിനോട് കയർത്തു. ജീവൻ രക്ഷിക്കുന്നതില്ലും പ്രാധാന്യം ഫോട്ടോ പിടിക്കുന്നതിലാണ് എന്ന് കരുതി യോ ഈ മഹാപ്രബുദ്ധർ?

അവസാനം ജില്ലാ കലക്ടർക്ക് ടി. വി. ചാനലുകളിലൂടെ ഇങ്ങനെ ഒരു അഭ്യർത്ഥന നടത്തേണ്ടി വന്നു. 'ഈ ദൃശ്യങ്ങൾ കണ്ടുകൊണ്ടിരി ക്കുന്നവർ ഈ സംഭവസ്ഥലത്ത് നിങ്ങളുടെ ബന്ധുക്കൾ കാഴ്ചക്കാരായി ഉണ്ടെങ്കിൽ ദയവായി അവരെ വീട്ടിലേയ്ക്ക് തിരിച്ചവിളിക്കുക. രക്ഷാപ്ര വർത്തനത്തിനു തടസ്സം സൃഷ്ടിക്കാതിരിക്കുക.' പിടയുന്ന കുരുന്നുകളെ രക്ഷിക്കാൻ സ്വന്തം ജീവൻ പണയം വച്ച് ഒരുകൂട്ടം മനുഷ്യർ പുഴയിൽ ജീവിതത്തിനും വെള്ളത്തിനും ഇടയിൽ പോരാട്ടമ്പോൾ ചിലർ അവരെയും തടസ്സപ്പെടുത്തി ഫോട്ടോകൾ പിടിച്ചു ഹരംകൊള്ളുകയായിരുന്നു. യു. പി. യിലോ ബീഹാറിലോ പെഷവാറിലോ അല്ല. പ്രബുദ്ധകേരളത്തിൽ. അത്രം അക്ഷരനഗരിയിൽ. ലജ്ജിക്കുക കേരളമേ .... ഇവരും പച്ച മനുഷ്യർ തന്നെ!

സുരാജ് വെഞ്ഞാറമ്മൂടിന്റെ സഹോദരൻ മരിച്ച കിടക്കുമ്പോൾ ഉണ്ടായ ഒരു സംഭവം അദ്ദേഹം ഒരിക്കൽ പറഞ്ഞിരുന്നു. തന്റെ സഹോദരന്റെ മൃതശരീരം കണ്ട് ആശുപത്രിയിൽനിന്ന് ഇറങ്ങിയ അദ്ദേഹത്തോട് പ റ്റക്കൂടി നിന്ന ജനം പെരുമാറിയത് വളരെ വിചിത്രമായിട്ടായിരുന്നു. അദ്ദേഹത്തോട് മിമിക്രി കാണിക്കുവാൻ ചിലർ ആവശ്യപ്പെടുകയും അതിനു വിസമ്മതിച്ചപ്പോൾ അദ്ദേഹത്തോട് തട്ടിക്കയറുകയും ചെയ്തു. അവരും മനുഷ്യർ തന്നെ!

## മനുഷ്യാവകാശധ്വംസനങ്ങൾ ചില കാണാപ്പറങ്ങൾ

മനുഷ്യാവകാശധ്വംസനങ്ങൾ എന്തൊക്കെയാണെന്നും ആർ ക്കൊക്കെ ഇത് നിഷേധിക്കപ്പെടാമെന്നതും രാഷ്ട്രങ്ങൾ വ്യക്തമായി നിർവ്വചിക്കേണ്ടിയിരിക്കുന്നു. പലപ്പോഴും ഒരു സാധാരണമനുഷ്യന് അനുഭ വിക്കേണ്ടിവരുന്നതിന്റെ പല മടങ്ങ് കല്ലേറ് സഹിക്കേണ്ടിവരുന്നവരാണ് സെലിബ്രറ്റിസ്.

സെലിബ്രറ്റിസ് ഗണത്തിൽ പെടുന്ന സിനിമ താരങ്ങൾ, ഗായകർ, മന്ത്രി മാർ, കായിക താരങ്ങൾ തുടങ്ങി ക്യാമറക്ക് മുന്നിൽ പെടേണ്ടി വരുന്നവർ എല്ലാം മനുഷ്യർ തന്നെയാണ് എന്ന നാം പലപ്പോഴും വിസ്മരിച്ച പോകാറു ണ്ട്. അവർക്കും അവരുടേതായ സ്വകാര്യതയുണ്ട്. അവർക്കും വികാരങ്ങളും വിചാരങ്ങളും ഇഷ്ടങ്ങളും അനിഷ്ടങ്ങളും ഉണ്ട്. അവർ അമാനുഷികർ അല്ല.

വാക്കുകളിലോ പ്രവർത്തികളിലോ സാധാരണ മനുഷ്യരെപ്പോലെ തന്നെ. അവർക്കും തെറ്റ് പറ്റാം. അത് നമുക്ക് ക്ഷമിച്ചുകൂടെ? അവരെ ഇത്രയധികം വിസ്താരം ചെയ്യേണ്ടതുണ്ടോ? അല്ലെങ്കിൽത്തന്നെ അവർ പറയുന്ന ഏത് മണ്ടത്തരവും നമ്മൾ വേദവാക്യമായി കരുതേണ്ടതുണ്ടോ?

സെലിബ്രറ്റികളിൽ നിന്നും യാതൊരു തെറ്റുകളും വീഴ്ചകളും പൊതുജനം സഹിക്കില്ല. അവരുടെ വേദനകളും രോഷവും രോഗങ്ങളും സ്വകാര്യതയും എല്ലാം പൊതുജനത്തിന്റെ ആസ്വാദനത്തിന് വിട്ടു കൊടുക്കപ്പെട്ടവയാണ്. അവരുടെ ജീവിതചര്യകളും വിവാഹവും ആദ്യരാത്രിയും മധുവിധുവും വിവാഹമോചനവും തകർച്ചകളും എന്തിനു നമ്മൾ കൊണ്ടാടണം? അല്പം സ്വസ്ഥത, സമാധാനം, സ്വകാര്യത എന്നിവ അവർക്കുകൂടി നല്കുക. അവരെ ജീവിക്കാൻ അനുവദിക്കുക.

സെലിബ്രറ്റികളുടെ അധരങ്ങളിൽ നിന്നും വീഴുന്ന ഒരോ വാക്കുകളെയും തോന്നുന്ന രീതിയിൽ വളച്ചൊടിച്ച വാർത്തകൾ സൃഷ്ടിക്കുന്ന രീതി ഇടങ്ങി വച്ചത് ടാബ്ലോയിഡ് പത്രങ്ങളാണ്. ഏത് ആടിനെയും എങ്ങനെയുള്ള പട്ടികളായി വേണമെങ്കിലും രൂപാന്തരപ്പെടുത്തുന്ന വിദ്യ ഇവരുടെ സംഭാവ നയാണ്.

പോപ്പ് ലാസ് വേഗസിൽ എത്തിയ ഉടനെ പത്രക്കാർ ചോദിച്ചു; തിരുമേനി ഇവിടുത്തെ വേശ്യാലയങ്ങളെ കുറിച്ച് അങ്ങയുടെ അഭിപ്രായം എന്താണ്? ഓ. ഇവിടെ വേശ്യാലയങ്ങൾ നിയവിദേയമാണോ? കഷ്ടം. ഈ വാർത്ത പിറ്റേ ദിവസം ഒരു പത്രം അടിച്ചുവിട്ടത് ഇങ്ങനെയാണ്. പോപ്പ് ലാസ് വെഗസിൽ എത്തിയ ഉടനെ അവിടത്തെ വേശ്യാലയ കേന്ദ്രങ്ങളാണ് ആദ്യം അന്വേഷിച്ചത്.

ലോകത്തിലെ ഏറ്റവും പ്രശസ്തമായ പ്രസംഗങ്ങളിൽ ഒന്നും ജനാ ധിപത്യത്തിന് സമഗ്രമായ ഒരു നിർവചനം കൊടുത്തതുമായ എബ്രഹാം ലിങ്കന്റെ ഗെറ്റിസ്ബർഗ്ഗിലെ അതിപ്രശസ്തമായ പ്രസംഗത്തെ വാഷിങ്ടൻ പോസ്റ്റ് റിപ്പോർട്ട് ചെയ്തത് ഇങ്ങനെയാണ്. ഇത്രയും അതിശോചനീയമായ രീതിയിൽ പ്രസംഗിക്കുന്ന ഒരാളാണ് അമേരിക്കയുടെ പ്രസിഡന്റെന്ന് ലോകം അറിയുന്നത് അമേരിക്കക്കാർക്ക് വല്ല്യ നാണക്കേടാണ്. ഇങ്ങനെ യാണ് ആടിനെ മാദ്ധ്യങ്ങൾ പട്ടിയാക്കുന്നത്.

**യേശുദാസിന് പ്രതികരിക്കുവാൻ അവകാശമുണ്ടോ?**

ഒരു വ്യക്തിയെ അദ്ദേഹത്തിന്റെ കഴിവിന്റെ അടിസ്ഥാനത്തിൽ ബഹു മാനിക്കുകയും അവരുടെ പ്രതിഭയെ ആരാധിക്കുകയും അവരുടെ സൃഷ്ടികൾ നമുക്ക് ആനന്ദം പകരുകയും ചെയ്യുമ്പോൾ ആ വ്യക്തിയുടെ പ്രതിഭ, കഴിവു കൾ, സ്വകാര്യ ജീവിതം, വ്യക്തിത്വം ഇവയെല്ലാം തികച്ചും വിഭിന്നമാണെന്ന് കേരളീയ സമൂഹം മറന്നുപോകുന്നു.  ഒരു ഗായകൻ എന്ന നിലയിൽ സമാനതകൾ ഇല്ലാത്ത പ്രതിഭയുടെ ഉടമയാണ് കെ. ജെ. യേശുദാസ്. അതുകൊണ്ടുമാത്രം അദ്ദേഹം ഒരു വിശുദ്ധനായി, ഒരു ദൈവതുല്യനായി വർത്തിക്കണം എന്നു പറയുന്നത് എത്ര അപഹാസ്യമാണ്.

ഒരിക്കൽ തന്റെ അനുവാദമില്ലാതെ അദ്ദേഹത്തോടൊപ്പം നിന്ന് സെൽഫി എടുത്ത് യുവാവിന്റെ കയ്യിൽ നിന്നും ഫോൺ ബലമായി വാങ്ങി അദ്ദേഹം ആ ചിത്രം ഡിലീറ്റ് ചെയ്തു. 80 വയസ്സ് കഴിഞ്ഞ ഒരു മനുഷ്യന് അദ്ദേഹത്തിന്റെ സ്വകാര്യതയിൽ ഒരാൾ ഇടിച്ചുകയറിയത് ഒരു ശല്യമായി തോന്നുകയും ഓവർ റിയാക്ട് ചെയ്യുകയും ചെയ്തു. ക്ഷമിക്കുക. നിങ്ങളിൽ എത്ര പേര് ഒരു കൗമാരക്കാരൻ നിങ്ങളുടെ ഫോട്ടോ അയാളുടെ ഫോണിൽ എടുത്താൽ സന്തോഷത്തോടെ നിന്ന് കൊടുക്കും?  നിങ്ങൾ പ്രതികരി ക്കുന്നത് പോലെയെങ്കിലും ഈ വന്ദ്യ വയോവൃദ്ധന് പ്രതികരിക്കുവാൻ അവകാശമില്ലേ?

## നാർസിസം-ആത്മരതി

ആത്മരതിയുടെ ഏറ്റവും വലിയ ആവിഷ്കാരസ്വാതന്ത്ര്യം തുറന്നുകൊ ടുത്ത മാദ്ധ്യമമാണ് ഫേസ്ബുക്ക്.  തങ്ങളുടെ ചിത്രങ്ങൾ, അത് ബാക്കി ഉള്ളവരാൽ അംഗീകരിക്കപ്പെട്ടുവാൻ വേണ്ടി മാത്രം എത്ര ഭയാനകമായ മാർഗവും സ്വീകരിക്കുവാൻ മടിയില്ലാത്തവർ അനേകമാണ്. കിട്ടുന്ന ഓരോ ലൈക്കുകളും കമന്റുകളും ഉണ്ടാക്കുന്ന ആത്മനിർവൃതിയാണ് ഇതിലേക്ക് ആളുകളെ വലിച്ചടുപ്പിക്കുന്നത്.  സെൽഫി കൊപ്രായങ്ങളിൽ അനേകം ജീവനുകൾ പോലിഞ്ഞിട്ടുണ്ട്. ആത്മരതി എന്ന ഒരു തരം മനോരോഗത്തി ന്റെ ഒരു സാക്ഷാൽക്കാരം തന്നെയാണിത് (narcissistic personality disorder).

## ഫാൻസ് അസോസിയേഷൻ

കുത്തഴിയുന്ന സാംസ്കാരികബോധത്തിന്റെ നേർ കണ്ണാടിയാണ് ഫാ ൻസ് അസോസിയേഷനുകൾ. ഒരു നടനെ നടൻ മാത്രമായി കണ്ട് ആദരിച്ചു പോന്നിരുന്ന മലയാളി സമൂഹം തന്നെയാണ് ഇപ്പോൾ മോഹൻലാൽ മുതൽ വിജയ് വരെ ഉള്ളവരുടെ സിനിമ പോസ്റ്ററുകളിൽ പാൽ അഭിഷേകം

നടത്തുകയും ദൈവം എന്ന് അവരെ വിശേഷിപ്പിച്ച താരത്തിനുവേണ്ടി മരിക്കാൻ വരെ നടക്കുന്നത്.

കുരങ്ങന്റെ കയ്യിലെ പൂമാലപോലെ തന്നെയാണ് പലപ്പോഴും തെറ്റായ കരങ്ങളിലെ ഫെസ്ബുക്കും മൊബൈൽ ഫോൺ ക്യാമറയും. സ്വയം വിവേകപൂർണ്ണമായി പെരുമാറാൻ പൊതുജനം പരാജയപ്പെടുമ്പോളാണ് നിയമം മൂലം ഔചിത്യം അനുശാസിക്കപ്പെടേണ്ടി വരുന്നത്. അതാകട്ടെ തികച്ചും ദൗർഭാഗ്യകരവും ആണ്.

നിങ്ങൾ ജീവിക്കുന്നതിനോടോപ്പം, മറ്റുള്ളവരെയും ജീവിക്കാനും അനു വദിക്കുക.

# കടൽ കടന്നാൽ നമ്മൾ ആരാണ്? ആരാണ് നമ്മുടെ സഹോദരൻ?

ഏതാണ്ട് 175 ലക്ഷം ഇന്ത്യക്കാർ പ്രവാസികളാണ്. ലോകത്തെ ഒരുപാട് രാജ്യങ്ങളുടെ ജനസംഖ്യയെക്കാളും കൂടുതലാണിത്. വമ്പൻ കോർപ്പറേറ്റകളും കേന്ദ്രമന്ത്രിമാരും മുതൽ ആട് ജീവിതം നയിക്കുന്നവർ വരെ ഈ ലക്ഷങ്ങലില്ലുണ്ട്.

അഞ്ച് സമാനമായ പ്രവാസി അനുഭവങ്ങളാണ് ചുവടെ ചേ ർത്തിരിക്കുന്നത്.

**സ്ഥലം ലണ്ടൻ. UK**

ലണ്ടനിലെ മിഡിൽ സെക്സ് യൂനിവേഴ്സിറ്റിയിൽ MBA യ്ക്ക് പഠിക്കുന്ന എന്റെ സുഹൃത്തിന്റെ അനിയൻ കുറച്ചദിവസം മുമ്പ് അവന്റെ അനുഭവം പറ ഞ്ഞു. ഇന്ത്യ വിട്ട് ആദ്യമായി പുറത്തുപോവുകയാണ് അവൻ. കായികമാ യി അത്ര ബലിഷ്ഠനൊന്നും അല്ല. ആരോഗ്യപ്രശ്നങ്ങളുമുണ്ട്. ഒരു പബ്ലിക് ട്രാൻസ്പോർട്ടിൽ യാത്ര ചെയ്യുകയാണ് അവൻ. അല്പം കഴിഞ്ഞപ്പോൾ രണ്ട് വെള്ളക്കാർ ചുറ്റംകൂടി. അവർ അവനെ പരിഹസിക്കുവാനുള്ള പുറപ്പാടാണ്. അവനോട് അവർ ചോദിച്ചു. ഇന്ത്യക്കാരനാണോ? അതെ. അവൻ മറുപടി പറഞ്ഞു. അപ്പോൾ അവർക്ക് ആവേശം കൂടി. നിങ്ങൾ ഇന്ത്യക്കാരാണ് ഏറ്റ വും വലിയ റെയിസിസ്റ്റുകൾ. എന്നിട്ട് നിങ്ങൾ ഞങ്ങളോട് പറയുന്നു ഞങ്ങൾ റെയിസിസം കാണിക്കുന്നവെന്ന്. നിങ്ങൾ നിങ്ങളുടെ ആൾക്കാരെ തന്നെ മനുഷ്യരായി പോലും കാണാത്തവരാണ്. നീയൊക്കെ എന്തിനാ ഇങ്ങോട്ട് വന്നത്? ഇവിടം കൂടി നശിപ്പിക്കുവാൻ വന്നതാണോടാ നീ?
ആൾക്ക് നല്ല വെപ്രാളമായി. പതുക്കെ അവനെ ചെറുതായി തൊട്ടും തലോ ടിയും ഒക്കെയായി പിന്നീട്ടുള്ള ആക്ഷേപം. നേരം ഇരുട്ടി തുടങ്ങിയിരുന്നു. ബസ്സിൽ നിന്നിറങ്ങിയാൽ അടുത്ത ബസ്സ് കിട്ടുവാൻ താമസമുണ്ട്. പോരാത്ത

തിന് ശൈത്യകാലവും.

കുറച്ച കഴിഞ്ഞപ്പോൾ അടുത്ത സ്റ്റോപ്പിൽ നിന്ന് ഒരു പത്താൻ വംശജൻ ബസ്സിൽ കയറി. ആററയടി പൊക്കവും ഒത്ത വണ്ണവ്യമുള്ള ഒരു പാക്കിസ്ഥാനി. അവന്റെ ശ്രദ്ധയിൽ ഈ പെർഫോമൻസ് പെട്ടു. അവൻ ഈ പയ്യന്റെ അടുത്ത് വന്നു ചോദിച്ചു. നീ എവിടുത്തുകാരനാണ്? എന്താണ് ഇവരുടെ പ്രശ്നം? ചോദ്യം ഹിന്ദിയിലാണ്. മുറി ഹിന്ദിയില്ലും ഇംഗ്ലീഷില്ലുമായി അവൻ കാര്യങ്ങൾ പറഞ്ഞു. 'സൗത്ത് ഇന്ത്യയിൽ നിന്നാണ്. ഇവിടെ പഠിക്കാൻ വന്നതാണ്. വെറുതെ ഇവർ എന്നോട് തട്ടികയറുകയാണ്.'

മറ്റേ ടീംസ് വിടാൻ ഭാവമില്ല. അവർ പിന്നെയും ആക്ഷേപം തുടർന്നു. പത്താനി പയ്യനെ ചേർത്ത് നിർത്തിയിട്ട് പറഞ്ഞു; 'പന്നിയുടെ മക്കളെ ഇവൻ എന്റെ സഹോദരനാണ്. ഇനി ഒരു വാക്ക് കൂടി മിണ്ടി നോക്ക്. നിന്നെയൊക്കെ എടുത്തു ഞാൻ റോഡിൽ ഏറിയും.' ഒറ്റ ബുദ്ധിയായ പത്താനികൾ എന്തും ചെയ്യും എന്ന് അറിയുന്നവരാണ് അവിടുത്തുകാർ. അവർ അധികം മിണ്ടാൻ നില്ലാതെ ഒഴിഞ്ഞു മാറി.

ഏതാനും വർഷങ്ങൾകൊണ്ട് ഇന്ത്യക്കാർ എന്ന നിലയിൽ നമ്മുടെ വില എത്രത്തോളം താഴെ പോയി എന്നത് കണ്ണുതുറന്ന തന്നെ കാണേണ്ട താണ്. അതറിയണമെങ്കിൽ സ്ക്രിപ്റ്റ് എഴുതി ഉണ്ടാക്കിയ ഒരു സങ്കല്പസ്വ ര്ഗ്ഗത്തിനും അവർക്ക് ഓശാന പാട്ടുന്ന മാദ്ധ്യമങ്ങൾക്കും അപ്പുറം ഒന്ന് തിര ഞ്ഞു നോക്കണം. ഇവിടെ വിതയ്ക്കുന്ന വിദ്വേഷ കാറ്റിന്റെവിളവ് കൊട്ടംകാറ്റാ യി മറ്റ പല സ്ഥലത്തും കൊയ്യേണ്ടി വരും. വിളവെടുക്കുന്നത് മറ്റ രാജ്യങ്ങളി ലായിരിക്കും എന്നു മാത്രം

**ടൊറോന്റോ, കാനഡ- വിഭാഗീയത മൂട്ടുന്ന ക്യാനഡ.**

കനേഡിയൻ കുടിയേറ്റങ്ങളെക്കുറിച്ച പഠിക്കുന്ന ഒരു ഗവേഷണ വിദ്യാർത്ഥിയുമായി കഴിഞ്ഞ ദിവസം സംസാരിച്ചു. ടോറന്റോയിലെ റയേഴ്സൺ സർവ്വകലാശായിലാണ് അവന്റെ ഗവേഷണം. കുടിയേറ്റങ്ങൾ ഒരു രാജ്യത്തിന്റെ സമ്പദ്ഘടനയിൽ ഉണ്ടാക്കുന്ന ലാഭങ്ങളെക്കുറിച്ച മാത്രമാണ് കനേഡിയൻ സർക്കാരിന്റെ പ്രധാന ശ്രദ്ധ. വിദ്യാർത്ഥികളും കുടിയേറ്റക്കാരും കൊണ്ടുവരുന്ന പണമാണ് അവരുടെ പ്രധാന ആദാ യമാർഗ്ഗങ്ങൾ. പക്ഷെ സാംസ്ക്കാരിക നാനാത്വത്തിൽ ഏകത്വം എന്ന ഇന്ത്യ ഒരിക്കൽ പ്രഘോഷണം ചെയ്തിരുന്ന അതേ ആശയമാണ് ജസ്റ്റിൻ ട്രൂഡോ തത്വത്തിൽ വിഭാവനം ചെയ്യുന്നത്. ലോകത്തു പല രാജ്യങ്ങളിലെ തീവ്ര വലയപക്ഷ ഭരണാധിപന്മാരുടെ നേർ വിപരീതമാണ് ജസ്റ്റിൻ ട്രൂഡോ.

കുറച്ചനാൾ മുമ്പ് ഡോ. ശശി തരൂർ അമേരിക്കയിൽ പോയി അവരെ നമ്മുടെ കേമത്വം പഠിപ്പിക്കുമ്പോൾ പറഞ്ഞ ഒരു കാര്യം ഇവിടെ ഓർക്കാതെ വയ്യ. അദ്ദേഹം പറഞ്ഞു, 'നിങ്ങൾ അമേരിക്കക്കാർ ഒരു സൂപ്പ് പോലെയാണ്. എല്ലാ സംസ്കാരങ്ങളും ഒന്നിച്ച് ഒരു സംസ്കാരമായി മാറുന്നു. എന്നാൽ ഞങ്ങൾ ഒരു താലി മീൽ പോലെയാണ്. എല്ലാ വിഭവങ്ങളും വെവ്വേറെ ഒരു പാത്രത്തിൽ അണിനിരന്നിരിക്കുന്നു. ഒന്നും തമ്മിൽ ഇട കലരുന്നില്ല. ഓരോന്നിന്റെയും തനിമ നിലനില്ക്കുകയും ചെയ്യുന്നു.'

അതെ സർ. ഈ താലി മീൽ തന്നെയാണ് കാനഡയിൽ ഇപ്പോൾ ഒരു പ്രശ്നമായിരിക്കുന്നത്. ഒരു താലിക്ക് മറ്റൊന്നുമായി ഒരു ബന്ധവുമില്ലാത്ത അവസ്ഥ. സംസ്കാരങ്ങളുടെ ഏകീകരണത്തിന് പകരം സംസ്കാരങ്ങളുടെ നാനാത്വമാണ് അവിടെയുള്ളത്. സ്പാനിഷ്, ചൈനീസ്, ശ്രീലങ്കൻ, ബ്രിട്ടീഷ്, ജർമ്മൻ, സിറിയൻ, ഇന്ത്യൻ, കൊറിയൻ, ഫിലിപ്പീൻസ്, പാ ക്കിസ്ഥാനികൾ തുടങ്ങിയവർ തികച്ചും വ്യത്യസ്തമായ രീതിയിൽ തന്നെ ഇവിടെ ജീവിക്കുന്നു. ഇവർ സ്വന്തക്കാരുടെ കൂടെക്കൂട്ടമായി ഒരു സ്ഥലത്തു ജീവിക്കുന്നു. ഇതിൽ മലയാളികൾ മാത്രമാണ് സ്വന്തം വർഗ്ഗത്തിന്റെ കൂടെ താമസിക്കുവൻ ഇഷ്ടപ്പെടാത്തത്. ഏഷ്യൻ രാജ്യങ്ങളിൽ ചൈന ഒഴിച്ചുള്ള സകല രാജ്യക്കാരുടെയും പ്രധാന ഇറക്കുമതി മതം തന്നെയാണ്. ഇതിൽ ഇന്ത്യ തന്നെയാണ് ഒന്നാമത്.

കാനഡയിൽ ഇപ്പോൾ അനേകം പള്ളികളും അമ്പലങ്ങളും ഗുരുദ്വാരയും മോസ്കും ഉണ്ട്. മതം ഇവിടെ പെരുകി മദിക്കുകയാണ്. ഇങ്ങനെ പോയാൽ മതത്താൽ കെട്ടിവരിയപ്പെട്ട മറ്റൊരു രാജ്യമായി കാനഡ താമസിക്കാതെ മാറും. കേരത്തിൽ നിന്ന് പോകുന്ന ആളകൾ പോലും അവിടെച്ചെന്ന് പറയു ന്ന വർഗ്ഗീയത ഒരുപക്ഷെ സ്വന്തം നാട്ടിൽ പറയുവാൻ അറയ്ക്കുന്നതാണ്.

കേരളത്തിൽ വിഷം ചീറ്റി, പയറ്റി തെളിഞ്ഞവരെയാണ് അവിടെ പ്രസം ഗിക്കുവാനും മലയാളികളെ ഉദ്ഗ്രഥിക്കുവാനും ആനയിച്ച കൊണ്ടുപോകുന്ന ത്. സായിപ്പിന്റെ 'വൃത്തികെട്ട മാനവികതയുടെ' സംസ്കാരം നമ്മുടെ കുട്ടികൾ പഠിക്കാതെ ഇരിക്കുവാൻ ഇന്ത്യക്കാർ ഉൾപ്പെടെ പലരും കുട്ടികൾക്ക് ഹോം സ്കൂളിംഗ് തുടങ്ങിയിട്ടുണ്ട്.

സിംഗപ്പൂർ സർക്കാർ ചെയ്യുന്നതുപോലെ ഒരു ഫ്ലാറ്റ് സമുച്ചയത്തിൽ എല്ലാവിധ ജനവിഭാഗങ്ങളും ഇടകലർന്ന് ജീവിക്കണം എന്നൊരു വ്യവ സ്ഥവെയ്ക്ക. വിവിധ സംസ്കാരങ്ങൾ തമ്മിലുള്ള സഹകരണം, സ്നേഹം പങ്കുവയ്ക്കൽ തുടങ്ങിയവയിലൂടെ ഒക്കെ തന്നെയാണ് ഈ ലോകം മുമ്പോട്ട് പോകുന്നത് എന്നൊരു ബോധം കുട്ടികളിൽ വളർത്തിയെടുക്കുക. ഈ

നാട്ടിൽ പണ്ട് മുതലേ ഉള്ളത് മാത്രമേ ഞാൻ ഉപയോഗിക്കൂ എന്നൊരാൾ വാശിപിടിച്ചാൽ അയാൾ മിണ്ടാതെ ഉരിയാടാതെ, വിവസ്ത്രനായി, ഭക്ഷണം ഉപേക്ഷിച്ച കാട്ടിലേക്ക് പോകേണ്ടിവരും എന്ന് ഓരോ ഉദാഹരണവും എടുത്ത് കാണിച്ച കുട്ടിക്കളെ പ്രബുദ്ധരാക്കുക.

## ഡിട്രോയിറ്റ് USA - ദേശം നിങ്ങൾക്ക് അന്യമാകുമ്പോൾ

കനേഡിയൻ നഗരമായ വിൻസറിൽ നിന്ന് ഡിട്രോയിറ്റ് നദി കടന്ന് അമേരിക്കയിലെ മിഷിഗൻ സംസ്ഥാനത്തിലെ ഡിട്രോയിറ്റ് നഗരത്തിലേക്ക് റോഡ് മാർഗം പ്രവേശിക്കാൻ നില്ക്കുകയാണ് ഞാൻ. കാറ്റ കടത്തിവിടുന്ന ബോർഡർ പോലീസ് എന്നോട് ചോദിച്ചു:

നീ എവിടെ പോവുകയാണ്?

ഡിട്രോയിറ്റ്.

എന്തിനു പോകുന്നു?

എനിക്ക് ഇവിടെ ഒരു പ്രോജക്ട് ഉണ്ട്.

നീ ക്യാനഡയിൽ എന്ത് ചെയ്യുകയാണ്?

ഞാൻ കാനഡയിലേക്ക് കുടിയേറിയതാണ്.

എന്താണ് നിന്റെ ജോലി?

ഞാനൊരു സൈക്കോളജിസ്റ്റാണ്.

സൈക്കോളജിയിൽ ബിരുദം ഒക്കെ ഉണ്ടോ?

സൈക്കോളജിയിൽ എനിക്ക് ഗവേഷണ ബിരുദം ഉണ്ട്.

സൈക്കോളജി ഗവേഷണ ബിരുദം ഉള്ളത് കൊണ്ടമാത്രം കാനഡാ നിനക്ക് പെർമെന്റെ റസിഡൻസി നല്ലിയോ? കഷ്ടം. കാനഡയെ ദൈവം രക്ഷിക്കട്ടെ.

അയാൾ പുച്ഛിച്ച് ആർത്തുചിരിക്കുകയാണ്. എന്റെ സകല കൺട്രോളും വിട്ടുപോകാവുന്ന ഒരു സമയമായിരുന്നു അത്. പക്ഷേ അയാൾക്ക് വേണ്ടതും അതുതന്നെയാണ്. നമ്മൾ എന്തെങ്കിലും പറഞ്ഞിട്ട് വേണം അയാൾക്ക് പ്രവേശനം വിലക്കാൻ. ഡൊണാൾഡ് ട്രമ്പിന്റെ വംശീയവിഷം തലയ്ക്ക് പിടി ച്ചൊരു കാവൽക്കാരനായിരുന്നു അത്. പലതവണ ഞാൻ അമേരിക്കയിൽ പോയിട്ടുണ്ടെങ്കിലും ആദ്യമായിട്ടായിരുന്നു ഇത്രയും മോശമായ അനുഭവം.

## രാജ്യം നഷ്ടപ്പെട്ടന്നവർ

നിങ്ങൾ ഒരു ദിവസം വലിയ പ്രതീക്ഷകളുമായി ഒരു വിദേശയാത്ര പോകുന്നു. ആ രാജ്യത്തെ എയർപോർട്ടിൽ ചെല്ലുമ്പോഴാണ് നിങ്ങളെ രാജ്യത്തിന് അകത്തേയ്ക്ക് കടത്തിവിടില്ല എന്നറിയുന്നത്. ഇത് വായിക്കുന്ന പലർക്കും പല രാജ്യത്തു നിന്നും ചിലപ്പോൾ ഇങ്ങനെ ഒരു അവസ്ഥ

നേരിടേണ്ടിവന്നിട്ടുണ്ടാവും. അതിലും ഭീകരമായ ഒരു അവസ്ഥ പറയാം. നിങ്ങൾ നിങ്ങളുടെ രാജ്യത്തു നിന്ന് ഒരു യാത്രപോകുന്നു. അവിടെച്ചെന്നു കഴിയുമ്പോൾ നിങ്ങളെ അകത്തേക്ക് കടത്തി വിട്ടന്നില്ല. തിരിച്ച നാട്ടി ലേക്കും പോകുവാൻ സാധിക്കുന്നില്ല. കാരണം നിങ്ങളുടെ പാസ്സ്‌പോർട്ട് തന്ന രാജ്യം നിലനില്ലന്നില്ല. എത്ര ഭീകരമായ അവസ്ഥയാണ് എന്ന് സങ്കല്പിച്ച നോക്കൂ. പുറത്തേക്ക് പോയാൽ നിങ്ങളെ അവർ വെടിവെച്ച കൊല്ലും. എയർപോർട്ടിൽ കഴിഞ്ഞുക്കൂടുക മാത്രമേ രക്ഷയുള്ളൂ. ഇങ്ങനെ ഒരു അവസ്ഥ ഉണ്ടാകാറുണ്ടോ? ഉണ്ട്. പലർക്കും ഉണ്ടായിട്ടുണ്ട്.

Mehran Karimi Nasseri എന്നൊരു വ്യക്തി ഫ്രാൻസിലെ Paris-Charles de Gaulle Airport-ൽ, പതിനൊന്ന് വർഷം ഇപ്രകാ രം കഴിച്ച കൂട്ടി. ഇത്രയും ഭീകരമായ ഒരു അവസ്ഥയെ ഒരു മനുഷ്യൻ എങ്ങനെ അതിജീവിക്കുന്നു? ടോം ഹാങ്ക്സ് അഭിനയിച്ച ദി ടെർമിനൽ എന്ന ചിത്രത്തിൽ ഇങ്ങനെ ഒരു അവസ്ഥയാണ് കാണിക്കുന്നത്. ടോം ഹാങ്ക്സ് അവതരിപ്പിച്ച വിക്ടർ നവരോസ്കി ഒമ്പത് മാസമാണ് ജോൺ എഫ് കെന്നഡി വിമാനത്താവളത്തിൽ കഴിഞ്ഞ കൂട്ടിയത്. ആ വിചിത്രമായ അവസ്ഥ അദ്ദേഹം വളരെ ഭംഗിയായി അതിജീവിക്കുന്ന രസകരമായ ഒരു ചിത്രമാണിത്.

അതിലും ഭീകരമായ ഒരു അവസ്ഥയാണ് നമ്മുടെ രാജ്യത്ത് ഇപ്പോൾ നടക്കുന്നത്. തലമുറകളായി ജീവിച്ച രാജ്യത്തിൽ തങ്ങൾ ഇനി ആരും അല്ല, തങ്ങൾ അന്യനാണ്, രാജ്യം ഇല്ലാത്തവരാണ് എന്ന് പറയുക. ഈ അവസ്ഥ ഫാസിസ്റ്റ് കാലഘട്ടത്തിൽ, ദേശസ്നേഹത്തിന്റെ രൂപത്തിൽ ആരെയും തേടി വരാം. കോടാലിയുടെ പിടി തങ്ങളുടെ തടി കൊണ്ടാണ് ഉണ്ടാക്കുന്നത് എന്നതുകൊണ്ട് തങ്ങൾ സുരക്ഷിതരാണെന്നു കരുതുന്ന മരങ്ങൾക്ക് ഇതൊന്ന് ഓർത്തൂ വയ്ക്കാം.

**ആഫ്രിക്കയിൽ നിന്ന് പുറപ്പെട്ട നമ്മൾ- ടോറോന്റോ കാനഡ.**

വിദേശരാജ്യങ്ങളിൽ ജോലി ചെയ്യതുകൊണ്ടുള്ള ഏറ്റവും വലിയനേട്ടം ലോകത്തില്ലുള്ള ഒരുപാട് ആളുകളുമായിട്ടുള്ള ഇടപഴകലും, അവരുടെ ചിന്തകൾ, അവരുടെ വൈകാരികതകൾ, അവരുടെ ഭാഷാശൈലികൾ, വസ്ത്രധാരണങ്ങൾ, ഭക്ഷണങ്ങൾ ഇവയൊക്കെ പരിചയിക്കാൻ സാധിച്ച എന്നതാണ്. ടൊറോന്റോയിൽ ജോലിചെയ്യന്ന സമയത്ത് ഏതാണ്ട് 90 ഓളം രാജ്യക്കാരുമായി ദീർഘമായി സംസാരിക്കുവാനും അവരെപ്പറ്റി മനസ്സിലാക്കുവാനും സാധിച്ചിട്ടുണ്ട്. ക്രമേണ ഒരാളെ കണ്ടുകഴിഞ്ഞാൽ അയാൾ ഏതു രാജ്യത്ത് നിന്നാണ് എന്നു കൃത്യമായി പറയാൻ സാധിക്ക

നതിലേക്ക് എത്തി. പല ഭാഷകൾ കേട്ടാൽ, അത് ഏത് ഭാഷയാണെന്ന് മനസ്സിലാക്കാൻ കഴിയുന്നിടത്തേക്കുമെത്തി. എന്നാൽ രസകരമായ ഒരു സംഭവം പറയാം.

ഞാൻ ജോലിചെയ്ത ഒരു സ്ഥാപനത്തിൽ എന്റെ സഹപ്രവ ർത്തകനായി ഒരു എത്യോപ്യൻ പയ്യൻ ഉണ്ടായിരുന്നു. ഒരു ദിവസം ഞാൻ ഓഫീസിലേക്ക് ചെല്ലുമ്പോൾ അവൻ ഒരു പെൺകുട്ടിയുമായി എന്തോ ഗഹനമായി സംസാരിച്ചുകൊണ്ടിരിക്കുകയാണ്. ആ പെൺകുട്ടിക്ക് ഒരു കോട്ടയം മലയാളി പെൺകുട്ടിയുടെ മുഖഭാഷ. പക്ഷേ തലമുടി ഒരു സ്കാർഫ് കൊണ്ട് മൂടിയിരിക്കുന്നു. ഗോതമ്പ് നിറവും, സുന്ദരമായ മുഖവും. ഞാൻ വിചാരിച്ചു അമ്പട മോനേ സണ്ണിക്കുട്ടാ, എടാ എത്യോപ്യക്കാരാ, നീ എന്റെ നാട്ടുകാരി പെൺകുട്ടിയോട് സൊള്ളുകയാണല്ലേ? (അസൂയ. അല്ലാതെന്താ). അവന്റെ സംസാരം കഴിഞ്ഞിട്ട് എനിക്ക് സംസാരിക്കുവാൻ സാധിക്കും എന്ന് തോന്നുന്നില്ല. ഞാൻ അക്ഷമനായി. കുറച്ച കഴിഞ്ഞ പ്പോൾ അവൻ എന്നെ അവരുടെ അടുത്തേക്ക് വിളിച്ചു. എന്നിട്ട് പറഞ്ഞു, റോബിൻ, ഇത് എന്റെ സഹോദരിയാണ്. ഒരാഴ്ചയായി ഇവിടെ വന്നിട്ട്. ഞാൻ ഞെട്ടിപ്പോയി.

പറഞ്ഞുവരുന്നത് ഇതാണ്. ലോകത്ത് പല രാജ്യക്കാരെയും കണ്ട എനിക്ക്, ഒരു ആഫ്രിക്കൻ പെൺകുട്ടിയെ കണ്ടപ്പോൾ മലയാളിയാണ് എന്ന് തോന്നി. മറ്റൊരിക്കൽ ടൊറോണ്ടോയിൽ വച്ച് ഒരു മനുഷ്യൻ വന്ന് എന്നോട് സംസാരിക്കാൻ ആരംഭിച്ചു. തനി മലയാളി ലുക്ക്. ഞാൻ ചോദി ച്ച നിങ്ങൾ ഏതു നാട്ടുകാരനാണ്? (ഇങ്ങനെ ചോദിക്കുന്നത് കൊണ്ട് അവി ടെ ഒരു കുഴപ്പവുമില്ല കേട്ടോ. മലയാളികളുടെ തെറ്റിദ്ധാരണയാണ് രാജ്യം ചോദിക്കാൻ പാടില്ല, പ്രായം ചോദിക്കാൻ പാടില്ല എന്നൊക്കെ). അയാ ൾ പറഞ്ഞു. ഞാൻ ഒറിജിനൽ കനേഡിയനാണ്. ഞങ്ങൾ ഒരിടത്തും നിന്നും വന്നതല്ല. അതും പറഞ്ഞ് അയാൾ അയാളുടെ ഐഡൻറിറ്റി കാർഡ് എടുത്തു കാണിച്ചു. ഒരു ആദിമ ഗോത്രവർഗ്ഗകാരനാണ് അയാൾ. പലപ്പോഴും ഈ കൂട്ടരെ കണ്ടുകഴിഞ്ഞാൽ ഏതാണ്ട് ഒരു മംഗോളിയൻ ലുക്ക് ഉണ്ട്. പക്ഷേ അദ്ദേഹത്തിന് ആ ലുക്ക് ഒട്ടുമില്ല.

നമ്മൾ ജാതിയുടെ പേരിലും മതത്തിന്റെ പേരിലും വംശശ്രദ്ധിയുടെ പേ രിലും ഒക്കെ അഭിമാനം കൊള്ളുമ്പോൾ ഓർക്കുക. നമ്മളൊക്കെ ഒരുപാട് കലർപ്പുകൾ ചേർന്നതാണ്. ആഫ്രിക്കയിൽ നിന്ന് ആരംഭിച്ച മനുഷ്യരുടെ യാത്രയിൽ എത്രയോ കലർപ്പുകൾ ചേർന്നിട്ട് ഉണ്ടാവാം. ഹോമോസാപ്പി യൻസ് എന്ന് മനുഷ്യവംശത്തിൽ തന്നെ, മനുഷ്യർ എന്ന പേര് പറയാൻ സാധിക്കാത്ത ഹോമോ നിയാണ്ടർ താലിനിസ്, ഡെനിസോവൻസ്,

പേരറിയാത്ത മറ്റ രണ്ട ഹോമിനിഡ് വർഗ്ഗങ്ങൾ തുടങ്ങിയ ജീവികളുടെ ജീനം കലർന്നിരിക്കുന്നു. ഈ ഭൂമിയിലുള്ള ഏതു മനുഷ്യന്റെയും അടിസ്ഥാ നപരമായ പ്രകൃതം, മനഃശാസ്ത്രപരമായ ചോദന ഇതെല്ലാം ഒന്നുതന്നെ. അതിൽ മാറ്റങ്ങൾ വരുന്നതിനുള്ള കാരണം അവർ ജനിച്ചവളർന്ന ദേശം, സംസ്കാരങ്ങൾ, ജീവിത സാഹചര്യങ്ങൾ ഒക്കെയാണ്. സാഹചര്യങ്ങളും, അവസ്ഥകളും മാത്രമാണ് ഈ മനുഷ്യരെയൊക്കെ വ്യത്യസ്തരാക്കുന്നത്.

## ഗോസായിയുടെ വിഭാഗീയത-വാൻക്കവർ, കാനഡ

വാൻക്കവറിൽ ഞാൻ ജോലി ചെയ്യുന്ന സമയത്ത് എന്റെ സ്ഥാപനത്തി ൽ, എന്റെ പദവിക്ക് താഴെയുള്ള പൊസിഷനിലാണ്ണ് ജഗ്രൂപ് സിംഗ് ജോലി ചെയ്തിരുന്നത്. അവൻ എനിക്ക മുമ്പേ ഈ സ്ഥാപനത്തിൽ ചേർന്നിരുന്നു. അവന്റെ അതേ പദവിയിലുള്ള ഓസ്ട്രേലിയക്കാരി പെൺകുട്ടി സാറയോടും, ഞങ്ങളുടെ ബോസുമാരായ അമേരിക്കക്കാരോടും ഒക്കെ അവനൊരു ജർമ്മൻ ഷെപ്പേഡ് നായയുടെ വിനയത്തോടുക്കൂടെ പെരുമാറിയിരുന്നു. എന്നാൽ ഞാനൊരു മലയാളിയാണ് എന്ന് അറിഞ്ഞപ്പോൾ അവന്റെ നോർത്തിന്ത്യൻ ബോധം ഉണർന്നു. അവൻ എന്നോട് ഹിന്ദിയിൽ മാത്രമേ സംസാരിക്കുകയുള്ള. ഹിന്ദി കേട്ടാൽ മനസ്സിലാകുമെങ്കിലും തിരിച്ചപറയാൻ അത്ര പ്രാപ്തി എനിക്കില്ല. എന്റെ ഹിന്ദി അറിവില്ലായ്മ അവൻ നന്നായി മുതലെടുക്കുവാൻ തുടങ്ങി.

ഒരിക്കൽ അവൻ ഇറന്ന പറഞ്ഞു. 'നിങ്ങൾ മലയാളികൾ മാതൃഭാഷ സം സാരിക്കാത്തവരാണ്.' ഞാൻ പറഞ്ഞു: എന്റെ മാതൃഭാഷ മലയാളമാണ്. അത് ഞാൻ നന്നായി സംസാരിക്കും. അപ്പോൾ അവൻ ദേശീയ ഭാഷയായ ഹിന്ദി സംസാരിക്കാൻ എനിക്കറിയില്ല എന്നായി. ഞാൻ പറഞ്ഞു, ഹിന്ദി നമ്മുടെ ദേശീയ ഭാഷ അല്ല. ഔദ്യോഗിക ഭാഷകളിൽ ഒന്നാണ്. ഇംഗ്ലീഷും ഹിന്ദിയും നമ്മുടെ ഔദ്യോഗിക ഭാഷയാണ്. എന്തോ ദൈവനിഷേധം കേട്ടതുപോലെ അവനെതിർത്തു . ഞാൻ വിക്കിപീഡിയ പേജ് എടുത്തു കാണിച്ചുകൊടുത്തു. വിക്കിപീഡിയ ആർക്കും എഡിറ്റ് ചെയ്യാം എന്നായി അവൻ. അവസാനം കഷ്ടപ്പെട്ട് ഭരണഘടനയുടെ ഒഫീഷ്യൽ ഡോക്കുമെന്റ് പ്രിന്റ് ചെയ്ത് അവന് കൊടുത്തു. വാസ്തവത്തിൽ അതിന്റെ ആവശ്യം ഇല്ലാ യിരുന്നു. കാരണം ഉള്ളിൽ കിടക്കുന്ന വിഭാഗീയത മാറ്റുവാൻ ഭരണഘടന കൊണ്ടാവില്ലല്ലോ?

ഒരുപാട് രാജ്യക്കാരുമായി ഞാൻ സംസാരിച്ചിട്ടുണ്ട്. ഇടപഴകിയിട്ടുണ്ട്. അതിൽ ഒരു മനോഭാവപ്രശ്നം വ്യക്തമായി തോന്നിയിട്ടുള്ളത് ജമയിക്കൻ പെൺകുട്ടികൾക്കാണ്. അവരോട് ഒത്തുപോകാൻ ഒരുമാതിരിപ്പെട്ടവ

ർക്കാവില്ല. നല്ലവർ ഇല്ലായെന്നല്ല. നമ്മൾ ശത്രുരാജ്യക്കാരായി കാണുന്ന പാക്കിസ്ഥാനികൾ വളരെ സൗഹൃദപരമായി മാത്രമേ പെരുമാറിയിട്ടുള്ളൂ. ഞാൻ ഒരു ഇന്ത്യക്കാരൻ ആണെന്ന് അറിയുമ്പോൾ അവർ പറയും ആപ് മേരാ ഭായി ഹേ. (നിങ്ങൾ എന്റെ സഹോദരനാണ്). ഞാൻ ഒരു മുസ്ലിം ആണോ എന്ന് ചോദിച്ചതിനുശേഷം ഒന്നുമല്ല അവർ അങ്ങനെ പറയുന്നത്.

പലതവണ ദുരനുഭവം നേരിട്ടിട്ടുള്ളതും നോർത്ത് ഇന്ത്യക്കാരിൽ നിന്നാണ്. നമ്മുടെ മലയാളികൾ പലരും അല്പം ഹിന്ദി അറിയാമെങ്കിൽ അവരുമായി സൗഹൃദത്തിലാകുവാൻ ശ്രമിക്കും. മറ്റ മലയാളികളെ ഹിന്ദി ക്കാർ താഴ്ത്തി കെട്ടുമ്പോൾ മലയാളി അത് കൂടെനിന്ന് ആസ്വദിക്കും. ഈ ഇകഴ്ത്തലിന് നിന്നുകൊടുക്കുവാനോ, തലകുനിച്ച നില്ക്കുവാനോ ഒരിക്കലും ഞാൻ തയ്യാറായിട്ടില്ല.

പറഞ്ഞു വന്നത് ഇതാണ്. എന്തുകൊണ്ട് സൗത്ത് ഇന്ത്യൻ സംസ്ഥാ നക്കാർ ഹിന്ദി സംസാരിക്കുന്നില്ല എന്ന് ഗോസായിമാർ ചോദിക്കുമ്പോൾ നമ്മൾക്ക് തിരിച്ചപറയാൻ സാധിക്കണം. നിങ്ങൾ എന്തുകൊണ്ട് മലയാളം, തമിഴ്, കന്നഡ, തെലുങ്ക് ഒന്നും സംസാരിക്കുന്നില്ല? 'ഹിന്ദി ഹമാരാ രാഷ്ട്രഭാ ഷാ ഹെ' എന്ന് ഒന്നാം ക്ലാസ് മുതൽ നമ്മളെ പഠിപ്പിക്കുന്ന ഈ വിഡ്ഢിത്തം ആദ്യം മാറ്റണം. ഹിന്ദി നമ്മുടെ ഔദ്യോഗികഭാഷകളിൽ ഒന്നുമാത്രം.

പ്രകാശ് രാജ് പറഞ്ഞതാണ് സത്യം. ഞങ്ങൾ സൗത്ത് ഇന്ത്യക്കാർ എന്തിന് ഹിന്ദി പഠിക്കണം? ഞങ്ങൾക്ക് മഹത്തരമായ ചില ഭാഷകൾ ഉണ്ട്. നമ്മൾ ഹിന്ദി പഠിക്കണം എന്ന് അവർ വാശിപിടിക്കുന്നത് അവ രുടെ മേധാവിത്വം നമ്മൾ അംഗീകരിക്കുവാനും അവർ പറയുന്നത് നമ്മൾ കേൾക്കുവാനുമാണ്. ലോകത്തിലെ ഏറ്റവും പരിഷ്കൃതമായ സമൂഹങ്ങളായ പാശ്ചാത്യലോകത്ത് വെച്ചാണ് ഇതുപോലെ വിഭാഗീയത എനിക്ക് അനു ഭവിക്കേണ്ടി വന്നിട്ടുള്ളത്. അപ്പോൾ അവരുടെ മനോഭാവം അവരുടെ നാട്ടുകളിൽ ചെന്നാൽ എന്തായിരിക്കുമെന്ന് ഊഹിക്കാവുന്നതേയുള്ളൂ.

'ജാതിഭേദം മതദ്വേഷം ഏതുമില്ലാതെ സർവ്വരും സോദരത്വേന വാഴുന്ന മാതൃകാ സ്ഥാനമാണിത്.' ശ്രീനാരായണ ഗുരുദേവന്റെ ഈ കാഴ്ചപ്പാട് നമുക്ക് നിലവിൽ വരുത്തുവാൻ നോക്കണം.

# നിരത്തുകളിൽ പൊലിയുന്ന ജീവിതങ്ങൾ

കുറച്ച വർഷങ്ങൾക്ക് മുമ്പ് കോഴിക്കോട് കൊട്ടവള്ളിയിൽ ഒരു ദാരുണ അപകടം നടന്നു. ഒരു വിവാഹ സത്ക്കാരത്തിൽ പങ്കെടുത്ത് തിരിച്ചവന്ന റിട്ടയേർഡ് ദമ്പതികളുടെ കാറിടിച്ച് വഴിയരികിൽ നിന്ന 2 സ്കൂൾ പെൺകുട്ടികൾ തൽക്ഷണം കൊല്ലപ്പെട്ടു. വാഹനം ഓടിച്ച വ്യക്തി ബോധരഹിതനായി ആശുപത്രിയിലായി. ബോധം തെളിഞ്ഞപ്പോൾ അദ്ദേഹം അറിയുന്നത് താൻ കാരണം സംഭവിച്ച ദുരന്തത്തെ പറ്റിയാണ്. അദ്ദേഹത്തിന് അത് വലിയ മാനസികാഘാതമായി എന്നാണ് അറിയുവാൻ കഴിഞ്ഞത്.

എന്തായിരുന്നു സത്യത്തിൽ അവിടെ സംഭവിച്ചത്?
ഉച്ചയൂണിനു ശേഷം സ്വാഭാവികമായി നമുക്ക് ഉറക്കം വരും. അങ്ങനെ ഏതോ ഒരു മിനിറ്റിൽ അദ്ദേഹം ഉറങ്ങിപ്പോയതാവാം. അല്ലെങ്കിൽ ചെറിയൊരു സ്ട്രോക്ക്/ഹാർട്ട് അറ്റാക്കോ, മറ്റേതെങ്കിലും മെഡിക്കൽ കാരണമോ മൂലം സംഭവിച്ച ബോധക്ഷയം ആവാം. പക്ഷെ ഇതൊന്നും അല്ലാതെ മറ്റൊരു പ്രധാന കാരണം കൂടിയാകാം. ബ്ലൂട്ടത്തിൽ അദ്ദേഹം ആരോടോ സംസാരിക്കുകയും മുൻപിൽ ചാടിയ കുട്ടികൾ അദ്ദേഹത്തിന്റെ കാഴ്ചയിൽ വരാതെ ഇരിക്കുകയും ചെയ്തത് ആവാം.

**നിങ്ങളുടെ വണ്ടിക്ക് കുറകെ ഒരു കുട്ടി വിലങ്ങു ചാടിയാൽ നിങ്ങൾ അത് കാണണമെന്നുണ്ടോ?**

ഡ്രൈവ് ചെയ്യുന്ന സമയത്ത് ഫോൺ ഉപയോഗിക്കുന്നതുകൊണ്ട് അപകടം ഉണ്ടാകുന്നില്ലെങ്കിൽ കേസെടുക്കേണ്ട ആവശ്യമില്ലെന്ന് കോടതി. എന്നാൽ ഡ്രൈവ് ചെയ്യുമ്പോൾ ബ്ലൂട്ടത്ത് വഴി സംസാരിച്ചാലും കേസെടുക്കുമെന്ന് കേരള പോലീസ്. ഡ്രൈവ് ചെയ്യുന്ന സമയത്ത് ഹാൻസ് ഫ്രീ മോഡിൽ ഫോൺ ഉപയോഗിക്കുന്നത് കൊണ്ട് പ്രശ്നമുണ്ടോ? ഉണ്ട് എന്ന താണ് വാസ്തവം. നമ്മുടെ മസ്തിഷ്കത്തിന് ഒരു സമയം ഒരു കാര്യം മാത്രമേ ചെയ്യുവാൻ സാധിക്കുകയുള്ളൂ. കമ്പ്യൂട്ടർ ഭാഷയിൽ പറഞ്ഞാൽ നമ്മുടെ

മസ്തിഷ്കം ബാച്ച് പ്രോസസ്സിംഗ് ആണ് ചെയ്യുന്നത്. അതായത് ഒരേസമയം പല കാര്യങ്ങളും നമുക്ക് ചെയ്യുവാൻ സാധിക്കുമെങ്കിലും അവിടെ നമ്മുടെ പൂർണ്ണമായ ശ്രദ്ധ ഒന്നിൽനിന്ന് മറ്റൊന്നിലേക്ക് ഇടവിട്ട് കേന്ദ്രീകരിക്കുക യാണ് ചെയ്യുന്നത്. നമ്മുടെ ബ്രയിൻ എന്ന മൈക്കറോ പ്രോസസ്സറിന് മൾട്ടിടാസ്ക്കിങ് (ഒരേ സമയത്ത് പല കാര്യങ്ങൾ ചെയ്യുവാനുള്ള കഴിവ്) ഇല്ല.

വണ്ടി ഓടിച്ചുകൊണ്ട് ഫോണിൽ സംസാരിക്കുമ്പോൾ ഫോണിൽ സംസാരിക്കുന്ന കാര്യങ്ങൾക്കുള്ള ശ്രദ്ധയും വണ്ടിയോടിക്കാനുള്ള കാര്യത്തി നമുള്ള ശ്രദ്ധയും മാറിമാറിയാണ് മസ്തിഷ്കം അലോട്ട് ചെയ്യുന്നത്. നിങ്ങൾ ഫോണിൽ സംസാരിച്ചുകൊണ്ട് വാഹനം ഓടിക്കുമ്പോൾ നിങ്ങളുടെ ശ്രദ്ധ സംസാരത്തിലും ഡ്രൈവിങ്ങിലുമായി മാറി മാറി നിലുകയാണ് ചെയ്യുന്നത്. ഇനി നമ്മുടെ കൺമുമ്പിൽ ഒരു വസ്തു പതിയുന്നതുകൊണ്ട് മാത്രം നമ്മൾ അത് കാണണം എന്നില്ല. അത് മസ്തിഷ്കം പ്രോസസ് ചെയ്താൽ മാത്രമേ അത് കാഴ്ചയാകൂ. നിങ്ങളുടെ വണ്ടിക്ക് കുറകെ ഒരു കുട്ടി വിലങ്ങുചാടുമ്പോൾ നിങ്ങളുടെ മസ്തിഷ്കം സംസാരത്തിന്റെ ശ്രദ്ധയിലോ, ഫോണിൽ നിന്ന് റോഡിലേയ്ക്ക് ശ്രദ്ധ മാറ്റുന്ന മൈക്കറോ സെക്കൻറിലോ ആണെങ്കിൽ ആ കുട്ടി നിങ്ങളുടെ കൺ മുൻപിൽ പെട്ടാലും നിങ്ങൾ അത് കാണില്ല. ഇതിനാണ് Inattentional Blindness എന്ന് പറയുന്നത്.

ഗൊറില്ല

Christopher Chabris, Daniel Simons എന്നിവർ ചേർന്നെഴു തിയ The Invisible Gorilla എന്ന പുസ്തകത്തിൽ Inattentional Blindness നെ കുറിച്ചുള്ള സമഗ്രമായ വിശകലനം തന്നെയുണ്ട്.ഇതിൽ ഇവരൊരു മനഃശാസ്ത്ര പരീക്ഷണം നടത്തുന്നു. വെളുത്ത വസ്ത്രവും കറുത്ത വസ്ത്രവും ധരിച്ച ഒരുക്കൂട്ടം വിദ്യാർത്ഥികളോട് ഒരു ബാസ്ക്കറ്റ്ബോൾ പരസ്പരം കൈമാറിക്കൊണ്ടിരിക്കുവാൻ ആവശ്യപ്പെടുന്നു. കറുത്തവസ്ത്രം ധരിച്ച് ആളുകൾ എത്ര തവണ പന്ത് കൈമാറി എന്ന് എണ്ണുവാൻ കണികളോട് ആവശ്യപ്പെടുന്നു. ഇതിനിടയിൽ ആൾക്കുരങ്ങിന്റെ വസ്ത്രം ധരിച്ച ഒരാൾ ഇവരുടെ ഇടയിലൂടെ കടന്നുപോകുന്നു. ഈ വീഡിയോ കാണുന്നവരിൽ എത്രപേർ ആൾക്കുരങ്ങിനെ കണ്ടു എന്ന് ചോദിക്കുമ്പോൾ 50% ആളുകളും അങ്ങനെയൊരു ആൾക്കുരങ്ങു വന്നുപോയതായി കണ്ടിട്ടില്ല. ഈ വീഡി യോ യൂട്യൂബിലുണ്ട് ( The Invisible Gorilla എന്ന് സെർച്ച് ചെയ്യുക.)

നിങ്ങളുടെ കാഴ്ച എന്നുപറയുന്നത് വാസ്തവത്തിൽ ഒരു താക്കോൽദ്വാര വീക്ഷണം മാത്രമാണ്. പ്രത്യേകിച്ചും നിങ്ങൾ ഒരു കാര്യത്തിൽ തന്നെ ഏകാഗ്രത പുലർത്തുമ്പോൾ. അതിന്റെ അർത്ഥം തികച്ചും റിലാക്സ് ആയി

രിക്കുമ്പോൾ നിങ്ങൾ എല്ലാം കാണുന്നുവെന്നല്ല. പല കാര്യങ്ങളും നമ്മുടെ കാഴ്ചയ്ക്ക് മുൻപിൽ വരികയും നമ്മളുടെ നോട്ടം അതിൽ പതിയുകയും ചെയ്തി ട്ടുണ്ടാവും. പക്ഷെ ഇതിൽ തന്നെ പല കാര്യങ്ങളും നമ്മുടെ ഓർമ്മയുടെ തലംവരെ എത്താതെ പോകുന്നു. പക്ഷേ ഇത് വളരെ അപൂർവ്വമായി സംഭവിക്കുന്ന ഒന്നുമല്ല. മാത്രമല്ല, നമ്മൾ കണ്ട പലതും നമ്മൾ കണ്ടില്ല എന്ന് വിശ്വസിക്കുക പ്രയാസവ്വമാണ്.

ഡ്രൈവ് ചെയ്തുകൊണ്ട് ഫോണിൽ സംസാരിക്കുമ്പോൾ ഫോണിന്റെ അങ്ങേ തലയ്ക്കലുള്ള വ്യക്തിയുടെ പരിസ്ഥിതി വേറെ ആയതിനാൽ അവ രോട്ടുള്ള സംസാരവും ഡ്രൈവിങ്ങും ഒരുമിച്ച കൊണ്ടുപോകുവാൻ ഒരുപാട് ശ്രദ്ധ മാറ്റിമറിക്കൽ (attention switching) ആവശ്യമാണ്. എന്നാൽ വാഹനം ഓടിക്കമ്പോൾ മുൻ സീറ്റിൽ ഒരാൾ കൂടി ഉള്ളത് നിങ്ങൾക്ക് രണ്ട കണ്ണുകളുടെ കൂടെ ആനുകൂല്യം നല്കുകയും ചെയ്യും.

## റോഡിൽ പൊലിയുന്ന ജീവനുകൾ

ഇന്ത്യയിൽ 2019ൽ മാത്രം ഏതാണ് 4,67,171 പേരാണ് റോഡ് ട്രാഫി ക്ക് അപകടങ്ങളിൽ മരിച്ചത്. ഓരോ മിനിറ്റിലും ഒര മരണം. അംഗഭംഗം, കോമ സ്റ്റേജുകൾ, ജീവിതകാലം മുഴുവൻ കിടപ്പിലാവ്വന്നവർ, പട്ടിണി, ദുരിതം, തീരാ വേദന, അനാഥ ജീവിതങ്ങൾ എല്ലാം വേറെ...
നമ്മുടെ റോഡ് അപകടങ്ങൾക്ക് പ്രധാന കാരണങ്ങൾ ഇവയാണ്. അഹ ന്ത, അജ്ഞത, അസഹിഷ്ണുത. കന്നിമൂലയിൽ ടോയ്‌ലറ്റ് വയ്ക്കാതിരിക്കാനും, കിഴക്കോട്ട് തല വെച്ച് കിടന്ന് ഉറങ്ങാനും, നെഗറ്റിവ് എനർജ്ജി ഒഴിവാ ക്കാനും, രാഹുവിനെ പ്രീട്ടാനുമെല്ലാം ഉള്ള പെടാ പാടിന്‍Jz 1% ശ്രദ്ധ റോഡ് അപകടങ്ങൾ ഒഴിവാക്കുവാൻ ആളുകൾ കാണിക്കുന്നില്ല. മാദ്ധ്യമങ്ങളും സന്നദ്ധ സംഘടനകളും സർക്കാർ സംവിധാനങ്ങളും ട്രാഫിക്ക് നിയമ ങ്ങൾ കർശനമായി നടപ്പാക്കുന്ന കാര്യത്തിൽ ഊന്നൽ നല്കുന്നില്ല എന്നും പറയാതെ വയ്യ. അപടകങ്ങൾ റിപ്പോർട്ട് ചെയ്യുമ്പോൾ 'ട്രാഫിക്ക് നിയമ ലംഘനം ഇന്നലെ കോട്ടയത്തു 10 മരണം' എന്ന രീതിയിൽ റിപ്പോർട്ട് ചെയ്തിരുന്നെങ്കിൽ തന്നെ ആളുകളിൽ ഒര മാനസിക പരിവർത്തനത്തിന് സാധ്യത തെളിഞ്ഞേനെ.

വീട്ടിൽ നിന്ന് രാവിലെ ദൂരയാത്രക്ക് പോകുന്ന മക്കളോട് അമ്മമാർ പറ യുന്ന ഒരു കാര്യമുണ്ട് പ്രാർത്ഥിച്ചിട്ട് ആണോ ഇറങ്ങിയത്? ഇതിന് പക രം'സീറ്റ് ബെൽറ്റ് ഇട്ട്, ഹെൽമെറ്റ് വച്ച, മറ്റ ട്രാഫിക്ക് നിയമങ്ങൾ അനുസ രിച്ച വണ്ടിഓടിക്കണേ മക്കളെ എന്ന പറയാൻ ശ്രമിച്ചാൽ നല്ലതായിരുന്ന. പുതിയ വണ്ടി വാങ്ങിയാൽ അത് പൂജിക്കുവാനും വെഞ്ചരിക്കുവാനും റിയർ വ്യ

മിറ്ററിൽ വിശുദ്ധ വസ്തുക്കൾ ഇക്കാനം ശ്രമിക്കുന്നതിന്റെ ഒരു പങ്ക് സമയം മാ
ന്യമായി, സുരക്ഷിതമായി എങ്ങനെ വണ്ടി ഓടിക്കണം എന്ന് ഒരു ലഘുലേഖ
എങ്കിലും വാങ്ങി വായിക്കുവാൻ ചിലവഴിച്ചിരുന്നെങ്കിൽ.

വീട്ടിൽ നിന്ന് ഇറങ്ങിയാൽ എത്ര പേര് തിരിച്ചവരും എന്ന് അറിയുവാൻ
സാധിക്കാത്ത ഒരു അഡ്വെഞ്ചർ സ്പോർട്സ് ആണ് ഇന്ത്യൻ നിരത്തിലെ
ഡ്രൈവിങ്. ഇത് മനസിലാക്കി ഓരോ ദിവസവും വണ്ടി സ്റ്റാർട്ട് ചെയ്യുക.
റോഡുകൾ തോറും സർവയലൻസ് ക്യാമറകൾ വയ്ക്കുകയും നിയമങ്ങൾ
തെറ്റിക്കുന്നവർക്ക് കൃത്യമായി പിഴ വീട്ടിലേയ്ക്ക് അയക്കുകയും ചെയ്യുക. ഈ
പിഴയിൽ നിന്ന് തന്നെ ക്യാമറ സ്ഥാപിക്കുവാനുള്ള പണം കണ്ടെത്തുകയും
ചെയ്യാവുന്നതാണ്.

സ്കൂൾ തലം മുതൽ കുട്ടികളെ റോഡ് നിയമങ്ങളെ കുറിച്ച് വിശദമായി
തന്നെ പഠിപ്പിക്കുക. റോഡിൽ മാന്യമായി വണ്ടി ഓടിക്കാത്തത് തികച്ചും
അപരിഷ്കൃതമായ നടപടിയാണ് എന്ന ബോധം കുട്ടികളിൽ ഉണ്ടാക്കി
യെടുക്കുക. ക്രമേണ നിയമലംഘനം നടത്തുന്നവരോട് കുട്ടികൾക്ക് ഒരു
അവജ്ഞ ഉണ്ടാവുകയും അവർ തന്നെ മാതാപിതാക്കളെ തിരുത്തുകയും
ചെയ്യും. റോഡിൽ നിയമങ്ങൾ പാലിക്കേണ്ടതിന്റെ ആവശ്യകതയെക്കുറിച്ച
ുള്ള ക്ലാസ്സുകൾ മതപഠനങ്ങളുടെ കൂടെ ചേർക്കുക.

## മരണ വണ്ടി

"ഒരു ജീവൻ രക്ഷിക്കുവാൻ വേണ്ടി പാഞ്ഞു, എട്ട് ജീവനുകൾ പൊലി ഞ്ഞു." ഒരു ആംബുലൻസ് ലോറിയിൽ ഇടിച്ച് എട്ട് പേരാണ് കുറച്ചനാൾ മുൻപ് കേരളത്തിൽ മരണപെട്ടത്. എന്തുകൊണ്ട് ഇതുവരെ ഇങ്ങനെയൊരു ദാരുണവാർത്ത കേട്ടില്ല എന്നതും അതിശയമാണ്.

കോട്ടയം ജില്ലയിലെ ഒരു ഗ്രാമത്തിൽ താമസിക്കുന്ന എന്റെ ബന്ധുവി ന്റെ വീട്ടിലേയ്ക്ക് ഒരു ആംബുലൻസ് നിലവളി ശബ്ദം ഇട്ട് കേറി. ഗ്രാമപ്രദേശ മായതിനാൽ നാട്ടുകാർ പെട്ടെന്ന് ഓടിക്കൂടി. തോമസിന്റെ വീട്ടിൽ എന്തോ പ്രശ്നം ഉണ്ടല്ലോ. വാസ്തവത്തിൽ എന്താണ് സംഭവിച്ചത്? ഒരു അഞ്ചി യോപ്ലാസ്റ്റി ഒക്കെ കഴിഞ്ഞിരിക്കുന്ന തോമസിനെ ഒരു സൗഹൃദത്തിന്റെ പേരിൽ കാണുവാൻ എത്തിയതാണ് സുഹൃത്തായ ആംബുലൻസ് ഡ്രൈവർ ജോണി. വന്നത് ആംബുലൻസിൽ ഫുൾഫോമിൽ ആയപ്പോൾ സംഗതി മാറി എന്നു മാത്രം.

കഴിഞ്ഞ ദിവസം നടന്ന ഈ സംഭവം ഒരു ഒറ്റപ്പെട്ട സംഭവം അല്ല. വീട്ടിൽ മീൻ മേടിക്കുവാൻ പോകുമ്പോൾ പോലും പല ആംബുലൻസ് ഡ്രൈവർമാർ ബീക്കണ് ലൈറ്റും സൈറണും ഇട്ട് അമിത വേഗത്തിലാണ് റോഡിലൂടെ പായുന്നത്. മരണപ്പാച്ചിൽ പായുവാൻ ഇവർക്ക് ഉള്ളിൽ രോഗി വേണം എന്നപോലുമില്ല.

## പാട്ട വണ്ടിയുടെ പുതിയ പേര് -ആംബുലസ്

ഇനി എന്താണ് നമ്മുടെ നാട്ടിലെ ആംബുലൻസ് എന്നു നോക്കാം. സു രക്ഷാപീക്ഷണങ്ങളിൽ ഒന്നുപോലും പാസകാത്ത മാരുതി ഓംനി പോലെ യുള്ള വാഹനങ്ങൾക്ക് പോലും നമ്മുടെ നാട്ടിൽ ആംബുലൻസ് എന്ന പേ രിൽ ചീറി പായാം. ആംബുലൻസ് എന്ന ഒരു പേരിട്ടാൽ പ്രാഥമിക ഡ്രൈ വേഴ്സ് ലൈസൻസ് ഉള്ള ആർക്കും ആംബുലൻസ് എന്ന പടക്കുതിരയെ പാ യിച്ചുകൊണ്ട് റോഡിൽ എങ്ങനെ വേണമെങ്കിലും പോകാം. ഇവർക്ക് യാ തൊരു നിയമങ്ങളും ബാധകമല്ല എന്ന ഒരു മിഥ്യാബോധമാണ് മിക്ക ഡ്രൈ വർമാർക്കും. യാതൊരു അടിസ്ഥാന സൗകര്യങ്ങളോ, ജീവൻ രക്ഷാ സം വിധാനങ്ങളോ ഇല്ലാത്ത ഒരു പാട്ട വണ്ടി ആയിരിക്കും മിക്ക ആംബുല ൻസുകളും. അപകടം സംഭവിച്ച രോഗികൾക്ക് പ്രഥമ ശുശ്രൂഷ നല്കുവാന ുള്ള സംവിധാനങ്ങളോ അതിന് പരിശീലനം ലഭിച്ച ഒരു പാരാമെഡിക്കൽ സ്റ്റാഫോ 99 ശതമാനം ആംബുലൻസുകളിലും ഇല്ല. നിലവിളി ശബ്ദം കേ ൾക്കുമ്പോൾ ബഹുമാനത്തോടെ ആളുകൾ തങ്ങളുടെ വണ്ടികൾ ഒതുക്കി വഴി ഒരുക്കുന്നു. ഈ ബഹുമാനം ഇവരെ ഹരം പിടിപ്പിക്കുന്നു. ആടി ഉലഞ്ഞു, നി

ലവിളിച്ചു, വെട്ടി തിരിഞ്ഞു, ഓതിരം മറിഞ്ഞു പായുന്ന ആംബുലൻസുകളിൽ ഉള്ള ഈ മരണയാത്ര തന്നെ രോഗിയുടെ നില വഷളാക്കുന്നു. ഈ നിലവ ളി ശബ്ദം കേട്ടത് കൊണ്ടുമാത്രം ഡോക്ട്ടേഴ്‌ ഓടിവന്നു നോക്കും എന്നുള്ളത് ഒരു മിഥ്യാധാരണ മാത്രമാണ്. തക്ക സമയത്ത് ശരിയായ പ്രഥമ ശുശ്രൂഷ ലഭിച്ചാൽ പല വലിയ പ്രശ്നങ്ങളും ഒഴിവാക്കാൻ സാധിക്കും എന്നതിനാൽ നമുക്ക് വേണ്ടത് അതിന് സജ്ജമായ പാരാമെഡിക്കൽ സ്റ്റാഫുകൾ ഉള്ള ആം ബുലൻസുകളാണ്.

നമ്മുടെ രാജ്യത്ത് നല്ല റോഡുകൾ ഉണ്ടാവുകയും, കൂടുതൽ ആളുകൾക്ക് വാഹനങ്ങൾ ലഭിക്കുകയും ചെയ്യുന്നത് അനുസരിച്ച അപകടമരണങ്ങളുടെ എണ്ണം കൂടിയാണ് വരുന്നതും. ഈ അപകടങ്ങളിൽ 86 ശതമാനവും ഡ്രൈവ റുടെ കുറ്റം കൊണ്ടാണ് സംഭവിക്കുന്നത്. സ്കൂൾ ബസ്സുകൾ എത്ര അശ്രദ്ധമായി ട്ടാണ് ഓടിക്കുന്നത് എന്നും, ആരാണ് ഇപ്പോൾ അത് ഓടിക്കുന്നത് എന്നും, ബഹുമാനപ്പെട്ട ട്രാഫിക്ക് ഡി. ജി. പി. നേരിട്ട് ഇടയ്ക്കിടെ പരിശോധിക്കുന്നത് നന്നാവും.

അരാജകത്വം കൊടികുത്തി വാഴുന്ന ചില ആഫ്രിക്കൻ നഗരങ്ങളിൽ പോലും ഇന്ത്യയിലെ അപേക്ഷിച്ച റോഡ് ഗതാഗതം വളരെ സുഗമമാണ്. കേരളത്തിൽ വണ്ടി ഓടിക്കുന്നത് ഒരു അഡ്വെഞ്ചർ സ്‌പോർട്‌സ് ആണ്. വാ ഹനത്തിന് മുൻപിൽ തൂങ്ങിയാട്ടുന്ന വസ്തുക്കളോ പൂജകളോ മറ്റ കർമ്മങ്ങളോ ഒന്നും അപകടങ്ങൾ ഒഴിവാക്കില്ല. എങ്ങനെ വാഹനം ഓടിച്ചാലും എന്റെ ചാത്തന്മാർ എന്നെ രക്ഷിച്ചുകൊള്ളും എന്ന അഹന്തയിലാണ് ഓരോ ഡ്രൈവറും റോഡിൽ മൈക്കിൾ ഷുമാക്കർ ആവുന്നത്.

ഒന്ന് ഓർക്കുക, നമ്മുടെ നാട്ടിൽ ഉണ്ടാകുന്ന റോഡ് അപകടങ്ങളിൽ നല്ലൊരു പങ്കും ട്രാഫിക്ക് നിയമങ്ങളുടെ പച്ചയായ ലംഘനം മൂലമാണുണ്ടാകു ന്നത്. നമ്മുടെ ജനങ്ങൾക്ക് ട്രാഫിക്ക് നിയമങ്ങൾ പാലിക്കുവാൻ എന്താണ് ഇത്ര വിമുഖത? ട്രാഫിക്ക് നിയമങ്ങൾ ലംഘിക്കുന്നത് ദൈവനിഷേധം പോലെ വലിയ ഒരു തെറ്റാണ് എന്ന് ഓരോ മതങ്ങളും പഠിപ്പിക്കേണ്ട സമയം അതിക്രമിച്ചിരിക്കുന്നു. കാരണം മതനിയമങ്ങൾ മാത്രമേ നമ്മുടെ ഈ സമൂഹത്തിൽ സ്വികാര്യമാകൂ.

# ഫബ്ബിങ് (Phubbing)

കേരളത്തിലെ അതിപ്രശസ്തമായ ഉന്നതവിദ്യാഭ്യാസ സ്ഥാപനങ്ങളിൽ ഒന്നിൽ ഞാൻ ഒരു സെമിനാർ അവതരിപ്പിക്കുവാൻ പോയി. സെമിനാർ വിഷയം സൈബർ സൈക്കോളജി. ക്ലാസ് തുടങ്ങി അഞ്ചു മിനിറ്റ് കഴിഞ്ഞ പ്പോൾ ഒരു അദ്ധ്യാപകൻ സെമിനാർ ഹാളിലേക്ക് കയറിവന്നു. ഫോണിൽ നോക്കിക്കൊണ്ടാണ് അദ്ദേഹം കയറിവന്നത് തന്നെ. ഹാളിന്റെ ഒത്ത നടുക്ക്, രണ്ടു വശത്തുമുള്ള കുട്ടികൾക്ക് നടുവിലായി ഒരു കസേര വലിച്ചിട്ട് അടുത്ത ഒരു മണിക്കൂർ ഫോണിൽ നിന്ന് മുഖമുയർത്താതെ അദ്ദേഹം ബാക്കിയുള്ളവർക്ക് മാതൃകയായി. ഫോണുകൾ ഉണ്ടാക്കുന്ന മാനസിക, സാമൂഹിക പ്രശ്നങ്ങളെക്കുറിച്ചാണ് ഞാൻ സംസാരിക്കുന്നത്. ഇതൊന്നും ഡിജിറ്റൽ ലോകത്തിന്റെ മാസ്മരികതയിൽ നീന്തിയുടിച്ചുകൊണ്ടിരുന്ന അദ്ദേഹം കേട്ടിട്ടുണ്ടാകില്ല. സെൽ ഫോൺ/ഫേസ്ബുക്ക് അഡിക്ഷൻ തന്നെയാണ് കുട്ടികളുടെ മുമ്പിൽ ക്ഷണിക്കപ്പെട്ട ഒരു പ്രസംഗകനോട് ഇത്രയും അപമര്യാദയായി പെരുമാറാൻ അദ്ദേഹത്തെ പ്രേരിപ്പിച്ചത് എന്നു വേണം കരുതാൻ.

## ഫബ്ബിങ് (Phubbing)

ഫബ്ബിങ് (Phubbing) എന്നൊരു വാക്ക് വളരെ അടുത്താണ് ഓക്സ്ഫോർഡ് ഡിക്ഷനറിയിൽ ചേർത്തത്. ഓസ്ട്രേലിയയിലെ മാക്വർ ഡിക്ഷണറിയാണ് ഈ വാക്കിന്റെ ഉപജ്ഞാതാക്കൾ (2012). വളരെ അടുത്തുള്ള ആളുകളെ, അതും സുഹൃത്തുക്കളെ പാടെ അവഗണിച്ച് ആയി രക്കണക്കിന് കിലോമീറ്ററുകൾ അകലെയുള്ള സൈബർ സ്പേസിലുള്ള തന്റെ ഡിജിറ്റൽ സുഹൃത്തിനോട് സംവദിക്കുന്നതിനെയാണ് ഫബ്ബിങ് എന്ന വാക്കുകൊണ്ട് ഉദ്ദേശിക്കുന്നത്.

മദ്യം, മയക്കുമരുന്ന് തുടങ്ങിയവയുടെ പ്രഭാവത്തിൽ സ്വയം മറന്ന് ചെ യ്യുവാൻ പാടില്ലാത്ത പലതും ആളുകളും ചെയ്യും. അതുപോലെതന്നെ സെ

ൽഫോൺ അടിമത്വം മൂലം നമ്മൾ എന്തൊക്കെ അബദ്ധങ്ങൾ ചെയ്യുന്നുവെന്ന് പലപ്പോഴും നമ്മൾ തിരിച്ചറിയുന്നില്ല. മനുഷ്യബന്ധങ്ങളിൽ സാങ്കേതികവിദ്യയുടെ ഇടപെടലുകൾ ഉണ്ടാകുമ്പോൾ അവ സാമൂഹിക ബന്ധങ്ങളിൽ മാത്രമല്ല, മാനസികാരോഗ്യത്തിലും മുറിവുകൾ സൃഷ്ടിക്കും.

കുടുംബപ്രശ്നങ്ങളിൽ ലൈംഗികത, കുട്ടികൾ, പണം എന്നിവയായിരുന്നു മുമ്പ് പ്രധാന കാരണങ്ങളായിരുന്നതെങ്കിൽ ഇപ്പോൾ സെൽഫോൺ ആണ് പ്രധാന കാരണം. കുടുംബബന്ധങ്ങളിലെ ചെറിയ സന്തോഷങ്ങളും ഇണക്കങ്ങളും പിണക്കങ്ങളും ഇല്ലായ്മകളും തമാശകളും ഒന്നും ആസ്വദിക്കാനോ അവയെ വിലമതിക്കുവാനോ തയ്യാറാവാതെ എപ്പോഴും ഓൺലൈനിൽ സാമൂഹ്യ മാധ്യമങ്ങളിലെ തങ്ങളുടെ ചിത്രങ്ങൾക്ക് കിട്ടുന്ന കമ്മന്റുകൾ പരിശോധിക്കുവാനും ലൈക്കുകൾ എണ്ണുവാനുമാണ് ഇപ്പോൾ ഭാര്യാഭർത്താക്കന്മാർ വെമ്പുന്നത്. തങ്ങളുടെ ഡിജിറ്റൽ വ്യക്തിത്വം പരിപോഷിപ്പിക്കുവാൻ അവർ കാണിക്കുന്ന ജാഗ്രത അവരുടെ കുടുംബഭദ്രതയെ തകർക്കുന്നത് അവർ അറിയുമ്പോഴേക്കും വളരെ താമസിച്ചുപോയിരിക്കും.

## സ്മാർട്ട് ഫോണിനെ പ്രണയിക്കുന്നവർ

നിങ്ങൾ നിങ്ങളുടെ സ്മാർട്ട് ഫോണുമായി പ്രണയത്തിലാണോ? അമേരിക്കയിലെ പ്രശസ്തമായ രണ്ട് സർവ്വകലാശാലകൾ നടത്തിയ പഠനത്തിൽ 75% സ്ത്രീകളും തങ്ങളുടെ കുടുംബജീവിതത്തെ തെറ്റായ ദിശയിലേയ്ക്ക് സ്വാധീനിക്കുന്ന മൂന്നാം ശക്തിയായി സെൽഫോണിനെ വിലയിരുത്തുന്നു. സ്മാർട്ട് ഫോൺ നല്കുന്ന സ്വകാര്യത എപ്പോഴും ലഭിക്കുന്ന ഇന്റർനെറ്റ് കണക്റ്റിവിറ്റി, ഫേസ്ബുക്ക്, ട്വിറ്റർ തുടങ്ങിയ സമൂഹമാധ്യമങ്ങളോടുള്ള ആസക്തി, ചാറ്റുകൾ, ഏറ്റവും സുഗമമായ ആശയവിനിമയ സൗകര്യങ്ങൾ, വിനോദ, ലൈംഗിക ഉത്തേജന ഉപാധികളും അങ്ങനെ അവസരങ്ങളുടെ വലിയ ഒരു സാഗരം തന്നെ സെൽഫോൺ ചെറുപ്പക്കാർക്ക് തുറന്നു കൊടുക്കുന്നു.

ഫ്രാൻസിൽ നടന്ന ഒരു സർവ്വേയിൽ 27% യുവതികൾ തങ്ങൾ സെൽഫോണും, ഫേസ്ബുക്കും ഉപയോഗിക്കുന്നതിനുവേണ്ടി സെക്സ് വരെ ഉപേക്ഷിക്കുവാൻ തയ്യാറാണെന്ന് പറയുന്നു. എന്നാൽ അതിലും രസകരവും അതേസമയം ഞെട്ടിക്കുന്നതുമായ വെളിപ്പെടുത്തലുകൾ നടത്തിയത് ബ്രിട്ടനിലെ യുവതികളാണ്. 23% യുവതികൾ തങ്ങൾ സെക്സിന്റെ സമയത്ത് പോലും ഫേസ്ബുക്ക് തിരയാറുണ്ട് എന്ന് വെളിപ്പെടുത്തി. ഇതിൽനിന്നും ഒരുപാട് അകലെയൊന്നുമല്ല നമ്മുടെ നാട്ടിലെയും അവസ്ഥ. മുഖാമുഖമുള്ള ഇടപെടലുകൾ തീർത്തും കുറഞ്ഞുവരുന്നു. പലപ്പോഴും വീട്ടുകളിൽ ഭക്ഷണം കഴിക്കുന്നത് പോലും സെൽഫോണിൽ നോക്കികൊണ്ടാണ്.

പ്രേമ സല്ലാപങ്ങൾക്കിടയിലും ഗൗരവമേറിയ ചർച്ചകൾക്കിടയിലും ഫോ ണിൽ പരതുന്നത് മറ്റള്ളവർക്ക് അരോചകമാവുന്നു. തങ്ങളെ പൂർണ്ണമായി ഭർത്താവ്/ഭാര്യ ശ്രദ്ധിക്കുന്നില്ല എന്നും, തങ്ങൾ അവഗണിക്കപ്പെടുന്നു എന്നുമുള്ള തോന്നലുകളും രൂപപ്പെടുന്നു. പങ്കാളികൾ പരസ്പരം സംശയി ക്കുവാനും ബന്ധങ്ങൾ ശിഥിലമാകുവാനും ഇത് കാരണമാകുന്നു. ദിനംപ്രതി തോത് വർദ്ധിച്ചവരുന്ന വിവാഹമോചനങ്ങൾ പഠനവിധേയമാക്കുമ്പോൾ ഒരുകാര്യം വ്യക്തമാകുന്നു. സെൽ ഫോണും ഫെയ്സ്ബുക്കും തുറന്ന കൊട്ട ക്കുന്ന അവസരങ്ങളുടെ വാതായാനങ്ങൾ യാഥാർത്ഥ്യത്തിൽനിന്നും വളരെ അകലെ നില്ക്കുന്ന നിറം പിടിപ്പിച്ച പ്രൊഫൈൽ ചിത്രങ്ങളും പൊങ്ങച്ച ങ്ങളും ലോപമില്ലാതെ വാഗ്ദാനം ചെയ്യപ്പെടുന്ന സ്നേഹങ്ങളും അലിവും സ്വാന്തനവും എല്ലാം വിവാഹബന്ധങ്ങളുടെ കടയ്ക്കൽ തന്നെയാണ് കോടാ ലി വച്ചിരിക്കുന്നത്.

## സ്വകാര്യത കവർന്നെടുക്കുന്ന മൂന്നാം വ്യക്തി

ഭാര്യാഭർത്താക്കന്മാർ തമ്മിലുള്ള കിടക്കുറികളിലെ പരിഭവങ്ങൾ, നർമ്മ സല്ലാപങ്ങൾ, ഫലിതങ്ങൾ, സ്നേഹലാളനങ്ങൾ എല്ലാം ഇപ്പോ ൾ സെൽഫോണും ഫേസ്ബുക്കും മൂലം അന്യമായിക്കൊണ്ടിരിക്കുന്നു. ഈ-മെയിലുകൾ, മെസ്സേജുകൾ, ജോലി സംബന്ധമായ അറിയിപ്പുകൾ, ടിപ്പുകൾ, വാട്ട്സ് ആപ്പ് മെസേജുകൾ, ഫേസ്ബുക്ക്, ലൈക്കുകൾ, കമന്റുകൾ, ചർച്ചകൾ, ഗ്രൂപ്പ് ചാറ്റുകൾ, ഫലിതങ്ങൾ, വീഡിയോകൾ അങ്ങനെ നൂറു കണക്കിന് കാര്യങ്ങളുമായി ഒരിക്കലും വിട്ടതൽ പ്രാപിക്കുവാൻ സാധിക്കാ ത്തവിധം സെൽഫോൺ നിങ്ങളെ വലിച്ചടുപ്പിക്കുന്നു. അടുത്ത തവണ നിങ്ങളുടെ സുഹൃത്ത് നിങ്ങളോട് സംസാരിക്കാതെ ഫോണിൽ ചിക്കി ചികയുമ്പോൾ ധൈര്യപൂർവ്വം പറയുക, 'ദയവു ചെയ്ത് ഈ ഫബ്ബിങ് ഒന്ന് നിർത്തുമോ?'

## വൈകി കിട്ടിയ കളിപ്പാട്ടം

ഒരു ദിവസം വൈകുന്നേരം എന്നെ ഒരു യുവാവ് വിളിച്ചു. അയാൾ ഒരു സോഫ്റ്റ്‌വെയർ എൻജിനീയറാണ്. അയാൾ വിഷമത്തോടെ പറഞ്ഞു ഇട ങ്ങി. 'സർ അവരുടെ ഈ നശിച്ച മൊബൈൽഫോൺ അഡിക്ഷൻ കാ രണം ഞാൻ മടുത്തു. ഉണ്ണുമ്പോഴും ഉറങ്ങുമ്പോഴും എന്തിന് ടി. വി. കാണു മ്പോഴും നമ്മളോട് സംസാരിക്കുമ്പോൾ പോലും അവരുടെ കയ്യിൽ മൊബൈ ൽഫോൺ കയ്യിൽ ഉണ്ട്. ഓരോ മിനിറ്റിലും അവർ അതിൽ എന്തോ തിരയു ന്നത് കാണാം. എന്താണ് സർ ഞാൻ ചെയ്യേണ്ടത്?'

ഈ ചോദ്യം നിങ്ങൾ എവിടെയും കേൾക്കുന്നതാണ്. സ്വന്തം കുട്ടിയുടെ മൊബൈൽഫോൺ അഡിക്ഷനെപ്പറ്റിയുള്ള മാതാപിതാക്കളുടെ സ്ഥിരം വ്യാകുലത അല്ലെ ഇത്? ഇതിൽ എന്ത് പുതുമ? എന്നാലിവിടെ ഈ ചോദ്യം ചോദിച്ചയാൾ തന്റെ മാതാപിതാക്കളുടെ മൊബൈൽഫോൺ അഡിക്ഷനെ ക്കുറിച്ചാണ് വ്യാകുലപെട്ടത്. ഇത് ഒരു ഒറ്റപ്പെട്ട സംഭവമല്ല. കൊച്ചുകുട്ടികൾ മുതൽ കൗമാരക്കാരും യുവജനങ്ങളുമൊക്കെ മൊബൈൽഫോണിൽ കുത്തിയിരിക്കുന്നത് അവരുടെ സ്വന്തമായിട്ടുള്ള എന്തെങ്കിലുമൊക്കെ കാര്യങ്ങൾ ചെയ്യുവാൻ ആയിരിക്കും. മറ്റുള്ളവർക്ക് അവരെ കൊണ്ടുള്ള ശല്യവും കുറവായിരിക്കും. സമൂഹമാധ്യമങ്ങളിലെ ഇടപെടലുകൾ, ഫോട്ടോ ഇൻസ്റ്റഗ്രാമിൽ പോസ്റ്റ് ചെയ്യത് ലൈക്ക് വാരി കൂട്ടി അരി വാങ്ങുക, ചാറ്റിങ്ങ് പ്രേമസല്ലാപങ്ങൾ തുടങ്ങിയ ക്രിയാത്മകമായ കാര്യങ്ങളിൽ അവർ വ്യാപൃത രായിരിക്കും. എന്നാൽ പ്രായമായവരുടെ പ്രധാന വിനോദം വാട്ട്സാപ്പിൽ വരുന്ന വീഡിയോ ഉറക്കെ പ്ലേ ചെയ്ത ചുറ്റുമുള്ളവർക്ക് അരോചകത്വം സൃഷ്ടിക്കുക എന്നതാണ്. വാട്സ്ആപ്പ് ഒരു അഖില വിജ്ഞാനകോശമായി കണക്കാക്കി അതിലെ മഹത്തായ കണ്ടുപിടിത്തങ്ങൾ ഒരു ഗ്രൂപ്പിൽ നിന്നും മറ്റ ഗ്രൂപ്പിലേക്ക് തള്ളി തള്ളി ഫോർവേഡ് ചെയ്യുന്ന തൊഴിലാളികളാണ് പലരും.


സകല തിന്മകളുടെയും ഹോൾസെയിൽ മാർക്കറ്റായ ക്രൂര സീരിയലുകൾ മുതൽ ഉപ്പും മുളകും പോലുള്ള നാലാംകിട പ്രോഗ്രാമിനുവരെ അഡിക്ലഡ് ആയിട്ടുള്ളവർ ധാരാളം ഉണ്ട്. എന്ത പറഞ്ഞാലും ശരി ചെറുപ്പക്കാരെ ക്കാളും കഷ്ടമാണ് പ്രായമുള്ളവരുടെ കാര്യം എന്ന് പറയേണ്ടിയിരിക്കുന്നു. പൂർവ്വികരുടെ കയ്യിൽ പൂമാല അല്പം താമസിച്ചു കിട്ടിയതാണ് കുഴപ്പമായത്.


## ഇങ്ങോട്ട് ഒന്നും പറയേണ്ട


കഴിഞ്ഞദിവസം ആശുപത്രിയുടെ മുമ്പിൽ ഒരു ചെറിയ കശപിശ. ഒരു സ്ത്രീ വാട്സാപ്പിൽ വന്ന വീഡിയോ ഉറക്കെ പ്ലേ ചെയ്ത് ആസ്വദിച്ചു കോൾമയിർ കൊള്ളുകയാണ്. അടുത്തുള്ളവർക്ക് മുഴുവൻ അലോസരം. ഒരു നഴ്സ് വന്നിട്ട് പറഞ്ഞു, 'ആന്റി അല്പം ശബ്ദം കുറയ്ക്കു'. അവരുടെ ഭാവം മാറി. ഒരു ഹൈസ്കൂൾ ഹെഡ്മിസ്ട്രസ് ആണവർ. ബാക്കിയുള്ളവരെ അനു സരിപ്പിച്ച മാത്രം ശീലമുള്ള, അങ്ങോട്ട് പറഞ്ഞു മാത്രം ശീലമുള്ള തന്നോട് ഒരാൾ കല്പിക്കുവാൻ വന്നിരിക്കുന്നുവോ? ആകെ കശപിശ. ചുറ്റുമുള്ളവർ നേഴ്സിനെ സപ്പോർട്ട് ചെയ്തു. ആളുകൾ ചേരി തിരിഞ്ഞു ഒരു ചെറിയ പോര് തന്നെയായി അവിടെ.

അടുത്തിടെ ഒരു വൈദികൻ പറഞ്ഞു, 'ഞാൻ നടക്കാൻ പോകുമ്പോൾ വാട്സ്ആപ്പ് വീഡിയോകൾ കേൾക്കും. ഒരു പ്രസംഗം കേൾക്കുന്നതുപോലെ തന്നെയാണല്ലോ, ഒരു പുസ്തകം വായിക്കുന്ന പോലെ തന്നെയാണ് അത്. ഒരുപാട് കാര്യങ്ങൾ നമുക്ക് അതിൽനിന്ന് അറിയാനുണ്ട്'. ഞാൻ പറഞ്ഞു, 'വാട്ട്സാപ്പിൽ വന്നതാണ് എന്ന ഒറ്റക്കാരണം കൊണ്ടുമാത്രം ഒരു കാര്യം തള്ളിക്കളയാൻ സാധിക്കില്ലെങ്കിലും, ഫോർവേഡ് ചെയ്യപ്പെടുന്ന നല്ലൊരു പങ്കു കാര്യങ്ങളും പൊള്ളയാണ്.'

'നിങ്ങൾ നെറ്റിൽ അടിച്ച നോക്കിയാൽ മതി' എന്നൊരു മഹത് വചനം ചിലർ ഇടയ്ക്കിടെ പറയുന്നത് കേൾക്കാം. പക്ഷേ ഇത് പറഞ്ഞ ആൾ പ്രധാനപ്പെട്ട ഒരു കാര്യം പറയുവാൻ മറന്നുപോയി. നെറ്റിൽ എവിടെ തിരയണമെന്നക്കൂടി അറിയണം. ഒരേ മെഡിക്കൽ സംഭവം തന്നെ വിക്കിപീഡിയയിലും, നാലാം കിട യൂട്യൂബ് വീഡിയോകളിലും , ജോൺസ് ഹോപ്ക്കിൻസലും, ടെലഗ്രാഫ് ലും, മനോരമയിലും, മംഗളത്തിലും, മറ്റു നാടാനിലും, പോസ്റ്റർകാർഡിലും, ദേശാഭിമാനിയിലും ,ഉദായഭാരത്തിലും, ജനത്തിലും, സുദർശനത്തിലും, ദീപികയിലും, ചന്ദ്രികയിലും, തേജസ്സിലും, ബ്രിട്ടാണിക്കയിലും ഉണ്ടാവും. എല്ലാരും ഒരുപോലെയല്ല എഴുതുന്നത് എന്ന റിയാമല്ലോ. അതുകൊണ്ടുതന്നെ എന്ത് തിരയുന്നു എന്നതുപോലെതന്നെ പ്രധാനമാണ് എവിടെ തിരയുന്നു എന്നത്.

## പേരക്കുട്ടികളോ സെൽഫോണോ?

കൊച്ച കുട്ടികൾക്ക് മാതാപിതാക്കൾ ഒഴികെയുള്ള വ്യക്തികൾ നല്കുന്ന പരിചരണത്തിനാണ് അലോപാരൻറിംഗ് എന്ന് പറയുന്നത്. മനുഷ്യർക്കിടയിലെ ഒരു സാർവത്രിക പെരുമാറ്റമാണ് അത്. നമ്മുടെ പരിണാമചരിത്രത്തെ രൂപപ്പെടുത്തുകയും സമകാലീന സമൂഹത്തിൽ പ്രാധാന്യമർഹിക്കുകയും ചെയ്യുന്ന ഒന്നാണിത്. തങ്ങളുടെ കുട്ടികളുടെ കാര്യങ്ങൾ അവരുടെ മാതാപിതാക്കൾ അതായത് കുട്ടിയുടെ മുത്തശ്ശനും മുത്തശ്ശിയും നോക്കിക്കൊള്ളും എന്നത് അവർക്ക് വല്ലൊരാ ആശ്വാസ മാണ്. മാതാപിതാക്കൾക്ക ജോലിക്ക് പോകുവാനും അതിജീവനത്തിന വേണ്ട പണം ഉണ്ടാക്കുവാനും സാധിക്കുന്നു.

അലോപാരൻറിംഗിലെ അപര്യാപ്തത ഗുരുതരവും ചിലപ്പോൾ മാര കവുമായ പ്രത്യാഘാതങ്ങൾ ഉണ്ടാക്കും. സെൽഫോണിന്റെ അടിമത്വം മൂലം ജോലിയിൽ നിന്ന് വിരമിച്ച പലരും ഇതുപോലെ ഫോണിൽ നോ ക്കിയിരിക്കും. കുട്ടികളെ നോക്കുന്നത് അവർക്ക് ഒരു ഈർഷ്യയായി മാറിയിട്ടുണ്ട്. പലകാര്യങ്ങളിലും ഒരുപക്ഷേ കുട്ടികൾ മാതാപിതാക്കളെയും,

മുതിർന്നവരെയും തിരുത്തേണ്ട ഒരു അവസ്ഥയിൽ കാര്യങ്ങൾ എത്തിയിട്ടുണ്ട് എന്ന് തോന്നുന്നു.

# പാളം തെറ്റുന്ന വിവാഹബന്ധങ്ങൾ

## വിചിത്രമായ ഒരു വിവാഹമോചന കൗൺസിലിംഗ് കേസ്

ഒരു ഡോക്ടറുടെ ശുപാർശ പ്രകാരമാണ് ആ ദമ്പതികൾ എന്റെ അടുത്തുവന്നത്. ഭർത്താവിന് സംസാരിക്കുവാൻ പോലും തീർത്തും താല്പര്യ മില്ലായിരുന്നു. അവരുടെ വിവാഹം കഴിഞ്ഞ് ഒരാഴ്ച മാത്രമേ ആയിരുന്നുള്ളു. വളരെ ഭക്തിയുള്ള ഒരു പെൺകുട്ടി. എല്ലാ ദിവസവും പള്ളിയിൽ പോകുന്ന ശീലം. ശാന്ത സ്വഭാവക്കാരനായ ഭർത്താവ്. രണ്ടുപേരും അഭ്യസ്തവിദ്യർ. എന്താണ് അവരുടെ പ്രശ്നം?

എന്തുകൊണ്ട് ഒരാഴ്ചയ്ക്കുള്ളിൽ തന്നെ വിവാഹമോചനത്തിന് നിങ്ങൾ ശ്രമി ക്കുന്നുവെന്ന് ഞാൻ ചോദിച്ചു. ഭാര്യയുടെ മറുപടി ഇതായിരുന്നു. 'അയാൾ സാത്താന്റെ വഴിയേ നടക്കുന്ന ആളാണ്. എന്നെ പാപത്തിന് പ്രേരിപ്പിക്ക യാണ് അയാൾ...എനിക്ക് കൂടുതൽ ഒന്നും പറയുവാൻ ഇല്ല.'

എന്റെ കൗതുകം ഉണർന്നു. ചാത്തൻ സേവയുടെ പ്രശ്നമായിരിക്കും എന്നു ഞാൻ കരുതി. അപൂർവ്വമായി മാത്രമേ ഇങ്ങനെയുള്ള കേസുകൾ വരാറുള്ളൂ. ഭാര്യയുടെ സമീപനം തീർത്തും നിസഹകരണത്തിന്റെ ആയതു കൊണ്ടുതന്നെ ഞാൻ ഭർത്താവിനെ വിളിച്ചു. അയാൾ പറഞ്ഞ കഥയാണ് എന്നെ യഥാർത്ഥത്തിൽ ഞെട്ടിച്ചത്.

വിവാഹം കഴിഞ്ഞ അടുത്ത ദിവസം പെൺകുട്ടിയുടെ ശരീരത്തിൽ ആഗ്രഹത്തോടെ സ്പർശിച്ച ഭർത്താവിനെ അവൾ തള്ളി മാറ്റി. നിങ്ങൾ എന്താണ് ഈ ചെയ്യുന്നത്? വെറുമൊരു പരിഭവത്തിന്റെ എതിർപ്പാവും അതെന്ന് കരുതി അയാൾ അവളുടെ ചുണ്ടിൽ ബലമായി ചുംബിച്ചു. അവൾ അയാളെ തള്ളി മാറ്റി. ദേഷ്യത്തോടെ കുതറിമാറിയ ശേഷം ഒരു കൊന്ത എടുത്തു അയാളുടെ തലയ്ക്ക് മുകളിൽ പിടിച്ചു. അതിനുശേഷം ഇങ്ങനെ പറഞ്ഞു, 'പാപം ചെയ്യുവാൻ ആണോ നിങ്ങൾ ശ്രമിക്കുന്നത്. സാത്താന്റെ പരീക്ഷണങ്ങളിൽ വീഴുന്നവൾ അല്ല ഞാൻ. മാറി പൊയ്ക്കോണം.' അമി

തമായ പ്രാർത്ഥന, ഭക്തി തുടങ്ങിയവയിൽ വളർന്ന അവളുടെ മനസ്സിൽ ഭർത്താവുമായി പോലും ലൈംഗികബന്ധം പുലർത്തുന്നത് മഹാപാപമാണ് എന്ന ചിന്തയായിരുന്ന വേരുന്നിയത്. പെൺകുട്ടിയെ കാര്യങ്ങൾ പറഞ്ഞു മനസിലാക്കുവാൻ ഞാൻ ശ്രമിക്കാമെന്ന് ഞാൻ പറഞ്ഞു. എന്നാൽ തനിക്ക് വിവാഹമോചനം വേണം എന്നും മറിച്ചൊരു ചിന്തക്ക് തനിക്ക് താല്പര്യമില്ലാ എന്നും ഭർത്താവ് തീർത്തു പറഞ്ഞു.

എന്നാൽ ഒരു മണിക്കൂർ കൊണ്ട് തന്റെ തീരുമാനത്തിൽ നിന്ന് ആ യുവാവ് ഒന്ന് അയഞ്ഞു. ഏതാണ്ട് രണ്ടമാസം കൊണ്ട് തന്നെ ആ പെൺ കുട്ടിയുടെ മനസിലുള്ള തെറ്റിദ്ധാരണകൾ നീക്കുവാൻ എനിക്ക് സാധിച്ചു.

## ലൈംഗികതയെ കുറിച്ചുള്ള അജ്ഞത

വിവാഹം കഴിഞ്ഞ് എന്ത് ചെയ്താലാണ് കുട്ടികൾ ഉണ്ടാവുന്നത് എന്ന് അറിയാൻ വയ്യാത്ത ഒരുപാട് ദമ്പതികളുടെ കഥകൾ മിക്ക മനഃശാസ്ത്രജ്ഞ ര്ക്കും, ഗൈനക്കോളജിസ്റ്റുകൾക്കും പറയുവാൻ ഉണ്ടാവും. കേരളത്തിൽ നടക്കുന്ന വിവാഹമോചനങ്ങളുടെ എണ്ണം വർഷം തോറും ആശങ്കാജ നകമായ രീതിയിൽ കുതിച്ചയരുകയാണ്. വിവാഹമോചനങ്ങൾ 2012 കാലയളവിൽ 8,456 ആയിരുന്നുവെങ്കിൽ ഇപ്പോൾ അത് 700 ശതമാനം വർദ്ധിച്ചു. 2013-ൽ കേരത്തിൽ രജിസ്റ്റർ ചെയ്യപ്പെട്ട വിവാഹമോചന കേ സുകൾ 56,474 ആണ്. 2014 ൽ ആകട്ടെ ഒരു ദിവസം 130 വിവാഹമോചന കേസുകളാണ് രജിസ്റ്റർ ചെയ്തിരിക്കുന്നത്. രാജ്യത്തെ 23.43 ലക്ഷം വിവാ ഹമോചിതരോ വേർപിരിഞ്ഞവരോ ആയ സ്ത്രീകളിൽ, കേരളത്തിലേത് 1.96 ലക്ഷം അല്ലെങ്കിൽ ആകെ കണക്കിന്റെ 8.36% വരും, അതേസമയം രാജ്യത്തിന്റെ ജനസംഖ്യയുടെ 3% മാത്രമാണ് ഈ സംസ്ഥാനത്തിനുള്ളത്. വിവഹമോചനങ്ങളുടെ കണക്ക് എടുക്കുമ്പോൾ ഇന്ത്യയിൽ ഏറ്റവും അധികം വിവാഹമോചനങ്ങൾ നടക്കുന്ന സ്ഥലം കേരളമാണ്.

## ബന്ധങ്ങൾ എന്തുകൊണ്ട് തകരുന്നു?

എന്തൊക്കെയാണ് വിവാഹമോചനങ്ങളിലേയ്ക്ക് നയിക്കുന്ന പ്രശ്നങ്ങൾ? ഒന്ന് ഓടിച്ചുനോക്കാം.
ദാമ്പത്യ അവിശ്വസ്തത, ശാരീരികവും മാനസികവുമായ പീഡനങ്ങൾ, പരസ്പരസ്നേഹം അവസാനിക്കുന്നത്, മദ്യപാനം, ഒറ്റപ്പെടൽ, ജോലി സംബ ന്ധമായ പ്രശ്നങ്ങൾ, സാമ്പത്തിക പ്രശ്നങ്ങൾ, അരക്ഷിതാവസ്ഥ, രോഗങ്ങൾ, ലൈംഗികമായ താല്പര്യക്കുറവ്, പക്വതയില്ലായ്മ, അവിഹിതബന്ധങ്ങൾ

അങ്ങനെ നീളുന്ന കാരണങ്ങൾ.

പ്രണയവിവാഹമാണെങ്കിൽ പോലും പല ബന്ധങ്ങളും പരാജയത്തി ലേക്കാണ് നീങ്ങുന്നത്. ദമ്പതികൾ രണ്ടും ജോലിക്കാർ ആകുമ്പോൾ ഉള്ള മാനസികവും ശരീരികവുമായ സമ്മർദ്ദങ്ങൾ, സമയക്കുറവ്, ലൈംഗിക മായ അസംതൃപ്തി എന്നിവയെല്ലാം വിവാഹബന്ധങ്ങളെ ശിഥിലമാക്കുന്നു. ജോലി സ്ഥലത്തെ പ്രശ്നങ്ങളും സമ്മർദ്ദങ്ങളും, സുഹൃത് ബന്ധങ്ങളും വീട്ടക ളിൽ എത്തുമ്പോൾ കുടുംബം എന്ന സ്ഥാപനത്തിന് വിള്ളൽ വീഴ്ത്തുന്നു.

## പൊരുത്തങ്ങളുടെ അശാസ്ത്രീയത

പക്വത എത്തുന്നതിനു മുമ്പ് നടക്കുന്ന വിവാഹങ്ങൾ ഒരു വലിയ പരിധിവരെ പരാജയമാണ്. മാനസികമായ പൊരുത്തങ്ങൾ അന്വേ ഷിക്കുന്ന പ്രവണതയിൽ തന്നെ കുറവ് സംഭവിച്ചിട്ടുണ്ട്. നിറം പിടിപ്പിച്ച വിവാഹസങ്കല്പങ്ങളിൽ പലപ്പോഴും പണവും, ജോലിയും, കുടുംബപശ്ചാത്ത ലങ്ങളും, മതവും, ജാതകവും മറ്റ ദ്രവ്യഘടകങ്ങളുമാണ് മുമ്പിൽ നില്ക്കുന്നത്. പ്രണയത്തെയും, മാനസികമായ പൊരുത്തങ്ങളെയും ചേർച്ചകളെയും താല്പര്യങ്ങളെയും എല്ലാം നിസ്സാരവൽക്കരിച്ച് വിവാഹം എന്ന ഒരു വ്യ ക്തിയുടെ ജീവിതത്തിലെ ഏറ്റവും പ്രധാനമായ കരാറിലേക്ക് നീങ്ങുമ്പോൾ സംഭവിക്കുന്ന അപകടം നിസ്സാരമല്ല.

## വിവാഹ പൂർവ്വ സെമിനാറുകളുടെ പ്രസക്തി

ക്രിസ്ത്യൻ സമൂഹങ്ങളിൽ വളരെ പണ്ടതന്നെ വിവാഹ പൂർവ്വ സെമിനാർ നിർബന്ധമായ ഒന്നാണ്. ഇപ്പോൾ SNDP, NSS തുടങ്ങിയ സമുദായങ്ങളും ഇത്തരത്തിലുള്ള കോഴ്സുകൾ വിവാഹിത്തിനു മുമ്പ് നിഷ്ക്കർഷിക്കുന്നുണ്ട്. സ്ത്രീ പുരുഷ സൗഹൃദങ്ങൾക്ക് ഒരുപാട് അതിർവരമ്പുകൾ കല്പിക്കുന്ന, കപട സാദാചാരത്തിന്റെ ദുർഭ്രതം പേറുന്ന, സ്ത്രീ വിരുദ്ധ കാഴ്ചപ്പാടുകളെ അങ്ങേയറ്റം താലോലിക്കുന്ന കേരളീയസമൂഹത്തിൽ സ്ത്രീയുടെ സ്വത്വബോധ ത്തെയും, ശാരീരിക, മാനസിക വൃത്യാസങ്ങളെയും സംബന്ധിച്ച ഒരുപാട് തെറ്റിധാരണകൾ ഉണ്ട്. ഇവ ഒരു വലിയ പരിധിവരെ മാറ്റവാൻ ഈ സെമിനാറുകൾക്ക് സാധിക്കുന്നുണ്ട്.

## എവിടെയാണ് സെമിനാറുകൾക്ക് പിഴക്കുന്നത്?

ക്രിസ്ത്യൻ വിവാഹ പൂർവ്വ സെമിനാറുകളിലെ പ്രതിപാദ്യങ്ങളിൽ സ്ത്രീ പുരുഷ ലൈംഗിക വിദ്യാഭ്യാസം, മനഃശാസ്ത്ര പൊരുത്തങ്ങൾ എന്നി

വയൊക്കെ ഉൾപ്പെടുത്തിയിട്ടുണ്ടെങ്കിലും അതിൽ പ്രധാനമായി ശ്രദ്ധ നല്കുന്നത് സഭയുടെ ചട്ടക്കൂടിൽ നിന്നുകൊണ്ട് ദാമ്പത്യജീവിതം നയിക്കേണ്ട വഴികളും വിശ്വാസത്തിൽ കുട്ടികളെ വളർത്തുന്നതിന്റെ ആവശ്യകതയും, ഗർഭഛിദ്രം ഏറ്റവും ഭീകരമായി അവതരിപ്പിക്കുന്ന ഒരു ക്ലാസ്സമായിരിക്കും. ദാമ്പത്യവിഷയങ്ങൾ കൈകാര്യം ചെയ്യുന്നതാവട്ടെ ദാമ്പത്യജീവിതവുമായി യാതൊരു ബന്ധമില്ലാത്ത വൈദികരും കന്യാസ്ത്രീകളും. ജീവിതത്തി ലെ പൊരുത്തപ്പെടലുകളെക്കുറിച്ചും, അടിസ്ഥാന മൂല്യങ്ങളെക്കുറിച്ചും, മാനവികതയെക്കുറിച്ചും, ലൈംഗികതയെക്കുറിച്ചും, ലൈംഗിക മനഃശാസ്ത്ര ത്തെക്കുറിച്ചുമൊന്നും കാര്യമായ ക്ലാസുകൾ നല്കുന്നില്ല. ഇന്നത്തെ മാറിയ ചുറ്റുപാടുകൾ, സാമൂഹിക അവബോധങ്ങളിലും കാഴ്ചപ്പാടുകളിലും ഉണ്ടായ മാറ്റങ്ങൾ, സ്ത്രീകൾക്ക് വിദ്യാഭ്യാസപരവും, സാമ്പത്തികവുമായി ഉണ്ടായ സ്വാതന്ത്ര്യം ഒന്നും കണക്കിലെടുക്കാതെ, പണ്ട് വിഭാവനം ചെയ്ത അതേ പാഠ്യപദ്ധതി ഇന്നും അനുവർത്തിക്കുന്നതും ഈ സെമിനാറുകൾ ഒരു പരിധിവരെ പരാജയപ്പെടാൻ കാരണമാകുന്നു.

## വിവാഹിതയാകുവാൻ വേണ്ട ഗുണം എന്താണ്?

വിവാഹ കമ്പോളത്തിലെ വധൂവരന്മാരുടെ സ്വീകാര്യത വർദ്ധിപ്പിക്കുന്ന പ്രധാന ഗുണമാണ് 'നല്ല ദൈവവിശ്വാസവും ഭക്തിയും ഉണ്ടാവുക എന്നത്.' സകല ഗുണങ്ങളും, നന്മകളും ഇതിൽ അടങ്ങിയിരിക്കുന്നു എന്ന് ധരിച്ച വശാ യിരിക്കുന്ന ഒരു സമൂഹമാണ് നമ്മുടെ മതപര സമൂഹം. പുരുഷന്മാരായ ദൈവങ്ങളുടെ ചിത്രത്തെപ്പോലും നോക്കാത്ത പെൺകുട്ടിയാണ് എങ്കിൽ ഏറ്റവും നല്ലത്.

## വിവാഹത്തിന് മുമ്പ വേണ്ട അവശ്യ പരിശീലനങ്ങൾ

വിവാഹത്തിന് മുമ്പുള്ള മാനസികവും, ബൗദ്ധികവും, ശാരീരികവുമായ ഒരുക്കങ്ങളും, അറിവും എല്ലാം നിഷ്കർഷിക്കുവാൻ കേരള സർക്കാരിന്റെ യുവജന വെൽഫയർ കമ്മീഷൻ ആലോചിച്ച വരികയാണ്. കുടുംബങ്ങ ളിലെ ആശയവിനിമത്തിന്റെ പ്രധാന്യം, പൊരുത്തപ്പെടലുകളുടെയും സമരസപ്പെടലുകളുടെയും പ്രസക്തി, സമ്പത്തിനെയും, സമയത്തിന്റെയും ശരിയായ വിനയോഗം തുടങ്ങിയവയെല്ലാം മൗലികമായ പ്രാധാന്യം അർഹിക്കുന്നതാണ്. വ്യത്യസ്തമയ സാഹചര്യങ്ങളിൽനിന്ന് വരുന്ന രണ്ട വ്യ ക്തികൾ തമ്മിലുള്ള ആശയപരമായ ഐക്യം, രീതികളോടുള്ള സഹിഷ്ണത, ശരിയായ രീതിയിലുള്ള കുടുംബ മാനേജ്മെന്റ്, സമയത്തിന്റെ വിനിയോഗം, സമൂഹമാദ്ധ്യമങ്ങളും സെൽഫോണും ടി. വി. യും ഉപയോഗിക്കുന്നതിൽ കാണിക്കേണ്ട വിവേകം എന്നിവയെല്ലാം പ്രത്യേകം ശ്രദ്ധിക്കണം. സെക്ടി

ന്റെ അരുതുകളും അതിർവരമ്പുകളും എല്ലാം അങ്ങേയറ്റം പ്രാധാന്യം നല്കി വേണം വിവാഹ പൂർവ കോഴ്സ് രൂപികരിക്കുവാൻ. ഒരുപക്ഷെ ഏറ്റവും കുറഞ്ഞത് ആറ് മാസമെങ്കിലും വധൂവരന്മാർ തമ്മിലുള്ള മുൻപരിചയം വിവാഹത്തിന് മുമ്പ വേണം എന്ന് അനുശാസിക്കുന്നതും നല്ലതാണ്. ഇപ്പോൾ വിവാഹത്തിന് മുമ്പ് നടക്കുന്ന മണിക്കൂറുകൾ നീളുന്ന ഫോൺവിളികൾ പരസ്പരം മനസിലാക്കുവാൻ അപര്യാപ്തം തന്നെയാണ്.      സർക്കാരും മറ്റ സാമൂഹികസംഘടനകളും ഒരുമിച്ച നിന്ന് ചില മാർഗ്ഗനിർദ്ദേശങ്ങൾ രൂപീകരിക്കുകയും അവ നിയമം മൂലം അനുശാസിക്കുകയും ചെയ്യണം.

## മാറുന്ന വിവാഹ കമ്പോള ചിത്രം

ഏതാണ്ട് 20 കൊല്ലം മുമ്പുള്ള ഒരു വിവാഹ മാർക്കറ്റ്. പെൺകുട്ടിയുടെ ഗുണങ്ങൾ എണ്ണിപ്പറയുന്ന അച്ഛൻ/അമ്മ/ബന്ധുക്കൾ. 'നല്ല ശാലീനതയുള്ള, അടക്കവും ഒതുക്കവുമുള്ള, ദൈവഭക്തിയുള്ള പെൺകുട്ടി, വീട് വിട്ടാൽ കോളേജ്, കോളേജ് വിട്ടാൽ വീട്. ആവശ്യമില്ലാത്ത കൂട്ടുകാർ പോലുമില്ല. ആകെയുള്ള ഒരു സുഹൃത്ത് അമ്മയാണ്. ആൺകുട്ടികളുടെ മുഖത്ത് പോലും നോക്കില്ല. ഒന്നാം ക്ലാസ് മുതൽ പെൺകുട്ടികൾ മാത്രമുള്ള വിദ്യാലയങ്ങളിലാണ് പഠിച്ചത്. വളരെ അയഞ്ഞ വസ്ത്രങ്ങൾ മാത്രമേ ധരിക്കൂ. ആൺ ദൈവങ്ങളുടെ ചിത്രത്തിൽ പോലും നോക്കില്ല. എം. എ. വരെ പഠിച്ചെങ്കിലും ജോലിക്ക് പോകുവാൻ അവൾക്കിഷ്ടമില്ല.
ഇവിടെ പെൺകുട്ടിക്ക് 100 മാർക്ക് കിട്ടിയിരുന്നു. മേൽപ്പറഞ്ഞ എല്ലാ 'ഗുണങ്ങളും' ഇന്ന് പെൺകുട്ടികളെ വിവാഹ മാർക്കറ്റിൽ സ്വീകാര്യമല്ലാതെയാക്കുന്നു.

## മാറുന്ന മാതൃകാ ചിത്രങ്ങൾ

പുരുഷകേന്ദ്രീകൃത സമൂഹത്തിലെ വീട്ടമ്മയുടെ റോളിൽനിന്നും സ്ത്രീകൾ ഒരുപാട് വിമുക്തി പ്രാപിച്ചുകൊണ്ടിരിക്കുന്നു. സ്ത്രീ പുരുഷനൊപ്പം സകല മേഖലകളിലും പ്രവർത്തിച്ച തുടങ്ങി. കുട്ടികളെ വളർത്തുകയും വീട് നടത്തിക്കൊണ്ടുപോവുകയും ചെയ്യുക എന്ന പരിമിതമായ റോളുകളിൽ ഇന്ന് തളച്ചിടപ്പെടുവാൻ സ്ത്രീകൾ താല്പര്യപ്പെടുന്നില്ല. പുരുഷന്റെ നിഴൽ മാത്രമാണ് സ്ത്രീയെന്ന ചിന്ത ഒരുപാട് മാറിയിരിക്കുന്നു. സ്ത്രീകൾക്ക് ഒരുപാട് പരിമിതികൾ മതാധിപത്യസമൂഹത്തിൽ കല്പിച്ചിരുന്നു. പാതിവ്രത്യം എന്നത് സ്ത്രീകൾക്ക് മാത്രം കല്പിച്ച നല്ലക വഴി പുരുഷാധിപത്യസമൂഹം അവരെ കബളിപ്പിക്കുകയായിരുന്നു എന്ന് ഇന്ന് അവർ തിരിച്ചറിയുന്നു.

നിയമം നല്കുന്ന പരിരക്ഷകൾ, സാമ്പത്തിക സ്വാതന്ത്ര്യം, അടിച്ചമ
ർത്തപ്പെട്ട വിവാഹങ്ങളിൽ നിന്നും സ്വാതന്ത്ര്യം പ്രാപിക്കാനുള്ള വഴികൾ
തെളിഞ്ഞത്, ഗ്രാമപ്രദേശങ്ങളിലുള്ള ആളുകളുടെ ഇറിച്ചനോട്ടങ്ങൾ, ചോദ്യ
ശരങ്ങൾ ഇവയൊക്കെ ഒഴിവാക്കുവാൻ നഗരങ്ങൾ നല്കുന്ന അപരിചിതത്വം
സ്ത്രീകളെ കൂടുതൽ വിവാഹമോചനകൾക്ക് പ്രേരിപ്പിക്കുന്നു.

ലൈംഗികത എന്ന പ്രക്രിയയിൽ യാതൊരു താല്പര്യവുമില്ലാതെ
സംഭോഗസമയത്ത് ഒരു മരത്തടി പോലെ അനക്കമില്ലാതെ കിടക്കുന്ന
പുരുഷന്റെ ഇച്ഛക്കും സന്തോഷത്തിനുവേണ്ടി സഹകരിക്കുന്ന ആളാണ് നല്ല
സ്ത്രീയെന്നുള്ള കാഴ്ചപ്പാട് മാറിയിരിക്കുന്നു. സ്ത്രീകളിലും പുരുഷന്മാരിലും ഈ
കാഴ്ചപ്പാടുകൾ മാറി. തങ്ങൾക്കുള്ളത് പോലെ തന്നെയുള്ള ലൈംഗികത
തന്റെ പങ്കാളിക്കുമുണ്ടെന്നും അവരത് പ്രകടിപ്പിക്കണം എന്നും, അവരുടെ
വേറിട്ട ലൈംഗിക തലങ്ങളെക്കുറിച്ച് അവർ തുറന്നു സംസാരിക്കണം
എന്നുമെല്ലാം പല പുരുഷന്മാരും ആഗ്രഹിക്കുകയും അവർ സ്ത്രീകൾക്ക്
അതിനുള്ള പ്രോത്സാഹനവും ആത്മവിശ്വാസവും നല്കുകയും ചെയ്യുന്നു.
സ്ത്രീകൾക്ക് തങ്ങളുടെ ലൈംഗികത ഗോപ്യമായി വയ്ക്കേണ്ട ഒന്നല്ല എന്നും
അത് പ്രകടിപ്പിക്കാനുള്ള സ്വാതന്ത്ര്യം ഉണ്ടെന്ന് ബോധ്യം ഉണ്ടാവുകയും
ചെയ്തു.

പുരുഷകേന്ദ്രീകൃത സമൂഹത്തിൽ പുരുഷമനോഭാവത്തിൽ ഉണ്ടായ മാറ്റം
തന്നെയാണ് സ്ത്രീക്ക് കൂടുതൽ വിമോചനവും, സ്വാതന്ത്ര്യവും നല്കുന്നതിൽ
പ്രധാന പങ്കുവഹിച്ചത്. സ്ത്രീപക്ഷ സംഘടനകൾ, ഫെമിനിസം തുടങ്ങിയ
ആശയങ്ങൾക്കൊക്കെ പരിഷ്കൃതരായ പല പുരുഷന്മാരുടെയും അകമഴിഞ്ഞ
പിന്തുണ ലഭിക്കുന്നു. മാനസിക സ്വാതന്ത്ര്യം, സാമ്പത്തിക സ്വാതന്ത്ര്യം,
സാമൂഹിക സ്വാതന്ത്ര്യം തുടങ്ങിയവ സ്ത്രീയെ ലൈംഗികത എന്നത് മൂടിവയ്ക്ക
പ്പെടുവാൻ ഉള്ളതല്ലെന്ന ബോധ്യത്തിൽ എത്തിച്ചു. പുരുഷന്മാർക്ക് മാത്രം
സ്വന്തമായിരുന്ന പല ലൈംഗിക പരീക്ഷണങ്ങൾക്ക് സ്ത്രീകൾ മുതിരാൻ
തുടങ്ങുകയും ചെയ്തു.

ലൈംഗിക പ്രശ്നങ്ങളെക്കുറിച്ച് തുറന്നുപറയുവാൻ സ്ത്രീകൾ ഇപ്പോൾ
മടികാണിക്കാറില്ല. ഭർത്താവിനൊപ്പം എന്നെ കാണുവാൻ ക്ലിനിക്കിൽ
എത്തുന്ന പല സ്ത്രീകളും വളരെ ധൈര്യപൂർവ്വം തന്നെ ലൈംഗികപ്രശ്നങ്ങ
ളെക്കുറിച്ച് തുറന്ന പറയുന്നു. ജീവിതത്തിലെ ഏതൊരു കാര്യവും പോലെ
സാധാരണമായ ഒന്നായിട്ടാണ് അവർ ലൈംഗികതയെ കാണുന്നത്.
വിദ്യാഭ്യാസമുള്ളവരും, ഇല്ലാത്തവരും, ഉദ്യോഗസ്ഥരും, വീട്ടമ്മമാരും ഒക്കെ
തങ്ങൾക്ക് ലൈംഗികത ലഭിക്കാത്തതെയിരിക്കുന്നത് ഒരു നഷ്ടം തന്നെയാ

ണെന്ന് ബോധ്യമുള്ളവരാണ്.

## ഡിജിറ്റൽ അവിശ്വസ്തത

കുടുംബകോടതിയിൽ നിന്നും വന്ന ഒരു കേസ്. സ്ഥലം കോട്ടയ്ക്കൽ. രാവിലെ തന്നെ കുട്ടികളെ സ്ക്കൂളിൽ വിട്ട് മറ്റ ജോലിയൊക്കെ തീർത്ത് ഇരിക്കുമ്പോഴാണ് ആ യുവതിയുടെ ഫോണിലേക്ക് ഒരു മിസ്ഡ് കോൾ വരുന്നത്. ആരാണ് തന്നെ വിളിക്കുന്നത് എന്നറിയുവാനുള്ള കൗതുകം അവരെക്കൊണ്ട് ആ ഫോൺ നമ്പറിലേക്ക് തിരിച്ചവിളിപ്പിച്ചു. ജോലിയില്ലാ ത്ത സമയത്ത് സ്വന്തം വാഹനത്തിലിരുന്ന് ഒരു ടാക്സി ഡ്രൈവർ റീചാർജ് കടയിലെ സുഹൃത്ത് കൊടുത്ത ഒരു നമ്പറിലേക്ക് ഒന്ന് 'ട്രൈ' ചെയ്ത നോ ക്കിയതാണ്. ആ ബന്ധം വളർന്നു. സ്വന്തം കുട്ടികളെയും ഭർത്താവിനെയും ഉപേക്ഷിച്ച് ഈ മിസ്ഡ് കോൾ വ്യക്തിക്ക് പുറകെ പോകുവാൻ യുവതി ഒരുങ്ങിയപ്പോൾ കേസ് കോടതിയിലെത്തി.

സോഫ്റ്റ്‌വെയർ ഉദ്യോഗസ്ഥയായ അനിത രാത്രി ഫെയ്സ്ബുക്ക് പരിശോധിച്ചപ്പോഴാണ് പണ്ട് പ്രീഡിഗ്രിക്കാലത്ത് തന്നോട് പ്രണയം ഉറ ന്നുപറഞ്ഞ ജിഷ്ണവിന്റെ ഒരു സന്ദേശം കാണുന്നത്. 'എന്നെ ഓർമ്മയുണ്ടോ' എന്ന ആ രണ്ടുവരി സന്ദേശം അവരെ ഓർമ്മകളിലേയ്ക്ക് കൂട്ടികൊണ്ടുപോയി. കൗമാരത്തിലെ വസന്തകാലത്ത് തന്നോട് പ്രണയാഭ്യർത്ഥന നടത്തിയ വ്യക്തി വർഷങ്ങൾക്കശേഷം തന്നെ തേടിയെത്തുമ്പോൾ അനിതയുടെ അടി സ്ഥാനപരമായ ചോദനകൾ ഉണർന്നു. ജിഷ്ണ ഇപ്പോൾ അമേരിക്കയിലാണ്. ആ ബന്ധം വളർന്നു. ചാറ്റകളിൽ നിന്ന് ഫോൺ വിളികളിലേയ്ക്കും പിന്നീട് നേരിട്ടുള്ള കാഴ്ചകളിലേക്കും, ലൈംഗിക ബന്ധത്തിലേക്കും വളർന്നപ്പോൾ രണ്ട കുടുംബങ്ങളുടെ സന്തുലിതാവസ്ഥ തകരുകയായിരുന്നു. കേസ് കോട തിയിൽ എത്തുന്നതിന് മുൻപ് പരിഹരിക്കുവാൻ സാധിച്ചു.

## വളരെ വേഗം വളരുന്ന ഡിജിറ്റൽ ബന്ധങ്ങൾ

ഫോൺ, ഇ-മെയിൽ, ഫേസ്ബുക്ക്, ചാറ്റകൾ തുടങ്ങിയവയിൽ തുടങ്ങുന്ന ബന്ധങ്ങൾ ഡിജിറ്റൽ ലോകത്തിൽ മാത്രം ഒതുങ്ങി നില്ലുമെന്നാണ് ഏവരും തുടക്കത്തിൽ കരുതുന്നത്. എന്നാൽ മുഖാമുഖമുള്ള ബന്ധങ്ങൾ വളരുന്ന തില്യം പതിൻ മടങ്ങ് വേഗത്തിലാണ് ഡിജിറ്റൽ ബന്ധങ്ങൾ വളരുന്നത്. നിങ്ങൾ നേരിട്ട് ഇടപെടുന്ന വ്യക്തികൾ, നിങ്ങളുടെ സഹപ്രവർത്തകർ, സുഹൃത്തുക്കൾ, ബന്ധുക്കൾ ഇവരോടൊക്കെ പറയുന്നതില്യം വളരെ കൂടുതൽ രഹസ്യങ്ങൾ അപരിചിതരുമായി നിങ്ങൾ പങ്കുവയ്ക്കുന്നു.

ട്രെയിനിലെ അപരിചിതൻ-stranger in the train syndrome എന്നൊരു മനഃശാസ്ത്ര പ്രതിഭാസമുണ്ട്. ട്രെയിനിൽ വച്ച് പരിചയപ്പെടു ന്ന അപരിചിതനോട് നമ്മൾ പല പ്രധാന രഹസ്യങ്ങളും പങ്കുവയ്ക്കാൻ സാധ്യതയുണ്ട്. എന്നാൽ ഈ അപരിചിതനോട് പറയുന്നതിലും വളരെയ ധികം കാര്യങ്ങൾ നിങ്ങൾ നിങ്ങളുടെ ഡിജിറ്റൽ സുഹൃത്തിനോട് പങ്കുവയ്ക്കും. ഡിജിറ്റൽ ലോകത്തിൽ ഫോണിന്റെ അങ്ങേത്തലയ്ക്കൽ നിങ്ങളുമായി സം സാരിക്കുന്ന വ്യക്തിയിൽ നിങ്ങൾക്ക് വളരെ പെട്ടെന്ന് തന്നെതാല്പര്യവും സ്നേഹവും ജനിക്കുന്നു. അവരുമായി ഗാഢമായ സൗഹൃദ ബന്ധത്തിലേക്കും പ്രണയത്തിലേക്കും ലൈംഗികതയിൽ ഏർപ്പെടാനുള്ള സാധ്യതയുമൊക്കെ യഥാർത്ഥ ജീവിതത്തിൽ ഒരു വ്യക്തിയുമായി പ്രണയത്തിലാകുവാനുള്ള സാധ്യതയിലും പതിൻ മടങ്ങാണ്.

നിങ്ങളുമായി ചാറ്റ് ചെയ്യുന്ന ഫോണിന്റെയോ, സ്ക്രീനിന്റെയോ മറുവ ശത്തുള്ള വ്യക്തിക്ക് വേണ്ട ഗുണഗണങ്ങൾ നിങ്ങളുടെ മസ്തിഷ്കം തന്നെ നിങ്ങളുടെ വൈകാരികഭാവനയിൽ ഉണ്ടാക്കിയെടുക്കുന്നു. ടെക്സ്റ്റ് മെസേ ജുകളിൽ നഷ്ടപ്പെടുന്ന സ്വരം, മുഖഭാവങ്ങൾ, ചേഷ്ടകൾ, ശരീര സാന്നിധ്യം ഇവയെല്ലാം നിങ്ങളുടെ മനസിന്റെ ഭാവനയും ആഗ്രഹങ്ങളും അനുസരിച്ച് നികത്തപ്പെടുകയും, നിങ്ങളുടെ മനസ്സിൽ ആഗ്രഹിക്കുന്ന വ്യക്തി അവിടെ ഉണ്ടായിവരുകയും ചെയ്യുന്നു.

സമൂഹമാദ്ധ്യമങ്ങളിൽ ആളുകൾ ഉണ്ടാക്കിയെടുക്കുന്ന വ്യക്തിത്വ ങ്ങൾ യഥാർത്ഥ ജീവിതത്തിൽനിന്നും വളരെ അകലെ നില്ക്കുന്നതാണ്. അവിടെ നിറംപിടിപ്പിച്ച ഫോട്ടോഷോപ്പിൽ മിനുക്കിയെടുത്ത, എപ്പോഴും വിനോദയാത്ര പോവുകയും സന്തോഷിക്കുകയും ചെയ്യുന്ന, വളരെയധികം സുഖസൗകര്യങ്ങൾ അനുഭവിക്കുന്ന ചോക്ലേറ്റ് വിഗ്രഹങ്ങളെയാണ് നമ്മൾ ഫേസ്ബുക്കിൽ എപ്പോഴും കാണുന്നത്. ഇവരുടെ യഥാർത്ഥ ജീവിതവും ഫേസ്ബുക്ക് ജീവിതവും തമ്മിൽ നല്ല അന്തരമുണ്ട്. ഈ ഫോട്ടോഷോപ്പ് ഡിജിറ്റൽ വ്യക്തികളെയാണ് പലരും ആഗ്രഹിക്കുന്നതും.

ഡിജിറ്റൽ ബന്ധങ്ങൾ സ്ഥാപിക്കുവാൻ ഇറങ്ങിത്തിരിക്കുന്ന ചിലരാ കട്ടെ തങ്ങളുടെ ഇരകൾക്ക് ഒരു ലോപവുമില്ലാതെ സ്നേഹവും, ആദരവും, സുരക്ഷിതത്വവും, വാരിക്കോരി നല്കുന്നു. ഇത് പെട്ടെന്ന് തന്നെ ആളുകളെ ബന്ധങ്ങളിലേക്ക് വലിച്ചിഴക്കുന്നു. ഡിജിറ്റലായി തുടങ്ങുന്ന ബന്ധങ്ങൾ എന്നും അങ്ങനെതന്നെയായിരിക്കുമെന്നും അതിൽ ഒരുപാട് സുരക്ഷിതത്വം ഉണ്ടെന്നും ആരും അറിയില്ലെന്നും അതിൽ തങ്ങൾ വൈകാരികമായി വീണ പോകില്ല എന്നുമൊക്കെയുള്ള തെറ്റിദ്ധാരണയാണ് ആളുകളെ ഇതിലേക്ക്

കൂടുതൽ വലിച്ചടുപ്പിക്കുന്നത്.

പലപ്പോഴും ഡിജിറ്റൽ ബന്ധങ്ങൾ ഫോണിന്റേയും കമ്പ്യൂട്ടറുകളുടെയും പരിമിതിക്കുള്ളിൽ ഒതുങ്ങി നില്ലുന്നില്ല എന്നതാണ് സത്യം. പ്രകൃതി യുടെ അടിസ്ഥാന ചോദന എന്ന് പറയുന്നത് സന്താന ഉല്പാദനവും അതിനുവേണ്ട ചാലകശക്തി ലൈംഗികതയും ആയതിനാൽ നിങ്ങൾ ഉദ്ദേശിക്കുന്നതുപോലെ അത്ര പെട്ടെന്ന് ലൈംഗികതയുടെ അപാരമായ ശക്തിയിൽ നിന്ന് നിങ്ങൾക്ക് വഴുതി മാറ്റുവാൻ സാധിക്കില്ല.

ലൈംഗികത എന്നാൽ സുഖം കണ്ടെത്തുവാനുള്ള ഒന്നാണെന്ന ചിന്ത പ്പലർത്തുമ്പോഴും സ്വതന്ത്ര ലൈംഗികതയ്ക്ക് വേണ്ടി മുറവിളി കൂട്ടുമ്പോഴും ഒന്ന് ഓർക്കുക, വ്യക്തിസ്വാതന്ത്ര്യം എന്നത് എന്തും ചെയ്യുവാനുള്ള പൂർണ്ണ സ്വത ന്ത്ര്യമല്ല. ലൈംഗിക അരാജകത്വം , വിവാഹമോചനങ്ങൾ, വിവാഹത്തിന് മുമ്പ് ഉണ്ടാകുന്ന അനാഥരായ കുട്ടികൾ, കെട്ടുറപ്പില്ലാത്ത കുടുംബങ്ങളിൽ വളരുന്ന കുട്ടികൾ, അവർക്കുണ്ടാവുന്ന അരക്ഷിതാവസ്ഥ ഇവയൊക്കെ സമൂഹം എന്ന വ്യവസ്ഥിതിയുടെ നിലനില്പിനു സാരമായി പരിക്കേല്പിക്കുന്നു. പങ്കാളികൾ തമ്മിൽ ലൈംഗികതയെക്കുറിച്ച് തുറന്നു സംസാരിക്കുവാൻ ഉള്ള സാഹചര്യവും സ്വാതന്ത്ര്യവും ഉണ്ടാകണം. ലൈംഗികതയിൽ ശ്രദ്ധിക്കേണ്ട മറ്റൊരു കാര്യമുണ്ട്. മനഃശാസ്ത്രപരമായോ, വൈദ്യശാസ്ത്രപരമായോ ഒരു സംഗതി ശരിയാണ് എന്ന കാരണങ്ങൾക്കൊണ്ട് അവ നിയമപരമായോ സാമൂഹികപരമായോ, നൈതികമായോ അത് ശരിയാകണമെന്നില്ല.

കപട സദാചാരവും ലൈംഗികദാരിദ്ര്യവും മൂലം ഒരുപക്ഷത്തേക്ക് വല്ലാതെ ചാഞ്ഞിരുന്ന തുലാസിന്റെ തട്ട് മറുവശത്തേക്ക് താഴുമ്പോൾ സമൂഹത്തില്ലുണ്ടാക്കുന്ന അരക്ഷിതാവസ്ഥയും പ്രശ്നങ്ങളും കാണാതെ പോകരുത്. മനുഷ്യനും മൃഗവും തമ്മിൽ സാരമായ വ്യത്യാസം ഉള്ളതുകൊ ണ്ടും, മനുഷ്യൻ ഉണ്ടാക്കിയെടുത്ത നിയമങ്ങളുടെ അടിസ്ഥാനത്തിലാണ് സമൂഹത്തിന്റെ കെട്ടുറപ്പ് നിലനില്ലുന്നത് എന്നതിനാലും സമൂഹത്തിന്റെ മൊത്തത്തില്ലുള്ള കെട്ടുറപ്പിനെ ബാധിക്കുന്ന അമിതമായ വ്യക്തിസ്വാത ന്ത്ര്യം ചിലപ്പോൾ വേണ്ടെന്നുവയ്ക്കേണ്ടി വരും.

# മനഃശാസ്ത്ര പ്രഥമ ശുശ്രൂഷ

### നിഴലുകൾ വേട്ടയാടുന്ന മനസ്സ്

മൈസൂരിലെ ക്ലിനിക്കിൽ നിന്ന് ജോലി കഴിഞ്ഞ് ഇറങ്ങാൻ തുടങ്ങുന്ന സമയത്താണ് അഖിലേഷ് വിളിക്കുന്നത്. (പേരുകൾ മാറ്റിയിരിക്കുന്നു)
"എനിക്ക് അത്യാവശ്യമായി താങ്കളെ കാണണം" അയാൾ വേവലാതിയോടെ പറഞ്ഞു.
"സമയം 8.30 ആയല്ലോ. ഞാൻ ഇന്നത്തെ ജോലി കഴിഞ്ഞ് ഇറങ്ങുകയാണ്"
"വളരെ അത്യാവശ്യമാണ് സർ, ഞാൻ നാളെ രാവിലെ മുംബൈയ്ക്ക് പോവുകയാണ്. അതിന് മുമ്പ് കാണണം." അയാൾ നിർബന്ധം പറഞ്ഞു.
ഇതുപോലുള്ള സന്ദർഭങ്ങളിൽ ഒരു കോൾ എടുക്കുകയും അവരോട് സംസാരിക്കാൻ സാധിക്കുകയും ചെയ്യുകകൊണ്ട് മാത്രം പലരുടെയും ജീവിതത്തിൽ ഒരു വഴിത്തിരിവാകുവാൻ എനിക്ക് സാധിച്ചിട്ടുണ്ട്. ആത്മമഹത്യയിൽ നിന്നും, പല ദുരന്തങ്ങളിൽ നിന്നും, കുറ്റകൃത്യങ്ങളിൽ നിന്നും പലരെയും രക്ഷിക്കാൻ സാധിച്ചിട്ടുണ്ട്. അതുകൊണ്ടുതന്നെ സമയം വളരെ വൈകിയെങ്കിലും ഞാൻ അദ്ദേഹത്തെ കാണവാൻ സമ്മതിച്ചു.

അരമണിക്കൂർ കഴിഞ്ഞപ്പോൾ അദ്ദേഹം എത്തി. കൂടെ രണ്ട് സ്ത്രീകളും ഉണ്ട്. സംസാരിച്ച് തുടങ്ങിയപ്പോൾ തന്നെ അദ്ദേഹം പറഞ്ഞു.
"ക്ഷമിക്കണം, ഞാൻ താങ്കളുടെ സമയം മിനക്കെടുത്തുകയാണോ എന്ന് എനിക്ക് സംശയമുണ്ട്. എനിക്ക് എന്തെങ്കിലും ഒരു മാനസികപ്രശ്നം ഉണ്ട് എന്ന് എനിക്ക് തോന്നുന്നില്ല." തുടർന്ന് അദ്ദേഹം തന്റെ അനുഭവം പറഞ്ഞു.

മുംബൈയിൽ വച്ച് ഒരു നിഗൂഢമായ സ്ഥലത്തേക്ക് ഒരാൾ അയാളെ സ്നേഹപൂർവ്വം കൂട്ടിക്കൊണ്ടുപോയി. ഒരു ഇടുങ്ങിയ ഇടനാഴിയിൽ വച്ച് അയാൾ അദ്ദേഹത്തിന്റെ ശരീരത്തിലേക്ക് അമർന്ന കിടന്ന് ശ്വാസം മുട്ടിക്കുന്ന വിധം ചുംബിക്കുകയും ചെയ്തു. ആ ഇടനാഴിയിൽ ആരൊക്കെയോ

ഇത് കാണന്നുണ്ടായിരുന്നു. പക്ഷെ ആരും രക്ഷക്ക് എത്തിയില്ല. നല്ല ആരോഗ്യമുള്ള അഖിലേഷ് അയാളെ കുടഞ്ഞെറിഞ്ഞ് ഓടിരക്ഷപെട്ടു. അതിനശേഷം മുറിയിൽ ഒറ്റയ്ക്കിരിക്കുമ്പോൾ എല്ലാം ഒരു നിഴൽ അദ്ദേഹത്തിന് കാണുവാൻ സാധിക്കും. ആ നിഴലിന് പൂർണ്ണമായ ഒരു മനുഷ്യരൂപമില്ല. അത് ഒറ്റയിരിക്കുന്ന സന്ദർഭങ്ങളിൽ മാത്രമേ ദൃശ്യമാകൂ. അതുകൊണ്ടതന്നെ കമ്പനിയിലെ ജോലി കഴിഞ്ഞാലും അദ്ദേഹം ഏറെ സമയം അവിടെ കംപ്യൂട്ടറിന് മുമ്പിൽ ഇരിക്കും. വീട്ടിൽ എത്തിയാൽ ഈ നിഴലുകൾ കാണുവാൻ തുടങ്ങും. ശബ്ദം കേൾക്കുന്നില്ല. ഒരു മൃഗത്തിന് സമാനമായ രൂപമാണ് തന്നെ പിന്തുടരുന്ന നിഴലുകൾക്ക് ഉള്ളതെന്ന് അദ്ദേഹം പറഞ്ഞു. പല സ്ഥലങ്ങളിലും ആളുകൾ അദ്ദേഹത്തെ ചൂണ്ടി എന്തൊക്കെയോ പറയുന്നു. എല്ലാവരും അദ്ദേഹത്തെ ശ്രദ്ധിക്കുന്നു.

അയാൾ ബോംബയിലെ ഒന്ന് രണ്ട് അമ്പലങ്ങളിൽ പ്രാർത്ഥനകൾ നടത്തി. അതിനശേഷം മൈസൂർ തിരിച്ചെത്തി അയാൾ ഒരു ക്ഷേത്രത്തിലെ പൂജാരിയോട് കാര്യങ്ങൾ പറഞ്ഞു. എല്ലാം കേട്ടിട്ട് ആ പൂജാരി പറഞ്ഞു, 'നിങ്ങളുടെ ശരീരത്തിൽ ഒരു ബാധയുമില്ല. പക്ഷെ നിങ്ങൾ വളരെ അത്യാവശ്യമായി ഒരു മനഃശാസ്ത്രജ്ഞനെ കാണണം.' അങ്ങനെ പൂജാരിയുടെ നിർബന്ധത്തിനു വഴങ്ങിയാണ് അദ്ദേഹം എന്റെ അടുത്തുവന്നത്.


പാരനോയിക് സ്കീസോഫ്രീനിയയുടെ ക്ലാസിക് ലക്ഷണങ്ങൾ എല്ലാ മുണ്ട് അയാൾക്ക്. ഞാൻ അയാളോടും അദ്ദേഹത്തിന്റെ കൂടെവന്ന സഹോദരിയോടും കാര്യങ്ങളുടെ ഗൗരവം പറഞ്ഞു മനസിലാക്കി. അടുത്ത ദിവസം ബോംബെയ്ക്കുള്ള യാത്ര ഒഴിവാക്കുവാനും ഒരു സൈക്കാട്രിസ്റ്റിനെ തീർച്ചയായും കണ്ടു ചികിത്സ തുടങ്ങണം എന്നും ഞാൻ നിഷ്കർഷിച്ചു. നാളെ ബോംബെയ്ക്ക് പോയാൽ അദ്ദേഹത്തെ കാത്തിരിക്കുന്നത് ഒരുപക്ഷേ കൂടുതൽ പ്രശ്നങ്ങളായിരിക്കും. ഒരു റെഫ്രൻസ് ലെറ്ററിൽ ആദ്ദേഹത്തിന്റെ രോഗവിവരം എഴുതി ഞാൻ അയാളെ ഏല്പിച്ചു. നിങ്ങൾ ഇത് ഡോക്ടറെ കാണിക്കണം. അദ്ദേഹം യാത്ര ഒഴിവാക്കുകയും ചികിത്സ തേടുകയും ചെയ്തു. മരുന്നും കൗൺസിലിംഗം മൂലം അയാൾക്ക് നല്ല രോഗശമനം ലഭിച്ചു.


നമ്മുടെ രാജ്യത്ത് എന്ത് മാനസിക സാമൂഹിക പ്രശ്നങ്ങൾക്കും ആളുകൾ ആദ്യം സമീപിക്കുന്നത് മതപുരോഹിതരെയാണ്. പഠന വൈകല്യം, കുടുംബ പ്രശനങ്ങൾ തുടങ്ങിയവ മുതൽ മനോരോഗങ്ങൾ വരെ ആദ്യം എത്തുന്നത് പുരോഹിതർ/സന്യാസികൾ തുടങ്ങിയവരുടെ അടുത്താണ്. എന്റെ അടുത്ത വരുന്ന 90% കേസുകളും ഇപ്രകാരം ഒരു ലെവൽ പുരോഹിത/മത ചികിത്സ കഴിഞ്ഞതായിരിക്കും. എന്നാൽ ഈ പൂജാരിയെ പോലെ ആദ്യം തന്നെ മനഃശാസ്ത്രജ്ഞരുടെ അടുത്തേക്ക് ആളുകളെ പറഞ്ഞു വിടുന്നവരും ഉണ്ട്.

## ഡിസ്ട്രെസ്സ് ലൈൻ

നമ്മുടെ രാജ്യത്ത് ഒരു ഡിസ്ട്രെസ്സ് ലൈൻ അത്യാവശ്യമായി വേണം. ആളകൾക്ക് അവരുടെ മാനസികമായ അസ്വസ്ഥതകൾ, ആകുലതകൾ ഒക്കെ വിളിച്ചപറയാവുന്ന ഒരു 24x 7 കോൾ സെന്റർ. അവർ ഇങ്ങനെയുള്ള ആളകളെ സാന്ത്വനിപ്പിച്ച ശരിയായ ചികിത്സ വേണ്ട സ്ഥലത്തേയ്ക്ക് റെഫർ ചെയ്യണം.   നമ്മുടെ നാട്ടിലെ പല കൊലപാതകങ്ങൾ, മക്കളെ കൊല്ലു ന്ന മാതാപിതാക്കൾ, കാമുകി-കാമുക പ്രശ്നങ്ങൾ, ഭാര്യ-ഭർത്തൃ പ്രശ്നങ്ങൾ, ആത്മഹത്യകൾ, ഒളിച്ചോട്ടങ്ങൾ ഒക്കെ ഇങ്ങനെയൊരു കേൾവിക്കാരൻ ഉണ്ടായിരുന്നുവെങ്കിൽ ഒഴിവാക്കാവുന്നതായിരുന്നു. ആരോഗ്യ വകുപ്പ്, സന്ന ദ്ധ സംഘടനകൾ/മെഡിക്കൽ കൂട്ടായ്മകൾ ഒക്കെ ഇതിനായി ശ്രമിക്കണം.

## സൈക്കോളജിക്കൽ ഫസ്റ്റ് എയ്ഡ് (മനഃശാസ്ത്ര പ്രഥമ ശ്രുശ്രൂഷ)

അപകടങ്ങൾ, യുദ്ധങ്ങൾ, പ്രകൃതി ദുരന്തങ്ങൾ, ഉറ്റവരുടെ മരണം, ലൈംഗിക അതിക്രമങ്ങൾ തുടങ്ങിയവയൊക്കെ ഉണ്ടാകുന്ന സമയത്ത് അപകടത്തിൽ രക്ഷപെട്ടവരുടെ ശാരീരികമായ സുരക്ഷക്ക് ഒപ്പം ശ്രദ്ധി ക്കേണ്ട ഒന്നാണ് അവരുടെ മാനസികമായ അവസ്ഥ. ഒരു ദുരന്തത്തിന് ശേഷം എല്ലാവരും മാനസികമായ ബുദ്ധിമുട്ട് അനുഭവിക്കണം എന്നില്ല. എന്നാൽ പലർക്കും പോസ്റ്റ് ട്രോമാറ്റിക്ക് സ്ട്രെസ് ഡിസോർഡർ എന്ന മാനസികമായ രോഗാവസ്ഥ ഉണ്ടാകാറുണ്ട്.

ആത്മഹത്യകൾ, റോഡ് ട്രാഫിക്ക് അപകടങ്ങൾ, യുദ്ധങ്ങൾ, കലാപങ്ങൾ, ബലാത്സംഗങ്ങൾ ഇവയൊക്കെ എപ്പോൾ എവിടെ വേണമെങ്കിലും സംഭവി ക്കാം. അതുകൊണ്ടുതന്നെ നമുക്ക് മനഃശാസ്ത്ര പ്രഥമ ശ്രുശ്രൂഷ യൂണിറ്റുകൾ നാട്ടിൽ ഉടനീളം ആവശ്യമാണ്. ഒരു ദുരന്തം ഉണ്ടായാൽ ആളകളെ ശാരീരി കമായി രക്ഷപെട്ടതിന് ശേഷം അവർക്ക് മാനസികമായ പിന്തുണ നല്ലുക, അവരുടെ ആകുലതകൾ ശ്രവിക്കുക, അവരോട് അനുഭാവപൂർവം പെരുമാ റുകയും ജീവിത്തിലുണ്ടായ നഷ്ടവുമായി പൊരുത്തപ്പെടുവാനും മുൻപോട്ട് ജീവിക്കുവാനുമുള്ള പ്രതീക്ഷ നല്ലുക, മാനസികമായ ബുദ്ധിമുട്ടുണ്ട് എന്ന കണ്ടാൽ ഒരു സൈക്കോളജിസ്റ്റിനോട് സംസാരിക്കുവാനുള്ള അവസരം ഉണ്ടാക്കികൊട്ടുക്കുക തുടങ്ങിയവയൊക്കെയാണ് സൈക്കോജിക്കൽ ഫസ്റ്റ് എയ്ഡ് വോളൻറിയെർസിന്റെ പ്രധാന കർത്തവ്യം. പോസ്റ്റ് ട്രോമാറ്റിക്ക് സ്ട്രെസ് ഡിസോർഡർ (Post Traumatic Stress Disorder) എന്ന മാനസിക അസ്വസ്ഥതയിലേക്ക് ഇവർ വീഴാതെ നോക്കുന്നതിൽ ഏറ്റവും പ്രധാന പങ്ക് വഹിക്കുവാൻ സാധിക്കുന്നത് ഈ വോളൻറിയേർസിനാണ്.

മനഃശാസ്ത്രം, സോഷ്യൽ വർക്ക്, സോഷ്യോളജി ഇടങ്ങിയ കോഴ്സുകൾ നടത്തുന്ന പല കോളജുകളിൽ ഞാൻ ഈ കാര്യങ്ങൾ പറഞ്ഞിട്ടുണ്ട്. തിരു വനന്തപുരം ലൊയോള കോളേജിൽ ഇത്തരൊമൊരു സംരംഭം ഇടങ്ങിയ സമയത്ത് എന്നെ ക്ഷണിച്ചിരുന്നു. പക്ഷെ കേരളത്തിൽ ഒരിടത്തും ഇങ്ങനെ ഒരു സേവനം അത്ര ആക്ടിവ് അല്ല.

## പോസ്റ്റ് ട്രോമാറ്റിക് സ്ട്രെസ് ഡിസോർഡർ ( Post Traumatic Stress Disorder)

പ്രകൃതി ദുരന്തങ്ങൾ, അപകടങ്ങൾ, യുദ്ധങ്ങൾ, ഉറ്റവരുടെ മരണം, ലൈം ഗിക അതിക്രമങ്ങൾ ഇടങ്ങിയൊക്കെ ഉണ്ടാക്കുന്ന മാനസിക ആഘാതം ഒരു വ്യക്തിയിൽ സൃഷ്ടിക്കുന്ന മാനസിക വിഭ്രാന്തികളാണ് ഇത്. മനസ്സിനെ മഥിക്കുന്ന ആകുലചിന്തകൾ പ്രത്യേകിച്ച് ദുരന്തത്തിന്റെ ഓർമ്മകൾ, ഭീകര മായ സ്വപ്നങ്ങൾ, ദുരന്തത്തിന്റെ ഓർമ്മ ഉണ്ടാക്കുന്ന സകല കാര്യങ്ങളിൽ നിന്നും അകന്നു നില്ക്കുവാനുള്ള ശ്രമം, അതുണ്ടാക്കുന്ന സാമൂഹിക പ്രശ്ങ്ങൾ ഇവയൊക്കെ മാസങ്ങളോളം നീണ്ടുനില്ക്കാം. ജീവിതത്തെ സംബന്ധിച്ച അപകടകരമായ ചില തീരുമാനങ്ങൾ ഇവർ കൈകൊള്ളുവാനുള്ള സാ ധ്യത വളരെ കൂടുതലാണ്. കേരളത്തിൽ ഒരുപാട്ട പേര് കൗൺസിലിംഗ് നടത്തുന്നുണ്ട്. ശരിയായ വിദ്യാഭ്യാസമോ ട്രെയിനിങ്ങോ ഇല്ലാത്തവർ കൗൺസിലിംഗ് നടത്തുന്നത് പലപ്പോഴും അപകടകരം തന്നെയാണ്. പക്ഷെ ശരിയായ ഒരു ട്രെയിനിങ് കൊണ്ട് ഇക്കൂട്ടർക്ക് നല്ലൊരു മനഃ ശാസ്ത്ര പ്രഥമ ശുശ്രൂഷ വോളണ്ടീയർ ആകാൻ സാധിക്കും. ജോൺസ് ഹോപ്കിൻസ് സർവ്വകലാശാലയുടെ ഒരു പ്രോഗ്രാം ഈ വിഷയത്തിൽ പൂർത്തീകരിക്കുവാൻ എനിക്ക് അവസരം ലഭിച്ചിരുന്നു. ഇത് ചെയ്യവാൻ മനഃശാസ്ത്രം പഠിക്കണം എന്നില്ല. ആർക്കും ഈ സംരംഭത്തിൽ പങ്കാളികൾ ആവാം.

ശ്രീ ഒളപ്പമണ്ണ സുബ്രമണ്യൻ നമ്പൂതിരിയുടെ എന്റെ വിദ്യാലയം എന്ന കവിതയിലെ ഒരു ഭാഗം ഇങ്ങനെയാണ്.

> "ആരല്ലെൻ ഗുരുനാഥ-
> രാരല്ലെൻ ഗുരുനാഥർ?
> പാരിതിലെല്ലാമെന്നെ
> പഠിപ്പിക്കുന്നുണ്ടെന്തോ!"

ഓരോ ദുരന്തങ്ങളും ഓരോ പഠനരേഖയാണ്. ഈ രേഖ പിന്തുടർന്നു തന്നെ യാണ് മനുഷ്യവർഗ്ഗം ഈ ഭൂമുഖത്തു അതിജീവിച്ചത്. ഒന്നര നൂറ്റാണ്ടിൽ കേരളം കണ്ട ഏറ്റവും വലിയ പ്രളയത്തെ കേരളം അതിജീവിച്ച എന്ന്

പറഞ്ഞാൽ അതൊരു ഇകഴ്ത്തലായി പോകും. അതിന് ശേഷം മറ്റൊരു പ്രളയവും നിപ്പയും കോവിഡും നമ്മൾ കാര്യക്ഷമമായി കൈകാര്യം ചെയ്തു. സംസ്ഥാന സർക്കാർ ഇശ്ചാശക്തിയോടെ നയിച്ച ഈ പോരാട്ടത്തിൽ, മത, ജാതി, സംഘടനാ ഭേദമില്ലാതെ ഓരോ വ്യക്തിയും സഹജീവിയുടെ രക്ഷക്കെത്തി. മാദ്ധ്യമങ്ങൾ മുഴുവൻ സമയവും കേരളത്തിന് എന്ത് സംഭവിക്കുന്നു എന്ന് അറിയിക്കുകയും ദുരന്തനിവാരണത്തിന് വേണ്ട എല്ലാ സഹായങ്ങളും ചെയ്യുകയും ചെയ്തു. ഓരോ വ്യക്തിയും കൈയും മെയ്യും മറന്ന് സകല ബൗദ്ധിക, സാമ്പത്തിക, വൈജ്ഞാനിക ശാരീരിക വിഭവങ്ങളും സമാഹരിച്ചു മുമ്പോട്ട് ഇറങ്ങി. ആരും ആവശ്യപ്പെടാതെ തന്നെ. ഏറ്റവും എടുത്തുപറയേണ്ട ഒന്ന് മത്സ്യത്തൊഴിലാളികളുടെ സേവനമാണ്. അവർ സൈനികർക്കും, പോലീസിനും, ഫയർഫോഴ്സിനും ഒപ്പം നിന്ന് പ്രകൃതിയോട് പോരാടി. നമ്മൾ ഒറ്റക്കെട്ടായി ഈ ദുരന്തങ്ങളെ നേരിട്ട രീതി ഇന്ത്യയ്ക്ക് തന്നെ മാതൃകയാക്കാവുന്നതാണ്. ദൈവത്തിന്റെ സ്വന്തം രാജ്യം എന്നത് ഇനി മനുഷ്യരുടെ സ്വന്തം രാജ്യം എന്ന വിളിക്കപ്പെട്ടും. ഇത് ഇന്ത്യയിലെ ബാക്കിയുള്ള സംസ്ഥാനങ്ങൾക്ക് അനുകരിക്കാം.

അതെ നമ്മൾ ഒരുപാട് കാര്യങ്ങൾ പഠിച്ചു. ഇനിയൊരു ദുരിതം വന്നാൽ നമ്മൾ കൂടുതൽ തയ്യാറെടുപ്പോടെ തന്നെ നേരിടും. ദുരന്തം പെട്ടിറങ്ങിയ മഴവെള്ളം കടലിലേയ്ക്ക് എത്തുന്നു. കോവിഡ് പണ്ഡിതനും പാമരനും ഒരുപോലെയെന്നു പഠിപ്പിച്ചു, നമ്മൾ മലയാളികളുടെ മനസ്സിൽ നിന്ന് അജ്ഞതയുടെയും അന്ധതയുടെയും അപരൻ, അന്യൻ എന്നീ വിഭാഗീയ ബോധങ്ങളുടെയും ചെളികൾ കഴുകി ശുദ്ധമാക്കപ്പെട്ടിരിക്കുന്നു. നമ്മുടെ കണ്ണും, മനസ്സും തെളിഞ്ഞു തുടങ്ങിയിരിക്കുന്നു.


പണ്ടാക്കെ സിനിമ സംഘടനയിലെ പ്രശ്നങ്ങൾ നമ്മുടെ ഉറക്കം കെടുത്തിയപ്പോൾ, മുക്കുവ കുടിലുകളിലെ പട്ടിണിയും, ദുരിതങ്ങളും നമ്മളെ ഒരിക്കലും അലോസരപ്പെടുത്തിയിരുന്നില്ല. വ്യാപാരികൾ സംസ്ഥാന സമ്മേളനം കൂടുവാൻ കേരളം മുഴുവൻ നിശ്ചലമാക്കിയപ്പോൾ അലോസരം തോന്നാത്ത നമുക്ക് മത്സ്യത്തൊഴിലാളികളുടെ ചെറുത്തു നിൽപ്പ് വളരെ അരോചകമായി തോന്നി. പക്ഷെ പ്രളയത്തിന്റെ സമയത്ത് ഈ മുക്കുവ തൊഴിലാളികൾ നമ്മുടെ തുണയ്ക്കെത്തി. ആരും ക്ഷണിക്കാതെ, വിധവയുടെ ചില്ലികാശ്രമായി അവർ നമ്മുടെ രക്ഷകരായി.


മലമുകളിൽ പണിത കെട്ടിടങ്ങൾ, ഫ്ലാറ്റുകൾ, മണ്ണ്മാന്തികൾ, ടിപ്പറുകൾ അങ്ങനെ നമ്മൾ എന്നും വെറുത്തിരുന്നവയൊക്കെ പ്രളയത്തിന്റെ സമയത്തു നമ്മുടെ രക്ഷകരായി. വെറുപ്പ് ഒന്നും നല്ലന്നില്ല. ഓർക്കുക, നമ്മുടെ ശത്രുക്കൾ ആരാണ്? ആരാണ് നമ്മുടെ സഹോദരൻ? കൂറ്റൻ അണക്കെട്ടുകൾ പുഴയുടെ മാറിന് മുകളിൽ വരിഞ്ഞു കെട്ടിയ ക്രൂരത. പ്രകൃതിയോട്

കാണിച്ച മഹാദ്രോഹം. അതെ ഈ ദ്രോഹം ഇല്ലായിരുന്നുവെങ്കിൽ നമ്മൾ ഇപ്പോൾ ഏതാണ്ട് പൂർണ്ണമായി മുങ്ങിയേനെ....

പരസ്പരം വെറുത്തുകൊണ്ടുള്ള ചാനൽ ചർച്ചകൾ ഇനിയെങ്കിലും നമുക്ക് വേണ്ട എന്ന് വയ്ക്കാം. നമ്മൾ ഒന്നിച്ച എന്നു കണ്ട മനസ്സ് നൊന്തിരിക്കുന്ന ഒരുപാട് ആളുകൾ ഉണ്ട്. വിഭാഗീയതയുടെ, വെറുപ്പിന്റെ, അപരബോധ ത്തിന്റെ കരിവിളക്കും തെളിച്ചുകൊണ്ട് അവർ വീണ്ടും വരും. ലോകചരിത്രം തന്നെ രണ്ടായി വിഭജിക്കപ്പെടാൻ പോകുന്നു, കൊറോണക്ക് മുമ്പും പിമ്പും എന്ന്. ഇതുവരെയുള്ള ലോകം ഇനിയില്ല. കഴിഞ്ഞ കാലങ്ങളിൽ സംഭവിച്ച അപജയങ്ങളിൽ നിന്ന് പാഠം സ്വീകരിച്ച മുന്നോറേണ്ട സമയമാണിത്.

# ജീവിതങ്ങളെ മാറ്റുന്നവർ

നല്ല നിലയിൽ പഠിച്ചുകൊണ്ടിരുന്ന ഒരു വിദ്യാർത്ഥിയായിരുന്ന ജോൺ. മെനിഞ്ചയിറ്റിസ് രോഗത്തെ തുടർന്ന് ജീവിതത്തിൽ അത്ര നിസ്സാരമല്ലാത്ത പരിക്കാണ് ജോണിന് സംഭവിച്ചത്. എല്ലാ റെഗുലർ സ്ക്കൂളുകളും അവന് പ്രവേശനം നിഷേധിച്ചു. ബുദ്ധിവൈകല്യമുള്ള കുട്ടികളുടെ കൂടെ വിടാൻ മാത്രം പ്രശ്നം അവനുണ്ടായിരുന്നില്ല. പക്ഷെ മറ്റാരും അവനെ സ്വീകരിക്കില്ല. പക്ഷെ അവനെ രണ്ടു കയ്യും നീട്ടി അൽഫിൻ സ്ക്കൂളിലേക്ക് സ്വീകരിച്ചുകൊണ്ട് പ്രിൻസിപ്പൽ ല്യൂസി കുര്യൻ പറഞ്ഞു. 'ഇവന് ഇവിടെ പഠിക്കാമല്ലോ.'

ലേർണിംഗ് ഡിസെബിലിറ്റി ഉള്ള വിഷ്ണു, ജിയോ, ഫാത്തിമ തുടങ്ങിവർ, വീഴ്ചയെ തുടർന്ന് പ്രയാസങ്ങൾ നേരിടുന്ന മിഥുൻ, പ്രോഗ്രസ്സിവ് ഡിജനറേഷൻ കാരണം ഏതാനും വർഷങ്ങൾ കൂടി മാത്രമേ ജീവിക്കൂ എന്ന് അറിയാവുന്ന സുബിൻ, മറ്റ പഠന വൈകല്യങ്ങൾ മൂലം കഷ്ടപ്പെടുന്ന അനേകർ, സമീപപ്രദേശങ്ങളിലെ സ്ക്കൂളിലെ സമ്മർദ്ദത്തിൽ തോറ്റുതുന്നം പാടിയ കുട്ടികൾ ഇവരെയൊക്കെ സ്വീകരിക്കുവാൻ ല്യൂസി കുര്യനോ മാനേജ്മെന്റിനോ രണ്ടാമത് ഒന്ന് ആലോചിക്കേണ്ടി വന്നില്ല. ഇവർ മറ്റ കുട്ടികളൊപ്പം വളരട്ടെ. ഒരല്പം കൂടുതൽ ശ്രദ്ധ തീർച്ചയായും അവർക്ക് വേണ്ടി വരും. ഒരല്പം പുറകിൽ ആണെങ്കിൽ കൂടി, വളരെ സാവകാശം അവരും മുഖ്യധാരയിലേക്ക് വരും.

സ്ക്കൂൾ പ്രിൻസിപ്പൽ ഇങ്ങനെയൊക്കെ പറഞ്ഞുവെങ്കിലും മിക്ക ടീച്ചേഴ്സിനും ആദ്യമൊക്കെ ആ ആശയം അത്ര ദഹിച്ചില്ല. മറ്റ കുട്ടികളുടെ ഭാവി, സ്ക്കൂളിന്റെ റിസൾട്ട്, ഇങ്ങനെയുള്ള കുട്ടികളെ പറഞ്ഞു മനസ്സിലാക്കുവാനുള്ള പ്രയാസം അങ്ങനെ അദ്ധ്യാപകർക്ക് ആശങ്കകകളും പരിഭവങ്ങളും ഏറെ. പക്ഷെ ല്യൂസി കുര്യന്റെ മറുപടി ഇങ്ങനെയായിരുന്നു. 'ഏറ്റവും മിടുക്കരായ കുട്ടികളെ തന്നെ എടുത്ത്, അവർക്ക് വല്ലാത്ത സമ്മർദ്ദം നല്കി നല്ല റിസൾട്ട് ഉണ്ടാക്കുന്നതിലും എത്രയോ നല്ലതാണ് സമൂഹത്തിൽ അവശരായി,

പുറകോട്ട് നില്ക്കുന്ന കുട്ടികളെ സമൂഹത്തിന്റെ മുഖ്യധാരയിലേക്ക് ഉയർത്തുക എന്ന് പറയുന്നത്. അദ്ധ്യാപനം എന്ന് പറയുന്നത് ഒരു സേവനം കൂടിയാണ്? ജോണിനെപ്പോലെ, ഫാത്തിമയെപ്പോലെ മറ്റ സ്ഥലകൾ കയ്യൊഴിഞ്ഞ കുട്ടികൾ നമ്മുടെ മിടുക്കരായ കുട്ടികളുടെ കൂടെ വളരട്ടെ.'

'അപ്പോൾ മറ്റ കുട്ടികളുടെ ഭാവിയെ അത് ബാധിക്കില്ലേ?' അപ്പോഴും പലർക്കും സംശയം ബാക്കിയായിരുന്നു.

'ഇല്ല കുഞ്ഞേ. അവർ മിടുക്കരായി തന്നെ വളരും.' ലൂസി കുര്യന് ആ കാര്യത്തിൽ സംശയമൊന്നുമില്ലായിരുന്നു.

എനിക്ക് ലൂസി കുര്യന്റെ അഭിപ്രായത്തോട പൂർണ്ണമായി യോജിക്കുവാൻ അന്ന് സാധിച്ചില്ല. പക്ഷെ അവർ ഒരു വലിയ ശരിയായിരുന്നു എന്ന് കാലം തെളിയിച്ചു. മുമ്പ് പറഞ്ഞ അവശതയുള്ള പല കുട്ടികളും ഏവര യും ഞെട്ടിച്ചുകൊണ്ടാണ് മുന്നേറിയത്. ഇവരിൽ പഠനവൈകല്യമുള്ള ചില കുട്ടികൾ വിദേശരാജ്യത്ത് ഉപരിപഠനം നടത്തി നല്ല കമ്പനികളിൽ നോക്കുന്നവർ പലരുണ്ട്. ഇവരിൽ മിക്ക കുട്ടികളും നല്ല രീതിയിൽ തന്നെ പഠിച്ചിറങ്ങി. അവർ ഉന്നത നിലയിൽ ഇന്ത്യയിൽ ജോലികൾ നോക്കുന്നു. പ്രോഗ്രസീവ് ഡിജനറേഷൻ (ശരീരം സാവകാശം തളർന്നുകൊണ്ടിരിക്കുന്ന അവസ്ഥ) ഉള്ള കുട്ടികൾ ഡോക്ടർമാരെ അതിശയിപ്പിച്ചുകൊണ്ട് ഏറെ കാലം മുന്നോട്ടുതന്നെ പോയി. ഇവിടെ കുട്ടികൾക്ക് സ്ക്കൂൾ എന്നത് സന്തോ ഷകരമായ ഒരു അനുഭവമാണ്. പരാതിപ്പെട്ടികളായ മാതാപിതാക്കളെ ലൂസി കുര്യൻ കൈകാര്യം ചെയ്യുന്നത് ഒന്ന് കാണേണ്ടത് തന്നെയാണ്. കൊല്ലാൻ ഉള്ള ദേഷ്യത്തോടെ പാഞ്ഞടുക്കുന്നവർ ഒരു ആട്ടിൻ കുട്ടിയെ പോലെ നടന്നുപോകുന്നത് കാണുമ്പോൾ അത്ഭുതം തോന്നിയിട്ടുണ്ട്. അവിടുത്തെ അദ്ധ്യാപകർക്ക് കുട്ടികൾ വെറും റോൾ നമ്പറുകൾ അല്ല. ഓരോ വിദ്യാർത്ഥിയെക്കുറിച്ചും, അവരുടെ പ്രശ്നങ്ങൾ, ഇഷ്ടങ്ങൾ ഇവയെല്ലാം കുറിച്ച് അദ്ധ്യാപകർക്ക് നല്ല തിട്ടമായിരുന്നു. പക്ഷെ ഇതിനെല്ലാം അപ്പുറം മറ്റൊന്ന് കൂടി ഞാൻ കണ്ടു. ഈ അവശതയുള്ള കുട്ടികളെ സ്വന്തം സഹോദ രങ്ങളെ പോലെ പരിചരിക്കുവാനും സഹായിക്കുവാനും കൂടെയുള്ള കുട്ടികൾ മത്സരിക്കുന്ന കാഴ്ചയായിരുന്നു അത്.

ലൂക്കിമിയ രോഗബാധയെ തുടർന്ന് ഒരു വർഷം നഷ്ടപ്പെട്ട സുമിയെ രണ്ടാം ക്ലാസിലേക്ക് നേരിട്ട് ഇരുത്തുവാൻ ലൂസി കുര്യൻ പറയുമ്പോൾ സുമിയുടെ അമ്മയ്ക്കോ മറ്റ് അദ്ധ്യാപകർക്കോ അത്ര ധൈര്യം പോരാ യിരുന്നു. സുമി ഉന്നത വിജയം നേടി ഇപ്പോൾ ബിരുദാനന്തരബിരുദം പൂർത്തിയാക്കിരിക്കുന്നു.

അൽഫിൻ പബ്ലിക്ക് സ്കൂളിനെ ഒന്നുമല്ലാത്ത അവസ്ഥയിൽ നിന്ന് മാനുഷിക മൂല്യങ്ങളുടെ ഒരു വിദ്യാലയമാക്കി മാറ്റി എടുത്തതിൽ ല്യൂസി കുര്യന്റെ പങ്ക് നിസ്തുലമാണ്. കുറച്ച വ്യവസായികൾ ചേർന്ന തുടങ്ങിയ ഈ വിദ്യാലയത്തിന് അമരക്കാരിയായി ല്യൂസി കുര്യനെ തിരഞ്ഞെടുത്തതാണ് മാനേജ്മെന്റിന്റെ ഏറ്റവും വലിയ വിജയം.

ല്യൂസി കുര്യന്റെ ജീവിത, വിദ്യാഭ്യാസ വീക്ഷണത്തെ പൂർണ്ണമായി ഉൾക്കൊള്ളുവാൻ അവിടത്തെ അദ്ധ്യാപകർ തയ്യാറായി. ഒന്നുമല്ലാത്ത അവസ്ഥയിൽനിന്ന് സ്കൂൾ വളർന്നത് കണ്ടപ്പോൾ ചുറ്റുമുള്ള വ്യവസ്ഥാപിത സ്കൂൾ മാനേജ്മെന്റുകൾ, ദുഷ്പ്രചാരണങ്ങൾ അഴിച്ച വിട്ടുവാൻ തുടങ്ങി. തങ്ങ ളുടെ ലാഭവിഹിതം കുറഞ്ഞുപോകുമോ എന്ന് അവർ ഭയപ്പെട്ടു. ഈ സ്കൂളിൽ ഏറ്റവും എടുത്തുപറയേണ്ട മറ്റൊന്ന് ഉണ്ട്. യാതൊരു മത ചിഹ്നങ്ങളോ മതപരമായ പ്രാർത്ഥനകളോ ഇവിടെ ഇല്ല. സ്കൂളിൽ നിന്ന് വൈകുന്നേരം തിരിച്ചവന്നാൽ രാവിലെ തിരിച്ചപോകുവാൻ വേണ്ടി വെമ്പുന്ന കുട്ടികളാണ് ഇവിടത്തെ പ്രത്യേകത.

ല്യൂസി കുര്യൻ ഉണ്ടാക്കിയെടുത്ത ആൺ പെൺ സൗഹൃദങ്ങളുടെ ഊഷ്മളത തന്നെയാണ് എടുത്തു പറയേണ്ട മറ്റൊരു ഘടകം. ഒരിക്കൽ ഒരു കുട്ടിയെഴുതിയ പ്രേമലേഖനം ഒരു അദ്ധ്യാപകൻ ആവേശപൂർവ്വം മാഡത്തെ ഏല്പിച്ചു. താൻ ഒരു CID ആയതിന്റെ സന്തോഷം അയാൾക്കുണ്ടായിരുന്നു. ല്യൂസി അത് വായിച്ചിട്ട പറഞ്ഞത് ഇങ്ങനെയാണ്. 'ഭാവന ഉണ്ട്. പക്ഷെ സ്പെല്ലിങ് കുറച്ചക്കൂടി ശ്രദ്ധിക്കണം.'
സ്കൂളിന്റെ ഓരോ മൂക്കിനും മൂലയിലും ല്യൂസി കുര്യന്റെ ശ്രദ്ധ ചെന്നിരുന്നു. ല്യൂസി കുര്യന്റെ കാഴ്ചപ്പാടുകൾക്കും പ്രവർത്തനങ്ങൾക്കും പൂർണ്ണമായ പിന്തുണ മാനേജ്മെന്റ് നല്കി. നല്ല മൂല്യങ്ങൾ ഉള്ള മിടുക്കരായ ഒരു പറ്റം അദ്ധ്യാപകർ ല്യൂസിക്കൊപ്പം നിന്ന് അദ്ധ്വാനിച്ചു. കോഴിക്കോട് ഐ. ഐ. എം. -ൽ ഞാൻ ജോലി ചെയ്യുന്ന സമയത്ത് അവിടത്തെ കുട്ടികൾ പറയുന്നത് ഇപ്പോഴും ഓർക്കുന്നു. ഞങ്ങൾ നന്നായി പഠിച്ച, നല്ല രീതിയിൽ പെർഫോം ചെയ്ത പുറത്തിറങ്ങുന്നു. ഞങ്ങൾക്ക് ഈ സ്ഥാപനത്തിൽ നിന്ന് ആകെ കിട്ടുന്നത് ഈ ഐ. ഐ. എം. ബ്രാൻഡ് മാത്രമാണ്.

അതെ, നമ്മുടെ കുട്ടികൾ കുറെയധികം പുസ്തകങ്ങൾ അരച്ച് കലക്കി കുടിച്ചതുകൊണ്ട് വിദ്യാഭ്യാസമാകുമോ? ഒരു സ്ഥാപനത്തിലെ എല്ലാ അദ്ധ്യാപകർക്കും വ്യക്തമായ കാഴ്ചപ്പാടുകൾ ഉള്ളവരാരാകണം എന്ന് നിർബന്ധമില്ല. അവരുടെ മേധാവിക്ക് ഒരു വിശാലമായ കാഴ്ചപ്പാടും മനുഷ്യത്വവും ആഗോള കാഴ്ചപ്പാടുമുണ്ടായാൽ മതി. 'യഥാ രാജാ തഥാ

പ്രജാ' (രാജാവ് എങ്ങനെയോ പ്രജകളും അങ്ങനെ തന്നെയായിരിക്കും).

ഒരു വ്യക്തിയുടെ സമഗ്രമായ വളർച്ചയ്ക്ക് ഉതകുന്ന, അവന്റെ ഉള്ളിലെ എല്ലാ നന്മകളെയും കഴിവുകളെയും തിരിച്ചറിയുകയും പുറത്തുകൊണ്ടുവരിക യും ചെയ്യുന്നതാകണം യഥാർത്ഥ വിദ്യാഭ്യാസം-ഗാന്ധിജി.
മദയാനയെ ചുണ്ടി നിർത്തുന്നവർ

**കൊടുങ്കാറ്റിനെ എങ്ങനെ ശാന്തമാക്കാം?**

പ്രിൻസിപ്പലിന്റെ ഓഫീസ് ലക്ഷ്യംവെച്ച് കൊടുങ്കാറ്റുപോലെ നടന്നടുക്ക കയാണ് ബഷീർ. ഏതാണ്ട് ആറടിയിലധികം ഉയരവും അതിനനുസരിച്ചുള്ള വണ്ണവുമുള്ള വ്യക്തി. ഒരു കള്ളിമുണ്ടാണ് ധരിച്ചിരിക്കുന്നത്. രോഷാകുല നായി അദ്ദേഹം പ്രിൻസിപ്പലിന്റെ മുറിയിലേയ്ക്ക് കയറി. കണ്ടുനിന്ന എന്റെ മനസ്സിൽ ഭയം അല തല്ലി. ഇന്ന് അയാൾ പ്രിൻസിപ്പലിനെ വെറുതെ വിടില്ല. കൊലപാതകം പോലും നടക്കുമോ എന്ന് ഞാൻ സംശയിച്ചു. പോലീസിനെ വിളിച്ചാലോ. ഭയത്തോടെയും ഉദ്വേഗത്തോടെയും ഞാൻ അവരുടെ ഓഫീസിന് മുമ്പിൽ പറ്റിക്കൂടി നിന്നു. അകത്തു നിന്നുള്ള ശബ്ദം കുറഞ്ഞുകുറഞ്ഞാണ് വരുന്നത്. എല്ലാം ശാന്തമാകുന്നത് പോലെ കുറച്ച നേരം കഴിഞ്ഞപ്പോൾ ല്യൂസി കുര്യൻ എന്ന് പ്രിൻസിപ്പലിന്റെ കൂടെ ഒരു ആട്ടിൻകുട്ടിയെപ്പോലെ ബഷീർ പുറത്തേക്ക് വന്നു. അവരോട് ഏറ്റവും കൂടുതൽ ബഹുമാനം തോന്നിയ സന്ദർഭങ്ങളിൽ ഒന്നായിരുന്നു അത്.

കൊടുങ്കാറ്റുപോലെ വരുന്ന ഒരാളോട് എന്താണ് നിങ്ങളുടെ പ്രശ്നം എന്നും, ഞാൻ നിങ്ങളെ ശ്രവിക്കാൻ തയ്യാറാണെന്നും, ഞാൻ നിങ്ങ ൾക്കൊപ്പം ഉണ്ട് എന്നും പറയുവാൻ സാധിക്കുന്ന ഒരു മനസ്സാന്നിധ്യം അപാരം തന്നെ.

ഒരുപക്ഷേ ഒരു മനുഷ്യൻ തന്റെ ജീവിതകാലത്ത് ആർജ്ജിച്ചെടുക്കേണ്ട ഏറ്റവും അടിസ്ഥാനപരമായ കഴിവുകളിൽ ഏറ്റവും പ്രധാനം ഇതുതന്നെ യാണ്. എങ്ങനെ കോപാകുലനായ ഒരു മനുഷ്യനെ ശാന്തമാക്കാം എന്ന്. മറ്റൊരു അനുഭവം പറയാം എന്റെ സുഹൃത്തും പ്രശസ്ത ഹൃദ്രോഗ വിദഗ്ധന മായ ഡോക്ടർ പറഞ്ഞ അനുഭവമാണിത്. അദ്ദേഹത്തിന്റെ ഓ. പി. യുടെ മുമ്പിൽ എപ്പോഴും തിരക്കാണ്. ഇടയ്ക്ക് വരുന്ന എമർജൻസി കേസുകൾ കൂടി നോക്കിയിട്ട് വരുമ്പോൾ രോഗികളുടെ എണ്ണം, അക്ഷമ, അസഹിഷ്ണുത, ആകുലത ഇതെല്ലാം കൂടിക്കൂടി വരും. ഡോക്ടറുടെ മേലുള്ള സമ്മർദ്ദവും കൂടി വരും. എന്നാൽ ചില ദിവസങ്ങളിൽ രോഗികളുടെ എണ്ണം എത്രയധികം ഉണ്ടെങ്കിലും അവർ തികച്ചും ക്ഷമയോടുകൂടി തന്നെ പുറത്തുകാത്തിരിക്കുന്നു. അവിടെ ഒച്ചപ്പാടുകൾ ഇല്ല. ബഹളങ്ങൾ ഇല്ല. ഇതിന് കാരണം എന്താണ്

എന്ന് അറിയ്യുവാൻ ഡോക്ടർ പുറത്തേക്ക് പോയി നോക്കി. ഒരു പ്രത്യേക നേഴ്സാണ് ഈ സമാധാനത്തിന് കാരണം. കാഴ്ചയിൽ യാതൊരു പ്രത്യേകതകളും ഇല്ലാത്ത ഒരു നേഴ്സ്. പക്ഷേ അവർ രോഗികളോട് ഇടപെടുന്ന രീതിയാണ് ഈ സമാധാനത്തിന് കാരണം. എല്ലാവരെയും ഒരു ചെറുപുഞ്ചിരിയോടെ അവർ നോക്കും. എല്ലാവരെയും സാർ എന്നോ മാഡം എന്നോ വിളിക്കും. ചില ആശ്വാസവാക്കുകൾ പറയും. ചിലരുടെ രോഗവിവരങ്ങൾ അന്വേഷിക്കും. രോഗികൾക്ക് സമാധാനം, നേഴ്സിന് സമാധാനം, ഡോക്ടർക്ക് സമാധാനം.

ഒരുപക്ഷേ നമ്മൾ സ്ക്കൂളുകളിൽ കുട്ടികളെ പഠിപ്പിക്കേണ്ട അടിസ്ഥാന പരമായ കാര്യങ്ങളിലൊന്ന് ഇതാണ്. തന്റെ സഹജീവിയോട് എങ്ങനെ പെരുമാറാം. ഒരു മനുഷ്യൻ മറ്റൊരു മനുഷ്യനെ കാണുമ്പോൾ ഒരു ചെ റുപുഞ്ചിരിയോടെ കാര്യങ്ങൾ എങ്ങനെ അവതരിപ്പിക്കാം. എന്ത്യ വിളിച്ച് സംബോധന ചെയ്യുമ്പോഴാണ് ആളുകൾക്ക് അസ്വസ്ഥതയുണ്ടാക്കുന്നത്. അങ്ങനെ ആശയവിനിമയത്തിന്റെ അടിസ്ഥാനതത്ത്വങ്ങൾ ചെറുപ്പത്തിലേ തന്നെ അവരെ പഠിപ്പിക്കാം.

ഒരു സ്ഥാപനവുമായി ഇരിക്കുന്ന മിക്ക ആളുകൾക്കും ഉള്ള ഒരു മനോഭാവമാണ് തന്റെ അടുത്ത വരുന്നവർ ഇന്ത്യൻ പ്രധാനമന്ത്രി ആണെങ്കിൽ കൂടി അവൻ തന്നെക്കാൾ താഴെയാണ് എന്ന വിചാരം. അത് എല്ലാക്കൂട്ടർക്കും ഉണ്ട്. ഒരു പെട്ടിക്കടക്കാരൻ മുതൽ മെഡിക്കൽ കോളേജിലെ പ്രിൻസിപ്പൽ വരെ ഈ മനോഭാവം പേറുന്നവരാണ്. ഒന്നോർക്കുക, ലോകത്തിലെ ഏറ്റവും വലിയ കമ്പനികളിൽ ഒന്നായ വാൾമാർട്ട് സൂപ്പർസ്റ്റോറുകളുടെ സ്ഥാപകനായ സാം വാൾട്ടൺ, ഗാന്ധിജി തുടങ്ങിയവരൊക്കെ നമ്മെ ഓർമ്മപ്പെടുത്തുന്ന ഒരു കാര്യമുണ്ട്. 'നമ്മുടെ അടുത്ത് വരുന്ന ഏറ്റവും പ്രധാനപ്പെട്ട ആൾ ഉപഭോക്താവ് തന്നെയാണ്. അയാൾ നിങ്ങളുടെ അടുത്ത് വരുന്നത് കൊണ്ടാണ് നിങ്ങൾ ജീവിച്ചുപോ കുന്നത്. അയാൾ നിങ്ങൾക്ക് ശല്യം അല്ല. നിങ്ങൾക്ക് അനുഗ്രഹമാണ്.' നമ്മുടെ സമൂഹത്തിലെ പല പ്രശ്നങ്ങളും ഒന്നു ചിരിച്ചാലോ ഒന്ന് ക്ഷമ പറഞ്ഞാലോ, ഒന്ന് നിശബ്ദമായി ശ്രവിച്ചാലോ, ഒരു ചെറുവിരൽ സഹായം നല്കിയാലോ ഒക്കെ തീരാവുന്നതെ യുള്ളൂ. തെറ്റുപറ്റുക മനുഷ്യസഹജമാണ്. ക്ഷമ എന്ന് പറയുന്നതാണ് വാസ്തവത്തിൽ ഒരു മനുഷ്യനെ മഹാനാക്കുന്നത്.

## സാഹചര്യങ്ങളും വംശശ്രുദ്ധിയും

ജോൺ, ബിനോ എന്നിവർ ജെസ്യൂട്ട് വൈദികവിദ്യാർത്ഥികൾ ആയിരി ക്കുമ്പോഴാണ് ഞാൻ അവരെ പരിചയപ്പെടുന്നത്. എന്റെ വിശ്വാസങ്ങളോ

സഭയുടെ ചെയ്തികളോടുള്ള എതിർപ്പുകളോ ഒന്നും ഞാനുമായി നല്ലയൊരു സുഹൃത് ബന്ധം നിലനിർത്തുന്നതിൽ ജോണിനോ ബിനോയ്ക്കോ ഒരു തടസ്സമായിരുന്നില്ല. അവരുടെ പെരുമാറ്റത്തിലെ മാന്യത അനിതരസാ ധാരണമാണ്. ആശയപരമായി, ചിന്താതലത്തിൽ, മാനവികതയുടെ കാര്യത്തിൽ, സമൂഹവീക്ഷണത്തിൽ ഒക്കെ ഇവരോട് എനിക്ക് വല്ലാത്ത ബഹുമാനം തോന്നിയിട്ടുണ്ട്. വൈദികർ ആയിട്ട് കൂടി തങ്ങളെ പേര് എടുത്തു മാത്രം വിളിക്കണം എന്ന് നിർബന്ധമുള്ളവർ.

ആശയപരമായും വിശ്വാസപരമായും രണ്ടു ധ്രുവങ്ങളിൽ ആണെങ്കി ലും ജെസ്യൂട്ട് സൊസൈറ്റിയുമായി ഒരു സാഹോദര്യം ഞാൻ ഇപ്പോഴും നിലനിർത്തുന്നു. കോഴിക്കോട് കക്കങ്ങൽ ജോലി ചെയ്യുന്ന സമയത്താണ് ആദ്യമായി ബൗദ്ധികതയുടെ ഉന്നത ശ്രേണിയിൽ വിരാജിക്കുന്ന ഒരു പറ്റം പ്രഫസേഴ്സിനെ കാണുന്നത്. ഇവരുടെ ഓക്സ്ഫോർഡ് മാന്യതയ്ക്ക് തുല്യമാണ് ജോണിൻറെയും ബിനോയുടെയും പെരുമാറ്റ രീതികൾ എന്ന തോന്നിയിട്ടുണ്ട്.

ജെസ്യൂട്ട് സൊസൈറ്റിയിൽ ഇവരെപ്പോലെ ഒരുപാട് ആളുകൾ ഉണ്ട്. പക്ഷെ ഇവരുടെ പേര് എടുത്തു പറയാൻ ഒരു പ്രത്യേക കാര്യമുണ്ട്. ഇവർ രണ്ടു പേരും മൽസ്യത്തൊഴിലാളികൾ ആയിരുന്നു. കടൽത്തീരത്തെ കുടിലുകളിൽ താമസിച്ച് അന്നന്നത്തെ അന്നത്തിനുവേണ്ടി കടലിനോട് മല്ലിട്ടന്നവർ. അവരുടെ കുടുംബാംഗങ്ങൾ ഇപ്പോഴും മത്സ്യത്തൊഴിലാളികൾ തന്നെയാണ്. അവിടെ നിന്നും വന്ന ഇവരുടെ പരിവർത്തനം തികച്ചും എടുത്തുപറയേണ്ടതാണ് (മത്സ്യത്തൊഴിലാളികൾ എല്ലാം പെരുമാറാൻ അറിയില്ലാത്തവർ ആണോ എന്ന സ്ട്രോമൻ വാദത്തിന്(straw man fallacy) മറുപടിയില്ല).

പറഞ്ഞു വന്നത്: ഒരു മനുഷ്യന്റെ ആഢ്യതയും പെരുമാറ്റവും സ്വഭാവ മഹിമയും എല്ലാം തീരുമാനിക്കുന്നതിൽ അടിസ്ഥാനപരമായി ജാതിക്കോ മതത്തിനോ രാജ്യത്തിനോ അല്ല പ്രധാന പങ്ക്. ഒരേ സ്ഥലത്ത് ജീവിക്ക ന്നവർക്ക് ഏതാണ്ട് ഒരേ സ്വഭാവം കണ്ടിട്ടില്ലേ?. അവർ പല ജാതിയിലും മതത്തിലും സാമ്പത്തിക അവസ്ഥയിലും ഉള്ളവരായിരിക്കാം. പക്ഷെ അവ രുടെ nurture അഥവാ വളർത്തിക്കൊണ്ടു വന്ന അല്ലെങ്കിൽ വളർന്നുവന്ന അവസ്ഥയാണ് അവരെ അപ്രകാരമാക്കുന്നത്. ഈ മാറ്റം ജീവിതത്തിന്റെ ഏതു പ്രായത്തിലും ഉണ്ടാകാമെങ്കിലും കുട്ടികൾ ആയിരിക്കുമ്പോൾ തന്നെ മാറ്റുന്നതാണ് വളരെ നല്ലത്. കാരണം വിദേശത്തു ജീവിക്കുന്ന ഇന്ത്യക്കാർ സായിപ്പിന് മുൻപിൽ അവരെ പോലെയും ഇന്ത്യക്കാരുടെ മുൻപിൽ ലോ കത്തിലെ ഏറ്റവും മോശം രീതിയിലും പെരുമാറുന്നത് കണ്ടിട്ടുണ്ട്. എല്ലാ

രാജ്യക്കാരിലും ഉണ്ടാവും ഇതുപോലെ. നമുക്ക വേണ്ടത് ഒരു അടിസ്ഥാന ബോധ്യവും അതിനെ തുടർന്നുള്ള മാറ്റവുമാണ്.

പലപ്പോഴും ആളുകളോട് നിങ്ങളുടെ ജോലി ഇതാണോ എന്ന് കൃത്യമായി തന്നെ പറയുവാൻ എനിക്ക് സാധിച്ചിട്ടുണ്ട്. ഏതാണ്ട് 90 ഓളം രാജ്യക്കാരുമായി ജോലിയുടെ ഭാഗമായി വളരെ അടുത്തു പെരുമാറിയിട്ടുണ്ട്. ഒരു മനുഷ്യനെ മനുഷ്യനാക്കുന്നത് അവന്റെ തൊലിയുടെ നിറമോ രാജ്യമോ മതമോ അല്ല. അവൻ എങ്ങനെ ആരുടെ കൂടെ വളർന്നു, അവർ അതിൽ നിന്ന് എന്ത് സ്വീകരിച്ചു എന്നതു തന്നെയാണ്. ഉദാ: ഡ്രൈവർമാർ, നേഴ്സുമാർ, വൈദികൾ, സർക്കാർ ജോലിക്കാർ, പോലീസുകാർ, വക്കീലന്മാർ തുടങ്ങിയവർക്കൊക്കെ ചില പൊതുസ്വഭാവ വിശേഷങ്ങളുണ്ട്. ഒരു വ്യക്തി യുടെ മഹത്വം തീരുമാനിക്കുന്നത് അവരുടെ വിദ്യാഭ്യാസമാണ് (രാവിലെ 9 മുതൽ 4 മണി വരെ ഒരു ക്ലാസ് മുറികളിൽ ഇരുന്ന് എന്തൊക്കെയോ ഉരുട്ടി വിഴുങ്ങി, വർഷാവസാനം ദഹനക്കേടുണ്ടായി, ആഹരിച്ചതെല്ലാം ചർദ്ദിച്ച്, ഉദരശുദ്ധി വരുത്തി, അവസാനം ഒരു കടലാസു കഷണത്തിൽ കിട്ടുന്ന ഡിഗ്രിയല്ല വിദ്യാഭ്യാസം). ഒരു കുട്ടിയുടെ മാനസികവും ശാരീ രികവും ബൗദ്ധികവും ആശയപരവുമായ വളർച്ചക്ക് ഏറ്റവും കൂടുതൽ സംഭാവന ചെയ്യുന്നത് വിദ്യാഭ്യാസസ്ഥാപനങ്ങൾ തന്നെയാണ്. വീട്ടിൽ മാതാപിതാക്കളെ കണ്ടാണ് കുട്ടികൾ പഠിക്കുന്നത് എന്നൊരു വിശ്വാസം നമുക്കുണ്ട്. എന്നാൽ ഇതേ മാതാപിതാക്കളുടെ തെറ്റുകൾ തന്റെ ജീവിത ത്തിൽ ആവർത്തിക്കാതെയിരിക്കുവാൻ കുട്ടികളെ ബോധവൽക്കരിക്കുവാൻ അദ്ധ്യാപകർക്കാവണം. അതിന് അവർക്ക് വിശാലമായ കാഴ്ചപ്പാടുകളും ലോകത്തിനു ചുറ്റും നടക്കുന്നത് എന്താണ് എന്ന ബോധ്യവും വേണം. ചാണക സിദ്ധാന്തത്തിലേയ്ക്കും ഈ ലോകത്തിലെ ഏറ്റവും അപകടകരവും പ്രതിലോമപരവുമായ ആശയങ്ങളിലേയ്ക്കും മതാത്മകതയിലേയ്ക്കും നമ്മളുടെ കുട്ടികൾ പോകുന്നത് തടയുവാൻ ഇതേ അധ്യാപർക്ക് കഴിയണം. അതിന് അവർക്ക് ആദ്യം ബോധം ഉണ്ടാകണം.രണ്ട് കാര്യങ്ങൾ ഓർത്തിരിക്കുക.

1. വംശശുദ്ധി എന്ന് പറയുന്നത് തന്നെ പരിണാമപരമായും ജീവശാ സ്ത്രപരമായും ഒരു വലിയ ബലഹീനത തന്നെയാണ് എന്നോർക്കുക. നല്ല കലർപ്പുള്ള മനുഷ്യവംശമാണ് കൂടുതൽ അതിജീവിക്കുന്നത്.

2. ഒരു മനുഷ്യന്റെ മെന്റൽ ഓപ്പറേറ്റിങ് സിസ്റ്റം നിർണയിക്കുന്നതിൽ അവന്റെ ഹാർഡ്‌വെയർ ചെറിയൊരു പങ്ക് മാത്രമെ വഹിക്കുന്നുള്ളു. അവനെ അവൻ ആക്കുന്നത് അനേകായിരം സാഹചര്യങ്ങൾ തന്നെ യാണ്. നമ്മൾ വീടിന് പുറത്തോട്ട് ഇറങ്ങുമ്പോൾ ആരെ കാണുന്നു എന്നത് പോലും ജീവിതത്തെ മാറ്റി മറിക്കും.

3. ജീവിത വിജയത്തിൽ കഠിനാധ്വാനം കഴിവ് എന്നിവ മാത്രം കൊണ്ട് ആരും ഉന്നത വിജയം കൈവരിക്കില്ല.



ഡോ.റോബിൻ കെ മാത്യു

3. ജീവിത വിജയത്തിൽ കഠിനാധ്വാനം കഴിവ് എന്നിവ മാത്രം കൊണ്ട് ആരും ഉന്നത വിജയം കൈവരിക്കില്ല.

സദാചാര ഗുണ്ടായിസം

പിതാവിന്റെ കൂടെയാണ് രഞ്ജിത്ത് എന്നെ കാണവാൻ വന്നത്. രഞ്ജിത്തിന് ഏതാണ്ട് 22 വയസ്സ് പ്രായം വരും. എന്താണ് പ്രശ്നം എന്ന് പിതാവാണ് അവതരിപ്പിച്ചത്. അയാൾ പറഞ്ഞു തുടങ്ങി. "സർ, എന്റെ മകൻ രണ്ടാഴ്ചയായി ജയിലിലായിരുന്നു. ഞങ്ങളുടേത് ഒരു നിർദ്ധന കുടുംബമാണ്. ബി. കോം. കഴിഞ്ഞ് അവൻ ചെറിയ ഒരു കമ്പനിയിൽ അക്കൗണ്ടന്റായി ജോലി നോക്കുകയാണ്. കോളേജിൽ പഠിക്കുന്ന കാലം തൊട്ട് അവനൊരു പെൺകുട്ടിയുമായി ഇഷ്ടത്തിലാണ്. ഞങ്ങളുടെ വീടിന് അടുത്തതന്നെയുള്ള ഒരു പെൺകുട്ടിയാണ് അവൾ. പ്ലസ് ടുവിന് പഠിക്കുന്ന കുട്ടി. ഒരു മാസം മുമ്പ് ആദ്യമായി ഇവൻ ആ കുട്ടിയേയും ബൈക്കിൽ കയറ്റി ഒന്ന് കറങ്ങാൻ പോയി. ആദ്യം ഒരു മരത്തിന്റെ തണലിൽ അവരൊരുമിച്ച് ഇരുന്നപ്പോൾ തന്നെ നാട്ടുകാർ കണ്ടിരുന്നു. അവർ ഇവനെ ഉപദ്രവിക്കാൻ ശ്രമിച്ചപ്പോൾ അവൻ ആ കുട്ടിയേയും കയറ്റി അല്പം ദൂരെ പോയി."

സദാചാരരോഗികൾ കുട്ടിയുടെ അച്ഛനെ വിവരം അറിയിച്ചു. അയാൾ പോലീസിൽ പരാതി നല്കി. നാട്ടുകാർ വിടില്ല എന്ന് തോന്നിയതുകൊണ്ട് അവൻ ആ കുട്ടിയെ വീടിന് അടുത്തുള്ള ഒരു ഇടവഴിൽ ഇറക്കിവിട്ടു. പോലീ സ് മകനെ അന്വേഷിച്ചെത്തി. അവർ അവനെ ഉപദ്രവിച്ചു. പെൺകുട്ടിയ്ക്ക് പതിനെട്ട് വയസ്സ തികയാത്തതുകൊണ്ട് പോക്സോ വകുപ്പ് പ്രകാരമാണ് കേസ് കൊടുത്തിരിക്കുന്നത്. നാട്ടുകാരുടെ സമ്മർദ്ദം മൂലമാണ് എന്ന് തോന്നുന്നു കുട്ടിയുടെ അച്ഛൻ പയ്യൻ തന്റെ പ്രായപൂർത്തിയാകാത്ത മകളെ തട്ടിക്കൊണ്ടുപോയി പലർക്കും കാഴ്ചവച്ചു എന്നാണ് പരാതി കൊടുത്തിരി ക്കുന്നത്.

പോലീസ് രഞ്ജിത്തിനെ അറസ്റ്റ് ചെയ്യു ലോക്കപ്പിലിട്ടു. അവിടെ വച്ചും മർദ്ദനമേറ്റു. കേസ് പിൻവലിക്കാനും ഒത്തുതീർപ്പിനമുള്ള ശ്രമങ്ങൾ ഒക്കെ പരാജയപ്പെട്ടു. എന്നാൽ കുട്ടിയുടെ വൈദ്യ പരിശോധന കഴിഞ്ഞതോടെ അവർ തമ്മിൽ ലൈംഗികമായി ബന്ധപ്പെട്ടിട്ടില്ല എന്ന് കോടതിക്ക് ബോ

ധ്യമായി. രഞ്ജിത്തിന് ജാമ്യം ലഭിച്ചു.

ഞാൻ രഞ്ജിത്തിനോട് സംസാരിച്ചു. അവനൊരു വല്ലാത്ത മാനസിക സമ്മർദ്ദത്തിലായിരുന്നു. പക്ഷെ നടന്ന കാര്യങ്ങൾ എല്ലാം അവൻ എന്നോട് വിശദമായി പറഞ്ഞു. രണ്ടു വഴികൾ മാത്രമേ തന്റെ മുമ്പിൽ ഉള്ള എന്ന് അവൻ എന്നോട് പറഞ്ഞു. ഒന്ന് ആത്മഹത്യ ചെയ്യുക. രണ്ട് കുട്ടിയുടെ അച്ഛനെ കൊല്ലുക.

അവൻ രണ്ടും മാറി മാറി ചിന്തിക്കുകയും അതിനുവേണ്ടി ശ്രമിക്കുകയും ചെയ്തു. രണ്ടിലും ആദ്യ തവണ പരാജയപ്പെട്ടു.
എന്താണ് രഞ്ജിത്ത് ചെയ്ത തെറ്റ്. നമ്മുടെ നാട്ടിൽ സദാചാരഗുണ്ടായിസ ത്തിന്റെ ഒരു ഇരയാണ് അവൻ.

## സദാചാര ഗുണ്ടായിസം

സദാചാര ഗുണ്ടായിസം എന്ന പ്രയോഗം ഒരുപക്ഷെ നമ്മുടെ രാജ്യത്ത് ഉടലെടുത്ത ഒന്നായിരിക്കും. മതനിയമങ്ങൾ രാജ്യത്തിന്റെ നിയമങ്ങൾ തന്നെയായി കരുതുന്ന സൗദി ഉൾപ്പെടെ പല രാജ്യങ്ങളിലും സദാചാരപോ ലീസ് ഔദ്യോഗികമായി തന്നെ നിലവിൽ ഉണ്ട്. എന്നാൽ ജനാധിപത്യ രാജ്യമായ ഭാരതത്തിൽ, സാംസ്കാരികവും വിദ്യാഭ്യാസപരവുമായി വളരെയേ റെ ഉന്നതിയിൽ നിന്നിട്ടും നമ്മുടെ പൊതുജീവിതത്തിൽ വിളയാട്ടുന്ന ഈ മാനസികവൈകല്യം ഒരു സാമൂഹികവിപത്ത് തന്നെയാണ്.

കേരള മനസ്സുകളിൽ ഈ സദാചാരസുഖക്കേട് ഇത്രയധികം പട രാൻപിടിക്കുവാൻ പ്രധാന കാരണം സെമിറ്റിക്ക് മതങ്ങളുടെ സ്വാധിനം തന്നെയാണ്. ലൈംഗികത എന്നത് തന്നെ ഒരു കൊടിയ പാപമാണ് എന്നതന്നെയാണ് ഈ മതങ്ങൾ ഊട്ടിഉറപ്പിച്ചു പഠിപ്പിക്കുന്നത്.

## എന്തിനും ഏതിനും ആരാധനാലയങ്ങൾ

യൂറോപ്പിലെ എല്ലാ നഗരങ്ങളിലും ഒരു ചതുരം (square) ഉണ്ടാവും. ആളുകൾക്ക് അവിടെ സായാഹ്നങ്ങളിൽ വന്നിരിക്കാം, സംസാരിക്കാം, ചില തെരുവ് പ്രകടനങ്ങൾ കാണാം. അവിടെ സൗഹൃദങ്ങൾ, പ്രണയങ്ങൾ, സാഹോദര്യ കൂട്ടായ്മകൾ ഒക്കെ രൂപപ്പെട്ടന്നു.

എന്നാൽ കേരളത്തിൽ ഇതിനെല്ലാം പകരം നമുക്ക് ആകെ ഉള്ളത്, എന്തിനും, ഏതിനം ആരാധനാലയങ്ങൾ മാത്രമാണ്. ഇവിടം ഭരിക്കുന്ന

പുരോഹിതവിശ്വാസി, സദാചാരരോഗ കൂട്ടുകെട്ടാകട്ടെ ആൺ പെൺ സൗഹൃദങ്ങളെ നിരുത്സാഹപ്പെടുത്തുന്നു. യൂറോപ്പിൽ അവർ പ്രോത്സാ ഹിപ്പിക്കുന്ന ഈ സാഹോദര്യ കൂട്ടങ്ങളെ (ഫ്രറ്റേർണിറ്റികളെ) ഇന്ത്യൻ പുരോഹിതർ അങ്ങേയറ്റം ഭയപ്പെടുകയും ചെയ്യുന്നു.

നമ്മുടെ വിദ്യാലങ്ങളിലും, മതപഠനശാലകളിലും, ആരാധനലയ ങ്ങളിലും ഊട്ടിഉറപ്പിച്ചു പഠിപ്പിക്കുന്ന ആൺ പെൺ സൗഹൃദങ്ങളിലെ വേർതിരിവും, സ്ത്രീ-പുരുഷ ബന്ധങ്ങളിൽ അവർ തീർക്കുന്ന വൻമതിലും തന്നെയാണ് ഇവിടെ സദാചാരത്തിന്റെ അസ്ഥിത വളരാൻ കാരണം. ആരോഗ്യപരമായ സ്ത്രീ പുരുഷ ബന്ധങ്ങളുടെ കടയ്ക്കൽ കോടാലി വയ്ക്കുന്ന വ്യവസ്ഥിതികൾ സമൂഹത്തെ ബഹുദൂരം ഇരുട്ടില്ലൂടെ വലിച്ചുകൊണ്ട് പോവു കയാണ്. ഓരോ ആരാധനാലയങ്ങൾക്കും ഒപ്പം ആളുകൾക്കു വന്നിരുന്നു സംസാരിക്കുവാൻ ഒരു പാർക്ക് കൂടി സ്ഥാപിക്കണമെന്ന് ഏതെങ്കിലും ഒരു സർക്കാർ നിഷ്കർഷിച്ചിരുന്നെങ്കിൽ?

## സദാചാരഗുണ്ടായിസത്തിന്റെ സാമൂഹിക മനഃശാസ്ത്ര പ്രേരകങ്ങൾ

1. രാജ്യത്തിന്റെ നിയമ വ്യവസ്ഥിതിയോട്ടുള്ള കരുതലില്ലായ്മ.

2. വിദ്യാലങ്ങളിലും മതപഠനശാലകളിലും ആരാധനലയങ്ങളിലും ഊട്ടി യുറപ്പിച്ചു പഠിപ്പിക്കുന്ന ആൺ പെൺ സൗഹൃദങ്ങളിലെ വേർതിരിവും സ്ത്രീ പുരുഷ ബന്ധങ്ങളിൽ അവർ തീർക്കുന്ന വൻമതിലും.

3. മത-സാംസ്കാരിക പൈതൃകങ്ങളെ ചുറ്റിപ്പറ്റിയുള്ള മസ്തിഷ്ക പ്രക്ഷാള നങ്ങൾ.

4. തങ്ങൾക്കു നഷ്ടം വന്നുപോയ സൗഹൃദങ്ങൾ, പ്രേമബന്ധങ്ങൾ മറ്റുള്ള വർക്ക് ലഭിക്കുമ്പോൾ ഉള്ള അസൂയയും അസഹിഷ്ണുതയും.

5. ഗ്രൂപ്പ് മൈൻഡ് (group mind ). ഒരു വ്യക്തി ഒറ്റയ്ക്കായിരിക്കുമ്പോൾ ചെയ്യുവാൻ മടിക്കുന്ന പല കാര്യങ്ങളും ഒരു സമൂഹത്തിന്റെ കൂടെ നി ല്ലുമ്പോൾ ചെയ്യും. അക്രമോത്സുകരായി നില്ലുന്ന ഒരു സമൂഹത്തിന്റെ ബൗദ്ധിക നിലവാരം (IQ ) വളരെ കുറവയായിരിക്കും. അക്രമത്തിന് ആഹ്വാനം നല്ലുന്ന വ്യക്തിയെ അനുകരിക്കുകയോ അന്ധമായി അനു സരിക്കുകയോ മാത്രമായിരിക്കും അവർ ചെയ്യുക. നേതാവിന്റെ ബു ദ്ധിയെ ആ കൂട്ടത്തില്ലുള്ള ആളുകളുടെ എണ്ണം കൊണ്ട് ഹരിക്കുമ്പോൾ കിട്ടുന്ന നിസ്സാരമായ തുകയായിരിക്കും ആ സമൂഹത്തിന്റെ ബുദ്ധിനില

വാരം എന്ന് പറയുന്നത്. അതാകട്ടെ ബുദ്ധിവൈകല്യമുള്ള ഒരാളുടെ ബുദ്ധി നിലവാരത്തില്ലും വളരെ താഴെയും ആയിരിക്കും.

6. സാഡിസം (sadism) മറ്റുള്ള മനുഷ്യരുടെ വേദനയിൽ ആന ന്ദം കണ്ടെത്തുന്ന ഒരു മനഃശാസ്ത്ര പ്രതിഭാസം മനുഷ്യനിൽ അന്ത ർലീനമായുണ്ട്. ഇത് ചില മനുഷ്യരിൽ വളരെ കൂടുതലായിരിക്കും. ആനന്ദലബ്ധിക്കായി മറ്റ മനുഷ്യരെ ക്രൂരമായി പീഡിപ്പിക്കുവാനും ഇക്കൂട്ടർക്ക് മടിയില്ല. ഇത് ഒരു മനോരോഗാവസ്ഥയായി പലപ്പോ ഴും പരിണമിക്കാറുണ്ട്. സാഡിസ്റ്റിക്ക് പേഴ്സണാലിറ്റി ഡിസോ ർഡർ (sadistic personality disorder) എന്നാണിതിന് പറയുന്ന ത്. സദാചാരഗുണ്ടകളിൽ ഇത്തരത്തില്ലുള്ള മനോവ്യാപാരം വളരെ കൂടുതലായിരിക്കും. അന്യന്റെ വേദനയും നിരാശയയും അപമാനവും എല്ലാം ഇവർക്ക് സന്തോഷം പ്രധാനം ചെയ്യുന്നു.

7. കപട ലൈംഗിക സദാചാരം. മനുഷ്യവികാരങ്ങളിൽ ഏറ്റവും ശക്തമായ ഒന്നാണ് ലൈംഗിക വികാരം. സന്താനോല്പാദ നം പ്രകൃതിയുടെ പ്രധാന ധർമങ്ങളിൽ ഒന്നായതുകൊണ്ടുത ന്നെ, എല്ലാ ജീവികളുടെയും അടിസ്ഥാന ചോദനയായി ഇത് വർത്തിക്കുന്നു. യാഥാസ്ഥിതികത നടമാടുന്ന, നമ്മുടെ സമൂഹത്തിൽ അടിച്ചമർത്തപ്പെട്ടതായ അടിസ്ഥാന ലൈംഗിക ചോദനയ്ക്കുള്ള ബഹിർഗമനത്തിന് ഇൻറർനെറ്റ് ഒരുക്കിയ അങ്ങേയറ്റം സ്വ കാര്യമായ അവസരം മലയാളികൾ ഉപയോഗപ്പെടുത്തിവരുന്നു. ഇലക്ട്രോണിക്ക് സെക്സിന്റെ മൊത്ത വ്യാപാരികൾ പാശ്ചാത്യ രാജ്യങ്ങളും അതിന്റെ ഏറ്റവും കൂടുതൽ ഉപഭോക്താക്കൾ കടുത്ത സദാചാരനിയമങ്ങൾ സമൂഹത്തില്ലുള്ള ഇന്ത്യ ഉൾപ്പെടെയുള്ള ഏഷ്യൻ രാജ്യങ്ങളുമാണ് എന്നത് തന്നെ നമ്മുടെ സദാചാര ചിന്തകൾ വാസ്തവത്തിൽ എവിടെ നില്ക്കുന്നു എന്നതിന്റെ തെളിവാണ്.

## എന്താണ് ഈ സമൂഹരോഗത്തിന്റെ ചികിത്സ?

മാറ്റങ്ങൾ വരുത്തേണ്ടത് നമ്മുടെ മനസിനാണ്. നമ്മുടെ മാനസിക നിലയ്ക്കും മാനസികാരോഗ്യത്തിനുമാണ് ചികിത്സ വേണ്ടത്. മതങ്ങൾക്കാണ് നമ്മുടെ നാട്ടിൽ ഏറ്റവും അധികം സ്വാധീനം എന്നതിനാൽ ഇവിടെ ഒരു മാനസിക പരിണാമത്തിന്റെ ചുക്കാൻ പിടിക്കുവാൻ സാധിക്കുന്നത് മത സംഘടനകൾക്കാണ്. ഇവിടത്തെ വിദ്യാലയങ്ങളും മറ്റ് സ്ഥാപനങ്ങളും ആരോഗ്യപരമായ സ്ത്രീ പുരുഷ സൗഹൃദങ്ങൾ പ്രോത്സാഹിപ്പിക്കട്ടെ. ആൺ കുട്ടികൾക്കും പെൺ കുട്ടികൾക്കും രണ്ട ക്ലാസ് മുറികളും അവരുടെ ഇടയിൽ വലിയ മതിൽ കെട്ടുകളും രണ്ടുകൂട്ടർക്കും രണ്ട ഭോജനശാലകളും വെവ്വേറെ

വാതിലുകളും തീർക്കുന്ന വിദ്യാലയങ്ങൾ തന്നെയാണ് ഇതുപോലെയുള്ള സാമൂഹിക മാനസിക വൈകല്യങ്ങൾക്കു കളമൊരുക്കുന്നത് എന്ന് പറയാതെ തരമില്ല.

## സദാചാര ഗുണ്ടായിസം സൃഷ്ടിക്കുന്ന മാനസിക പ്രശ്നങ്ങൾ

1. സദാചാര കുറ്റവാളികളുടെ അക്രമത്തിന് ഇരയാകുന്ന വ്യക്തികൾക്ക് കടുത്ത മാനസിക സമ്മർദ്ദം തന്നെ ഉണ്ടാകാറുണ്ട്.

2. ആൺ പെൺ സൗഹൃദത്തിന്റെ ആരോഗ്യപരമായ സാധ്യതയെ ഈ ഇരകൾ തന്നെ സംശയിക്കുകയോ നല്ല ബന്ധങ്ങളെവരെ അവർ വെറുത്തുതുടങ്ങുകയും ചെയ്യാം.

3. പലപ്പോഴും നല്ല സൗഹൃദങ്ങളിൽ നിന്നും പ്രണയത്തിൽനിന്നുപോലും ഇവർ ഉൾവലിയും.

4. ഒരിക്കൽ ഈ ഗുണ്ടായിസത്തിന് ഇരയായവർ തങ്ങളുടെ ഇതരലിംഗത്തിൽ പെട്ടവരോട് പരസ്യമായി സംസാരിക്കുവാൻ പോലും മടികാണിക്കും.

5. ഇതുപോലുള്ള ഒരു അക്രമത്തിന് ഇരയായവരിൽ പോസ്റ്റ് ട്രോമാറ്റിക്ക് സ്ട്രെസ് ഡിസോർഡർ (PTSD) പോലുള്ള മാനസിക അസ്വസ്ഥ അനുഭവിക്കുന്നവരും ഉണ്ട്.

6. ഗുരുതരമായ വേട്ടയാടൽ അനുഭവങ്ങൾ ഇരകളുടെ ദാമ്പത്യജീവിതത്തെയും ലൈംഗികജീവിതത്തെവരേയും ബാധിച്ചേക്കാം.

ഒരുപാട് നേരത്തെ കൗൺസിലിംഗ് വേണ്ടിവന്നു രഞ്ജിത്തിൽ ഒരു മാനസികപരിവർത്തനം ഉണ്ടാകുവാൻ. കാരണം ഈ ചെറുപ്രായത്തിൽ വളരെ കുറച്ച ദിവസം കൊണ്ട് അവൻ ഒരുപാട് അനുഭവിച്ചിരുന്നു. ജീവിക്കുകയും ജീവിക്കാൻ അനുവദിക്കുകയും ചെയ്യുക. നിങ്ങൾക്കു ജീവിതത്തിൽ നഷ്ടപ്പെട്ട പോയതൊക്കെ ബാക്കിയുള്ളവരും അനുഭവിക്കരുത് എന്ന വാശി ഉപേക്ഷിക്കുക.

# ചില റേഡിയോകൾ

അടുത്തായിടെ ഒരു സുഹൃത്ത് വളരെ നാളുകൾക്കുശേഷം എന്നെ ഫോണിൽ വിളിച്ചു. സംസാരം ഏതാണ്ട് ഒരു മണിക്കൂർ 38 മിനിറ്റ് നീണ്ടു. വളരെ തിരക്കുള്ള സമൂഹത്തിലെ ഉന്നതസ്ഥാനിയായ, വളരെ തിരക്കുള്ള വ്യക്തിയാണ് അവർ. സംസാരം അവസാനിപ്പിച്ചത് ഇങ്ങനെയാണ്. റോബിനോട് സംസാരിച്ചുകൊണ്ടിരുന്നാൽ സമയം പോകുന്നതറിയില്ല.

ഇത് എന്റെ ജീവിതത്തിൽ സ്ഥിരം കിട്ടുന്ന പ്രശംസയാണ്. എന്നോട് സംസാരിക്കുന്നവർ സംസാരിച്ചുകൊണ്ടേയിരിക്കും. ഇവിടെ ഒരു ആത്മ പ്രശംസയുടെ സ്വരം ഇല്ലേ എന്ന് തോന്നിക്കാണും വായിക്കുന്നവർക്ക്. എന്നാൽ ഒരു കാര്യം പറയാം. ആദ്യം പറഞ്ഞ ഒരു മണിക്കൂർ 38 മിനിറ്റ് സംഭാഷണത്തിൽ ഞാൻ എന്ന വ്യക്തി സംസാരിച്ചത് വെറും മൂന്നു മിനിറ്റ് മാത്രമാണ്. ഈ സമയം മുഴുവൻ മറ്റേ വ്യക്തി സംസാരിക്കുന്നത് ഞാൻ സസൂക്ഷ്മം, വളരെ താല്പര്യത്തോടെ കേട്ടുകൊണ്ടതന്നെ ഇരിക്കുകയായിരു ന്നു. എന്റെ തൊഴിലിൽ കേൾവി എന്നുള്ള കാര്യം വളരെ പ്രാധാന്യം ഉള്ള ഒരു ഘടകമാണല്ലോ. അവർക്ക് അവരുടെ തന്നെ സ്വരം കേൾക്കുന്നതിൽ കിട്ടിയ ആനന്ദമാണ് അവർ രേഖപ്പെടുത്തിയത്. കൂടെ നല്ലയൊരു കേൾവി ക്കാരനെ കിട്ടിയതില്ലും.

ചിലരോട് ഞാൻ കൃത്യം ഒരു മണിക്കൂർ സംസാരിക്കും. 55 മിനിറ്റ് അവ രും ഞാൻ 5 മിനിറ്റും. അവർ എന്നെ മനഃശാസ്ത്രവും, എനിക്ക് അറിയാവുന്ന പല കാര്യങ്ങളും പറഞ്ഞു മനസിലാക്കും. ഞാനത് വളരെ ക്ഷമയോടെ കേൾക്കും. അവർക്ക് പെരുത്ത് മനഃസുഖം.

ഇതൊരു ആഗോള പ്രശ്നമാണ്. സിംപിൾ ആയി പറഞ്ഞാൽ സ്വസ്വ രശ്രവണസുഖ തല്പരത (സ്വന്തം സ്വരം കേൾക്കുന്നതില്ലുള്ള സന്തോഷം). വാസ്തവത്തിൽ ആർക്കും ആരെയും കേൾക്കണ്ട. ഏവരും പറഞ്ഞുകൊ ണ്ടിരിക്കും. സ്വന്തം സ്വരം കേൾക്കുവാനാണ് ഏവർക്കും താല്പര്യം. നമ്മുടെ

സമൂഹത്തിന് പറ്റിയ ഏറ്റവും വലിയ അപജയങ്ങളിൽ ഒന്നും ഇതുതന്നെ യാണ്.    പാശ്ചാത്യരോട് സംസാരിക്കുമ്പോൾ നമുക്ക് ഈ വ്യത്യാസം നല്ലതുപോലെ മനസ്സിലാകും. നമ്മൾ സംസാരിക്കുമ്പോൾ അവർ ഒന്ന മൂളക പോലും ഇല്ല. കാരണം ഒരു മൂളൽ പോലും നമ്മുടെ സംസാരത്തിന് ഭംഗം വരുത്തും എന്നുള്ള ധാരണയാണ് അവർക്ക്.  അവർ സംസാരിക്കുമ്പോൾ നമ്മളും ഇടയ്ക്ക് കയറി സംസാരിക്കുന്നതിനെക്കുറിച്ച് ആലോചിക്കുകയേ വേണ്ട.

ഇന്ത്യക്കാർ കേൾക്കുന്നത് തന്നെ ഉത്തരം പറയുവാൻ വേണ്ടിയാണ്. അല്ലാതെ മറ്റുള്ളവർക്ക് പറയാനുള്ളത് എന്താണെന്ന് കേൾക്കുവാൻ വേണ്ടിയല്ല.  ഉദാഹരണത്തിന് എറണാകുളത്തുള്ള ഏതെങ്കിലും ഐസ്ക്രീം കടയെ പറ്റി പറയാനായിരിക്കും ഞാൻ സംസാരം തുടങ്ങുന്നത്.    എറ ണാകുളം എന്നുള്ളതിന് പകരം എർണ എന്ന് കേൾക്കുമ്പോൾ തന്നെ എറണാകുളത്തുള്ള ഏതെങ്കിലും ആരാധനാലയങ്ങളെക്കുറിച്ചോ തുണി ക്കടകളെക്കുറിച്ചോ, മറ്റേയാൾ സംസാരം തുടങ്ങിക്കഴിഞ്ഞിരിക്കും.  നമ്മൾ പറയുവാൻ ഉദ്ദേശിച്ചത് പറയുവാൻ പിന്നെ നമുക്ക് സാധിക്കില്ല.

## ആത്മരതി

സൈബർ സൈക്കോളജിയെക്കുറിച്ചുള്ള ഒരു നാഷണൽ സെമിനാർ. എനിക്കശേഷം പ്രസംഗിച്ച കേരളത്തിലെ വളരെ പ്രശസ്തനായ ഒരു സൈക്യാട്രിസ്റ്റ് പറഞ്ഞു- നാർസിസം ഉള്ള ആൾക്കാരുടെ ഫേസ്ബുക്ക് പ്രൊഫൈൽ നോക്കൂ.    അതിൽ മുഴുവൻ അവരുടെ കാര്യങ്ങൾ മാത്രം പ്രക്ഷേപണം ചെയ്ത കൊണ്ടിരിക്കും. മറ്റുള്ള ആരുടേയും പോസ്റ്റിന് ലൈക് ചെയ്യുകയോ ഷെയർ ചെയ്യുകയോ ഇല്ല.  ഞാൻ അദ്ദേഹത്തിന്റെ പ്രൊ ഫൈൽ നോക്കിയപ്പോൾ അദ്ദേഹം പറഞ്ഞ പ്രതിഭാസം അവിടെ കണ്ടു. അദ്ദേഹത്തിന്റെ തല, അദ്ദേഹത്തിന്റെ ഫുൾ ഫിഗർ, അദ്ദേഹത്തിന്റെ പരിപാടികൾ അങ്ങനെ അങ്ങനെ അങ്ങനെ....പലരും ഒരു റേഡിയോ പോലെയാണ് ഫെയ്സ്ബുക്കിൽ. പ്രക്ഷേപണം ചെയ്തുകൊണ്ടേയിരിക്കും, പോസ്റ്റുകൾ ഇട്ട കൊണ്ടേയിരിക്കും.    ബാക്കിയുള്ള ഒരു പോസ്റ്റും ഒന്ന് നോക്കുക പോലുമില്ല.

**മറ്റൊരാളുടെ വിവാഹപ്പന്തലിൽ സ്വന്തം കുട്ടിയുടെ ജന്മദിനം കൊണ്ടാ ട്ടുന്നത് ശരിയാണോ?**

ഹേ മിസ്റ്റർ എന്ത് സെൻസ് ഇല്ലാത്ത ചോദ്യമാണിത് എന്നായിരിക്കും നിങ്ങൾ കരുതുന്നത്. വാസ്തവത്തിൽ നമ്മൾ പലരും ഇത് എല്ലാ ദിവസവും

ചെയ്യുന്നതാണ്. എങ്ങനെയെന്നല്ലേ? ഒരാൾ ഒരു പുതിയ വസ്തു വാങ്ങി എന്ന് കരുതുക. അയാൾ തന്റെ സന്തോഷം നിങ്ങളുമായി പങ്കുവയ്ക്കുകയാണ്. പങ്കുവയ്ക്കുമ്പോൾ സന്തോഷം ഇരട്ടിയാകുമല്ലോ. ഈ സമയത്ത് നമ്മളിൽ ഭൂരിപക്ഷവും ചെയ്യുന്ന ഒരു കാര്യമുണ്ട്. അവൻ വാങ്ങിയത് നമ്മുടെ വസ്തു ത്തേക്കാൾ അല്ലെങ്കിൽ മറ്റെവിടെയോ നമ്മൾ കണ്ട ഒരു വസ്തുത്തേക്കാൾ അല്ലെങ്കിൽ നമ്മുടെ മറ്റാരോ വാങ്ങിയ വസ്തുത്തെ അപേക്ഷിച്ച് വെറും നിസ്സാ രമായ ഒന്നാണ് എന്നും, അവന്റെ സെലക്ഷൻ അത്ര പോര എന്നും, നമ്മുടെ കയ്യിലുള്ളത് വെച്ചുനോക്കുമ്പോൾ ഇതൊക്കെ എന്ത് എന്ന മനോഭാവം? അതുമല്ലെങ്കിൽ 10 രൂപയുടെ ഒരു പേന വാങ്ങിയ ആളിനോട് നിനക്കൊരു 15 രൂപയുടെ പേന വാങ്ങി കൂടായിരുന്നോ എന്ന് ചോദിക്കുവാൻ നമ്മളെ പ്രേരിപ്പിക്കുന്ന ഒരു മനോഭാവം. ഓർക്കുക ഇങ്ങനെ ചെയ്യുന്നത് വഴി മറ്റൊരാളുടെ സന്തോഷം നിങ്ങൾ തല്ലിക്കെടുത്തുകയാണ്.

അതുപോലെതന്നെ ഒരാൾ തങ്ങൾക്കുണ്ടായ ഒരു അനുഭവം അല്ലെങ്കിൽ ഒരു സംഭവം വിവരിക്കുന്നു. അത് കേൾക്കാൻ പോലും ക്ഷമകാണിക്കാതെ പെട്ടെന്ന് ഇടയ്ക്ക കയറി ഇതിലും ആഴത്തിലുമുള്ള അനുഭവം എനിക്ക് ഉണ്ടായി എന്ന് പറയുക. ഇതൊക്കെ എന്ത് എന്നുള്ള സലിംകുമാർ മനോഭാവം. നിങ്ങൾ ഈ മനോഭാവം ഉള്ള ആളാണെങ്കിൽ ഓർക്കുക നിങ്ങൾ ബാക്കിയുള്ളവരുടെ അപ്രീതിക്ക് പാത്രമായി കഴിഞ്ഞു. ഒരാൾ ഒരു അനുഭവം പറയുമ്പോൾ അത് എത്ര ചെറുതാണെങ്കിലും അയാൾ അത് പങ്കുവയ്ക്കുമ്പോൾ, അല്ലെങ്കിൽ ദുഃഖം പങ്കുവയ്ക്കുമ്പോൾ ആ സമയത്ത് അത് പൂർണ്ണമായും കേൾക്കുക. അയാൾക്ക് പറയുവാനുള്ളത് കേട്ടിട്ട് അയാളോട് സഹതപിക്കുകയോ, അല്ലെങ്കിൽ സന്തോഷകരമായ കാര്യമാണ് എങ്കിൽ അയാളുടെ സന്തോഷത്തിൽ പങ്കുചേരുകയോ ചെയ്യുക. അയാളുടെ വിവാ ഹപന്തലിൽ നിങ്ങളുടെ കുട്ടിയുടെ ചോറ്റുണ് നടത്തുവാൻ ശ്രമിക്കരുത്.

വേറെ ഒരു കൂട്ടരുണ്ട്. അവരോട് നിങ്ങൾ പറയുകയാണ്. 'ഇപ്പോൾ സമയം അഞ്ചു മണിയായി'. അവർ നമ്മളുമായി യോജിക്കില്ല. പകരം ഇങ്ങനെ പറഞ്ഞേക്കാം. വാസ്തവത്തിൽ അഞ്ചു മണി ആയിട്ടില്ല. നാലു മണി കഴിഞ്ഞ് 60 മിനിറ്റ് മാത്രമേ ആയിട്ടുള്ളൂ. നമ്മുടെ ആത്മബോധത്തിന്റെ തിരി താഴ്ത്താനും അതുവഴി അവർക്ക് മേൽക്കോയ്മ നേടാനുമുള്ള ഒരു ശ്രമം. അതായത് നമ്മൾ എന്തു പറഞ്ഞാലും, നീ പറഞ്ഞത് ശരിയല്ല ഞാൻ പറഞ്ഞതാണ് ശരി എന്ന ധ്വനി നല്കുക. നമുക്ക് ഒന്നും അറിയില്ല എന്ന് വരുത്തിവയ്ക്കുക. അവരുടെ മേധാവിത്വം സ്ഥാപിച്ചെടുക്കാനുള്ള ഒരു വഴിയാണിത്. അറിഞ്ഞോ അറിയാതെയോ നമ്മൾ വരുത്തുന്ന ഈ തെറ്റ് ഉടൻ തിരുത്തുക. നിങ്ങൾ യോജിക്കുന്ന ഒന്നിനോട് യോജിക്കുന്നു എന്നും, ഈ പറഞ്ഞത് ശരിയാണെന്നും പറഞ്ഞ് അവന്റെ കൂടെ കൂടുക. ഏറ്റവും

നല്ല ശ്രോതാവാണ് ഏറ്റവും നല്ല സംഭാഷകൻ.

വിക്രമാദിത്യൻ എന്ന സിനിമയിൽ ഐ. പി. എസ്. കിട്ടിക്കഴിയുമ്പോൾ ദുൽഖർ സൽമാന്റെ കഥാപാത്രം പറയുന്ന ഒരു കാര്യമുണ്ട്. 'ഇപ്പോൾ എനിക്ക് ഐ. പി. എസ്. കിട്ടിയ കാര്യം അവനോട് പറയേണ്ട. അവൻ ഇന്ന് സബ് ഇൻസ്പെക്ടറായി ചാർജെടുത്ത ദിവസമാണ്. ഇന്ന് അവന്റെ ദിവസമാണ്. അവൻ സന്തോഷിക്കട്ടെ. അതുകഴിഞ്ഞ് എനിക്ക് IPS കിട്ടിയ കാര്യം പറയാം.'

ഇത് വലിയൊരു പാഠമാണ്. മറ്റൊരാളുടെ വിവാഹ ആഘോഷത്തിൽ പോയി നിങ്ങൾ നിങ്ങളുടെ ജന്മദിനം ആഘോഷിക്കരുത്. സഹകരണം, ക്ഷമ, സഹാനുഭൂതി, സഹവർത്തിത്വം, സഹിഷ്ണുത എന്നിവയൊക്കെ നമ്മളിൽനിന്ന് ഇല്ലാതായിരിക്കുന്നു. അല്ല തെറ്റി, ഇല്ലാതാവണമെങ്കിൽ ഒരിക്കൽ ഉണ്ടായിരിക്കണം എന്നല്ലേ?. നമ്മളിൽ ഒരിക്കലും ഇതൊക്കെ ഇല്ലായിരുന്നു എന്നു വേണം കരുതുവാൻ.
ഓ ഇതൊക്ക എന്ത്?
ഏതാണ്ട് അഞ്ചു വർഷം മുമ്പ് കാനഡയിലെ ഓക്‌വിൽ (oakville) എന്നൊരു നഗരത്തിൽ യേശുദാസ്സിന്റെ ഗാനമേള കേൾക്കുവാൻ ഒരു അവസരം ലഭിച്ചു. ഓപ്പൺ എയറിൽ യേശുദാസിന്റെ പെർഫോമൻസ് വളരെ പരിതാപകരമാണ് എന്ന് പറഞ്ഞു കേട്ടിരുന്നു. അതുകൊണ്ടതന്നെ കുറച്ച് മുൻവിധിയോടെയാണ് പോയത്. എന്നാലും അദ്ദേഹത്തെ ആദ്യമായി നേരിട്ട് കാണവാനുള്ള ഒരു അവസരമാണ്.

യേശുദാസ് സ്റ്റേജിൽ വന്നു സംസാരിച്ചു തുടങ്ങിയപ്പോൾ തന്നെ എന്റെ ശരീരത്തിൽ എന്തോ വൈദ്യുതി ചലനം പോലെ അനുഭവപ്പെട്ടു. അപാരമായ ഒരു ഫീൽ...ഒരുപക്ഷെ ദൈവമുണ്ടെങ്കിൽ അദ്ദേഹം സംസാരിക്കാൻ തിരഞ്ഞെടുക്കുന്ന ശബ്ദം ഇതായിരിക്കും എന്നെനിക്ക് തോന്നി. പ്രായത്തിന്റെ അരിഷ്ടതകൾ കാര്യമാക്കാതെ എഴുപത്തിയഞ്ചാം വയസിലും അദ്ദേഹം നടത്തിയ പെർഫോമൻസ് അപാരമായിരുന്നു. മനസ്സ് നിറഞ്ഞു. ഈ പരിപാടി കൂടാൻ പറ്റിയത് മഹാഭാഗ്യമായി ഞാൻ ഇന്നും കരുതുന്നു.

പക്ഷേ ഇതിനോട് അവിട്ടത്തെ കനേഡിയൻ മലയാളികൾ നല്കിയ പ്രതികരണമായിരുന്നു നിരാശാജനകം. കയ്യടികൾ വളരെ ക്ഷുദ്രമായിരുന്നു. പലരും ഇടയ്ക്കിടെ മൊബൈൽ ഫോൺ നോക്കുന്നു. തമ്മിൽ സംസാരിക്കുന്നു. വളരെ തണുത്ത പ്രതികരണം. എന്റെ ഒപ്പമുണ്ടായിരുന്ന ശ്രീലങ്കൻ തമിഴ് സുഹൃത്ത് പറഞ്ഞു. ഒരുവർഷംമുമ്പ് ദാസേട്ടന്റെ ഗാനമേള അമേരിക്കയിൽ കേൾക്കുവാനിടയായി. അവർ അദ്ദേഹത്തിനു നല്കിയ സ്വീ

കരണം വളരെ ആവേശോജ്ജ്വലമായിരുന്നു. അയാൾ അതിന്റെ വിഡീയോ യൂട്യൂബിൽ നിന്ന് കാണിച്ചു. തമിഴ് മക്കളോട് അസൂയ തോന്നിയ നിമിഷം. എനിക്ക് ലജ്ജതോന്നി. അവർ അദ്ദേഹനത്തിനു നിർലോഭമായ പിന്തുണ യും സ്നേഹവും കൊടുക്കുന്നു. പലരുടെ കണ്ണുകൾ നിറഞ്ഞു കവിയുന്നു.

ക്യാനഡയിൽ അദ്ദേഹത്തിന് ലഭിച്ചത് തികച്ചും നിരാശാജനകമായ പ്ര തികരണം തന്നെയായിരുന്നു. പക്ഷേ ലോകത്ത് ഏറ്റവുമധികം ഭാഷയിൽ ഏറ്റവും അധികം ഗാനങ്ങൾ പാടിയ സമാനതകളില്ലാത്ത ഈ പ്രതിഭയ്ക്ക് സ്വ ന്തം നാട്ടുകാർ മറുനാട്ടിൽ കൊടുക്കുന്ന തണുത്ത സ്വീകരണം. അത് മറ്റൊരു രാജ്യക്കാരൻ ചൂണ്ടി കാണിക്കുക കൂടി ചെയ്യപ്പോൾ തൃപ്തിയായി. കുറച്ചുനാൾ മുമ്പ് യൂട്യൂബിൽ ഫ്ളവേഴ്സ് ചാനലിലെ 2018 അവാർഡ് നിശ കണ്ടു. അതിൽ കലാഭവൻ സതീഷ് എന്നൊരു വ്യക്തി 15 മിനിറ്റുകൊണ്ട് 201 പേരുടെ സ്വരം അനുകരിക്കുന്നു. അനിതര സാധാരണമായ സൂക്ഷ്മതയോടെയുള്ള പ്രകടനം. ഒരുപക്ഷേ ലോകത്ത് മറ്റെവിടെയെങ്കില്മായിരുന്നുവെങ്കിൽ ഒരുപാട് ആദരിക്കപ്പെട്ടമായിരുന്ന ഒരു പെർഫോമൻസ്. പക്ഷേ പരിപാടി കഴിഞ്ഞപ്പോൾ ഉള്ള പ്രതികരണമായിരുന്നു എടുത്തുപറയേണ്ടത്. വളരെ തണുത്ത പ്രതികരണം മാത്രം. അവിട്ടന്ന് ഇവിടുന്നും ചെറിയ കയ്യടികൾ മാത്രം. അവസാനം അവതാരകനായ മിഥുൻ പറയുന്നു. 'ഇങ്ങനെയൊരു കയ്യടിയല്ല അദ്ദേഹം അർഹിക്കുന്നത്. പ്ലീസ് ഒന്ന് എഴുന്നേറ്റ് നിന്ന് കൈ യ്യടിക്കൂ.' അങ്ങനെ മിഥുൻ അവരെ നിർബന്ധിച്ച് എഴുന്നേൽപ്പിച്ചു. ഇങ്ങനെ നിർബന്ധിച്ച് ഒരു സ്റ്റാന്റിംഗ് ഒവേഷൻ കൊടുക്കേണ്ട ഗതികേട് ആർക്കും വരുത്തരുതേ ഡിങ്കാ....

അമേരിക്ക ഹാസ് ഗോട്ട് ടാലെന്റ് തുടങ്ങിയ പാശ്ചാത്യ ടി. വി. പ്രോ ഗ്രാമുകളിൽ പ്രതിഭകളെ കാണികൾ അംഗീകരിക്കുകയും ആദരിക്കുകയും പ്രോത്സാഹിപ്പിക്കുകയും ചെയ്യുന്നത് ഒന്ന് കാണേണ്ട കാഴ്ച തന്നെയാണ്. പക്ഷെ മലയാളി ഹാർവാർഡിലോ ഓക്സ്ഫോർഡിലോ ചെന്നാലും ഈ കൾച്ചറൽ ബാഗേജ് ഒപ്പമുണ്ട്. 'ഓ ഇതൊക്കെ എന്ത്....നമ്മ ഇത് എത്ര കണ്ടതാണ്..' എന്നുള്ള ഭാവം. ബാക്കിയുള്ളവരെ അംഗീകരിക്കുന്ന മര്യാദ യൊന്നും നമ്മൾ പഠിച്ചിട്ടില്ല, പഠിക്കുവാൻ താല്പര്യവുമില്ല.

നമ്മുടെ സ്കൂൾ ലെവലിൽ തന്നെ കുട്ടികളെ പഠിപ്പിക്കേണ്ട പല കാ ര്യങ്ങളുമുണ്ട്. പലപ്പോഴും അതൊഴിച്ച് ബാക്കി എല്ലാം അധ്യാപകർ പഠിപ്പിക്കുന്നുണ്ട് എന്നു തോന്നി പോകും. പലപ്പോഴും 'പരിപാടി എങ്ങ നെയുണ്ടായിരുന്നു' എന്ന ചോദ്യത്തിന് നമ്മുടെ മറുപടി 'ഓ വലിയ കുഴപ്പം ഇല്ലായിരുന്നു.' 'കുഴപ്പം കണ്ടുപിടിക്കുവാനാണോ നീ പരിപാടിക്ക് പോയത്' എന്നൊരു മറുചോദ്യം ഇനി ആവശ്യമാണ്.

# മാദ്ധ്യമങ്ങളും സ്ത്രീവിരുദ്ധതയും

**അണലി ആഘോഷിക്കപ്പെട്ടപ്പോ**

ഭാര്യയെ മൂർഖനെ വിട്ടു കൊത്തിച്ച കൊലപാതകവാർത്ത പുറത്തുവ
ന്നതോടുകൂടി മലയാളി മനസ്സിന്റെ ചില മനഃശാസ്ത്രവശങ്ങൾ കൂടിയാണ്
വെളിവായത്. അപൂർവ്വങ്ങളിൽ അപൂർവ്വമായ രീതിയിലുള്ള ഒരു കൊലപാ
തകമാണ് ഇതെന്ന് പോലീസ് പറയുന്നു. പ്രതി സൂരജ് എല്ലാ വിവരങ്ങളും
തുറന്നു സമ്മതിച്ചിട്ടുണ്ടത്രേ. എന്നാൽ മറുവശത്ത് താൻ നിരപരാധിയാ
ണെന്നു സൂരജും, സൂരജിനെ കുടുക്കിയതാണെന്ന് അയാളുടെ വീട്ടുകാരും
തറപ്പിച്ചു പറയുന്നു. കോടതി അയാളെ ശിക്ഷിച്ച കഴിഞ്ഞു പുറത്തിറങ്ങു
മ്പോഴും അയാൾ തന്റെ നിരപരാധിത്വം ആവർത്തിക്കുന്നു. ഒരാൾ തന്നെ
ഒരേസമയം കുറ്റസമ്മതം നടത്തുകയും നിരപരാധിയാണെന്ന് പറയുകയും
ചെയ്യുമോ? ചെയ്യും എന്നുള്ളതാണ് സത്യം.

പക്ഷേ ഓരോ കൊലപാതകവും പ്രത്യേകിച്ച് അപൂർവ്വങ്ങളിൽ അപ്പ
ർവ്വമായിട്ടുള്ള ജോളിയും മൂർഖനും എല്ലാം മലയാളി ആഘോഷിക്കുകയാണ്.
ട്രോളിന്റെ അയ്യരുകളിയാണ് ഇപ്പോൾ. ഇത് ഈ പ്രശ്നത്തെ എത്ര മാത്രം
നിസ്സാരവൽക്കരിക്കുകയാണ് എന്നുള്ള കാര്യം മനസ്സിലാക്കാത്തത് കൊ
ണ്ടാണ്. ഈ രണ്ടു കേസുകൾക്കും ഒരു പൊതു സ്വഭാവമുണ്ട്.

മാദ്ധ്യമങ്ങൾക്കുണ്ടായ ചാകര ഒരു വശത്ത്. എന്നാൽ സാധാരണ
ക്കാരായ പല ആളുകളും ഈ കേസിൽ ഇപ്പോൾ ഗഹനമായ ഗവേഷണം
നടത്തുകയാണ്. കൊലപാതകത്തിന്റെ ഓരോ വിശദാംശങ്ങളും ഓരോ
മാദ്ധ്യമങ്ങളും അവരുടെ ഇഷ്ടത്തിനനുസരിച്ച് വ്യാഖ്യാനിക്കുമ്പോൾ അതിൽ
വീണ്ടുമൊരു പുനർവ്യാഖ്യാനം നടത്തി കോൾമയിർ കൊള്ളുകയാണ്
ഒരുപാട് മലയാളികൾ ചെയ്യത്. ഇതിനിടയിൽ ഇവിടെ ട്രോളുകൾ ഇറക്കി
സ്ത്രീവിരുദ്ധ/പുരുഷവിരുദ്ധ ചിന്തകൾ പടർത്താൻ ചിലർ ശ്രമിക്കുന്നു.
മറ്റൊരുവശത്ത് ഈ കൊലപാതകപരമ്പര ഉണ്ടാക്കുന്ന ഉദ്വേഗത്തെ

നല്ലതുപോലെ ആസ്വദിക്കുന്ന മലയാളികൾ അതിൽ ലൈംഗികതയുടെ ചേരുവകൾ എത്രയ്യുണ്ടെന്ന് പരിശോധിക്കുന്നു. ചുരുക്കം പറഞ്ഞാൽ ഈ കൊലപാതകങ്ങൾ നമുക്ക് അടുത്തിടെ വീണുകിട്ടിയ ഒരു ആഘോഷമാണ്. ഈ ആഘോഷങ്ങളെ അറിഞ്ഞോ അറിയാതെയോ പ്രോത്സാഹിപ്പിക്കുന്ന പലരുമുണ്ട്. അത് മാദ്ധ്യമങ്ങൾ മാത്രമല്ല. ഒരു കൊലപാതകം കഴിയു മ്പോൾ മറ്റൊന്ന്, അത് കഴിഞ്ഞു ഒരു ഇക്കിളി കഥ അങ്ങനെ നീളുന്ന നമ്മുടെ ക്രൈം സിനാരിയോ. ഇവിടെ പൊള്ളുന്ന പല പ്രശ്നങ്ങളിൽ നിന്നും ജനശ്രദ്ധ മാറ്റിവിട്ടുവാൻ ആഗ്രഹിക്കുന്ന ഭരണകൂടവും മറ്റ വ്യവസ്ഥിതികളും ഈ അവസരം നല്ലതുപോലെ മുതലെടുക്കുന്നു. രാജ്യം അഭിമുഖീകരിക്കുന്ന പ്രശ്നങ്ങളെ പറ്റിയൊന്നും ചർച്ചചെയ്യുവാൻ ജനത്തിന് ഇപ്പോൾ താല്പര്യമില്ല.

ഇന്ത്യയിൽ ഒരു വർഷം ഏതാണ്ട് 300 ആസിഡ് ബോംമ്പേറ കേസുക ളാണ് റിപ്പോർട്ട് ചെയ്യുന്നത്. നിയമവാഴ്ച ഒട്ടും തന്നെ നിലനില്ലാത്ത ഇന്ത്യയിലെ പല സംസ്ഥാനങ്ങളിലും ആസിഡ് ബോംമ്പ് മൂലം മുഖം വികൃതമാവുകയും അതിനെ തുടർന്ന് ആത്മഹത്യ ചെയ്യുകയും ചെയ്യുന്ന പല കൃത്യങ്ങളും ഒരു കേസോ വാർത്തയോ ആവാറില്ല. Acid Survivors' Trust International എന്ന ബ്രിട്ടീഷ് സംഘടനയുടെ കണക്കനുസരിച്ച ഏറ്റവും കുറഞ്ഞത് 1100 പേരെങ്കിലും ഇന്ത്യയിൽ ഒരു വർഷം ആസിഡ് ബോംമ്പ് അക്രമത്തിന് ഇരയാകുന്നുണ്ട്. എന്നാൽ വ്യഭിചാരം, പീഡനം, ബലാത്സംഗം തുടങ്ങിയ വാർത്തകൾ പോലെ ഇത് ആളകളെ ത്രസിപ്പിക്കാ ത്തയുകൊണ്ട് മാദ്ധ്യമങ്ങളും ഇതിനു വാർത്താപ്രാധാന്യം കൊടുക്കാറില്ല.

2021 ൽ കേരള മനസാക്ഷിയെ ഞെട്ടിച്ചുകൊണ്ട് പാലാ സെൻറ് തോ മസ് കോളേജിൽ ഒരു വിദ്യാർത്ഥി തന്റെ സഹപാഠിയുടെ കഴുത്തറുത്ത് നി ഷ്ഠുരമായി കൊലപ്പെടുത്തി. അയ്യം സഹപാഠികൾ നോക്കിനില്ലേ.

സംസ്ഥാനത്തെ പ്രണയബന്ധങ്ങളുടെ പേരിൽ കഴിഞ്ഞ നാലുവർ ഷത്തിനിടെ കൊല്ലപ്പെട്ടത് 12 വനിതകൾ എന്ന ആഭ്യന്തരവകുപ്പിന്റെ കണക്ക്. പോലീസിന്റെ കണക്കിൽപെടാത്ത നിരവധി കൊലപാതക ങ്ങൾ വേറെ ഉണ്ടെന്നാണ് വനിതകൾക്ക് വേണ്ടി പ്രവർത്തിക്കുന്ന പല സംഘടനകളും പറയുന്നത്. പ്രണയബന്ധങ്ങളുടെ പേരിൽ ആത്മഹത്യചെ യ്യുന്ന സ്ത്രീകളുടെ എണ്ണവും വല്ലാതെ കൂടുന്നുണ്ട്.

കേരളത്തിൽ പ്രേമം നിരസിച്ചതിന് പെൺകുട്ടികളെ കൊല്ലുന്നവരുടെ എണ്ണം കൂടുന്നുണ്ടോ? ഉണ്ട് എന്നത് തന്നെയാണ് ദുഃഖകരമായ സത്യം. കേ സുകൾ യഥാസമയം റിപ്പോർട്ട് ചെയ്യുകയും അതിന് വാർത്താപ്രാധാന്യം കിട്ടുകയും ചെയ്യുന്ന ഒരു സ്ഥലമാണ് കേരളം. ഇവിടെ ഈ പ്രേമപ്രതികാര കൊല്ലൽ കൂടുവാനുള്ള ഒരു പ്രധാനകാരണവും ഇതേ വാർത്താപ്രാധാന്യമാ

ണ്.

കടുത്ത പ്രേമനൈരാശ്യം ഉള്ളവരുടെ മനസ്സിൽ ഈ വാർത്ത കടന്നു കൂട്ടം .. ഉദാഹരണം "എന്നെ അവൾ ചതിച്ചു. വാർത്തയിൽ കണ്ടത് പോലെ അവളെ അങ്ങ് കൊന്നുകളഞ്ഞാലോ."

പറഞ്ഞു വരുന്നത് ഇതാണ്. വാർത്തകൾ കൊടുക്കുമ്പോൾ, മാദ്ധ്യമങ്ങ ളും, ക്രിമിനൽ സൈക്കോളജിസ്റ്റുകളും ഈ ഘടകം കൂടി പരിശോധിക്കണം.

കൊലപാതകങ്ങളും ആത്മഹത്യകളും തടയുവാൻ സർക്കാർ വള രെ അത്യാവശ്യമായി സ്വീകരിക്കേണ്ട ചില നടപടിക്രമങ്ങളുണ്ട്. ഈ അരും കൊലചെയ്യുവാൻ ഞാൻ ഇവരെ പ്രേരിപ്പിക്കുന്ന പ്രധാന ഘടകം പ്രേമനൈരാശ്യമാണെങ്കിലും അതിലേക്ക് നയിക്കുന്നത് മയക്കുമരുന്ന് ഉപയോഗമാണോ എന്ന് വ്യക്തമായി തന്നെ സർക്കാർ അന്വേഷിക്കണം.

കുറച്ച വർഷങ്ങൾക്കു മുമ്പ് ഒരു ഹോങ്കോങ് യുവതി ദാമ്പത്യവിശ്വസ്തത പുലർത്താത്ത ഭർത്താവിൻറെ ലിംഗം മുറിച്ച ഹൈഡ്രജൻ ബല്യണിൽ പറ ത്തി വിട്ടു. പിന്നീട് ലോകത്തു പല സ്ഥലത്തും ഈ മുറിച്ച കളയുന്ന ആചാ രം അരങ്ങേറി. നമ്മുടെ നാട്ടിലും ഇപ്രകാരമുള്ള സംഭവം അരങ്ങേറി എന്ന് മാത്രമല്ല ആ പ്രവർത്തിയെ മഹത്വവൽക്കരിച്ച ഒരു സിനിമയും ഇറങ്ങി. 22 ഫീമെയിൽ കോട്ടയം എന്ന സിനിമയിൽ നിന്ന് ആവേശം ഉൾക്കൊണ്ട് കേര ളത്തിൽ പല സ്ഥലത്തും ഈ മുറിപ്പ് നടന്നു. ഓർക്കുക സമൂഹത്തിലെ കുറ്റകൃ ത്യങ്ങൾ പെരുകുന്നതിൽ മാദ്ധ്യമങ്ങൾക്ക് ചെറുതല്ലാത്ത റോളുണ്ട്. വ്യഭിചാ രവും കൊലപാതകങ്ങളും വഞ്ചനകളും ആഭിചാരക്രിയകളും വർഗ്ഗീയതയും ബാലപീഡനങ്ങളും എല്ലാം നമ്മുടെ സമൂഹത്തിൽ നിലനിൽക്കുന്നത് തന്നെയാ ണ്. എന്നാൽ അവ സിനിമ പോലുള്ള ഒരു ജനപ്രിയ ആസ്വാദന കലയി ലെ സ്ഥിരം പ്രമേയമാവുകയും അവയുടെ ഗൗരവത്തെ നിസ്സാരവത്ക്കരിക്ക കയൊ ഈ ജീർണ്ണതകളെ മഹത്വവൽക്കരിക്കകയൊ ചെയ്യുമ്പോൾ സമൂഹ ത്തിന്റെ പൊതുബോധത്തിൽ ഈ തെറ്റുകൾ ഒന്നും തന്നെ വലിയ തെറ്റുകൾ അല്ലാതാകുന്നു. ഇത് അത്യന്തം അപകടം തന്നെയാണ്. (desensitization of crimes). അതുകൊണ്ടുതന്നെ സന്ധ്യാകാലങ്ങളിൽ നിങ്ങളുടെ സ്വീകര ണമുറിയിൽ എത്തുന്ന പ്രത്യേക ക്രൈം വാർത്തകൾക്കും പരിപാടികൾക്കും കണ്ണും കാതും കൊടുക്കാതെയിരിക്കുക.

നമ്മുടെ വാർത്തകൾ കണ്ടാൽ നമുക്ക് തോന്നുന്ന ഒരു കാര്യമുണ്ട്. ഈ ലോകത്തു നല്ലതൊന്നും സംഭവിക്കുന്നില്ല എന്ന്. ഈ ചിന്ത ഉണ്ടാക്കി യെടുക്കുക, അരക്ഷിതബോധം മുതലെടുത്ത് ആളുകളെ ചൂഷണം ചെയ്യുക, ഇവയൊക്കെ തന്നെയാണ് പലരുടെയും അന്നവും. സ്ത്രീവിരുദ്ധത

## ആഘോഷിചിരുന്ന മലയാള ചലച്ചിത്രങ്ങ

നിന്നെക്കൊണ്ട് ഇത്രയേ സാധിക്കൂ, കാരണം നീയൊരു പെണ്ണാണ്. വെറും പെണ്ണ്.

നീയുൾപ്പെടയുള്ള സ്ത്രീവർഗ്ഗം ശപിച്ചുകൊണ്ട് കൊഞ്ചും, ചിരിച്ചു കൊണ്ട് കരയും.'

സ്ത്രീയെ അബലയായും ചപലയായും ചിത്രികരിക്കുന്ന ഇത്തരം പഞ്ച് ഡയലോഗകൾ കാച്ചുന്ന നായകനടന് നിറഞ്ഞസദസ്സിന്റെ ഹർഷാരവം ആവോളം കിട്ടിയുണ്ട് എക്കാലവും. കപട സദാചാരവും ലൈംഗികദാ രിദ്ര്യവും അങ്ങേയറ്റം നിലനില്ലുന്ന നമ്മുടെ സംസ്ഥാനത്ത്, മുഖ്യധാരാ ചലച്ചിത്രങ്ങൾ പ്രചരിപ്പിച്ച ഒരു സന്ദേശമുണ്ട്. തന്നെ ലൈംഗികമായി കീഴടക്കുവാൻ വരുന്ന പുരുഷനെ സ്ത്രീ ആദ്യം എതിർത്താലും ക്രമേണ ആ എതിർപ്പ് കുറഞ്ഞ് അവൾ പുരുഷന്റെ ആഗ്രഹത്തിന് വഴങ്ങി കൊടുക്കും എന്ന സന്ദേശം. പരിചാരകനെപ്പോലെ അനുവാദം കാത്തുനില്ലുന്നവനെ അല്ല, പകരം ഒരു കാട്ടാളനെപ്പോലെ അക്രമിച്ച കീഴ്പ്പെടുത്തുന്നവനെയാ ണ് സ്ത്രീ കൂടുതൽ ഇഷ്ടപ്പെടുന്നത് എന്നും പ്രമുഖ സംവിധായകർ തങ്ങളുടെ അധീശ്വത കഥാപാത്രങ്ങളെകൊണ്ട് വെള്ളിത്തിരയിൽ പറയിച്ചപ്പോൾ സ്ത്രീയെക്കുറിച്ചുള്ള അബദ്ധചിന്തകൾ നമ്മുടെ സമൂഹത്തിൽ കൂടുതൽ കൂടുതൽ ദൃഡപ്പെട്ടുകൊണ്ടിരുന്നു.

അവിഹിതബന്ധങ്ങൾ, അസഭ്യപദപ്രയോഗങ്ങൾ, മദ്യം, മയക്കമരുന്ന്, ഗുണ്ടാസംഘങ്ങൾ എന്നിവയുടെ എല്ലാം മഹത്വവൽക്കരണമായിരുന്ന അട്ട ത്തകാലത്ത് ഇറങ്ങിയ പല ചിത്രങ്ങളുടെയും പ്രതിപാദ്യം. കുടുംബം എന്ന സങ്കല്പത്തെ തന്നെ നിസ്സാരവൽക്കരിക്കുന്ന ഈ ചിത്രങ്ങളിൽ പലപ്പോഴും അച്ഛൻ, അമ്മ, മകൻ, സഹോദരൻ, സഹോദരി തുടങ്ങിയ കഥാപാത്രങ്ങൾ ഒന്നും തന്നെ രംഗത്ത് ഉണ്ടാവില്ല. വഞ്ചനയുടെയും കാമത്തിന്റെയും ചാപാ ല്യങ്ങളുടെയും പ്രതീകമാണ് പല ചിത്രങ്ങളിലെയും സ്ത്രീ കഥാപാത്രങ്ങൾ. പഖ്യാപിതമൊ അപ്രഖ്യാപിതമൊ ആയ ഒട്ടമിക്ക മൂല്യസങ്കല്പങ്ങളെയും തൂണവൽഗണിക്കുന്ന കഥാപാത്രങ്ങളാണ് പ്രധാന വേഷങ്ങളിൽ. ചില ചിത്രങ്ങളിൽ ആകട്ടെ ദുയാർത്ഥ പ്രയോഗങ്ങളും മദ്യപാനവും ചിത്രത്തിന്റെ തുടക്കം മുതൽ അവസാനം വരെ നീണ്ടുനില്ലും. സമൂഹത്തിന്റെ പരിച്ഛേദം തന്നെയാണ് ഈ ബലാത്സംഗങ്ങളും സ്ത്രീവിരുദ്ധചിന്തകളും. അതുകൊണ്ട് അത് സിനിമയുടെ ഇതിവൃത്തമാകുന്നതിൽ തെറ്റില്ല എന്നുമൊരു വാദം ഇതിന് ബദലായി കേട്ടിരുന്നു.

വൃഭിചാരവും കൊലപാതകങ്ങളും വഞ്ചനകളും ആഭിചാരക്രിയകളും വർഗ്ഗീയതയും ബാലപീഡനങ്ങളും എല്ലാം നമ്മുടെ സമൂഹത്തിൽ നിലനി

ല്ലുന്നത് തന്നെയാണ്. എന്നാൽ അവ സിനിമ പോലുള്ള ഒരു ജനപ്രിയ ആസ്വാദന കലയിലെ സ്ഥിരം പ്രമേയം ആവുകയും അവയുടെ ഗുരുത്വത്തെ നിസ്സാരവൽക്കരിക്കുകയൊ ഈ ജീർണ്ണതകളെ മഹത്വവൽക്കരിക്കുകയൊ ചെയ്യുമ്പോൾ സമൂഹത്തിന്റെ പൊതുബോധത്തിൽ ഈ തെറ്റുകൾ ഒന്നും തന്നെ വലിയ തെറ്റുകൾ അല്ലാതാകുന്നു. ഇത് അത്യന്തം അപകടം തന്നെ യാണ് ( Normalization of Crimes).

## കപട സാദാചാരത്തിന്റെ ദുർഭുതം

ഇന്ത്യയിലെ മറ്റ സംസ്ഥാനങ്ങളെ അപേക്ഷിച്ച് വിദ്യാഭ്യാസപരമാ യും സാമൂഹികമായും ഉന്നതിയിൽ നിന്നിട്ടും സോഷ്യലിസ്റ്റ് പുരോഗമന ആശയങ്ങൾ വളരെയേറെ വേരോടിയിട്ടും കേരളസമൂഹം സ്ത്രീവിരുദ്ധ മനോഭാവത്തിൽ ഒട്ടും പിന്നിലായിരുന്നില്ല. സ്ത്രീ അബലായണെന്നും ചപലയാണെന്നും പുരുഷന്റെ വെറും നിഴലുമാത്രമാണ് അവളെന്നുമുള്ള മനോഭാവം ഇവിടെ ശക്തമായി തന്നെ നിലനിന്നിരുന്നു. സ്ത്രീ വീടിനു മുമ്പിൽ വന്ന് ഇരിക്കുന്നതും ഉറക്കെ സംസാരിക്കുന്നതും രജസ്വലയായിരിക്കുമ്പോൾ കറിവേപ്പില നുള്ളുന്നത് പോലും വീടിനു തീ വരുത്തും എന്ന് പുരുഷകേ ന്ദ്രീകൃത സമൂഹം പറഞ്ഞു വിശ്വസിപ്പിച്ചു. സ്ത്രീ പുരുഷനെ അപേക്ഷിച്ച് ഒരുപടി പുറകിലാണെന്നും പുരുഷന് സമമായി ഒരു മേഖലയിലും സ്ത്രീക്ക് എത്തിപ്പെടുവാൻ സാധിക്കില്ല എന്നുമുള്ള ചിന്ത ഊട്ടിയുറപ്പിച്ചതും അത് പെൺകുട്ടികൾക്ക് പഠിപ്പിച്ചുകൊടുത്തതും മറ്റ സ്ത്രീകൾ തന്നെയാണ്.

സ്ത്രീയുടെ നിശബ്ദസഹനം നല്ലിയ കുടുംബഭദ്രത അടിച്ചമർത്തപ്പെട്ട ഈ സ്ത്രീസമൂഹത്തിന്റെ നിശബ്ദസഹനം മാത്രമായിരുന്നു നമ്മൾ അഭിമാനിക്കുന്ന കേരളത്തിലെ ഭദ്രമായ കുടുംബബന്ധങ്ങൾ.

ഈ അടുത്തകാലം വരെ വിവാഹമോചനം ചെയ്ത സ്ത്രീകളോടുള്ള സമൂഹത്തിന്റെ സമീപനം വളരെ ദയനീയമായിരുന്നു. ഒറ്റയ്ക്ക് ജീവിക്കുന്നതും വിവാഹമോചനം കഴിഞ്ഞു സ്വന്തം കുടുംബത്തിൽ തികച്ചും തിരസ്കൃതമാകുന്ന തും ഒരു പുനർവിവാഹത്തിന് സാധ്യത ഇല്ലാത്തതും ഒക്കെ സ്ത്രീയെ എല്ലാം സഹിച്ച് അകത്തളങ്ങളിൽ ഒതുങ്ങി കൂടുവാൻ പ്രേരിപ്പിച്ചു. സ്ത്രീ സാമ്പ ത്തികമായി സ്വാതന്ത്ര്യം പ്രാപിച്ചതോട്ടുകൂടി അവൾ ശക്തമായി തന്നെ അസ്വസ്ഥമായ ബന്ധങ്ങളിൽനിന്ന് വിട്ടുതൽ പ്രാപിക്കുവാൻ ആരംഭിച്ചു. അടിച്ചമർത്തലിന് സാധ്യത കുറഞ്ഞത് തന്നെ വിവാഹമോചനങ്ങളുടെ എണ്ണം കൂട്ടി. പുരുഷന് മാത്രം പ്രാപ്യമായിരുന്ന പല മേഖലകളും സ്ത്രീകളും കയ്യടക്കി.

## സ്ത്രീയെ ചവുട്ടി താഴ്ത്തിയ മതചിന്തകൾ

സൃഷ്ടിയിൽ സ്ത്രീക്ക് രണ്ടാം സ്ഥാനം മാത്രമേ ഉള്ളവെന്നും പുരുഷന്റെ നിഴലും ആശ്രിതയും മാത്രമാണ് സ്ത്രീയെന്നുമാണ് എല്ലാ പ്രധാന മതങ്ങളും പഠിപ്പിക്കുന്നത്.   സ്ത്രീയുടെ ചാപല്യങ്ങളെപ്പറ്റി സുദീർഘമായി പറയുന്ന ചില മതങ്ങളിലാകട്ടെ ആരാധനലയങ്ങളിൽ വിലക്കുണ്ട്.   മറ്റ ചില മത ങ്ങളിൽ അവൾക്ക് ദൈവത്തിന് മുമ്പിൽ ചെല്ലവാൻ സമയവും കാലവും നിഷ്കർഷിക്കെപ്പെട്ടിട്ടുണ്ട്.   രജസ്വലയായ സ്ത്രീയുടെ സാമീപ്യം ഭയക്കുന്ന ദൈവങ്ങളും കുറവല്ല. ചില മതങ്ങളിൽ സ്ത്രീകൾക്ക് സ്വർഗ്ഗരാജ്യം അപ്പാടെ നിഷേധിക്കപ്പെടുമ്പോൾ ഇനി ചില അതിപ്പുരോഗമനമതങ്ങൾ അവൾക്ക് ആരാധനലയങ്ങളിൽ ശിരസ്സ് മൂടണം എന്ന നിയമം വയ്ക്കുന്നു.

തന്റെ   ആശ്രിതയും ഉപഭോഗവസ്തുവും സഹനത്തിന്റെ പ്രതീകവും എല്ലാമായി ചിത്രീകരിച്ച പുരുഷൻ സ്ത്രീയെ ബൗദ്ധിക ചൂഷണത്തിന്റെ അകത്തളങ്ങളിൽ തളച്ചിട്ടു. ചാരിത്ര്യം, കളങ്കം, പേരുദോഷം, പാതിവ്രത്യശ ക്തി തുടങ്ങിയ ഊതിപെരുപ്പിച്ച സദാചാരസങ്കല്പങ്ങളിൽ സ്ത്രീയെ അവൻ അനുസരണ ഉള്ളവളാക്കി.

സ്ത്രീയുടെ പരിശ്രദ്ധി എന്ന് പറയുന്നത് മറ്റൊരു പുരുഷൻ അവളെ സ്പർശിക്കുന്നതോടുകൂടി തീരുമെന്നും അപ്രകാരം പരിശ്രദ്ധി നശിക്കുന്ന സ്ത്രീകളുടെ സാമീപ്യം നാടിനും വീടിനും തിന്മവരുത്തുമെന്നും വിശ്വസിക്കുന്ന വിദ്യാസമ്പന്നർ അനേകമുണ്ട് നമ്മുടെ ഇടയിൽ എന്ന് പ്രശസ്ത സാമൂഹിക പ്രവർത്തക ഡോ. സുനിത കൃഷ്ണൻ പറയുന്നു.   എന്നാൽ ഇതേ സ്ത്രീയെ നശിപ്പിച്ച പുരുഷൻ ചെറിയ ഒരു കുസൃതി കാണിച്ചു എന്നു പറയുവാനാണ് ആളുകൾക്ക് താല്പര്യം.

## സ്ത്രീയുടെ മനഃശാസ്ത്രം സംബന്ധിച്ച തെറ്റിധാരണകൾ

കേരളത്തിലും ഇപ്രകാരമുള്ള ചിന്തകൾ ഉണ്ടോ എന്ന് ഇപ്പോൾ സംശയി ക്കുണ്ടാവാം. ഒരു മനഃശാസ്ത്രജ്ഞൻ എന്ന നിലയിൽ ഞാൻ മനസിലാക്കിയ ചില കാര്യങ്ങൾ പറയുവാൻ ആഗ്രഹിക്കുന്നു. സ്ത്രീ-പുരുഷ സൗഹൃദങ്ങൾക്ക് ഒരുപാട് അതിർവരമ്പുകൾ കല്പിക്കുന്ന, കപട സാദാചാരത്തിന്റെ ദുർഭ്രതം പേറുന്ന, സ്ത്രീവിരുദ്ധ കാഴ്ചപ്പാടുകളെ അങ്ങേയറ്റം താലോലിക്കുന്ന കേ രളീയ സമൂഹത്തിൽ സ്ത്രീയുടെ സ്വത്വബോധത്തെയും ശാരീരിക-മാനസിക വ്യത്യാസങ്ങളെയും സംബന്ധിച്ച ഒരുപാട് തെറ്റിധാരണകൾ യുവമനസുക ളിൽ പോലും ധാരാളമുണ്ട്. ഇപ്പോൾ കലാലങ്ങളിൽ പഠിക്കുന്ന നല്ല പങ്ക് പെൺകുട്ടികളും വിശ്വസിക്കുന്നത്, പുരുഷനെ അപേക്ഷിച്ച സ്ത്രീ മാനസികമാ

യും, ആത്മീയമായും, ശാരീരികമായും, ബൗദ്ധികമായും ഒരുപടി പുറകിലാണ് എന്ന് തന്നെയാണ്.

## ആധുനിക മനഃശാസ്ത്രം അടിവരയിട്ട പറയുന്നത്

മാനസികാരോഗ്യനിലയില്ലും മനശ്ശക്തിലും, ശാരീരിക സഹനത്തിന്റെ യും ക്ഷമയുടെയും തോതിലായാലും പുരുഷനെ അപേക്ഷിച്ച സ്ത്രീ വളരെ മുമ്പിലാണ് എന്നാണ് ആധുനിക മനഃശാസ്ത്രം അടിവരയിട്ട പറയുന്നത്. മനഃ ശാസ്ത്രപരമായി പുരുഷനാണ് യഥാർത്ഥത്തിൽ അബലൻ. ശാരീരികമായി മാത്രമാണ് പുരുഷൻ ശക്തൻ. പ്രകൃതിയുടെ അതിജീവനപ്രക്രിയയിലും പുരുഷനെ അപേക്ഷിച്ച സ്ത്രീ വളരെ മുമ്പിലാണ്. അതുകൊണ്ടതന്നെ പല ദുരന്തങ്ങളിൽ നിന്നും മാനസിക ആഘാതങ്ങളിൽ നിന്നും സ്ത്രീ പുരുഷനെ അപേക്ഷിച്ച വേഗം മുക്തി നേടാറുണ്ട്. സാഹചര്യങ്ങളമായി വേഗം ഇണങ്ങുവാനും, ക്ഷമയോടെ കാര്യങ്ങൾ കണിശമായി ചെയ്തതീർക്കുവാനും, വികാരങ്ങൾക്കടിപ്പെട്ട തളരാതെ മുമ്പോട്ട് പോകുവാനും, പല കാര്യങ്ങൾ ഒരേസമയത്ത് ചെയ്തതീർക്കുവാനുമുള്ള കഴിവ് സ്ത്രീകൾക്ക് വളരെ കൂടുതൽ ആയയതുകൊണ്ടതന്നെ പല കമ്പനികളും സ്ത്രീകൾക്ക് ജോലിയിൽ മുൻഗണന കൊടുക്കാറുണ്ട്. ഗർഭം ധരിക്കുന്നത് സ്ത്രീക്ക് പകരം പുരുഷൻ ആയിരുന്നെ ങ്കിൽ ഇപ്പോൾ നടക്കുന്നതിന്റെ 10 ശതമാനം പോല്യം ബലാത്സംഘങ്ങൾ നടക്കില്ലായിരുന്നു എന്ന് കരുതുന്ന സാമൂഹിക മനഃശാസ്ത്രജ്ഞർ ഉണ്ട്.

ഇപ്പോൾ കേരളത്തിൽ സമസ്തമേഖലയിലും ഉണ്ടായിക്കൊണ്ടിരിക്കുന്ന മൂല്യച്യുതിയുടെയും സാംസ്കാരിക അധഃപതനത്തിന്റെയും നേർരേഖയാണ് സ്ത്രീകളോട്ടുള്ള സമീപനത്തിലും പ്രകടമാകുന്നത്. മനുഷ്യത്വത്തിന് അതീത മായി ഏത്ര തത്വശാസ്ത്രം മനുഷ്യമനസുകളിൽ കടന്നുകയറ്റം നടത്തിയാലും സമൂഹത്തിന് നാശം തന്നെയായിരിക്കും ഫലം.

# ഡിജിറ്റൽ നാഗവല്ലിമാർ

## കൊലയാളികളായി മാറിയ കൗമാരക്കാരികൾ

സ്ലെണ്ടെർ മാൻ (slender man) എന്ന ഒരു ഭാവനാ കഥാപാത്രത്തി
ൻറെ പ്രീതിക്ക് പാത്രമാകുവാൻ അമേരിക്കയിലെ വിസ്ക്ലോസിനിൽ പന്ത്രണ്ട്
വയസ്സുള്ള രണ്ടു പെൺകുട്ടികൾ തങ്ങളുടെ സഹപാഠിയായ പെൺകുട്ടിയെ
കാട്ടിലേക്ക് കൂട്ടിക്കൊണ്ടുപോയി. അവർ അവളെ തലയ്ക്കടിച്ച കൊലപ്പെട
ത്തുവാൻ ശ്രമിച്ചു. 19 തവണയാണ് ഈ കുട്ടിയെ അവർ അടിച്ചത്. തങ്ങളുടെ
കൂട്ടുകാരി കൊല്ലപ്പെട്ടുവെന്നും സ്ലെണ്ടെർ മാൻ തങ്ങളിൽ സംപ്രീതനായെന്നു
മുള്ള സന്തോഷത്തിൽ അവർ തിരിച്ചപോയി.

എന്നാൽ ഗുരുതരമായി പരിക്കേറ്റ പെൺകുട്ടി രാത്രിയിൽ ഇഴഞ്ഞ്
റോഡ്ഡുവരെ എത്തി. ബോധരഹിതയായ അവളെ ഒരു സൈക്കിൾ യാത്ര
ക്കാരൻ കാണുകയും പോലീസിനെ വിവരമറിയിക്കുകയും ചെയ്തു. ഈ കുട്ടി
അപകടനില തരണം ചെയ്തു. കുറ്റവാളികളെ പോലീസ് അറസ്റ്റ ചെയ്തു.
കൗമാരക്കാരികളായ ഈ രണ്ട് കുട്ടികൾക്കും 65 വർഷമാണ് കോടതി തടവ്
വിധിച്ചത്. ഡിജിറ്റൽ ലോകത്തിൻറെ മാസ്മരികതയിലേയ്ക്ക് വലിച്ചടുക്കപ്പെ
ട്ട് കഴിഞ്ഞാൽ പിന്നെയുള്ള മനുഷ്യരുടെ, അതിൽ പ്രത്യേകിച്ച് കുട്ടികളുടെ
സ്വഭാവരൂപാന്തരത്തെ കുറിച്ച് മനഃശാസ്ത്രലോകം വളരെ കുറച്ച മാത്രമേ
മനസിലാക്കിയിട്ടുള്ളൂ.

## സൈബർ ലോകത്തെ നാഗവല്ലിമാർ

ഒരു സാധാരണ വ്യക്തി യഥാർത്ഥ ലോകത്ത് ചെയ്യുവാൻ മടിക്കുന്ന
പല കാര്യങ്ങളും സൈബർ ലോകത്ത് കാട്ടിക്കൂട്ടും. അതുകൊണ്ടുതന്നെ
ഒരാളുടെ സൈബർ വ്യക്തിത്വം അളക്കുക എന്നത് മനഃശാസ്ത്രജ്ഞർക്ക്
അത്രയെളുപ്പമുള്ള കാര്യമല്ല. സൈബർ ലോകത്തെ നിറം പിടിപ്പിച്ച
പ്രൊഫൈൽ ചിത്രങ്ങൾതന്നെ ഏറ്റവും വലിയ ആകർഷണഘടകമാണ്.

അത്യാകർഷകവും വശ്യവുമായ പ്രൊഫൈൽ ചിത്രം മാത്രം കൊണ്ട് അനേ കരെ കബളിപ്പിക്കുന്ന ആയിരങ്ങൾ സൈബർ ലോകത്തുണ്ട്. ആ വ്യക്തി ഒരു യഥാർത്ഥ വ്യക്തിയാണോ ജീവിച്ചിരിക്കുന്ന ആളാണോ, ചിത്രത്തിന് താഴെ കൊടുത്തിരിക്കുന്ന വിവരങ്ങൾ ശരിയാണോ എന്നൊന്നും വിശകല നം ചെയ്യുവാൻ ഭൂരിപക്ഷവും മെനക്കെടാറില്ല.

രൂപാന്തരം പ്രാപിക്കുന്ന നിങ്ങൾ

## പാരാഫീലിയാസ് (വികൃത ലൈംഗികഭാവനകൾ)

പാരാഫീലിയകൾ എന്നാൽ ഒരു വ്യക്തിയിൽ ഉണ്ടാകുന്ന തീവ്രമായ ലൈംഗികസങ്കല്പങ്ങളോ അസാധാരണമായ ലൈംഗികപെരുമാറ്റങ്ങളോ പ്രേരണകളോ ആണ്. ഇത്തരം പ്രശ്നങ്ങളുള്ള വ്യക്തിയെ ലൈംഗികവൈ കൃതമുള്ളവർ എന്നും വിളിക്കാറുണ്ട്. ഈ വികൃത ലൈംഗികഭാവനകൾ വ്യക്തികളെ വ്യക്തിപരവും സാമൂഹികവും തൊഴിൽപരവും നിയമപരവുമായ പ്രശ്നങ്ങളിലേക്ക് നയിച്ചേക്കാം. ഈ പ്രേരണകളോ പെരുമാറ്റങ്ങളോ വസ്തുക്കളോ പ്രവർത്തനങ്ങളോ ഒന്നും മറ്റുള്ളവർക്ക് സാധാരണയായി ലൈംഗിക ഉത്തേജനം ഉണ്ടാക്കാത്ത സാഹചര്യങ്ങളായിരിക്കും.

എന്തുതരം പെരുമാറ്റങ്ങളാണ് പാരാഫീലിയസായി കണക്കാക്കപ്പെ ടുന്നത്?

## എക്സിബിഷനിസം (Exhibitionism)

അപരിചിതനായ ഒരാൾ അവരുടെ ജനനേന്ദ്രിയങ്ങൾ മറ്റുള്ളവരുടെ മുമ്പിൽ ഇറന്നുകാട്ടുന്നത് എക്സിബിഷനിസത്തിൽ ഉൾപ്പെടുന്നു. 'ഫ്ലാഷർ' എന്ന പ്ര ശ്നമുള്ള ഈ വ്യക്തികൾക്ക് അവരുടെ ഇരകളെ ആശ്ചര്യപ്പെടുത്താനോ ഞെട്ടിപ്പിക്കാനോ അവരിൽ മതിപ്പുളവാക്കാനോ ഒക്കെയുള്ള ത്വരയാണ് ഇതിന് പിന്നിലെ പ്രധാന കാരണം. മറ്റ് ഹാനികരമായ പ്രശ്നങ്ങൾ ഒന്നും ഉണ്ടാക്കാതെ ഈ അവസ്ഥ സാധാരണയായി എക്സ്പോഷറിൽ മാത്രം പരിമിതപ്പെടുന്നു. എന്നിരുന്നാലും ഇത് നിയമവിരുദ്ധമാണ്.

## ഫെറ്റിഷിസം (fetishism)

ഈ ആളുകളിൽ അചേതനമായ ചില വസ്തുക്കളാണ് ലൈംഗികപ്രേരണ കൾക്ക് കാരണമാകുന്നത്. മറ്റ വ്യക്തികളുടെ വസ്തം ധരിക്കുന്നതിലൂടെയോ അവരെ സ്പർശിക്കുന്നതിലൂടെയോ ഈ വ്യക്തികൾ ലൈംഗികമായി ഉത്തേജിപ്പിക്കപ്പെടുന്നു. ഉദാഹരണത്തിന്, സ്ത്രീകളുടെ ഷൂസ്, സ്ത്രീകളുടെ അടിവസ്ത്രങ്ങൾ, സോക്സ് എന്നിവ പോലുള്ള ഒരു വസ്തുവാകാം ഒരു ഫെറ്റിഷി ന്റെ ലൈംഗിക വസ്തു.

## ഫ്രോട്ട്യൂറിസം (Frotteurism)

മറ്റൊരു വ്യക്തിയുടെ ശരീരത്തിലോ അവരുടെ ജനനേന്ദ്രിയത്തിലോ സ്പർശിക്കുകയോ തടവുകയോ ചെയ്യുന്നത് വഴി ഇവർ ആനന്ദം കണ്ടെ ത്തുന്നു. ഫ്രോട്ട്യൂറിസത്തിന്റെ മിക്ക കേസുകളിലും, പുരുഷന്മാർ അവരുടെ ജനനേന്ദ്രിയഭാഗം ഒരു സ്ത്രീയുടെ ശരീരത്തിൽ ഉരച്ച് ആനന്ദം കണ്ടെത്തുന്നു. പലപ്പോഴും തിരക്കേറിയ പൊതുസ്ഥലത്തോ പൊതുഗതാഗത്തിലോ ആണ് ഇത് സംഭവിക്കുന്നത്. ഇത് നിയമവിരുദ്ധമാണ്.

## പീഡോഫീലിയ (Pedophilia)

പീഡോഫീലിയ ഉള്ള ആളുകൾക്ക് കുട്ടികളുമായി നിയമവിരുദ്ധമായ ലൈംഗികപ്രവർത്തനങ്ങൾക്കുള്ള ലൈംഗികഭാവനകളോ പ്രേരണകളോ പെരുമാറ്റങ്ങളോ ഉണ്ടാകുന്നു. സാധാരണയായി 13 വയസ്സോ അതിൽ താഴെയോ പ്രായമുള്ള കുട്ടികളെയാണ് ഇവർ ഇതിനുവേണ്ടി തെരഞ്ഞെ ടുക്കുന്നത്. കുട്ടിയുടെ വസ്ത്രം അഴിക്കുക, ദുരുപയോഗം ചെയ്യുന്നയാൾ സ്വയംഭോഗം ചെയ്യുന്നത് കാണാൻ കുട്ടിയെ പ്രോത്സാഹിപ്പിക്കുക, കു ട്ടിയുടെ ജനനേന്ദ്രിയത്തിൽ സ്പർശിക്കുകയോ ലാളിക്കുകയോ ചെയ്യുക, കുട്ടിയിൽ ബലപ്രയോഗത്തിലൂടെ ലൈംഗിക പ്രവർത്തനങ്ങൾ നടത്തുക എന്നിവ ഈ പെരുമാറ്റത്തിൽ ഉൾപ്പെടുന്നു. പീഡോഫൈൽ പ്രവർത്തനം ബലാത്സംഗമാണ്. തടവുശിക്ഷ ലഭിക്കാവുന്ന കുറ്റമാണ്.

## ലൈംഗിക മാസോക്കിസം (Sexual Masochism)

ലൈംഗിക ഉത്തേജനവും രതിമൂർച്ഛയും കൈവരിക്കുന്നതിനായി ഈ വൈകല്യമുള്ള വ്യക്തികൾ സ്വയം മറ്റുള്ളവരാൽ അപമാനിക്കപ്പെട്ടുകയോ,

മർദ്ദിക്കപ്പെട്ടുകയോ ചെയ്യുന്ന പ്രവൃത്തികളിൽ ഏർപ്പെടുന്നു. ഈ പ്രവൃത്തി കൾ വാക്കാലുള്ള അവഹേളനത്തിൽ തുടങ്ങി ശരീരത്തിൽ ചാട്ടകൊണ്ട് അടിക്കുകയോ കയറുകൊണ്ട് ബന്ധിക്കപ്പെടുകയോ മറ്റെന്തെങ്കിലും ക്രൂര മായ ഉപദ്രവങ്ങളോ ആവാം. ചർമം മുറിക്കുക, ശരീരം തുളയ്ക്കുക, സ്വയം കത്തിക്കുക തുടങ്ങിയ പ്രവൃത്തികളിലൂടെ മാസോക്കിസ്റ്റുകൾ അവരുടെ ഫാന്റസികൾ സ്വയം നടപ്പാക്കുന്നു.     മറ്റുള്ളവരെ വേദനിപ്പിക്കുകയോ അപമാനിക്കുകയോ ചെയ്യുന്ന ഒരു പങ്കാളിയെ അവർ അന്വേഷിക്കും. ഈ പങ്കാളിയുമായുള്ള ബന്ധങ്ങളിൽ അടിമത്തം, അടിപിടി, ബലാത്സംഗം എന്നിവ ഉൾപ്പെടുന്നു.

ചില അവസരങ്ങളിൽ ചില വ്യക്തികൾ രതിമൂർച്ഛയുടെ ഘട്ടത്തിൽ ശ്വാസംമുട്ടൽ (ശ്വാസോച്ഛ്വാസം തടസ്സപ്പെടുത്തൽ) ഉണ്ടാക്കാൻ കയറുകൾ, അല്ലെങ്കിൽ പ്ലാസ്റ്റിക് ബാഗുകൾ തുടങ്ങിയവയൊക്കെ ഉപയോഗിക്കുന്നു. രതിമൂർച്ഛ വർധിപ്പിക്കുന്നതിനാണ് ഇത് ചെയ്യുന്നത്, പക്ഷേ ഇതേ തുടർന്ന് ചിലപ്പോൾ അപകടമരണങ്ങൾ സംഭവിക്കാറുണ്ട്.


## ലൈംഗിക സാഡിസം (Sexual Sadism)

ഈ വൈകല്യമുള്ള വ്യക്തികൾക്ക് നിരന്തരമായി അന്യനെ പീഡിപ്പിക്ക വാനുള്ള ഫാന്റസികളുണ്ട്.  അവർ ലൈംഗികപങ്കാളിയിൽ മാനസികമോ ശാരീരികമോ ആയ ഉപദ്രവങ്ങൾ ഉണ്ടാക്കുന്നു.  ഈ വൈകൃതം സാ ധാരണ ലൈംഗിക പ്രവർത്തനങ്ങളിൽ ഉണ്ടാകുന്ന ചെറിയ ആക്രമണ പ്രവർത്തനങ്ങളിൽ നിന്ന് വ്യത്യസ്തമാണ്.  പരുക്കൻ ലൈംഗികത ഒന്നും ഈ ഗണത്തിൽ പെടില്ല.  അപമാനിക്കലും ഭീകരമായ ശാരീരികമായ ഉപദ്രവങ്ങൾ വരെ ഇവരിൽ നിന്ന് ഉണ്ടാവാം.

ബലാത്സംഗം, പീഡനം, കൊലപാതകം എന്നിങ്ങനെയുള്ള നിയമവി രുദ്ധ പ്രവർത്തനങ്ങൾ ലൈംഗിക സാഡിസത്തിൽ ഉൾപ്പെടുന്നു. ഇരയുടെ മരണം സാഡിസ്റ്റിൽ രതിമൂർച്ഛ ഉണ്ടാക്കുന്നു. ഈ വ്യക്തികൾക്ക് തീവ്രമായ മാനസികചികിത്സ ആവശ്യമാണ്. ഈ പ്രവൃത്തികൾ ജയിൽശിക്ഷ ലഭിക്ക ന്ന കുറ്റമാണ്.


## ട്രാൻസ്വെസ്റ്റിറ്റിസം (Transvestism)

ട്രാൻസ്വെസ്റ്റിറ്റിസം, അല്ലെങ്കിൽ ട്രാൻസ്വെസ്റ്റിക് ഫെറ്റിഷിസം ലൈം ഗിക ഉത്തേജനം ഉണ്ടാക്കുന്നതിനോ വർധിപ്പിക്കുന്നതിനോ വേണ്ടി

സ്ത്രീകളുടെ വസ്ത്രങ്ങൾ ധരിക്കുന്ന ഭിന്നലിംഗ പുരുഷന്മാർ നടത്തുന്ന സമ്പ്ര ദായത്തെ സൂചിപ്പിക്കുന്നു. ലൈംഗിക ഉത്തേജനത്തിൽ സാധാരണയായി ഒരു യഥാർത്ഥ പങ്കാളി ഉൾപ്പെടുന്നില്ല. ചില പുരുഷന്മാർ അടിവസ്ത്രം പോലുള്ള ഒരു പ്രത്യേക സ്ത്രീവസ്ത്രം മാത്രം ധരിക്കുന്നു, മറ്റുള്ളവർ ഹെയർ സ്റ്റൈലും മേക്കപ്പും ഉൾപ്പെടെ പൂർണ്ണമായും സ്ത്രീ വേഷം ധരിക്കുന്നു.


## വോയ്യറിസം (Voyeurism)

മറ്റുള്ള വ്യക്തികൾ വസ്ത്രം മാറുകയോ ലൈംഗികപ്രവർത്തനങ്ങളിൽ ഏർപ്പെടുകയോ ചെയ്യുന്ന സമയത്ത് അവരുടെ സമ്മതമില്ലാതെ അവരെ നിരീക്ഷിച്ച് ലൈംഗിക ഉത്തേജനം കൈവരിക്കുന്നത് ഈ വൈകല്യ ത്തിൽ ഉൾപ്പെടുന്നു. ഈ സ്വഭാവം വോയറിന്റെ സ്വയംഭോഗത്തോടെ അവസാനിച്ചേക്കാം. വോയർ അവർ നിരീക്ഷിക്കുന്ന വ്യക്തിയുമായി ലൈംഗികബന്ധത്തിന് ശ്രമിക്കുന്നില്ല. ഈ സ്വഭാവത്തിന്റെ മറ്റ് പേരുകൾ 'പീപ്പിംഗ്' അല്ലെങ്കിൽ 'പീപ്പിംഗ് ടോം' എന്നിവയാണ്.


## പാരാഫീലിയകൾ എത്രത്തോളം സാധാരണമാണ്?

മിക്ക പാരാഫീലിയകളും അപൂർവ്വമാണ്. സ്ത്രീകളെ അപേക്ഷിച്ച് പുരുഷന്മാരിൽ ഇത് 20 മടങ്ങ് കൂടുതലാണ്. ഈ അസമത്വത്തിന്റെ കാരണം വ്യക്തമായി മനസ്സിലായിട്ടില്ല. ഈ വൈകല്യങ്ങളിൽ പല തും ആക്രമണാത്മക സ്വഭാവവുമായി ബന്ധപ്പെട്ടിരിക്കുമ്പോൾ, മറ്റുള്ളവ ആക്രമണാത്മകമോ ദോഷകരമോ അല്ല. ചില പാരാഫീലിയകൾ-പീ ഡോഫീലിയ, എക്സിബിഷനിസം, വോയ്യറിസം, സാഡിസം, ഫ്രോട്ടൂറിസം എന്നിവ ക്രിമിനൽ കുറ്റങ്ങളാണ്.


എന്നിരുന്നാലും, പാരാഫീലിക് ഫാന്റസികളോ പെരുമാറ്റമോ ഉള്ളതു കൊണ്ട് മാത്രം എല്ലായ്പ്പോഴും ഒരു വ്യക്തിക്ക് മാനസികരോഗമുണ്ടെന്ന് അർത്ഥമാക്കുന്നില്ല. ഒരു തരത്തിലും ദോഷകരമല്ലാത്തയും ആരോഗ്യകര മായ ബന്ധങ്ങളുടെ വികാസത്തെ തടസ്സപ്പെടുത്താത്തയും വ്യക്തിയെയോ മറ്റുള്ളവരെയോ ഉപദ്രവിക്കാത്തയും ക്രിമിനൽ കുറ്റകൃത്യങ്ങളിൽ ഏർ പ്പെടാത്തയുമായ പാരാഫീലിയകൾ അവരുടെ സ്വയംഭോഗത്തിലോ പങ്കാളിയുമായുള്ള ലൈംഗികബന്ധത്തിലോ വെറും ഫാന്റസിയിലോ ഒതുങ്ങാം.

പാരാഫീലിയകൾക്ക്, പ്രത്യേകിച്ച് BDSM (bondage,discipline,dominance and submission,sadomasochism) ലൈംഗികഭാവനകൾ ഉള്ളവർക്ക്, അതിന് പറ്റിയ ആളകളെ യഥാർത്ഥ സമൂഹത്തിൽ തെരഞ്ഞുപിടിക്കവാൻ എളപ്പം സാധിക്കില്ല. കാനഡയിലെ വാൻക്കവർ കേന്ദ്രീകരിച്ച നടക്കന്ന ഇത്തരത്തിലുള്ള ഒരു ഓൺലൈൻ ക്ലബ്ബിൽ അംഗമായ ഒരു വ്യക്തി എന്നെ ഒരിക്കൽ കാണാൻ വന്നിരുന്നു. അവരുടെ ക്ലബ്ബിൽ ഏതാണ്ട് രണ്ടലക്ഷം ആളകൾ ഉണ്ട്. ലോകത്തുള്ള ഇത്തരത്തിലുള്ള ഫാന്റസികൾ ഉള്ളവരെ തമ്മിൽ കണ്ടുമുട്ടവാൻ ഈ ക്ലബ്ബ് സഹായിക്കന്നു.

## മറഞ്ഞിരിക്കുന്ന വിപരീത വാസനകൾ തമ്മിൽ കണ്ടുമുട്ടുമ്പോൾ

യഥാർത്ഥ ലോകത്ത് ഒരു വ്യക്തി ചെയ്യവാൻ മടിക്കുന്ന പല കാര്യ ങ്ങളം അവർ ഓൺലൈനിലൂടെ സാധിച്ചെടുക്കുന്നു. തലതിരിഞ്ഞ സകല ലൈംഗികഭാവനകളം നടപ്പിലാക്കവാൻ ഇന്റർനെറ്റ് എന്ന മാദ്ധ്യമം സഹായിക്കുന്നു. BDSM കമ്മ്യൂണിറ്റികൾ പുറംലോകത്ത് അധികം വിരാജി ക്കുന്നില്ല. എന്നാൽ ഇവർ വാട്സ് ആപ്പ്, ഓൺലൈൻ സെക്സ് സൈറ്റകൾ, ടെലിഗ്രാം ഗ്രൂപ്പുകൾ തുടങ്ങിയവയിലൂടെ ഒക്കെ കണ്ടുമുട്ടകയും ഒന്നിക്കകയും ചെയ്യന്നു.

ഇത്തരത്തിൽ കണ്ടുമുട്ടിയ രണ്ട ലൈംഗികഭാവനക്കാരുടെ ഒരു കഥ പറയാം.

അയർലാന്റിലെ ഡബ്ലിനിൽ ആർക്കിടെക്ക്ലായ ഗ്രഹാം ഡ്വയർ, ലൈം ഗിക സാഡിസ്റ്റിക്ക് ഭാവനയുള്ള ഒരു വ്യക്തിയായിരുന്നു. അയാൾക്ക് ഇണയെ വേദനിപ്പിച്ച്, മുറിപ്പെടുത്തി അവസാനം കത്തികൊണ്ട് വരിഞ്ഞു കൊല്ലണം എന്ന ഒരു ലൈംഗിക ഫാന്റസി ഉണ്ടായിരുന്നു. എന്നാൽ അത് ഫാന്റസി മാത്രമായി അവശേഷിച്ചു. അയാൾ, വിവാഹിതനും സമൂഹത്തിലും കുടുംബത്തിലും വളരെ മാന്യമായിട്ട് പെരുമാറിയിരുന്ന ആളമാണ്.

ഒരു ഓൺലൈൻ മെയിറ്റിംഗ് സൈറ്റിലൂടെയാണ് അയാൾ ചൈൽഡ് കെയർ വർക്കർ ആയ എലെയ്ൻ ഒഹാരയെ പരിചയപ്പെടുന്നത്. ഈ സ്ത്രീ ഒരു മസോക്കിസ്റ്റ് ഭാവന ഉള്ളവരായിരുന്നു. തന്നെ ഒരാൾ കെട്ടിയിട്ട് പീഡിപ്പിക്കുന്നത് അവർ ഭാവനയിൽ കണ്ടു. ആ ഫാന്റസി അവരെ അതേ ഓൺലൈൻ മെയിറ്റിംഗ് സൈറ്റിലൂടെ സമാന താല്പര്യക്കാരെ കണ്ടെത്താൻ സഹായിച്ചു. കൗമാരപ്രായത്തിൽ തന്നെ മാനസികാരോ ഗ്യപ്രശ്നങ്ങൾ നേരിടേണ്ടി വന്നിരുന്ന ആളായിരുന്ന അവൾ. കൂടാതെ

മാനസിക പരിചരണത്തിനായി അവളെ പതിവായി ആശുപത്രിയിൽ പ്രവേശിപ്പിച്ചിരുന്നു. വിഷാദരോഗവും ബോർഡർലൈൻ പേഴ്സണാലിറ്റി ഡിസോർഡറും അവളിൽ കണ്ടെത്തിയിരുന്നു. അവൾക്ക് ആസ്തമ, പ്രമേഹം, ഡിസ്ലെക്സിക് എന്നിവയും ഉണ്ടായിരുന്നു.

എലെയ്ൻ ഒഹാരയുടെ തിരോധാനത്തിന് ശേഷമുള്ള പോലീസ് അന്വേ ഷണത്തിൽ കണ്ടെത്തിയത് ഞെട്ടിക്കുന്ന വിവരങ്ങളാണ്. 2007ന്റെ അവസാനത്തിൽ, ഹെൽപ് മെലിയാർ 36/F എന്ന പ്രൊഫൈൽ നാമ ത്തിൽ ഒഹാര, ഫെറ്റിഷ് അഡൾട്ട് സെക്സ് വെബ്സൈറ്റായ Alt.com സന്ദർശിക്കുകയും ഫെറ്റിഷ് ബോയ് എന്ന ജീമെയിൽ വിലാസവുമായി ലിങ്ക് ചെയ്തിരിക്കുന്ന ആർക്കിടെക്ക് 72 എന്ന പ്രൊഫൈല്ലുമായി ബന്ധപ്പെ ടുകയും ചെയ്തതായി പോലീസ് കണ്ടെത്തി. ഇവർ ഓൺലൈനില്ലൂടെ പരിചയപ്പെട്ടു. അനേകം മെസേജുകളില്ലൂടെ നിരന്തരം ബന്ധപ്പെട്ടു. അതിനുശേഷം നേരിൽ കാണുകയും, സാഡിസ്റ്റിക് -മസോക്കിസ്റ്റ് ബോ ണ്ടേജ് വിഭാഗത്തിൽ ഉൾപ്പെട്ട ലൈംഗികബന്ധത്തിൽ ഏർപ്പെടുകയും ചെയ്തിരുന്നു എന്നതിന് പോലീസിന് തെളിവുകൾ ലഭിച്ചു. 2008ൽ ഉടനീളം ഈ ബന്ധം വളരെ തീവ്രമായിരുന്നു. ഇവരുടെ സെക്സ് വീഡിയോകളും ഇമെയിലുകളും പോലീസ് അവരുടെ ലാപ്ടോപ്പുകളിൽ നിന്ന് വീണ്ടെടുത്തു.

"ഞാൻ ലൈംഗികമായി ഉത്തേജിതനാകുമ്പോൾ എന്റെ കത്തി മനുഷ്യമാംസത്തിൽ കയറ്റാൻ ആഗ്രഹിക്കുന്നു. ചില സമയങ്ങളിൽ ഒരു പെൺകുട്ടിയെ കുത്തിക്കൊല്ലാൻ ആഗ്രഹിക്കുന്നു. ബലാത്സംഗം ചെ യ്യാനോ കത്തികൊണ്ട് കുത്താനോ, ഒരാളെ കൊല്ലാനോ ഉള്ള എന്റെ ആഗ്രഹം വളരെ വലുതാണ്. അത് നിയന്ത്രിക്കാനോ തൃപ്തിപ്പെടുത്താനോ നിങ്ങൾ സഹായിക്കണം." - എന്നായിരുന്നു ഗ്രഹാം ഡ്വയറിന്റെ ഫോണിൽ നിന്ന് പോലീസ് കണ്ടെടുത്ത വാചകങ്ങൾ.

അവരുടെ നിരന്തരമായ ബന്ധത്തിനൊട്ടവിൽ ഡ്വയർ, ഒഹാരയെ കത്തി കൊണ്ട് മുറിച്ചുകൊല്ലുന്നു. മൃതശരീരം ഒരു ഡാമിന്റെ അടിയിൽ ഉപേക്ഷിച്ചു. എന്നാൽ ഡാമിൽ വെള്ളം കുറഞ്ഞ സമയമായതുകൊണ്ട് പോലീസ് അവളുടെ ശരീരം കണ്ടെടുത്തു. അയാളെ കോടതി ശിക്ഷിച്ചു. (കൊല നടന്ന ദിവസത്തെ ഞെട്ടിക്കുന്ന ചാറ്റ് ഹിസ്റ്ററി ഇന്റർനെറ്റിൽ ലഭ്യമാണ്.)


## ഡിജിറ്റൽ വ്യക്തിത്വം


നിങ്ങൾ സമൂഹ മാധ്യമങ്ങളിൽ ശ്രദ്ധിക്കപ്പെടുന്ന വ്യക്തിയാണോ? ഫേസ്ബുക്കിൽ ഒരു ദിവസം രണ്ടോ അതിൽ അധികമോ പോസ്റ്റുകളോ ഇടുന്ന വ്യക്തിയാണോ?
നിങ്ങളുടെ പോസ്റ്റുകളിൽ വരുന്ന പ്രതികരണങ്ങൾക്ക് കൃത്യമായ മറുപടി

കൊട്ടക്കാൻ വെമ്പുന്ന വ്യക്തിയാണോ?

എങ്കിൽ നിങ്ങൾ ജാഗ്രത പാലിക്കേണ്ട സമയമായി. നിങ്ങളു ടെ സമൂഹ-ദാമ്പത്യ-തൊഴിൽ മേഖലയിൽ താങ്കൾ പുറകോട്ട് പോ യ്ക്കൊണ്ടിരിക്കുകയാണ്. അല്ല, നിങ്ങൾക്ക് സാരമായ കുറവുകൾ പല സ്ഥലത്തും സംഭവിച്ചിട്ടുണ്ട്. നിങ്ങൾക്ക് ഉണ്ടാവുന്ന ഈ അപജയം നിങ്ങൾ തന്നെ തിരിച്ചറിഞ്ഞു വരുമ്പോഴേക്കും വളരെയധികം നഷ്ടം സംഭവിച്ചിട്ടുണ്ടാ വും. ഞാൻ ഒരു ദിവസം 40 സിഗരറ്റ് വലിക്കും, പക്ഷേ അതിന് അടിമയല്ല എന്നതുപോലുള്ള മനോഭാവമാണ് പലർക്കും ഫോൺ ഉപയോഗത്തിന്റെ കാര്യവും.

**ഒരു സാധാരണ വ്യക്തി ഒരു ദിവസം എത്ര പ്രാവശ്യം ഫോണിൽ നോക്കും?**

സംശയിക്കേണ്ട. വളരെ തിരക്കുള്ള ഒരു ദിവസം ഏറ്റവും കുറഞ്ഞത് 80 തവണയെങ്കിലും നിങ്ങൾ ഫോണിൽ നോക്കും. മറ്റൊന്നും ചെയ്യാനില്ലാത്ത ദിവസമാണെങ്കിൽ അത് 200 തവണ വരെയാകാം. നിങ്ങളുടെ ഫോൺ ഉപയോഗം വ്യക്തമായി നിരീക്ഷിച്ച് കണക്കുകൾ തരികയും അതുവഴി നിങ്ങൾക്ക് നിങ്ങളെ നിയന്ത്രിക്കുവാൻ സഹായിക്കുകയും ചെയ്യുന്ന പല ആപ്ലിക്കേഷൻസുകളുണ്ട്. ഇപ്പോഴത്തെ ഫോണുകളിൽ ഇൻ ബിൽറ്റായി തന്നെ ഡിജിറ്റൽ വെൽ ബീയിങ് എന്ന ഓപ്ഷൻ ഉണ്ട്. അവ നിങ്ങളുടെ ഫോൺ ഉപയോഗം വ്യക്തമായി കാണിക്കും. നിങ്ങൾ എത്ര പ്രാവശ്യം സ്ക്രീൻ അൺലോക്ക് ചെയ്യുന്നു, ഏതൊക്കെ ആപ്പുകൾ എത്ര തവണ, എത്ര ശതമാനം സമയം, എത്ര നേരം ഉപയോഗിച്ചു തുടങ്ങിയ വിവരങ്ങൾ ഒക്കെ ഈ ആപ്പുകൾ നല്ലും.

**ഫോൺ ഉപയോഗം എങ്ങനെയാണ് പ്രശ്നമാകുന്നത്?**

സ്മാർട്ട് ഫോൺ, ജോലി ആവശ്യത്തിന് പ്രയോജനപ്പെടുത്തുന്ന ആളാ ണ് നിങ്ങളെങ്കിൽ ഫോൺ ഉപയോഗം സ്വാഭാവികമായും കൂടും. ഇ-മെയിൽ, നോട്ട്പാഡ്, യൂബർ, വോയിസ് റെക്കോർഡർ, ബാങ്ക് ആപ്പുകൾ തുടങ്ങിയ വയൊക്കെ സ്വാഭാവികമായ ഉപയോഗപരിധിയിൽ വരും. ഇവയ്ക്കൊന്നും തന്നെ വലിയ അഡിക്ടിവ് സ്വഭാവം ഇല്ല. പക്ഷേ ജാഗ്രത പാലിക്കേണ്ട ചിലതുണ്ട്.

നിങ്ങളുടെ ഫോൺ ഉപയോഗം അവലോകനം ചെയ്യുമ്പോൾ അതിൽ സോഷ്യൽമീഡിയ ഉപയോഗം വ്യക്തമായി മനസിലാക്കുക. ഫേസ്ബുക്ക്, വാട്സാപ്പ്, സ്നാപ് ചാറ്റ്, ഇൻസ്റ്റഗ്രാം, ട്വിറ്റർ തുടങ്ങിയവുടെ ഉപയോഗം

എത്ര എന്ന് മനസിലാക്കുക. അതുപോലെ പ്രശ്നക്കാരനാണ് ഓൺലൈൻ ഷോപ്പിംഗ് ആപ്പ്. ഇവ ഉണ്ടാക്കുന്ന അടിമത്തവും സാമ്പത്തിക നഷ്ടവും ഭീമമാണ്.

## ഇരുതല മൂർച്ചയുള്ള ഗെയിമുകൾ

വീഡിയോ ഗെയിമുകളുടെ പ്രവർത്തനരീതിയും ഉപയോഗവും നിങ്ങളെ വീണ്ടുംവീണ്ടും ഇതിലേയ്ക്ക് വലിച്ചടുപ്പിക്കുകയും നിങ്ങളുടെ മസ്തിഷ്കത്തിൽ ഡോപമിൻ എന്ന ന്യൂറോ ട്രാൻസ്മിറ്ററിന്റെ അളവ് കൂട്ടുകയും, പുകവലി, മദ്യപാനം തുടങ്ങിയ ഏത് ലഹരിയും ഉണ്ടാക്കുന്ന അതേ അവസ്ഥ മസ്തി ഷ്കത്തിൽ ഉണ്ടാക്കുകയും ചെയ്യും. ജീവിതത്തിലെ സമസ്ത മേഖലയിലുമുള്ള നിങ്ങളുടെ പ്രവർത്തനത്തെ ഈ അടിമത്തം സാരമായി തന്നെ ബാധിക്കും. ചൈനയിൽ 500 ബെഡ്കൾ ഉള്ള ഇത്തരത്തിലുള്ള ഡീ അഡിക്ഷൻ ആശുപത്രികൾ തന്നെയുണ്ട്. ഗാഡ്ജെറ്റ് ഡീ അഡിക്ഷൻ സെന്ററുകൾ ഇന്ത്യയിലും തുടങ്ങിയിട്ടുണ്ട്.

## മരണത്തിന്റെ ഗെയിമിംഗ് സ്റ്റേഷനുകൾ

തായ്‌വാൻ, തായ്‌ലൻഡ്, കൊറിയ, ചൈന, വിയറ്റ്നാം തുടങ്ങിയ രാജ്യങ്ങളിലാണ് കമ്പ്യൂട്ടർ ഗെയിമുകളോട്ടും ഇന്റർനെറ്റിനോട്ടും മൊബൈൽ ഫോണകളോട്ടും ഏറ്റവും കൂടുതൽ അഡിക്ഷൻ ഉള്ള ആൾക്കാർ ഉള്ള ത്. ഈ പറഞ്ഞ രാജ്യങ്ങളിലൊക്കെ ആയിരക്കണക്കിന് ഗെയിമിംഗ് കൺസോൾ ഉള്ള ഗെയിമിംഗ് സ്റ്റേഷനകളുണ്ട്. മുഴുവൻ സമയവും പ്രവർ ത്തിക്കുന്ന ഈ സ്റ്റേഷനകൾ 24 മുതൽ 72 മണിക്കൂർ വരെ വാടകക്കെടുത്ത് തുടർച്ചയായി ഗെയിമിംഗ് നടത്തുന്ന അനേകം ചെറുപ്പക്കാരുണ്ട്. ഈ ഗെയിമിംഗ് സ്റ്റേഷനകളിലെ ഓരോ ക്യാബിനുകളും എല്ലാ ദിവസവും രാവിലെ ജോലിക്കാർ വന്ന് പരിശോധിച്ച നോക്കും. ഏതെങ്കിലും ഒക്കെ ക്യാബിനിൽ നിന്ന് മൃതദേഹങ്ങൾ കണ്ടെടുക്കും.

## എങ്ങനെയാണ് ഇവർ മരിക്കുന്നത്?

പല കാരണങ്ങളുണ്ട്. തുടർച്ചയായി 24 മണിക്കൂർ മുതൽ 72 മണിക്കൂർ വരെ ഈ കളിയിൽ ഏർപ്പെട്ടിരിക്കുന്നത് കൊണ്ടുതന്നെ ഇവർ ഭക്ഷണവും വെള്ളവും മറക്കുന്നു. ആവശ്യത്തിന് ഗ്ലൂക്കോസ് ഇല്ലാതെ പട്ടിണി കിടന്ന് ബോധം കെട്ട് ഹൈപ്പോ ഗ്ലൈസിമിയ എന്ന അവസ്ഥ മൂലം ഇവർ മരിക്ക കയും ചെയ്യുന്നു. രണ്ടാമത്തെ മരണകാരണം ഡി. വി. ടി. അല്ലെങ്കിൽ Deep Vein Thrombosis എന്ന അവസ്ഥയാണ്. മണിക്കൂറുകളോളം ശരീരവും

കാലുകളും അനങ്ങാതിരിക്കുകയും അതുകൊണ്ട് കാലുകളിൽ രക്തം കട്ട പിടിക്കുകയും അവ ഇളകി ഹൃദയധമനി ബ്ലോക്ക് ചെയ്യുകയും ഹൃദയാഘാതം ഉണ്ടാവുകയും ചെയ്യുന്ന അവസ്ഥ. ചിലർ കളിയുടെ സമ്മർദ്ദം ഏറുന്ന മൂർ ധന്യാവസ്ഥയിൽ ഗെയിമിംഗ് കൺസോളുകൾ തന്നെ അടിച്ചുപൊളിക്കും. ചിലർ അതിൽ തല്ലുകയും മുറിവേറ്റ് രക്തം വാർന്നു മരിക്കുകയും ചെയ്യുന്നു. മറ്റ ചിലർ സമ്മർദ്ദം സഹിക്കാൻ പറ്റാതെ വരുമ്പോഴോ കളിയിൽ തോറ്റ പോകുമ്പോഴോ ആത്മഹത്യ ചെയ്യുന്നവരാണ്.

തങ്ങളുടെ ഏറ്റവും വലിയ ആരോഗ്യപ്രശ്നങ്ങളിൽ ഒന്നായി ഗാഡ്ജറ്റ് അഡിക്ഷനെ ചൈന വിലയിരുത്തി കഴിഞ്ഞു. മൊബൈൽ ഫോൺ ഉപയോഗം നിയന്ത്രിച്ചതിന് മാതാപിതാക്കന്മാരെ ആക്രമിച്ച് മുറിവേല്പിച്ച കേസുകൾ പലയും എന്റെയടുത്ത് വന്നിട്ടുണ്ട്. വാസ്തവത്തിൽ അതൊന്നും ഒരു കൗൺസിലർക്ക് പലപ്പോഴും ചികിത്സിക്കാൻ പറ്റുന്നതല്ല. അവർക്കൊ ക്കെ ഒരു ലഹരി വിമുക്തി അല്ലെങ്കിൽ ഡീ അഡിക്ഷൻ തെറാപ്പി തന്നെ ആവശ്യമാണ്. ലോകത്തിലെ ഏറ്റവും വലിയ സിനിമാവ്യവസായമാണ് ഹോളിവുഡ്. അതിലും വലിയ വ്യവസായമാണ് ഡിജിറ്റൽ വീഡിയോ ഗെയിം വ്യവസായം.

## ഒരു ബീഫ് റോസ്റ്റ് എടുക്കട്ടെ?

അടുത്തയിടെ പ്രചാരത്തിൽ വന്ന ഒരു സൈബർ ഉപയോഗമാണ് റോസ്റ്റിങ്. അതായത് ഒരു മനുഷ്യനെ പച്ചക്ക് നിർത്തി പൊരിക്കുക. സൈബർ അറ്റാക്ക് തന്നെ. സൈബർ ബുള്ളിയിങ്ങും ലൈവ് ബുള്ളിയങ്ങും കൂടിയ പെരുത്ത ഒന്ന്. ചില തെറ്റുകൾ ജനകീയവൽക്കരിക്കപ്പെടാറുണ്ട്. അങ്ങനെയൊന്നാണ് ഈ റോസ്റ്റിങ് എന്ന തെറ്റം. ഇതിന്റെ തദ്ദേശീയ രൂപമാണ് നമ്മുടെ ഡിജിറ്റൽ പൊങ്കാലയിടൽ.

## സാഡിസത്തിന്റെ നവരൂപങ്ങൾ

പ്രമുഖ വ്യക്തികളുടെ പതനങ്ങളുടെ വാർത്തകളോട് നമ്മൾ കാണിക്ക ന്ന അഭിനിവേശം നമ്മുടെ സമൂഹത്തിൽ ഈ സാഡിസം എത്രത്തോളമുണ്ട് എന്നതിന്റെ വ്യക്തമായ തെളിവാണ്. ഏതാനും വർഷങ്ങൾക്ക് മുമ്പ്, നമ്മു ടെ നാട്ടിൽ അനേകം കെട്ടിടങ്ങളും ഫ്ലാറ്റ്പാത്തുകളും സർക്കാർ ചെലവിൽ ഇടിച്ചുനിരത്തിയപ്പോൾ കൂടിനിന്ന് ജനം കയ്യടിച്ചതും ഇതേ മനോഭാവം കൊണ്ടായിരുന്നു. ജനോപകാരമായ ആയിരം പ്രവൃത്തികളെക്കാളും സർക്കാരിന് പിന്തുണയും കയ്യടിയും കിട്ടുന്നത് ഒരുപക്ഷേ ഒരു പഞ്ചനക്ഷത്ര

ഹോട്ടലോ വലിയ ഷോപ്പിംഗ് മാളോ ഇടിച്ചു നിരത്തുമ്പോളായിരിക്കും.

മറ്റ വ്യക്തികളുടെ, പ്രത്യേകിച്ച് സമൂഹത്തിൽ വിലയും നിലയും പണവും ഒക്കെയുള്ളവർക്ക് സംഭവിക്കുന്ന അപചയങ്ങൾ, അപകീർത്തികൾ, വിവാഹമോചനകൾ, ദാമ്പത്യപരാജയങ്ങൾ, സാമ്പത്തിക തകർച്ച, രോഗങ്ങൾ, വീഴ്ചകൾ ഇവയൊക്കെ ആഗ്രഹിക്കുന്ന വലിയ വിഭാഗം ഇവിടെയുണ്ട്. അത്തരത്തിലുള്ള വാർത്തകൾ നിർലോഭം നല്ലി മാദ്ധ്യമങ്ങൾ കൊഴുക്കുന്നു. ഇത്തരത്തിലുള്ള മാദ്ധ്യമ പ്രവർത്തനത്തെകുറിച്ച് (ടാബ്ലോയിഡ് ജേർണലിസം) ആക്ഷേപം ഉയർന്നപ്പോൾ മാദ്ധ്യമ ചക്രവർത്തി റൂപ്പർട്ട് മർഡോക്ക് പറഞ്ഞത്: 'ജനങ്ങൾക്ക് വേണ്ടത് എന്താണോ, അത് ഞങ്ങൾ നിർലോഭം നല്ക്കന്ന' എന്നാണ്.

## സാഡിസം വിനോദത്തിൽ

മനുഷ്യജീവൻ പോരാടി പിടയുന്നത് കണ്ടരസിക്കുന്ന വിനോദോപാധിയുടെ ഭീകരരൂപമായിരുന്ന പ്രാചീന റോമിലെ കൊളോസിയത്തിൽ നടന്നിരുന്ന മനുഷ്യനും വന്യമൃഗങ്ങളുമായുള്ള പോരാട്ടം. കോഴിപ്പോരുകളും കാളപ്പോരുകളും കൊണ്ട് തമിഴ്‌നാട്ടിലെ ഗ്രാമങ്ങൾ നിർവ്വതി പൂണ്ടപ്പോൾ, കുടിപ്പകയുടെയും പടക്കുറുപ്പമാരുടെയും നാടായ കണ്ണൂരിൽ കോഴികൾക്ക് പകരം മനുഷ്യർ തന്നെ പോരാടി. പരസ്പരം പൊരുടിച്ച് ഒരാൾ മരിക്കുന്നത് കണ്ട് ആർപ്പ് വിളിക്കുവാൻ അക്കാലത്തു ജനങ്ങൾ തിക്കിതിരക്കി.

എല്ലാ ദിവസവും ആരെയെങ്കിലും തല്ലണം എന്ന് വാശിയുള്ള ഒരു തലമുറ പാലായിൽ ഒരുകാലത്ത് ഉണ്ടായിരുന്നുവെന്ന് കേട്ടിട്ടുണ്ട്. ഏതെങ്കിലും ദിവസം തല്ലുകൊള്ളുവാനുള്ള ഇര ഒത്തു വന്നില്ലെങ്കിൽ, തല്ലുകൊള്ളുവാൻവേണ്ടി തങ്ങളുടെ തന്നെ സംഘത്തിലുള്ള ഒരാളെ അവർ നറുക്കിട്ട തീരുമാനിക്കുമായിരുന്നത്രെ!

## കീബോർഡ് ആക്ടിവിസവും സാഡിസത്തിന്റെ അതിപ്രസരവും

പ്രിന്റ് മീഡിയയുടെ കാലം കടന്ന് ഡിജിറ്റൽ മീഡിയ, വാർത്താമേഖലകൾ കയ്യടക്കി. ഇപ്പോൾ ഇതാ സോഷ്യൽ നെറ്റ്‌വർക്കുകളുടെ ആവിർഭാവത്തോട്ടുകൂടി, വാളെടുത്തവർ എല്ലാം വെളിച്ചപ്പാടുകളായി. ആർക്കെങ്കിലും ഒരു പിഴവ് വരേണ്ട താമസം, കീബോർഡിന മുമ്പിലിരുന്ന് ആളുകൾ അവരെ വിചാരണ ചെയ്യും. കുഴിയിൽ വീണ പന്നിക്ക് കല്ലും തടിയും, ആട്ടകൾ പട്ടികളും ആയിക്കൊണ്ടിരിക്കുന്ന. ഫോട്ടോഷോപ്പിൽ വാർത്തകളും അസംബന്ധങ്ങളും നുണപ്രചാരങ്ങളും നിർമ്മിച്ച് ഫേസ്ബു

ക്കിൽ കൊട്ടത്ത് പലരെയും അവർ നശിപ്പിച്ച. അനേകം ആളുകൾ അവർക്ക് ഇരയായി. സമൂഹമാധ്യമങ്ങളിൽ കൂടി എന്ത് നുണയും പടച്ച വിടാം എന്നും ആർക്കെതിരെയും എന്തുവേണമെങ്കിലും എഴുതാം എന്നും, അതിൽ യാതൊരു തെറ്റുമില്ലെന്നും, ഒരു തരത്തിലും താൻ ശിക്ഷിക്കപ്പെടില്ല എന്നുമുള്ള അബദ്ധധാരണയാണ് പലപ്പോഴും ഇപ്രകാരമുള്ള അപകീ ർത്തിപ്പെടുത്തലിന് ആളുകളെ പ്രേരിപ്പിക്കുന്നത്.

## അവനെ ക്രൂശിക്കുക

ക്രിസ്തുവിനെ വധിക്കണം എന്ന ആവശ്യവുമായി റോമൻ ഗവർണർ പീലാത്തോസിന്റെ കൊട്ടാരത്തിന്റെ മുമ്പിൽ നിന്ന് യഹൂദർ മുറവിളിച്ചത് ഇപ്രകാരമായിരുന്നു: 'അവനെ ക്രൂശിക്കുക, അവനെ ക്രൂശിക്കുക'. തങ്ങളുടെ അടിമത്തത്തെക്കാളും യാതനകളെക്കാളുമൊക്കെ ഉപരിയുള്ള പ്രധാന്യവും ആഗ്രഹവും യഹൂദർക്ക് അപ്പോൾ ക്രിസ്തുവിന്റെ രക്തം വീണ് കാണുവാനാ യിരുന്നു. മനുഷ്യചരിത്രത്തിന്റെ താളുകൾ മറിക്കുമ്പോൾ ഇപ്രകാരം രക്തം ചീന്തപ്പെട്ട ഒരുപാട് പേരുടെ പേരുകൾ കാണാം. ഇരകളിൽ അപരാധിക ളും നിരപരാധികളുമുണ്ട്. രാജൻ പിള്ള, ഹർഷദ് മേത്ത, നമ്പി നാരായണൻ അങ്ങനെ നീളുന്ന മാനസികമായി ചവുട്ടിമെതിക്കപ്പെട്ടവരുടെ നിര. ആയി രം കുറ്റവാളി രക്ഷപ്പെട്ടാലും ഒരു നിരപരാധിപോലും ശിക്ഷിക്കപ്പെടരുത് എന്ന് നിയമ വ്യവസ്ഥിതി ആവർത്തിച്ച് പറയുന്നു. ജനഹിതവും മാധ്യമവാ ർത്തകളും അനുസരിച്ച നീതി നിഷേധിക്കപ്പെടരുത്. അപരാധിക്കായാലും നിരപരാധിക്കായാലും അതങ്ങനെതന്നെ ആയിരിക്കണം.

## സൈബർ കുറ്റകൃത്യങ്ങളിൽ ചിലതും, അവയുടെ മനഃശാസ്ത്ര പ്രേരകങ്ങ ളും

സമൂഹമാധ്യമങ്ങളിൽ കൂടി എന്ത് നുണയും പടച്ചവിടാം എന്നും ആർക്കെതിരെയും എന്തുവേണമെങ്കിലും എഴുതാം എന്നും, അതിൽ യാ തൊരു തെറ്റും ഇല്ല എന്നും, ഒരു തരത്തിലും താൻ ശിക്ഷിക്കപ്പെടില്ല എന്നും ഉള്ള അബദ്ധധാരണയാണ് പലപ്പോഴും ഇപ്രകാരമുള്ള അപകീ ർത്തിപ്പെടുത്തലിന് ആധാരം. ഇത്തരത്തിലുള്ള ദുഷ്പ്രചരണം, മനോവീര്യം കെടുത്തൽ, അപകീർത്തിപ്പെടുത്തൽ, വർഗ്ഗീയവിഷം ചൊരിയൽ ഇ ടങ്ങിയവയ്ക്ക് മിക്ക രാജ്യങ്ങളിലും വലിയ ശിക്ഷ തന്നെയാണ് നിയമം അനുശാസിക്കുന്നത്.

## സൈബർ സ്റ്റാകിങ്

ഒരു വ്യക്തിയെയോ, സ്ഥാപനത്തെയോ, വിഭാഗത്തെയോ അപ മാനിക്കുവാൻവേണ്ടി ഇലക്ട്രോണിക് മാദ്ധ്യമങ്ങളിൽ കൂടി കരുതിക്കൂട്ടി രണപ്രചരണം നടത്തുക, തെറ്റായ ആരോപണം പ്രചരിപ്പിക്കുക, വ്യ ക്തിഹത്യ നടത്തുക, വ്യക്തികളുടെ വ്യാജ പ്രൊഫൈൽ ഉണ്ടാക്കുക, ഒരു വ്യക്തിയുടെ വിവരങ്ങൾ ചോർത്തി അയാൾക്കെതിരെ ഉപയോഗിക്കുക തുടങ്ങിയവ സൈബർ സ്റ്റാകിങ് എന്ന സൈബർ കുറ്റകൃത്യത്തിൽ പെടുന്നു. തനിക്ക് തീർത്തും അപ്രാപ്യമായ ഒരു വ്യക്തിയെ തന്റെ വരുതിയിൽ നിർത്തുവാനുള്ള വാഞ്ഛ, അസൂയ തന്റെ പരാജയത്തിലുള്ള ഇച്ഛാഭംഗം, അന്യന്റെ വേദനയിലുള്ള ആനന്ദം ഇവയെല്ലാമാണ് ഈ കുറ്റകൃത്യത്തിന് പ്രേരകങ്ങൾ.

## സൈബർ ട്രോളകൾ

മിക്ക സൈബർ ട്രോളകളും താരതമ്യേന നിരുപദ്രവകരവും, നർമ്മം, ആക്ഷേപഹാസ്യം തുടങ്ങിയ വിഭാഗത്തിൽ പെടുന്നവയുമാണ്. എന്നാൽ മനപ്പൂർവ്വം തെറ്റായയും, സമൂഹത്തിൽ തെറ്റിധാരണയും, വംശീയവിദ്വേഷം ജനിപ്പിക്കുന്നതുമായ ട്രോളകൾ സൈബർ കുറ്റ കൃത്യമായാണ് പരിഗണിക്ക ന്നത്.

## സൈബർ ബുള്ളിയിംഗ്

ഒരാളെ മാനസികമായും സാമൂഹികമായും തളർത്തുക എന്ന വ്യക്ത മായ ഉദ്ദേശത്തോടെ സമൂഹമാദ്ധ്യമങ്ങളിൽ കൂടി അപകീർത്തികരമായ പ്രസ്താവനകൾ, രണക്കഥകൾ, വാർത്തകൾ, ചിത്രങ്ങൾ മുതലായവ പടച്ചുവി ടുന്നതിനെയാണ് സൈബർ ബുള്ളിയിംഗ് എന്ന് വിളിക്കുന്നത്. മറ്റുള്ളവരുടെ വേദനയിൽ സന്തോഷം കണ്ടെത്തുന്നവരാണ് ഇത് ചെയ്യുന്നത്.

കൗമാരക്കാരുടെ ഇടയിലാണ് ഇത് കൂടുതൽ. തങ്ങളുടെ ഇരയെ മാനസികമായി നിലംപരിശാക്കുക എന്ന ഉദ്ദേശത്തോടെ അവർക്കെതിരെ ദുഷ്പ്രചരണം നടത്തുക, അവരുടെ കുറവുകളെ ഊതിപെരുപ്പിച്ച് ആക്ഷേ പിക്കുകയും തദ്വാരാ അവരുടെ ആത്മവിശ്വാസം നശിപ്പിക്കുകയും ചെയ്യുക. സാഡിസം എന്ന മനോവൈകല്യമാണ് ഇത്. ആരെയും തേജോവധം ചെയ്യുവാനുള്ള ഒരു മനസ്, ആരും തങ്ങളെ തിരഞ്ഞുവരില്ല എന്ന ചിന്ത, സഹജീവികളുടെ വികാരങ്ങളോട്ടുള്ള കരുതലില്ലായ്മ എന്നിവയാണ് സൈ ബർ ബുള്ളിയിംഗ് എന്ന കുറ്റകൃത്യത്തിലേക്ക് ആളകളെ എത്തിക്കുന്നത്.

അമേരിക്കൻ കൗമാരക്കാരിൽ നാലിൽ ഒരാൾ ഇപ്രകാരമുള്ള സൈബർ ബ്ലള്ളിയിംഗ് മൂലം വിഷമം അനുഭവിക്കുന്നവരാണ്. വളരെ നിസ്സാരമായി തോന്നാമെങ്കിലും അമേരിക്ക ഉൾപ്പെടെ പല പ്രധാന പാശ്ചാത്യരാ ജ്യങ്ങളുടെയും പ്രധാന സമൂഹപ്രശ്നങ്ങളിൽ ഒന്നാണിത്. സമൂഹത്തിൽ പെരുകുന്ന മനഃശാസ്ത്ര പ്രശ്നങ്ങൾ, കുറ്റകൃത്യങ്ങൾ, ആത്മഹത്യ, ലഹരി ഉപയോഗം തുടങ്ങിയവയ്ക്കൊക്കെ സൈബർ ബ്ലള്ളിയിംഗ് കാരണമാ കുന്നുണ്ട്. നിയന്ത്രണങ്ങളില്ലാതെ അനന്തമായി ലഭിക്കുന്ന ഇന്റർനെറ്റ് കണക്ടിവിറ്റി, തുച്ഛമായ തുകക്ക് ലഭിക്കുന്ന സെൽഫോണുകൾ ഇവയൊ ക്കെ വിവരസാങ്കേതികവിദ്യയെ ജനാധിപത്യവൽക്കരിച്ചു. എന്നാൽ ഇവ ക്രിമിനൽ വാസനയുള്ളവർക്ക് ചുവപ്പ് പരവതാനി വിരിക്കുക കൂടി ചെയ്തു. ഈ സൈബർ ലോകത്ത് നിയമങ്ങൾ, നിർദ്ദേശങ്ങൾ, മാന്യതകൾ, സഭ്യത ഇവയൊക്കെ പാലിക്കപ്പെടുന്നുണ്ടോ എന്ന് നിരീക്ഷിക്കുവാൻ ഇപ്പോഴുള്ള സംവിധാനം തീർത്തും അപര്യാപ്തമാണ്.

## അല്പം ബ്ലവെയിൽ ചരിത്രം

ഒരുപക്ഷേ ഒരിക്കലും ഇല്ലാത്ത ഒരു കാര്യത്തിന് ഏറ്റവുമധികം പ്ര ചാരം ലഭിച്ച ഒരു കാര്യമായിരിക്കും ബ്ലൂ വെയിൽ ചലഞ്ച്. ഒരുകാലത്ത് നടന്ന സകല കൗമാര ആത്മഹത്യകളും ബ്ലവെയിൽ എന്ന സാങ്കല്പിക ഗെയിമിൽ ആരോപിക്കുകയാണ് മാദ്ധ്യങ്ങൾ ചെയ്തത്. കേട്ടുകേൾവികളും ഊഹാപോഹങ്ങളുമല്ലാതെ ബ്ലവെയിൽ ചലഞ്ച് എന്നൊരു കളി ഉണ്ടെന്ന് വസ്തുതാപരമായി തെളിയിക്കാൻ ഇതുവരെ ലോകത്ത് ഒരു അന്വേഷണ ഏജൻസികൾക്കും കഴിഞ്ഞിട്ടില്ല.

ഇൻവെസ്റ്റിഗേറ്റീവ് ജേർണലിസത്തിന്റെ റഷ്യയിലെ മൊത്തക്കച്ച വടക്കരായ Novaya Gazetta എന്ന പത്രം 2016 മെയ് മാസത്തിൽ സംഭ്രമജനകമായ ഒരു ലേഖനത്തിലൂടെ ലോകത്തെ ഞെട്ടിച്ചു. പൂ ർണ്ണമായും ഊഹാപോഹങ്ങളുടെ അടിസ്ഥാനത്തിൽ തയ്യാറാക്കിയ ഈ ലേഖനത്തിൽ പറയുന്ന കാര്യങ്ങൾ റഷ്യയിലെ വിവിധ കുറ്റാന്വേഷക ഏജൻസികളും സൈബർ സുരക്ഷാ രംഗത്ത് പ്രവർത്തിക്കുന്നവരുമെല്ലാം അന്വേഷിച്ചുവെങ്കിലും അതിൽ വലിയ വാസ്തവമൊന്നുമില്ലെന്ന് കണ്ടെത്തി. മാത്രമല്ല, ഈ ലേഖനത്തിൽ പറയുന്ന ആത്മഹത്യകളിൽ ഒരെണ്ണം പോലും ബ്ലവെയിൽ ചലഞ്ചുമായി ബന്ധിപ്പിക്കാനുള്ള യാതൊരുവിധ തെളിവുകളും കണ്ടുപിടിക്കാനായില്ല.

എന്താണ് ബ്ലവെയിൽ ചെയ്യുന്നതെന്നും മറഞ്ഞിരിക്കുന്ന വെല്ലുവിളികൾ എന്തെല്ലാമാണെന്നും, എന്തൊക്കെ തരത്തിലുള്ള ഫോട്ടോകളാണ് പുറത്തു വിട്ടിരിക്കുന്നത് എന്നും അവസാനത്തെ ചലഞ്ച് ആത്മഹത്യ ചെയ്യുകയാ

ണെയുമെല്ലാം പകൽപോലെ വ്യക്തമാണ്. ഇന്റർനെറ്റ് ഉൾപ്പെടെയുള്ള മാ ദ്ധ്യമങ്ങളിലെല്ലാം ഇത് ലഭ്യമാണ്. അപ്പോൾ എങ്ങനെയാണ് ഇതൊരു ചലഞ്ച് ആകുന്നത്?

മുകളിൽ പറഞ്ഞ 50 നിർദ്ദേശങ്ങളാണ് ഒരാൾ തരാൻ പോകുന്നതെന്നും, അവസാനം നമ്മൾ തന്നെ പോയി സ്വന്തം ചെലവിൽ മരിക്കണം എന്നും പറയുന്ന ഒരാളടെ കൂടെ എത്ര പേർ കൂട്ടം? ഞാൻ അവസാനം നിങ്ങളെ കൊന്നുതരാം എന്നായിരുന്ന വാഗ്ദാനം എങ്കിൽ കുറച്ചാളകൾ എങ്കിലും കൂടെക്കൂട്ടമായിരുന്ന എന്നു വിചാരിക്കാം. പൂർണ്ണമായും ഒരു മാദ്ധ്യമസൃഷ്ടി മാത്രമായിരുന്ന ബ്ലൂവെയിൽ ഗെയിം.

## ഡീപ് വെബ്

നമ്മൾ പുറത്ത് കാണുന്ന അധോതലത്തിലുള്ള ഇന്റർനെറ്റിനെക്കാളും വളരെ വലുതാണ് ഡീപ് വെബ്. ആകെ ഇന്റർനെറ്റിന്റെ 85% അധികം ഡീപ് വെബ് ആണത്രേ. ഉദാഹരണമായി ഫേസ്ബുക്കിലെ പ്രൈവറ്റ് ഷെ യറുകൾ, പ്രൈവറ്റ് ചാറ്റുകൾ, ക്ലോസ്ഡ് ഗ്രൂപ്പുകൾ, വാട്സാപ്പ് മെസേജുകൾ, ടെലഗ്രാം ചാറ്റുകൾ തുടങ്ങി ഇന്റർനെറ്റ് ബാങ്കിംഗ് ഡാറ്റകൾ, പാസ്‌വേഡ് ഉപയോഗിച്ച് പ്രവേശിക്കാവുന്ന ചർച്ചാഫോറങ്ങൾ, സർവകലാശാല ഗവേഷണ വിവരങ്ങൾ, സർക്കാർ വിവരങ്ങൾ, സൈനിക വിവരങ്ങൾ തുടങ്ങി വിവിധ ഭാഷകളിൽ വിവിധ സ്വകാര്യ ആവശ്യങ്ങൾക്ക് ഉപയോഗി ക്കപ്പെടുന്നതും പൊതുജനങ്ങൾക്ക് ലഭ്യമല്ലാത്തതുമായ എല്ലാ വിവരങ്ങളും ഡീപ്പ് വെബ്ബിലാണ് ഉള്ളത്.

ഡീപ്പ് വെബ്ബിലുള്ള അധോലോകമാണ് ഡാർക്ക് നെറ്റ്. കൂടുതലായും നിയമവിരുദ്ധമായ വ്യാപാരമാണ് ഇവിടെ നടക്കുന്നത്. അടുത്തിടെ ഒരു ഡാർക്ക് നെറ്റ് കോടീശ്വരനെ പോലീസ് കൂടുക്കിയിരുന്ന. നിയമവിരുദ്ധ വ്യാപാരങ്ങൾ, മയക്കുമരുന്ന്, വേശ്യാവൃത്തി, ആയുധവ്യാപാരം, വാടക കൊലകൾ, ആയുധങ്ങൾ തുടങ്ങിയവയൊക്കെയാണ് ഇവിടെ നടക്കുന്നത്. എന്നാൽ ബ്ലൂവെയിൽ ചലഞ്ച് അതിലൊന്നും പെടുന്നുമില്ല.

## സാങ്കേതികവിദ്യ നമ്മുടെ ശത്രുവോ?

ഇന്റർനെറ്റിന്റെയും സെൽഫോണിന്റെയും മറ്റേത് സാങ്കേതിവിദ്യയെയും ശത്രുവായി കാണാനുള്ള പ്രേരണ ഇങ്ങനെയുള്ള അവസരങ്ങളിൽ ഉണ്ടാ കുന്നത് സ്വാഭാവികമാണ്. എന്നാൽ ഓർക്കുക നമ്മൾ ഇന്നനുഭവിക്കുന്ന സകല സുഖസൗകര്യങ്ങളടെയും അടിസ്ഥാനം ശാസ്ത്രസാങ്കേതിക മുന്നേ

റ്റങ്ങളും അതിന്റെ ഫലപ്രദമായ ഉപയോഗവ്വുമാണ്. ഒരു കത്തി കയ്യിൽ എടുത്ത്, ഇത് കഴുത്തറക്കാനുള്ള ഉപകരണം മാത്രമാണ് എന്ന് പറയുന്നതു പോലെ തന്നെയാണ് സാങ്കേതികവിദ്യ ഒഴിവാക്കാൻ ശ്രമിക്കുന്നത്.

**അപകടം ഒരു നിഴലായി അടുത്തുണ്ട്.**

നിങ്ങളുടെ കുട്ടി വളർന്നുവരുമ്പോൾ ചുറ്റുമുള്ള അപകടങ്ങളും കൂടും. കുട്ടികൾ വീട്ടിനുള്ളിലും വീടിനുപുറത്തും എന്താണ് ചെയ്യുന്നതെന്ന് മനസ്സി ലാക്കുക. അവരുമായി ശരിയായ ആശയവിനിമയം നടത്തുക. അവർക്ക് ധൈര്യവും മനസ്സുറപ്പും സ്വന്തമായി കാര്യങ്ങൾ ചെയ്യുവാനുമുള്ള പ്രോത്സാഹ നം നല്കുക. നിങ്ങളുടെ സകല ശ്രദ്ധയുടെയും കേന്ദ്രം അവരാണെന്ന ചിന്ത ഒരിക്കലും അവരിൽ ഉണ്ടാക്കി വെക്കരുത്.

വളരെ ചെറുപ്പം മുതൽ തന്നെ അവരെ ചെറിയ ചെറിയ ഉത്തരവാദി ത്വങ്ങൾ ഏല്പിക്കുക. കമ്പ്യൂട്ടറിന്റെയും മറ്റ് ഡിജിറ്റൽ ഉപകരണങ്ങളുടെയും എല്ലാം ഉപയോഗം നിരീക്ഷിക്കുകയും അവ നിരീക്ഷിക്കാനുള്ള അവകാശം നിങ്ങൾക്കുണ്ടെന്ന് അവരെ ബോധ്യപ്പെടുത്തുകയും ചെയ്യുക. ശാസ്ത്രീയ മനോവൃത്തിയും പൗരബോധവും ലൈഫ് സ്കിൽസും അവരെ കൃത്യമായി പരിശീലിപ്പിക്കുക.

# ചില പ്രകൃതിവിരുദ്ധ ചിന്തകൾ

ഒരിക്കൽ അമ്മാവന്റെ വീട്ടിൽ ചെന്നപ്പോൾ, അദ്ദേഹത്തിന്റെ മകൻ അമേരിക്കയിൽനിന്ന് അയച്ചുകൊടുത്ത ഒരു വിശിഷ്ടവസ്തു എന്നെ കാണിച്ചു. ഇത് എല്ലാ ദിവസവും കഴിക്കുന്നതുകൊണ്ട് ആരോഗ്യം പുഷ്ടിപ്പെട്ടുവത്രെ!

സംഭവം എന്താണെന്നു വെച്ചാൽ, നമ്മുടെ നാട്ടിലെ മഞ്ഞൾപ്പൊടി

മഞ്ഞൾ ഔഷധമാണെന്നും അമൃതാണെന്നും അമ്മാവൻ വാദിച്ചു. എല്ലാ ദിവസവും ഒരു വേപ്പില, ഒരു ടീസ്പൂൺ മഞ്ഞൾ, തുളസി എന്നിവ യൊക്കെ കഴിക്കുന്നത് ആരോഗ്യത്തിന് വളരെ നല്ലതാണത്രെ! അതിൽ ഔഷധഗുണമുണ്ടത്രെ!

ഞാൻ പറഞ്ഞു. തീർച്ചയായും ഉണ്ട്. പക്ഷേ അസുഖമില്ലാതെ എന്തിനാണ് നിങ്ങൾ മരുന്ന് കഴിക്കുന്നത്? എല്ലാ ദിവസവും നിങ്ങൾ ഒരു പരാസെറ്റാമോൾ വീതം വെറുതെ കഴിക്കുമോ? നല്ല ഔഷധഗുണമുള്ള സാധനമല്ലേ അത്?

അങ്ങനെ പറയാമോ, മഞ്ഞൾ നാച്ചറൽ അല്ലേ?

അമ്മാവനും ഞാനുമായുള്ള ആരോഗ്യചർച്ച പുരോഗമിച്ചു.
അതെ, ഈ നാച്ചറൽ വിഷങ്ങൾ (മരുന്ന് വലിയ തോതിൽ ആകുമ്പോൾ വിഷമാകുമല്ലോ) എല്ലാ ദിവസവും കഴിക്കുന്നത് ശരീരത്തിൽ അടിഞ്ഞുകൂടി വിഷമായി മാറും (Cumulative Poisoning). കാരണം മഞ്ഞളിലെ ഏതെങ്കിലും ഒരു കെമിക്കൽ മോളിക്യൂളായിരിക്കും അതിന് ഔഷധഗുണം നല്ലുന്നത്. ആ ഒരു മോളിക്യൂൾ ഉൾപ്പെടെ അനേകം കെമിക്കലുകളുടെ മോളിക്യൂളകൾ മഞ്ഞളിൽ ഉണ്ട്. ഇവയാണ് ദിവസവും നിങ്ങളിൽ വലിയ അളവിൽ അടിഞ്ഞുകൂടുന്നത്. ഇവ അടിഞ്ഞുകൂടി വിഷമായി പരിണമിക്കും.

## പ്രകൃതിദത്തം

പ്രകൃതിവാദം, പ്രകൃതിദത്തം ഇവയൊക്കെ നമ്മൾ വളരെയധികം കേൾക്കുന്ന പദങ്ങളാണ്. പ്രകൃതിദത്തമാണ് എന്ന ഒറ്റക്കാരണംകൊണ്ട് അവ വളരെ മികച്ചതും ഒരുതരത്തിലും ദൃഷ്യഫലങ്ങൾ ഇല്ലാത്തതുമാണെന്ന് ധരിക്കുകയും പലതും പലയും എടുത്ത് ആഹാരമാക്കുകയും ചെയ്യുന്നു. ഇത് വളരെ അപകടകരമായൊരു പ്രവർത്തിയാണ്. പ്രകൃതിവിരുദ്ധമായി നീ ങ്ങിയതുകൊണ്ട് മാത്രമാണ് ഈ മനുഷ്യസമൂഹം ഇന്നും അതിജീവിക്കുന്നത്. അങ്ങനെ പ്രകൃതിവിരുദ്ധമായി ചെയ്ത എല്ലാത്തിന്റെയും ഫലമാണ് നമ്മൾ ഇന്നനുഭവിക്കുന്ന കൃഷി, ശാസ്ത്രം, സാങ്കേതികവിദ്യ, ആധുനിക വൈദ്യം, യാത്രാസൗകര്യങ്ങൾ, ഭക്ഷണ സുലഭത എല്ലാം. എന്നാൽ പ്രകൃതിദത്തമായ ഒരുപാട് വിഷവസ്തുക്കളും പ്രകൃതിയിലുണ്ട്. ഉദാഹരണം പാമ്പിന്റെ വിഷം, ഒതളങ്ങ പോലുള്ളവ. മാത്രമല്ല, എല്ലാത്തിന്റെയും ഡോസ് (അളവ്) അനുസരിച്ചാണ് അത് വിഷമാണോ അല്ലയോ എന്ന് നമ്മുടെ ശരീരം തീരുമാനിക്കുന്നത്. ഒരുപാട് വെള്ളം കുടിക്കുന്നതുപോലും കിഡ്നിക്ക് ക്ഷീണമാണ് എന്നോർക്കുക.

## പ്രകൃതിദത്തമായ വിഷം (Naturalistic fallacy)

മനുഷ്യശരീരത്തിന്റെ അവയവങ്ങളുമായി സാമ്യമുള്ള ചെടികൾ, പഴങ്ങൾ, കിഴങ്ങുകൾ, വേരുകൾ തുടങ്ങിയവയൊക്കെ ആരോഗ്യത്തിന് നല്ലതാണെന്ന വാദമാണിത്. വില്ല്യം കോളിൻസിനെ പോലെയുള്ളവർ ഇതിനൊരു ദൈവശാസ്ത്രപരമായ വിശദീകരണം നല്കുന്നു. ഈ പഴ ങ്ങൾക്ക് മനുഷ്യശരീരത്തിന്റെ ആകൃതി നല്കുക വഴി എന്താണ് ഓരോ അവയവത്തിന്റെയും രോഗത്തിനുള്ള മരുന്ന് എന്ന് ദൈവം മനുഷ്യന് കാണിച്ചുതന്നിരിക്കുന്നു. ഈ വാദം അനേകം മരണത്തിനും മാറാരോഗങ്ങ ൾക്കും കാരണമായിട്ടുണ്ട്.

റൈനോസറസ് എന്ന മൃഗത്തിന്റെ കൊമ്പ് ലൈംഗിക ഉത്തേജനത്തി ന് കാരണമാകുമെന്ന് അതിന്റെ കൊമ്പിന്റെ രൂപം കണ്ടപ്പോൾ മനുഷ്യന് തോന്നി. കാരണം ഉദ്ധരിച്ച നില്ക്കുന്ന ഒരു ലിംഗത്തിന്റെ രൂപമുണ്ട് അതിന്. അങ്ങനെ ഈ കൊമ്പ് ശേഖരിക്കാനായി ഈ മൃഗത്തെ മനുഷ്യൻ തിരഞ്ഞു പിടിച്ച് കൊല്ലുകയും കൊമ്പ് അരച്ച് ഔഷധങ്ങൾ ഉണ്ടാക്കുകയും, പലരും അതിൽ നിന്ന് പണം കൊയ്യുകയും ചെയ്തു. അതിന്റെ ഫലമാകട്ടെ സ്വാഭാ വികമായ ഒരു ഇരപിടിയന്മാർ (natural predator) ആരും ഇല്ലാത്ത റൈ നോ എന്ന മൃഗം വംശനാശ ഭീഷണിയിലായി.

ശരീരത്തിൽ പഞ്ചസാരയുടെ അളവു കൂടുന്നതുകൊണ്ടാണ് പ്രമേഹം ഉണ്ടാകുന്നത്. അപ്പോൾ മധുരത്തിന് വിരുദ്ധമായ കാന്താരിമുളക്, കയ്പ്പുള്ള പാവയ്ക്ക എന്നിവയൊക്കെ പ്രമേഹം കുറയ്ക്കും എന്ന് ആളുകൾ ധരിച്ചു. പാവ യ്ക്കാനീര് ധാരാളമായി കുടിച്ച പലരുടെയും വൃക്ക തകരാറിലാവുകയും കാന്താ രിമുളക് അനാവശ്യമായി കഴിച്ചവരുടെ അന്നനാളത്തിൽ പൊള്ളലേല്ക്കുകയും മറ്റു രോഗങ്ങൾക്ക് കാരണമാവുകയും ചെയ്തു.

കൊറോണ വന്നപ്പോൾ നമ്മുടെ നാട്ടിൽ ആദ്യം പരീക്ഷിച്ചത് ഗോമൂത്രം, പഞ്ചഗവ്യം, യോഗ, ഗംഗാജലം തുടങ്ങിയവ കൊണ്ടുള്ള ചികിത്സയാണ്. അതുപോലെ തന്നെ മഞ്ഞൾ എന്തോ അതിവിശിഷ്ടവസ്തുവായതുകൊണ്ട് അതിൽനിന്ന് കൊറോണയ്ക്കുള്ള മരുന്ന് കണ്ടുപിടിക്കുവാൻ നമ്മുടെ ഒരു സർവകലാശാല വൈസ് ചാൻസലർ ഉൾപ്പടെ മുമ്പോട്ട് ഇറങ്ങിയിട്ടുണ്ട്. എല്ലാവിധ ഭാവുകങ്ങളും.

മേൽപറഞ്ഞ മഞ്ഞൾ മാത്രമല്ല, ഭൂമിയിലുള്ള ഒരുപാട് വിഷവസ്തുക്കളിൽ നിന്നും മരുന്ന് കണ്ടുപിടിച്ചിട്ടുണ്ട് എന്ന കാര്യം മറക്കുന്നില്ല. പക്ഷേ അവ യിലെ മോളിക്കൂൾ വേർതിരിച്ച എടുത്ത് മില്ലിഗ്രാം കണക്കിലാണ് നമ്മൾ മരുന്നായി ആധുനികവൈദ്യത്തിൽ ഉപയോഗിക്കുന്നത്.

## ചില പ്രകൃതിവിരുദ്ധ ചിന്തകൾ

ലോകത്തിലെ ഏറ്റവും വലിയ സർപങ്ങളിൽ ഒന്നാണ് അനാകോണ്ട. സൗത്ത് അമേരിക്കൻ വനങ്ങളിലാണ് ഇത് കാണപ്പെടുന്നത്. മൈസൂരിലെ സൂവിൽ ഒരു കണ്ണാടി ചില്ലിനുള്ളിൽ നിന്ന് നോക്കിയാൽ ഒരു അനാക്കോ ണ്ടയെ കാണാം. ആ ജീവിയെക്കുറിച്ചുള്ള വിവരണങ്ങളിൽ ഇങ്ങനെ എഴുതിയിരിക്കുന്നു.

ഇതിന്റെ കാട്ടിലെ ആയുസ്സ് 10 വർഷമാണ്. ഈ ജീവിയെ മനുഷ്യർ പി ടിച്ചവെക്കുമ്പോൾ അതിന്റെ ആയുസ് എത്രയാകും എന്നറിയുമോ? എത്രയെ ന്നാണ് നിങ്ങൾ കരുതുന്നത്? മനുഷ്യർ പിടിച്ചവെക്കുമ്പോൾ അതിന്റെ ആയു സ് 8 മുതൽ അഞ്ച് വർഷമായി കുറയും എന്നായിരിക്കും നിങ്ങൾ കരുതുന്നത്. ഞാൻ ഈ ചോദ്യം പലരോട്ടും ചോദിച്ചപ്പോഴും ഇതേ ഉത്തരമാണ് എനിക്ക് ലഭിച്ചത്.

കാട്ടിൽ ജീവിക്കുന്ന ഈ ജീവിയെ നമ്മൾ സംരക്ഷിക്കുമ്പോൾ അതിന്റെ ആയുസ് 20 വർഷമായി വർദ്ധിക്കുകയാണ് ചെയ്യുന്നത്. ഇതുപോലെ തന്നെ യാണ് അനേകം ജീവികളുടെ കാര്യം. പ്രകൃതിയുടെ സ്വഭാവികവിധിക്ക്

കീഴടങ്ങിയിരുന്നെങ്കിൽ ഈ ഭൂമിയിൽനിന്ന് പണ്ടേ അപ്രത്യക്ഷമാകാവുന്ന ചില ജീവവർഗ്ഗങ്ങളുടെ പേര് പറയാം. അതിൽ ഏറ്റവും പ്രധാനം മനുഷ്യൻ തന്നെയാണ്.    ഇനി മനുഷ്യർ സംരക്ഷിക്കുന്നതുകൊണ്ട് മാത്രം ഇന്നും ഈ ഭൂമുഖത്ത് അവശേഷിക്കുന്ന അനേകം ജീവികളുണ്ട്.  അതിൽ ഏറ്റവും പ്രധാനം ജയന്റ് പാണ്ഡയാണ്. ലക്ഷകണക്കിന് ഡോളറാണ് ചൈനീസ് സർക്കാർ ഈ ജീവിയെ സംരക്ഷിക്കുവാൻ വേണ്ടി ചെലവഴിക്കുന്നത്.

കോഴി, പശു, ആട്, നായ്ക്കൾ, താറാവ് ഇവയൊക്കെ ഇന്നും ജീവിച്ചിരി ക്കുന്നത് മനുഷ്യർ അവയുടെ നിലനിൽപ് ആഗ്രഹിക്കുന്നതുകൊണ്ടാണ്. കാരണം കാട്ടിൽ ജീവിക്കുവാൻ വേണ്ട സ്വഭാവിക അതിജീവനചോദന (Survival Instincts) ഒന്നും ഈ ജീവികളിൽ അവശേഷിക്കുന്നില്ല. കടുവകൾ മുഴുവൻ ചത്തുപോകുന്നു എന്ന് വിലപിച്ച് മനുഷ്യൻ കടുവകളെ സംരക്ഷിക്കാൻ തുടങ്ങി.  അതും കോടിക്കണക്കിന് രൂപ ചെലവിട്ട്.  നല്ല കാര്യം. എന്നാൽ നമ്മുടെ പല കാട്ടുകളിലും പല ജീവികളുടേയും ഭീകരമായ പെരുപ്പം തന്നെ ഉണ്ട്.  അത് മനുഷ്യന്റെ നിലനില്പിനെ ബാധിക്കും.  കാട്ട പോത്തുകൾ, പന്നികൾ, ആന, കടുവകൾ, പുലികൾ, മയിലുകൾ തുടങ്ങിയവ ക്രമാതീതമായി വർദ്ധിക്കുകയും മനുഷ്യന്റെ സ്വത്തിനും ജീവനും പ്രശ്നമായി വരികയും ചെയ്യുന്നുണ്ട്.

കുറച്ച മാസങ്ങൾക്ക് മുമ്പ് ഒരു മയിൽ മുമ്പിൽ ചാടിയത് മൂലം ബൈ ക്കിൽ സഞ്ചരിച്ചിരുന്ന ദമ്പതികളിൽ ഒരാൾ ദാരുണമായി കൊല്ലപ്പെട്ടു. പത്രങ്ങളിൽ വന്ന ഫോട്ടോ വളരെ ശ്രദ്ധേയമാണ്.  മയിലിന്റെ ജഡം വനപാലകർ ബഹുമാനത്തോടെ ഏറ്റുവാങ്ങുന്നു.  മറ്റൊരു ചിത്രത്തിൽ വണ്ടിതട്ടി മരിച്ച ഒരു മയിലിനെ ദേശീയ പതാക പുതപ്പിച്ച വനപാലകർ സല്യൂട്ട് ചെയ്യുന്നു.  വാർത്ത ഇങ്ങനെയായിരുന്നു. "മയൂരത്തിന് ആദരം." ദിവസവും ലക്ഷക്കണക്കിന് കോഴികളെ നമ്മൾ കൊന്നതിനമ്പോൾ ഈ ആദരം തോന്നാറില്ലേ?  മയിൽ തട്ടി മനുഷ്യജീവൻ നഷ്ടപ്പെട്ടതിന് സർക്കാർ നഷ്ടപരിഹാരം കൊടുക്കുമോ? അവർക്ക് ഇൻഷുറൻസ് പോലും വനപാലകരുടെ നിസ്സംഗ അവസ്ഥകൊണ്ട് തടസ്സപ്പെട്ടു എന്നാണ് അറിയു വാൻ കഴിഞ്ഞത്.

മയിലുകൾ നാട്ടിലേക്ക് ഇറങ്ങാൻ കാരണമായി സർക്കാരും മാദ്ധ്യമങ്ങളും കണ്ടെത്തിയ കാര്യങ്ങളാണ് വിചിത്രം.   കേരളം ഭാവിയിൽ മരുഭൂമിയാകു മത്രേ.   മയിലുകൾ ഉൾപ്പടെയുള്ള വന്യജീവികൾ കൂട്ടത്തോടെ പെരുകി കാട്ടിൽ സ്ഥലമില്ലാതെയായി എന്ന നിസ്സാരയുക്തി ഇവർക്ക് ദഹിക്കില്ല.

## മൃഗാധിപത്യം വരുമ്പോൾ

എന്റെ ഒരു സുഹൃത്ത് ബംഗളൂരിൽ ഒരു ഫ്ളാറ്റ് വാങ്ങി. ഒരു വർഷത്തി നുള്ളിൽ അവളത് വലിയ നഷ്ടത്തിന് വിറ്റ് സ്ഥലം കാലിയാക്കി. പ്രശ്നം, കുരങ്ങ് ശല്യം. കതക് തുറന്നിട്ടാൽ കുരങ്ങ് കൂട്ടമായി വന്ന അകത്ത് കയറും. അതിന് സാധിച്ചില്ലെങ്കിൽ ജനലിൽ തൂങ്ങിനിന്ന് അകത്തേക്ക് വിസർ ജ്ജനം നടത്തും. കുട്ടികളെയും മറ്റവരെയും ഉപദ്രവിക്കും, പച്ചക്കറികളും പഴങ്ങളും കട്ടുകൊണ്ടുപോകും. കുരങ്ങിനെ കൈകാര്യം ചെയ്താൽ മതവികാ രം വ്രണപ്പെടും. മാത്രമല്ല കേസ് വേറെയും.

ഏലക്കൃഷിയുള്ള ഒരു സുഹൃത്ത് പറഞ്ഞതാണ് ഏലം നട്ടുകഴിഞ്ഞാൽ കുരങ്ങ് വന്ന് അത് ഒരു കൈകൊണ്ട് പിടിക്കും, എന്നിട്ട് മനുഷ്യരെ നോ ക്കിയിരിക്കും. എറിയാൻ കല്ലെടുത്താൽ ഏലം പിഴുത് കളഞ്ഞു നമ്മളെ നോക്കി ഇളിച്ച കാണിക്കും. ഇതുപോലെ തന്നെ കുരങ്ങ് കൂട്ടത്തോടെ വന്ന് തെങ്ങ് മുഴുവൻ നശിപ്പിക്കും. ആയിരക്കണക്കിന് കരിക്കകൾ ഒരു ദിവസം അത് വെറുതെ പറിച്ച താഴേക്കിടും. എന്റെ വീടിന് പുറകിൽ ഒരു കുറച്ച മാവുണ്ട്. എന്നാൽ ഒരു മാങ്ങ പോലും പഴമായിട്ട് പറിച്ച തിന്നാൻ സാധിക്കാറില്ല. കുരങ്ങുകൾ കൂട്ടമായി വന്ന് മാങ്ങ പറിച്ച കടിച്ചിട്ട പോകും. ഇതുപോലെ തന്നെ മനുഷ്യന് ശല്യം സൃഷ്ടിക്കുന്ന ജീവികളാണ് മയിലുകൾ. ചെടികളും പുഷ്പങ്ങളും വിളകളും അത് കൊത്തിപറിച്ചിടും. ഓട്ടുമേഞ്ഞ പുരയുടെ മേൽക്കൂര പോലും ഇത് നശിപ്പിക്കും.

ആന കരിമ്പിൻ കാട്ടിൽകയറിയ പോലെ എന്ന് ഒരു ചൊല്ലതന്നെയു ണ്ട്. ഒരാവശ്യവും ഇല്ലെങ്കിലും ആന പുറത്തേക്കിറങ്ങി വന്നു മനുഷ്യന്റെ കൃഷി യും പുരയും നശിപ്പിക്കും. അതിൽ വനംവകുപ്പ് ചെയ്യുന്ന ഉപകാരം പ്രത്യേ കം എടുത്തുപറയേണ്ടതുണ്ട്. പുൽമേടുകളായിരുന്ന സ്ഥലം മുഴുവൻ മരം വെ ച്ച് പിടിപ്പിച്ച അവർ സഹായിച്ചു. ഇപ്പോൾ ആനയ്ക്ക് തിന്നാൻ പുല്ല് ഇല്ല. അവ നാട്ടിലേക്ക് ഇറങ്ങാൻ തുടങ്ങി. അനേകായിരം ഏക്കർ കൃഷിയാണ് മാനുക ളും മയിലുകളും പന്നികളും കുരങ്ങുകളും ആനകളും കൂടി നശിപ്പിക്കുന്നത്. കർ ഷകർ പൊറുതിമുട്ടി പട്ടിണിയിൽ ആയിരിക്കുന്നു. ഇവയുടെയൊക്കെ സംഖ്യ ക്രമാതീതമായി തന്നെ വർദ്ധിച്ചിരിക്കുന്നു. അവ മനുഷ്യനു ഭീഷണിയാണ്.

ആമസോൺ വനാന്തരങ്ങളിലെ ഒരു ഭാഗത്ത് പ്രത്യേക തരത്തിൽ പ്പെട്ട ചില മാനുകളുണ്ടായിരുന്നു. അവയെ വേട്ടയാടിയിരുന്ന പുലികളും അവയ്ക്കൊപ്പം ജീവിച്ചു. എന്നാൽ മാനുകൾ വേട്ടയാടപ്പെടുന്നല്ലോ എന്ന വേവലാതികൊണ്ട് സർക്കാർ ഒരു വേലികെട്ടി, മാനുകളെ പുലികളിൽ നിന്നു രക്ഷിച്ചു. മാനുകൾ കൂട്ടത്തോടെ പെറ്റുപെരുകി. അവിടത്തെ പുൽ പ്രദേശങ്ങൾ മുഴുവൻ വരണ്ടുണങ്ങി. ഫലമോ മാനുകൾ തീറ്റ കിട്ടാതെ

ചത്തൊട്ടങ്ങുകയും ചെയ്യും.

നമ്മുടെ നാട്ടിൽ ഈയിടെ അതിവിചിത്രമായ ഒരു സംഭവം നടന്നു. മൂർഖന്റെ 35 മുട്ടകൾ വനപാലകർ അടവെച്ചുവിരിയിച്ച് ജനവാസമുള്ള സ്ഥലത്ത് കൊണ്ടുവിട്ടു. മൃഗസ്നേഹം കൂടി തലയ്ക്ക് ഓളം വന്നാൽ ചെയ്യുന്ന ഒരു നടപടി എന്ന് മാത്രമേ ഇതിനെ പറയാൻ സാധിക്കുകയുള്ളൂ. സ്വയം രക്ഷപെടാൻ വേണ്ടിയുള്ള ശ്രമത്തിൽ ഒരു പുലിയെ കൊന്നു എന്ന പേ രിൽ തൊട്ടുപഴയിൽ ഒരാൾ ഇപ്പോഴും ജയിലിലാണ്.

മൃഗങ്ങൾ മനുഷ്യന് എപ്പോൾ ഭീഷണിയാകുന്നുവോ അവയെ അപ്പോൾ കൂട്ടത്തോടെ തന്നെ കൊന്നൊട്ടുക്കുന്ന ഒരു സംവിധാനം ഉണ്ട്. Animal Culling എന്ന അറിയപ്പെട്ടുന്ന ഈ നടപടിയാണ് മിക്ക രാജ്യങ്ങളും സ്വീകരിച്ചവരുന്നത്. അനേകായിരം പ്രാവുകളെയും ലക്ഷക്കണക്കിന് കങ്കാരുക്കളെയും മുയലുകളെയും ഒട്ടകങ്ങളെയും ഓസ്ട്രേലിയ, യു. എ. ഇ., ഇംഗ്ലണ്ട് തുടങ്ങിയ രാജ്യങ്ങളൊക്കെ കൊന്നൊട്ടുക്കിയിട്ടുണ്ട്. ഇല്ലെങ്കിൽ ഇവ അനിയന്ത്രിതമായി പെരുകി മനുഷ്യന്റെ ആവാസ വ്യവസ്ഥയ്ക്ക് ഭീഷണിയാകും. കാനഡയിലും അമേരിക്കയിലും മാനുകളെ വേട്ടയാടാൻ പ്രത്യേകസമയം നിശ്ചയിച്ചിട്ടുണ്ട്.. ഇല്ലെങ്കിൽ അവ കൂട്ടത്തോടെ പെറ്റുപെ രുകി വാഹനങ്ങൾക്ക് മുമ്പിൽ ചാടി അപകടങ്ങൾ ഉണ്ടാക്കും.

ഇങ്ങനെ മൃഗങ്ങളെ കൂട്ടത്തോടെ കൊന്നൊട്ടുക്കാൻ സർക്കാർ മിന ക്കെട്ടുകയൊന്നും വേണ്ട. പകരം അവയെ കൊന്നതിന്നാൻ അനുവാദം കൊടുക്കുക. എന്നോ ഉണ്ടാക്കിയ നിയമങ്ങൾ കാലഹരണപ്പെട്ടതാണ് എന്ന മനസിലാക്കി തിരുത്താൻ തയ്യാറാവുക. പശുവിന്റെ പേരിൽ മനുഷനെ കൊല്ലുന്ന ഈ രാജ്യത്ത മൃഗാധിപത്യം വരുന്ന ലക്ഷണമാണ്. വനംവകുപ്പ് എന്നാൽ മൃഗങ്ങളുടെ പേരിൽ മനുഷ്യരെ ദ്രോഹിക്കുന്ന ഒരു വകുപ്പ് ആകാതെ മനുഷ്യരെ മൃഗങ്ങളിൽ നിന്ന് സംരക്ഷിക്കേണ്ട കടമക്കൂടി ഉണ്ടെന്ന് ഓർക്കുക. നമ്മൾക്ക് എന്നാണ് ഇനി നേരം വെളുക്കുക.

## ചില പൊതുബോധ ചിന്തകൾ

- മനുഷ്യർ പ്രകൃതി വിരുദ്ധർ ആണ്.

- മനുഷ്യർ ഈ പ്രകൃതിയെ മുഴുവൻ നശിപ്പിക്കുന്നു.

- നമ്മുടെ വനങ്ങളും വൃക്ഷങ്ങളും ഒക്കെ ക്രമാതീതമായി കുറഞ്ഞു വരിക യാണ്.

- പ്രകൃതി നമുക്ക് വേണ്ടത് ഒക്കെ തരുന്നു.

- പ്രകൃതി വിരുദ്ധമായി ജീവിച്ചത് കൊണ്ടാണ് നമുക്ക് ഈ രോഗങ്ങൾ എല്ലാം വരുന്നത്.

- നാച്ചറൽ ആയത് എല്ലാം നല്ലതാണ്.

ഇനി ഈ ചിന്തകളുടെയൊക്കെ മനഃശാസ്ത്രവശങ്ങൾ ഒന്ന് പരിശോധിക്കാം. രണ്ടു കാര്യങ്ങളാണ് പ്രധാനം.

ഒന്ന്: മനുഷ്യർ സൃഷ്ടിയുടെ മകുടമാണ് എന്നും ബാക്കിയുള്ളതെല്ലാം മനുഷ്യർക്ക് വേണ്ടി ഉള്ളതാണ് എന്നുമുള്ള മതപരമായ ചിന്ത.
രണ്ട്: പ്രകൃതിയെന്നു പറയുന്നത് ഒരു ശക്തിയാണെന്നും അത് രക്ഷിക്കുക യും ശിക്ഷിക്കുകയും ചെയ്യും എന്നുമുള്ള മാന്ത്രിക ചിന്ത.

ഈ രണ്ടു ചിന്തകളും തെറ്റാണ്. മനുഷ്യന് വേണ്ടിയാണ് ഈ ഭൂമിയി ല്ലുള്ളതെല്ലാം സൃഷ്ടിച്ചിരിക്കുന്നത് എന്ന് പറയുന്ന അതേ വികലചിന്തയുടെ മറുവശമാണ് ഈ ഭൂമിയെ നശിപ്പിക്കുന്നത് മനുഷ്യനാണെന്ന പ്രകൃതി തീവ്രവാദികളുടെ ചിന്തയും. മനുഷ്യകുലത്തിന്റെ അതിജീവനത്തിന് മുമ്പിൽ രണ്ട് വഴികൾ മാത്രമേ ഉണ്ടായിരുന്നുള്ളൂ. ഒന്നുകിൽ കൂട്ടത്തോടെ മരിക്കുക, അല്ലെങ്കിൽ പ്രകൃതിയിലെ വിഭവങ്ങൾ ചൂഷണം ചെയ്ത് നമുക്ക് എതിരായി നിൽക്കുന്നത് ഇല്ലാതാക്കി അതിജീവിക്കുക. മനുഷ്യർ രണ്ടാമത്തെ വഴി തിരഞ്ഞെടുത്തു.

മനുഷ്യരെയോ മറ്റേതെങ്കിലും ജീവിയെയോ സംരക്ഷിക്കുക എന്നൊ രു ധർമ്മവും പ്രകൃതിക്കില്ല. പ്രകൃതി എന്നൊരു ശക്തിയും ഇല്ല. ഈ പ്രകൃതിയുടെ ഭാഗം തന്നെയാണ് മനുഷ്യർ. പ്രകൃതിയോട് ഇണങ്ങി ജീവിച്ചിരുന്നുവെങ്കിൽ എത്രയോ നൂറ്റാണ്ടുകൾക്ക് മുമ്പ് മനുഷ്യവർഗ്ഗം ഈ ഭൂമിയിൽ നിന്ന് തുടച്ചുമാറ്റപ്പെട്ടേനെ? മനുഷ്യർ തീ കണ്ടുപിടിച്ചതും അതുപ യോഗിക്കുവാൻ പഠിച്ചതും ഒന്നും പ്രകൃതിയുടെ കാരുണ്യമല്ല. കൃഷി തന്നെ പ്രകൃതിവിരുദ്ധമല്ലേ?

ഇനി ജൈവ-ഓർഗാനിക് വാദികളോട്. സ്വാതന്ത്ര്യം കിട്ടി അധികം താമസിയാതെ തന്നെ ഇന്ത്യക്കാർ മുഴുവൻ പട്ടിണികിടന്നു മരിക്കും എന്നാ ണ് പ്രശസ്ത സാമ്പത്തികവിദഗ്ധർ കരുതിയിരുന്നത്. ഇന്ത്യ ഉൾപ്പെടെ ലോകത്തുള്ള സകല മനുഷ്യരും ക്ഷാമം മൂലം നശിച്ചുപോകാത്തതിന് ഒരേ ഒരു കാരണം നിങ്ങൾ പറയുന്ന പ്രകൃതിവിരുദ്ധത തന്നെയാണ്. നമ്മൾ ശാ സ്ത്രീയമായ കൃഷിരീതികൾ അവലംബിച്ചു, ജനിതകമാറ്റം വരുത്തിയ വിളകൾ,

ഇറച്ചി കോഴികൾ, ശാസ്ത്രീയമായ ക്ഷീരകൃഷി ഇവയെല്ലാം മൂലം ഇന്ന് നമുക്ക് ഭക്ഷണം അധികപ്പറ്റായി. ലോകത്ത് പട്ടിണികിടന്ന മരിക്കുന്നതിന്റെ എത്രയോ ഇരട്ടി ആളുകൾ അമിതവണ്ണം മൂലം മരിക്കുന്നു.

നമ്മുടെ നെൽവയലുകൾ മുഴുവൻ നികത്തി പ്രകൃതിയെ നമ്മൾ നശി പ്പിച്ചു എന്ന് പറയുമ്പോൾ ഒരു കാര്യം ഓർക്കുക. ഒരുകാലത്തു നമ്മുടെ സംസ്ഥാനം മുഴുവൻ വയലുകൾ പൂത്തുലഞ്ഞു നിന്ന സമയത്തു നമുക്ക് നാട്ടി ൽ ആവശ്യത്തിന് അരിയുണ്ടായിരുന്നോ? പണ്ടൊക്കെ നമ്മുടെ നാട്ടിലെ കല്യാണക്കുറികളിൽ ഇങ്ങനെ എഴുതിയിരുന്നു. 'കല്യാണത്തിന് വരുന്നവർ ഒരു പിടി അരിക്കെടി കൊണ്ടുവരിക.' അതിൽ നിന്ന് കാലമെത്രയോ മാറി. അരി എന്നത് വളരെ വിലപിടിപ്പുള്ള, ദൗർലഭ്യമുള്ള സംഗതിയിൽ നിന്ന് ചോറ് എല്ലിനിടയിൽ കുത്തുന്ന അവസ്ഥയെത്തിയത് ശാസ്ത്രീയമായ കൃഷി കൊണ്ടാണ്.

ഓർഗാനിക് കൃഷിയും പ്രകൃതിവാദവും എല്ലാം ഒരുതരം അശാസ്ത്രീയ മിഥ്യാബോധം മാത്രമാണ്. നമ്മൾക്ക് ഇന്ന് ഭക്ഷണസമൃദ്ധിയുണ്ടെങ്കിൽ അതിനുകാരണം ഭക്ഷ്യശാസ്ത്രജ്ഞനായ നോർമൻ ബോർലോഗ്, ഹരിത വിപ്ലവത്തിന് നായകനായ എം. എസ്. സ്വാമിനാഥനും ക്ഷീരവിപ്ലവത്തിന്റെ പിതാവ് വർഗീസ് കുര്യനും ഒക്കെയാണ്. ഇന്ന് ലോകത്തു ഏറ്റവും കൂടുതൽ അരി ഉല്പാദിക്കുന്ന രാജ്യം ഇന്ത്യയാണ്.

ഇന്ത്യയിലും ചൈനയിലും വനത്തിന്റെ അളവ് കുറയുകല്ല, കൂടുകയാണ് ചെയ്തിട്ടുള്ളത്. നാച്ചറൽ എന്ന വാക്കാണ് എവിടെയും കേൾക്കുന്നത്. പാമ്പി ന്റെ വിഷം, ഒതളങ്ങ, അൾട്രാ വലയലറ്റ്, കൊടുങ്കാറ്റ്, അഗ്നിപർവതങ്ങൾ, രോഗാണുക്കൾ ഇവയൊക്കെ നാച്ചറൽ തന്നെയല്ലേ? ഇവയെ നിങ്ങൾ സ്നേഹിക്കുമോ?

ആന്റിബയോട്ടിക്കുകൾ, ആശുപത്രികൾ, റോഡുകൾ, വിമാനങ്ങൾ അങ്ങനെ പ്രകൃതിവിരുദ്ധമായതെല്ലാം നിങ്ങൾ ഉപേക്ഷിക്കുകയാണെങ്കിൽ, ഒരു വഴി മാത്രമേ നിങ്ങളുടെ മുമ്പിൽ ഉള്ളൂ. വസ്ത്രം പോലും ഉപേക്ഷിച്ച കാട്ടി ലേക്ക് പോവുക. നമ്മൾ പ്രകൃതിയെ നശിപ്പിക്കുന്നതും രക്ഷിക്കുന്നതുമെല്ലാം നമ്മുടെ സുരക്ഷയെയും ആവശ്യങ്ങളെയും കരുതി മാത്രമാണ്. ഇതിന്റെ അർത്ഥം. നമുക്ക് ഇഷ്ടംപോലെ പരിസ്ഥിതിയിൽ തോന്ന്യവാസം നടത്താം എന്നല്ല. പ്ലാസ്റ്റിക്കും, പുകകളും, കോൺക്രീറ്റ് വേസ്റ്റുകളും, മറ്റ് വാതകങ്ങളും എല്ലാം നമ്മുടെ അതിജീവനത്തിന്റെ ഭാഗമായി ഉണ്ടായതാണ്. അതി ല്ലാതെ നമുക്ക് ജീവിക്കാൻ സാധിക്കുമായിരുന്നില്ല. അത് നമ്മുടെ തന്നെ അതിജീവനത്തിന് വിലങ്ങായിരിക്കുന്ന ഈ അവസരത്തിൽ നമ്മൾ ആ

പ്രതിസന്ധി എങ്ങനെ അതിജീവിക്കും എന്ന് ആലോചിക്കണം. നമ്മൾ ഇനിയും അതിജീവിച്ച മുന്നേറ്റം. അല്ലാതെ പ്രകൃതിയെ നമ്മൾ ബലാത്സംഗം ചെയ്യുന്നു എന്നുള്ള പരിസ്ഥിതി തീവ്രവാദം മറ്റൊരു മനോവിഭ്രാന്തി മാത്രമാണ്.

## അവർ നശിപ്പിച്ച ഈ സുന്ദരഭൂമി

"ഈ മനോഹരമായ ഷില്ലോങ് അവരൊരു കോൺക്രീറ്റ് വനമാക്കി മാറ്റിക്കൊണ്ടിരിക്കുകയാണ് ഡോക്ടർ."

സ്ഥലം എന്റെ ഭാര്യാ പിതാവിന്റെ കൺസൾട്ടിംഗ് റൂം, ഷില്ലോങ്. ആ പെൺകുട്ടി കത്തി കയറുകയാണ്. ഒരു സീനിയർ പട്ടാള ഉദ്യോഗസ്ഥന്റെ മകളും നോർത്ത് ഈസ്റ്റേൺ ഹിൽ യൂണിവേഴ്സിറ്റിയിലെ ബിരുദാനന്തര ബിരുദ വിദ്യാർത്ഥിനിയുമാണ് അവൾ. കേട്ടുകൊണ്ടിരുന്ന ഞാൻ കുട്ടിയോട് ചോദിച്ചു.

ആരൊക്കെയോ കൂടി ഈ നഗരത്തെ നശിപ്പിക്കുന്ന കാര്യം പറഞ്ഞല്ലോ ആരാണ് ഈ 'അവർ'?

എന്റെ ചോദ്യത്തിൽ ഒരു പന്തികേട് ഉള്ളതുകൊണ്ടായിരിക്കാം ആ കുട്ടിയുടെ ഭാവം പെട്ടെന്ന് മാറി. ഞാൻ കൂടുതൽ സംസാരിക്കാൻ പോയില്ല. ഓരോ മനുഷ്യന്റെയും പൊതുബോധമാണ് ആ കുട്ടിയുടെ വാക്കിൽ തെളിഞ്ഞത്.

-വെള്ളപ്പൊക്കം ഉണ്ടാകുവാൻ കാരണം അത് പ്രകൃതിയോട് ചെയ്ത തെറ്റ്.

- ആര് ചെയ്ത തെറ്റ്?    മറ്റുള്ളവർ ചെയ്ത തെറ്റ്.

- നിങ്ങൾ അതിൽ പെടുമോ?    ഒരിക്കലും ഇല്ല. ഞാൻ ഒഴിച്ച് മറ്റുള്ളവർ എല്ലാം തെറ്റുകാർ ആണ്.

- ഇവിടെ അഴിമതി കാണിക്കുന്നവർ ആരാണ്?    അത് രാഷ്ട്രീയക്കാ.

- രാഷ്ട്രീയക്കാർ നിങ്ങളുടെ കൂട്ടത്തിൽ നിന്നുള്ളവർ അല്ലേ?    അല്ല, അവർ ചൊവ്വാഗ്രഹത്തിലെ ആളുകൾ ആണ്.

- കള്ളപ്പണക്കാർ ആരാണ്?    അത് മറ്റ മതസ്ഥർ ആണ്.

- ട്രാഫിക്ക് നിയമങ്ങൾ പാലിക്കാത്തവർ?    അത് മറ്റള്ളവർ.

- അഹങ്കാരികൾ?    അത് മറ്റള്ളവർ

- ദേശദ്രോഹികൾ ആരൊക്കെയാണ്?    ഞങ്ങൾ ഒഴിച്ചുള്ളവർ എല്ലാ വരും.

- ആരൊക്കെയാണ് അനധികൃതമായി ഭൂമി കയ്യേറിയവർ?    അത് വി ജാതീയർ ആണ്.

- അശാസ്ത്രീയമായ മത ആചാരങ്ങൾ ആരുടേതാണ്?    അത് മറ്റ് മത സ്ഥരുടെ പ്രാകൃത ആചാരങ്ങൾ ആണ്.

ഇതൊരു സമൂഹ മനഃശ്ശാസ്ത്രമാണ്.    തേർഡ് പേഴ്സൺ എഫക്ട് (Third Person Effect) എന്ന പറയുന്ന ഈ ചിന്തയിൽ എപ്പോഴും നമ്മൾ അപര ന്മാരെ സൃഷ്ടിച്ചുകൊണ്ടേയിരിക്കും. ഈ അപരഹേതുത്വം എന്ന exclusion principle നന്നായി ഉപയോഗിക്കുന്നവരാണ് സമൂഹത്തെ വ്യക്തമായി ധ്രുവീകരിച്ചെടുക്കുന്നത് (Polarization of the society). സമൂഹത്തിന്റെ പരിച്ഛേദം അല്ലാത്ത ഒന്നും ആ സമൂഹത്തിൽ നിലനില്ലില്ല എന്നോർക്കുക.

നിങ്ങൾ താമസിക്കുന്ന എയർ കണ്ടീഷൻഡ് ഫ്ലാറ്റിൽ നിന്നിറങ്ങി, പഴയ ഫോൺ വലിച്ചെറിഞ്ഞ് പുതിയ ഫോണിൽ പരിസ്ഥിതിവാദം പറയുമ്പോൾ ഒന്നോർക്കുക. മനുഷ്യർ ഈ ഭൂമിയിൽ അതിജീവിച്ചത് തന്നെ പ്രകൃതിയോട് മല്ലിട്ടാണ്. മനുഷ്യവംശം ഉണ്ടാകുന്നതിന് മുമ്പേ ഇവിടെ പ്രകൃതിദുരന്തങ്ങൾ ഉണ്ടായിട്ടുണ്ട്. ഹിമയുഗവും ദിനോസറുകൾ നശിച്ചതും ഒന്നും മനുഷ്യർ പ്രകൃ തിയെ നശിപ്പിച്ചത കൊണ്ടൊന്നുമല്ല. അവന്റെ അതിജീവനത്തിന്റെ ഭാഗമാ യി ഈ പ്രകൃതിയിൽ ചില മാറ്റങ്ങൾ ഉണ്ടായിട്ടില്ല എന്നല്ല. പക്ഷേ അതൊ ക്കെക്കൊണ്ട് തന്നെയാണ് ആയിരക്കണക്കിന് വർഷങ്ങൾക്ക് മുമ്പ് ഈ ഭൂമു ഖത്ത നിന്ന് തുടച്ചനീക്കപ്പെട്ട് പോയേക്കാവുന്ന നമ്മൾ അതിജീവിച്ചത്. നമ്മ ൾ ഇനിയും അതിജീവിക്കും.

ഇനി മാധ്യമങ്ങളിൽ സ്ഥിരം കാണുന്ന ഒരു പ്രയോഗമാണ് 'പ്രകൃതി വിരുദ്ധ പീഡനം.' 'പ്രകൃതിവിരുദ്ധ പീഡനം എന്ന് പറയുമ്പോൾ പ്രകൃതി അനുശാസിക്കുന്ന ശാസ്ത്രീയമായ, നാച്ചുറലായ, ഓർഗാനിക്കായ പീഡനമുറ കളും ഉണ്ട് എന്നല്ലേ അർത്ഥം?'

# ഒരു ജാപ്പനീസ് അതിക്രമത്തിന്റെ ഓർമ്മ

**നാൻജിങ്ങ് കൂട്ടക്കൊലയുടെയും കണ്ണീരിന്റെയും കഥ**

ചൈനയിലെ നാൻജിംഗ് മെമ്മോറിയൽ. അനേകംപേരുടെ തലയോ ട്ടികൾ നിരത്തിവെച്ചിരിക്കുന്ന ആ മ്യൂസിയത്തിൽ കുറച്ചധികം ചൈനീസ് ചെറുപ്പക്കാർ മുട്ടുകുത്തിനിന്ന് തിരികൾ കത്തിച്ച് കണ്ണുനീർ പൊഴിക്കുന്നു. അനേകവർഷം മുമ്പ് നടന്ന ഒരു കൂട്ടക്കൊലയിൽ കൊല്ലപ്പെട്ട തങ്ങള ടെ പൂർവികർക്കവേണ്ടി ഇന്നത്തെ യുവജനം കണ്ണീർ പൊഴിക്കുന്നത് കണ്ടപ്പോൾ വല്ലാത്ത അതിശയം തോന്നി. തങ്ങൾ ജനിക്കുന്നതിന് മുമ്പ് കൊലചെയ്യപ്പെട്ടുപോയ ഒരു ജനതക്ക് വേണ്ടി ഇപ്പോഴത്തെ ചെറുപ്പക്കാർ വിലപിക്കുന്നല്ലോ. എനിക്ക് അവരോട് വല്ലാത്ത ബഹുമാനം തോന്നി. എന്നാൽ കൂടുതൽ അന്വേഷിച്ചപ്പോളാണ് ആ സത്യം ഞാൻ തിരിച്ചറിഞ്ഞ ത്. അത് പറയുന്നതിന് മുമ്പ് എന്താണ് നാൻജിംഗിന്റെ ചരിത്രം എന്ന് നോക്കാം.

## ജപ്പാൻ സൈന്യത്തിന്റെ തേർവാഴ്ച

1937 ഡിസംബർ 13 ന് ജാപ്പനീസ് സൈന്യം അന്നത്തെ ചൈനീസ് റിപ്പബ്ലിക്കിന്റെ തലസ്ഥാന നഗരം നാൻജിംഗ് കൈവശപ്പെടുത്തി. അധി നിവേശത്തിന്റെ ആദ്യ ആറ് മുതൽ എട്ട് ആഴ്ച വരെ, ജാപ്പനീസ് സൈന്യം ബലാത്സംഗം, തീവെയ്പ്പ്, കൊള്ള, കൂട്ടക്കൊല, പീഡനം എന്നിവ ഉൾപ്പെടെ നിരവധി അതിക്രമങ്ങൾ അഴിച്ചുവിട്ടു. ഏകദേശം മൂന്നലക്ഷം സാധാരണക്കാരെയും നിരായുധരായ ചൈനീസ് സൈനികരെയും ജപ്പാൻ സൈന്യം ക്രൂരമായി കഴുത്തറുത്തു കൊന്നതായി ചൈന കണക്കാക്കുന്നു. നാൻജിംഗ് യുദ്ധക്കുറ്റ ട്രൈബ്യൂണൽ ശ്മശാനരേഖകളിൽ നിന്നും ദൃക്സാക്ഷി വിവരണങ്ങളിൽ നിന്നുമാണ് ഈ കണക്ക് തയ്യാറാക്കിയത്.

ശവങ്ങൾ, കബന്ധങ്ങൾ, മനുഷ്യശരീരഭാഗങ്ങൾ തുടങ്ങിയവയൊക്കെ തെരുവുകളിൽ മുഴുവൻ ചിതറി കിടക്കുകയും ആഴ്ചകളോളം നദികളിൽ

പൊങ്ങിക്കിടക്കുകയും ചെയ്തതായി ദൃക്സാക്ഷി രേഖപ്പെടുത്തിയിട്ടുണ്ട്. നഗരത്തിലെ പല കെട്ടിടങ്ങളും കത്തിനശിച്ചു. എണ്ണമറ്റ കടകളും വസതികളും അക്രമികൾ കൊള്ളയടിക്കുകയും ആളുകളെ വീട്ടുകളിൽനിന്ന് പുറത്താക്കുകയും ചെയ്തു.

1937ന്റെ അവസാനത്തിൽ, ആറ് ആഴ്ചയ്ക്കുള്ളിൽ, ചൈനീസ് നഗരമായ നാൻജിംഗിൽ സൈനികരും സാധാരണക്കാരും ഉൾപ്പെടെ ലക്ഷക്കണക്കിന് ആളുകളെ ഇംപീരിയൽ ജാപ്പനീസ് സൈന്യം ക്രൂരമായി കൊലപ്പെടുത്തി. 20,000 മുതൽ 80,000 വരെ സ്ത്രീകൾ ലൈംഗികമായി പീഡിപ്പിക്കപ്പെട്ട ഭയാനകമായ ആ സംഭവങ്ങളെ നാൻജിംഗ് കൂട്ടക്കൊല അല്ലെങ്കിൽ നാൻജിംഗ് ബലാത്സംഗം എന്ന് വിളിക്കുന്നു.

ജാപ്പനീസ് പട്ടാളക്കാർ ചൈനീസ് തടവുകാരെ ഉപയോഗിച്ച് കൊലപാതക മത്സരങ്ങളും ബയണറ്റ് പരിശീലനവും നടത്തിയതായും റിപ്പോർട്ടുണ്ട്. അധിനിവേശത്തിന്റെ ആദ്യ മാസത്തിൽ നഗരത്തിനുള്ളിൽ ഏകദേശം ഇരുപതിനായിരത്തോളം ബലാത്സംഗകേസുകൾ നടന്നതായി 'അന്താരാഷ്ട്ര മിലിട്ടറി ട്രൈബ്യൂണലിന്റെ വിധിന്യായത്തിൽ' പറയുന്നു. കുട്ടികളും പ്രായമായവരും കന്യാസ്ത്രീകളും പോലും ഇംപീരിയൽ ജാപ്പനീസ് സൈന്യത്തിന്റെ കയ്യിൽ നിന്ന് കഷ്ടത അനുഭവിച്ചതായിട്ടാണ് റിപ്പോർട്ട്. നാഷണലിസ്റ്റ് ചൈനയുടെ അന്നത്തെ തലസ്ഥാനമായിരുന്ന നാൻജിംഗ് മുച്ചൂടും മുടിപ്പിക്കപ്പെട്ടു. പതിറ്റാണ്ടുകൾ കൊണ്ടാണ് ചൈനീസ് ജനത ആ ദുരന്തങ്ങളിൽ നിന്ന് കരകയറിയത്.

## മെമ്മോറിയൽ ഹാൾ

കൂട്ടക്കൊലയ്ക്ക് ഇരയായ മൂന്നലക്ഷം പേരുടെ സ്മരണയ്ക്കായി 1985ൽ നാൻജിംഗ് മുനിസിപ്പൽ സർക്കാർ നാൻജിംഗ് മെമ്മോറിയൽ ഹാൾ നിർമ്മിച്ചു. 1995 ൽ ഇത് വിപുലീകരിച്ച് നവീകരിച്ചു. ഈ സ്മാരകത്തിൽ ചരിത്രപരമായ രേഖകളും വസ്തുക്കളും പ്രദർശിപ്പിക്കുന്നു. കൂടാതെ കിരാതമായ നാൻജിംഗ് കൂട്ടക്കൊലയിൽ എന്താണ് സംഭവിച്ചതെന്ന് കാഴ്ചക്കാർക്ക് വ്യക്തമാക്കാൻ വാസ്തുവിദ്യ, ശില്പങ്ങൾ, വീഡിയോകൾ എന്നിവയൊക്കെ ഇവിടെ ഉപയോഗിക്കുന്നു.

ഈ മ്യൂസിയം തങ്ങളുടെ കൊടുംക്രൂരകൃത്യങ്ങളുടെ ഒരു ഓർമ്മപ്പെടുത്തലാണെങ്കിൽ കൂടി ജപ്പാൻകാരും ഈ സ്മാരകത്തിനുവേണ്ടി പണം ചിലവാക്കാറുണ്ട്. ജാപ്പനീസ്-ചൈനീസ് ഫ്രണ്ട്ഷിപ്പ് ഗ്രൂപ്പിലെ ജാപ്പനീസ് അംഗങ്ങൾ ചരിത്രപരമായ നിരവധി വസ്തുക്കളും

മ്യൂസിയം മൈതാനത്ത് ഒരു പൂന്തോട്ടവും ഇവർക്ക് സംഭാവന ചെയ്തു.

## അസ്ഥിക്കൂട അവശിഷ്ടങ്ങൾ

കൂട്ടക്കൊലയ്ക്ക് ഇരകളായവരുടെ അസ്ഥിക്കൂട അവശിഷ്ടങ്ങൾ ഇപ്പോൾ ശവപ്പെട്ടി ആകൃതിയിലുള്ള ഡിസ്പ്ലേ ഹാളിലാണ് പ്രദർശിപ്പിച്ചിരിക്കുന്നത്. പകുതി ഭൂമിക്കടിയിലുള്ള ശവകുടീരം പോല്യുള്ള ഈ എക്സിബിഷൻ ഹാളിൽ കൂട്ടക്കൊലയുമായി ബന്ധപ്പെട്ട ആയിരത്തിലധികം പ്രദർശനവസ്തുക്കൾ അടങ്ങിയിരിക്കുന്നു. അതിൽ ചിത്രങ്ങൾ, ഇരകളുടെ വസ്തുക്കൾ, ചാർട്ടുകൾ, ഫോട്ടോഗ്രാഫുകൾ എന്നിവയുടെ ഒരു വലിയ ശേഖരം ഉൾപ്പെടുന്നു. ജാ പ്പനീസ് സൈന്യം നടത്തിയ കുറ്റകൃത്യങ്ങൾ സന്ദർശകർക്ക് കൃത്യമായി വ്യക്തമാക്കി കൊടുക്കുന്നതിനുവേണ്ടി പെയിന്റിംഗുകൾ, ശില്പങ്ങൾ, LED ഡി സ്പ്ലേ കാബിനറ്റുകൾ, മൾട്ടിമീഡിയ സ്ക്രീനുകൾ, ഡോക്യുമെന്ററി ഫിലിമുകൾ എന്നിവയൊക്കെ ഫലപ്രദമായി ഉപയോഗിക്കുന്നു.

ഭയപ്പെടുത്തുന്ന, മനസ്സ് തകർക്കുന്ന ഈ ഓർമ്മപ്പെടുത്തലുകൾക്ക മുമ്പിൽ കണ്ണീർ പൊഴിക്കുന്ന ചൈനീസ് യുവജനകളോട് എനിക്ക് വല്ലാത്ത ആദരവ് തോന്നി എന്ന് പറഞ്ഞല്ലോ. പക്ഷേ, ഗൈഡ് എന്നെ തിരുത്തി. തിരികൾ കത്തിച്ച് മുട്ടുകുത്തിനിന്ന് കണ്ണനീർ പൊഴിക്കുന്ന ആരും ചൈ നക്കാർ അല്ല, അത് ജപ്പാൻകാർ തന്നെയാണ്. തങ്ങളുടെ പൂർവ്വികർ ചെയ്ത അക്രമത്തെ അപലപിക്കുകയും അതിൽ നിഷ്ഠുരണം വധിക്കപ്പെട്ട നിരപരാധികൾക്ക വേണ്ടി ദുഃഖിക്കുകയുമാണ് അവർ ചെയ്യുന്നത്.

ഒരു കാലത്തു ക്രൂരതയുടെ പര്യായമായിരുന്ന ജപ്പാൻ സേന. അതിന്റെ പേരിൽ രണ്ട് അണുബോംബുകൾ താങ്ങേണ്ടി വന്നവരാണ് ഇവിടത്തെ ജനങ്ങൾ. എല്ലാം തകർന്നിട്ടും ഒരു ഫീനിക്സ് പക്ഷിയെ പോലെ ചാരത്തിൽ നിന്നും ഉയർത്തെഴുന്നേറ്റ ജാപ്പനീസ് ജനതയുടെ യുവതയെ കുറിച്ചോ ർത്തപ്പോൾ എനിക്ക് വല്ലാത്ത ബഹുമാനം തോന്നി.

ലോകം കണ്ട ഏറ്റവും വലിയ ക്രൂരതയും കൂട്ടക്കൊലയുമാണ് ഹോളോ കോസ്റ്റ് അല്ലെങ്കിൽ അറുപത് ലക്ഷം പേരെ ഏറ്റവും പൈശാചികമായി വകവരുത്തിയ യഹൂദ കൂട്ടക്കൊല. തങ്ങളുടെ പൂർവികരായ നാസികൾ ചെയ്ത ഈ കൊടിയപാതകത്തെക്കുറിച്ച് പറയുമ്പോൾ ജർമ്മൻ ജനതക്ക് ഇന്ന് അതൊരു അപമാനം തന്നെയാണ്. പക്ഷേ കോൺസെൻട്രേഷൻ ക്യാമ്പിന്റെ മുമ്പിലെത്തുന്ന ആരുംതന്നെ അവിടെ നിന്ന് മുട്ടുകുത്തി തങ്ങളുടെ പൂർവികരുടെ കൊടുംക്രൂരതകൾക്ക് ക്ഷമ യാചിക്കുകയോ കരയുകയോ ചെ യ്യുന്നത് കണ്ടിട്ടില്ല. ഇനിയും ഒരു കൂട്ടക്കൊല ഈ ലോകത്ത് അരങ്ങേറാതെ

ഇരിക്കണമെങ്കിൽ നമ്മൾ ചരിത്രം പഠിക്കുകയല്ല വേണ്ടത്, ചരിത്രത്തിൽ നിന്നും പഠിക്കണം.

## ചരിത്രം ആവർത്തിക്കപ്പെടുമോ?

Sir Conrad Laurence Corfield, ബ്രിട്ടീഷ് ഇന്ത്യയിലെ പല വൈസ്രോയിമാരുടെയും പ്രൈവറ്റ് സെക്രട്ടറിയായിരുന്ന ആൾ. അവസാനത്തെ വൈസ്രോയിയായിരുന്ന മൗണ്ട് ബാറ്റൺ പ്രഭുവിന്റെ കാലമായപ്പോഴേക്കും ഈ കാര്യസ്ഥൻ വളരെ ശക്തനായി കഴിഞ്ഞിരുന്നു.

നാട്ടുരാജാക്കന്മാർക്ക് സ്വതന്ത്ര ഇന്ത്യയിൽ പ്രത്യേക അധികാരം നല്ക്കണം എന്ന് വൈസ്രോയിയോട്ടും നെഹ്റുവിനോട്ടും ജിന്നയോട്ടും നിരന്തരം കലഹിച്ച വ്യക്തി. കോർഫീൽഡ് ആവശ്യപ്പെട്ട രീതിയില്പ്പള്ള ഒരു പദവിയും രാജാക്കന്മാർക്ക് കൊട്ടുക്കുവാൻ മൗണ്ട് ബാറ്റൺ തയ്യാറായില്ല. നെഹ്റു ഉൾപ്പടെ ആർക്കും അതിനോട് യോജിപ്പമില്ലായിരുന്നു. അവസാനം അദ്ദേഹം ഈ ആവശ്യവുമായി ലണ്ടനിൽ പോയി ബ്രിട്ടീഷ് പ്രധാനമന്ത്രി ക്ലെമെന്റ് അറ്റ്ലിയെ കാണുന്നു. കോർണാർഡിന്റെ ആവശ്യം ആറ്റ്ലിയും തള്ളി.

പക്ഷേ, അദ്ദേഹത്തിന്റെ ഒരു ഡിമാന്റ് പ്രധാനമന്ത്രി അംഗീകരിക്കുന്നു. ഇന്ത്യൻ മഹാരാജാക്കന്മാരുടെ സ്വകാര്യജീവിതം, ലൈംഗികപരാക്രമങ്ങൾ, മൃഗയ വിനോദങ്ങൾ, ക്രൂരഗാഥകൾ ഇടങ്ങിയ ചെയ്തികളുടെ രഹസ്യറിപ്പോ ർട്ടുകൾ സൂക്ഷിച്ചിരിക്കുന്ന വൈസ്രോയിയുടെ ഓഫീസിലെ അലമാരകൾ നശിപ്പിച്ചുകളയുവാനുള്ള അനുവാദം ക്ലെമെന്റ് ആറ്റ്ലി ഈ കാര്യസ്ഥന നല്ക്കുന്നു. വൈസ്രോയിക്കോ നെഹ്റുവിനോ എന്തെങ്കിലും ചെയ്യുവാൻ കഴിയുന്നതിന് മുമ്പ് ഈ അലമാകൾ അദ്ദേഹം തീയിട്ട നശിപ്പിച്ചു. നെഹ്റുവും മൗണ്ട് ബാറ്റണും കാര്യം അറിഞ്ഞു വന്നപ്പോഴേക്കും അലമാരകൾ ഏതാണ്ട് പൂർണ്ണമായും കത്തിനശിച്ചിരുന്നു.

ഡൊമിനിക് ലാപ്പിയറുടെയും ലാറി കോളിൻസിന്റെയും അഭിപ്രായ ത്തിൽ ലോകത്തിലെ ഏത് അശ്ലീല സാഹിത്യത്തെയും നാണിപ്പിക്കുന്ന ലൈംഗിക പരാക്രമങ്ങളാണ് ഇതിൽ പ്രധാനമായും ഉണ്ടായിരുന്നത്. പോരാതെ അവരുടെ ധൂർത്തിന്റെയും അധികാര ദുർവിനിയോഗത്തിന്റെയും ക്രൂരതയുടെയും ഗാഥകൾ ആ അലമാരയ്ക്കൊപ്പം എരിഞ്ഞടങ്ങി. പിന്നീട് എഴുതി ഉണ്ടാക്കിയ ചരിത്രങ്ങളിൽ ഇവർ നന്മയുടെ പര്യായങ്ങളായി അവതരിപ്പിക്കപ്പെട്ടു.

നമ്മുടെ ഭരണാധികാരികളുടെ സുഖലോലുപതയുടെയും ക്രൂരതയുടെ
യും അതിക്രമങ്ങളുടെയും പരാക്രമങ്ങളുടെയും ചരിത്രം അടുത്ത തലമുറ
അറിയാതെ ഭസ്മീകരിക്കാൻ ഈ കാര്യസ്ഥനെ പ്രേരിപ്പിച്ച ഘടകം ഈ
രാജാക്കന്മാർ നിർലോഭം നല്കിയ പണം തന്നെയായിരിക്കും. ചരിത്രം പഠി
ക്കുന്നതും പഠിക്കേണ്ടതും ചരിത്രവിദ്യാർത്ഥികൾ മാത്രമല്ല, ചരിത്രം പഠിക്ക
ന്നവരിൽ മനഃശാസ്ത്രജ്ഞർ, സോഷ്യോളജിസ്റ്റുകൾ, നരവംശശാസ്ത്രജ്ഞർ,
ജനിതകശാസ്ത്രജ്ഞർ, സാമ്പത്തിക ശാസ്ത്രജ്ഞർ, രാഷ്ട്രീയമീമാംസകർ
എന്നിവരെല്ലാമുണ്ട്.

പൂർവ്വികർ ചെയ്തുപോയ തെറ്റുകളിൽനിന്ന് നമ്മൾ പാഠം പഠിക്കണം.
അതുകൊണ്ടാണ് ഫ്രെഞ്ച് വിപ്ലവത്തെക്കുറിച്ചും, റഷ്യൻ വിപ്ലവത്തെക്കുറിച്ചും,
റൊമാനിയൻ വിപ്ലവത്തിന്റെ രീതികളെക്കുറിച്ചും, ഫാസിസത്തെയും
നാസിസത്തെക്കുറിച്ചുമെല്ലാം നമ്മൾ പഠിക്കുന്നത്. ഓർക്കുക കാണാതെ
പഠിച്ച് മാർക്ക് വാങ്ങാൻ വേണ്ടിയല്ല നമ്മൾ ഇവരുടെ കിരാത ചെയ്തികളുടെ
ചരിത്രം പഠിക്കേണ്ടത്. വീണ്ടും നമ്മുടെ ഇടയിൽനിന്നുതന്നെ ഹരിസിം
ഗ്മാരും, ഹിറ്റ്ലർമാരും, സ്റ്റാലിൻ, പോൾപൊട്ടമാരും ഉടലെടുക്കുന്നത്
ചരിത്രത്തിന്റെ പശ്ചാത്തലത്തിൽ നമ്മൾ മനസ്സിലാക്കിയിരിക്കണം. ഇവർ
ഏകാധിപത്യത്തിലേക്ക് വഴുതിവീഴുന്നത് നമുക്ക് മുമ്പിൽ, നമ്മുടെ തന്നെ
ആശിർവാദത്തോടെയാണ്.

ഒരുപക്ഷേ ഇന്ന് ലോകത്തിലെ ഏറ്റവും ശക്തനും ഏറ്റവും വലിയ ഏകാ
ധിപതിയും ബാലറ്റിലൂടെ അധികാരത്തിലേറിയ വ്ലാഡിമിർ പുട്ടിനാണ്. ചരി
ത്രം ആവർത്തിക്കപ്പെടുന്നു എന്നുള്ളത് മരണമണി പോലെ നമ്മുടെ തലക്ക
ള്ളിൽ മുഴങ്ങേണ്ടതുണ്ട്. ഫാസിസത്തിന്റെയോ നാസിസത്തിന്റെയോ, മറ്റ്
ഏകാധിപത്യ പ്രവണതകളുടെയോ ലക്ഷണങ്ങൾ കണ്ടുതുടങ്ങുമ്പോഴേ ജാ
ഗ്രൂകരാവുക.

രാജാക്കന്മാരുടെ കാലം കഴിഞ്ഞില്ലേ എന്നൊരു ചോദ്യം ഇപ്പോൾ വരാം.
പക്ഷേ ഓർക്കുക അഭിനവ ഏകാധിപതികൾ പഴയ രാജാക്കന്മാർക്കും ഉപ
രിശക്തരായി മാറിയിരിക്കുന്നു. ഈ ഏകാധിപതികൾ ജനിക്കുന്നതാകട്ടെ
ജനാധിപത്യം എന്ന ഓമനപ്പേരിൽ ബാലറ്റിലൂടെ തന്നെയാണ് എന്നതാണ്
അപകടകരമായ സത്യം. അടിമത്ത വാസന ഉള്ളിൽ ഉറങ്ങികിടക്കുന്ന ജന
ങ്ങൾക്ക് ജനാധിപത്യം ഒരു അധികപ്പറ്റ് തന്നെയാണ്. ജനാധിപത്യം അവ
ർക്ക് ഇഷ്ടദാനമായി ലഭിച്ചാൽ പോലും തങ്ങളെ ചവുട്ടി അരച്ച് ഭരിക്കുവാൻ
കെല്പുള്ളവരെ അവർ തിരഞ്ഞു പിടിക്കും.

ഭരണാധിപതികൾ ജനാധിപത്യവിശ്വാസികളായാൽ ചവിട്ടി അരയ്ക്ക
വാൻ നിന്നുകൊടുക്കാൻ ജനങ്ങൾ മറ്റ് മാർഗങ്ങൾ തേടും. അവർ മതത്തെ

കൂട്ടപിടിക്കും. വർഷങ്ങളായി കൂട്ടിൽ അടയ്ക്കപ്പെട്ട പക്ഷികൾക്ക് സ്വാതന്ത്ര്യം ഒരു മണ്ടത്തരമായി തോന്നും.

ലെനിൻ രാജേന്ദ്രന്റെ 2003ൽ ഇറങ്ങിയ ചിത്രമാണ് 'അന്യർ.' ഇന്നത്തെ സാമൂഹികസാഹചര്യങ്ങളെ ഇത്രയധികം കൃത്യമായി അവതരിപ്പിക്കുന്ന ഒരു ചിത്രം അതിനു മുമ്പോ ശേഷമോ ഉണ്ടായിട്ടില്ല. 2003 ൽ ഈ ചിത്രം കാണുമ്പോൾ കേരളം ഭയന്ന് തുടങ്ങിയിരുന്നതേ ഉണ്ടായിരുന്നുള്ളൂ. അതിർത്തികൾ കടന്ന് വിഭാഗീയത കേരളത്തിൽ എത്തുന്നത് ദൂരെ നിന്ന് നോക്കി കാണുന്നത് പോലെയാണ് അന്ന് എനിക്ക തോന്നിയത്. എന്നാൽ ഇന്ന് അത് നമ്മുടെ വീടിന്റെ മുറ്റത്ത് എത്തി. വംശീയധ്രുവീകരണം മണി ക്കൂറുകൾ വെച്ച് ഏറി വരുന്നു. ഫാസിസം അതിന്റെ എല്ലാ ലക്ഷണങ്ങളും കാണിച്ചുതുടങ്ങുമ്പോൾ ഒന്ന് ചുറ്റും ശ്രദ്ധിക്കുക. ചിലരുടെ മൗനം, അതിന് വാചാലതയെക്കാളും അർത്ഥം ഉണ്ട്.

# പാലിൽ വിഷം ചേർക്കുന്ന അമ്മ

ഫാമിലി കൗൺസിലിംഗിന് മാതാപിതാക്കളോടൊപ്പം വന്ന അഞ്ച് വയസ്സുള്ള കുട്ടി ഇടയ്ക്ക് മുറിയിലേയ്ക്ക് കയറിവന്നു പറഞ്ഞു: 'അങ്കിളേ, ഗ്രാൻമാ എന്റെ പാലിൽ വിഷം ചേർക്കാറുണ്ട്.' ഒരു നിമിഷം ഞാനൊന്ന ഞെട്ടി. കേസ് ക്രിമിനലായല്ലോ. പക്ഷെ കുട്ടിക്ക് ഒരു കുഴപ്പവും തോന്നുന്നില്ല. കുട്ടിയുടെ അമ്മ സംസാരിക്കാൻ ഇടങ്ങുന്നതിന് മുമ്പ് ഭർത്താവ് രംഗം കീഴടക്കി. 'ടി. വി. സീരിയൽ കാണുന്നതിന്റെ പ്രശ്നമാണ് സർ'.

കൊച്ചുകുട്ടികളുടെ കഥാപാത്രങ്ങളോട് അതിക്രൂരമായി പെരുമാറുകയും അവർക്കെതിരെ സകലസമയവും ഗൂഡാലോചന നടത്തുകയും ചെയ്യുന്ന 'അമ്മമാരുടെയും ബന്ധുക്കളുടെയും' സമീപനം കണ്ടുവളരുന്ന കുട്ടികളുടെ മനസ്സിൽ 'ആരെയും വിശ്വസിക്കുവാൻ സാധിക്കില്ല എന്നും, ആരുവേണമെങ്കിലും എന്നെ കൊല്ലാൻ ശ്രമിക്കും' എന്നുമുള്ള ചിന്തകളും ഭയങ്ങളും വളരെ ചെറുപ്പത്തിലേ തന്നെ മനസ്സിൽ വേരുറപ്പിക്കും. ചെറുപ്രായത്തിൽ യാഥാർത്ഥ്യം ഏത്, ഭാവനാസൃഷ്ടിയേത് എന്നൊന്നും കുട്ടികൾക്ക് വിവേചിച്ച റിയുവാൻ സാധിക്കില്ല. സീരിയലിൽ കാണുന്നത് തന്നെയാണ് യാതാർത്ഥ ജീവിതമെന്നും സ്വന്തം പിതാവിന്റെ അമ്മയുൾപ്പെടെ ആരെയും വിശ്വസി ക്കാൻ സാധിക്കില്ല എന്നുമുള്ള, അരക്ഷിതബോധം (insecurity feeling) അന്തർലീനമായ ഒരു മാനസികാവസ്ഥ ഇത് കുട്ടികളിൽ ഉണ്ടാക്കും.

പന്ത്രണ്ട് വയസ്സ് വരെയുള്ള സമയമാണ് ഓരോ കുട്ടിയുടെ മാനസികാ രോഗ്യത്തിലെ ഏറ്റവും പ്രധാന കാലഘട്ടം. ഈ കാലയളവിൽ കുട്ടിയിൽ ഉണ്ടാവേണ്ട സുരക്ഷിതബോധം പ്രസന്നത, സൗഹൃദം, മറ്റുള്ളവരെ വിശ്വ സിക്കുവാനും സ്നേഹിക്കുവാനുമുള്ള അർജ്ജവം, ആത്മവിശ്വാസം ഇതെല്ലാം അറിഞ്ഞോ അറിയാതെയോ വികലമാക്കുകയാണ് ഈ തിന്മയുടെ ഗാഥ കൾ. ഒരു ന്യൂജെൻ ബാങ്കിന്റെ മാനേജർ ഒരു ദിവസം രാത്രിയിൽ എന്നെ ഫോണിൽ വിളിച്ചു. അയാളുടെ സ്വരത്തിൽ ആകെ വേവലാതി. താൻ ഒരു മനോരോഗിയായോ എന്ന സംശയമാണ് അദ്ദേഹത്തിന്. കുറച്ചദിവസമാ

യി ബാങ്കിലെ കടുത്ത സമ്മർദ്ദം അദ്ദേഹത്തെ വേട്ടയാട്ടുന്നുണ്ടായിരുന്നു. വീട്ടിൽ എത്തിയപ്പോൾ സീരിയലിൽ കനത്ത പോർവിളികൾ നടക്കുകയാ ണ്. അയാൾ വേറെയൊരു മുറിയിൽ കയറി അഭയം പ്രാപിച്ച സമയത്താണ് ഒന്നാം ക്ലാസിൽ പഠിക്കുന്ന മകൾ എത്തിയത്. മകളുടെ ചോദ്യം 'അച്ഛന് വേറെ ഭാര്യയും കുട്ടിയുമുണ്ടോ?.' പിന്നെയെല്ലാം പെട്ടന്നായിരുന്നു. അയാൾ ടി. വി. വലിച്ചെറി എറിഞ്ഞുടച്ചു കളഞ്ഞു.

തിങ്കൾ മുതൽ വെള്ളി വരെ 6 PM മുതൽ 9 PM വരെ ഒരു വീട്ടിൽ അണി ഞ്ഞൊരുങ്ങി നിന്ന് സകല തിന്മകളുടെയും ക്രൂരഗാഥകളുടെയും ബി നിലവറ തുറക്കുന്ന ഈ പൈശാചിക ഗാഥകൾ പ്രത്യക്ഷമായും പരോക്ഷമായും ഉണ്ടാ ക്കുന്ന സാമൂഹിക, മനഃശാസ്ത്ര പ്രശ്നങ്ങൾ ഒട്ടും നിസ്സാരമല്ല.

സീരിയലിലെ ചില കഥാപാത്രങ്ങളുമായി താദാത്മ്യം പ്രാപിച്ച നല്ല വിദ്യാഭ്യാസമുള്ള ഒരു സ്ത്രീ ബന്ധുക്കൾക്കൊപ്പം ഒരിക്കലെന്നെ കാണുവാൻ വന്നു. ബോർഡർലൈൻ പേഴ്സണാലിറ്റി ഡിസോർഡർ എന്ന മാനസി കാവസ്ഥയായിരുന്ന അവർക്ക് (ഇത് സീരിയൽ കണ്ട് ഈ രോഗമുണ്ടായി എന്നല്ല പറഞ്ഞുവരുന്നത്. പക്ഷെ സീരിയലുകൾ ഈ രോഗാവസ്ഥ വഷളാകുന്നതിൽ അവരെ നിർലോഭം സഹായിച്ചു). പല സീരിയൽ കഥാപാത്രങ്ങളുടെയും ചേഷ്ടകൾ, മനോഭാവങ്ങൾ, എന്തിന് വസ്ത്രധാരണ ശൈലിയും, സംസാരത്തിലെ നാടകീയതപോലും അവർ ഒപ്പിയെടുത്തിരി ക്കുന്നു. നിസ്സംഗനായി ഭർത്താവ് ഇരുന്നപ്പോൾ ഇവരുടെ ഭാവമാറ്റം കണ്ട ഭർതൃപിതാവ് വിതുമ്പുകയായിരുന്നു.

സകല തിന്മകളുടെയും മൊത്തവ്യാപാര മാദ്ധ്യമമാണ് ടി. വി. സീരിയലു കൾ. പുകവലിയും മദ്യപാനവും പോലെ തന്നെ വിധേയത്വം (അഡിക്ഷൻ) ഉണ്ടാക്കുന്ന ഒന്നാണ് ഇവ. ഡോപമിൻ എന്ന ന്യൂറോട്രാൻമിറ്റെ നിങ്ങ ളെ ഇത് വീണ്ടും വീണ്ടും കാണുവാൻ പ്രേരിപ്പിക്കുന്ന ലഹരി അടിമത്തം ഉണ്ടാക്കുന്നു. വ്യക്തികളുടെയും കുടുംബങ്ങളുടെയും, അതുവഴി സമൂഹത്തിന്റെ ആകെ മാനസിക ആരോഗ്യത്തിൽ ആഴത്തിലുള്ള മുറിവ് ഉണ്ടാക്കുവാൻ പര്യാപ്തമാണ് ഈ സീരിയലുകൾ. യാഥാർത്ഥ്യങ്ങളുമായി വളരെ അകലെ നില്ക്കുന്ന സ്വഭാവ, ഭാഷാ പ്രകൃതികളും ചേഷ്ടകളും അനുവർത്തിക്കുവാൻ മനുഷ്യരെ പ്രേരിപ്പിക്കുന്ന ഒരു തിന്മയാണ് ടി. വി. സീരിയലുകൾ.

മാനസികാരോഗ്യത്തിലും കുടുംബഭദ്രതയിലും കുട്ടികളുടെ മനോബോ ധങ്ങളിലും, കാഴ്ചപ്പാടുകളിലും ഈ അവിഹിത, ക്രൂരഗാഥകൾ ഏല്പിക്കുന്ന ആഘാതങ്ങൾ അത്ര നിസ്സാരമല്ല. സംശയരോഗം (പരനോയിക്ക് പേ ഴ്സണാലിറ്റി ഡിസോർഡർ എന്ന ലഘു മനോരോഗം) സൃഷ്ടിക്കുവാൻ

പര്യാപ്തമാണ് ഈ സീരിയലുകൾ.

നിർഭാഗ്യവശാൽ ഇത്രയധികം സ്ത്രീവിരുദ്ധ മനോഭാവമുള്ള, പുരുഷ മേധാവിത്വമുള്ള കേരളസമൂഹത്തിൽ ഒട്ടുമിക്ക പുരുഷന്മാരും നഖശിഖാന്തം എതിർത്തിട്ടും ഈ സാമൂഹികവിപത്ത് നിർബാധം തുടരുന്നു.

സമൂഹത്തിന്റെ പരിച്ഛേദം തന്നെയാണ് ഈ തിന്മകളും ഗുണങ്ങളും എല്ലാമെന്നും അതുകൊണ്ടത് ആസ്വാദനകലകളുടെ ഇതിവൃത്തമാകുന്ന തിൽ തെറ്റില്ല എന്നുമൊരു വാദം ഇതിനു ന്യായികരണമായി കേട്ടിരുന്നു. വ്യഭിചാരവും കൊലപാതകങ്ങളും വഞ്ചനകളും ആഭിചാരക്രിയകളും വർഗീയതയും ബാലപീഡനങ്ങളും എല്ലാം നമ്മുടെ സമൂഹത്തിൽ നിലനില്ലു ന്നത് തന്നെയാണ്. എന്നാൽ അവ സീരിയൽ പോലെയുള്ള ഒരു ജനപ്രിയ ആസ്വാദനകലയിലെ സ്ഥിരം പ്രമേയമാവുകയും അവയുടെ ഗുരുത്വത്തെ നിസ്സാരവൽക്കരിക്കുകയൊ ഈ ജീർണ്ണതകളെ മഹത്വവൽക്കരിക്കുകയൊ ചെയ്യമ്പോൾ സമൂഹത്തിന്റെ പൊതുബോധത്തിൽ ഈ തെറ്റകൾ ഒന്നും തന്നെ വലിയ തെറ്റകളല്ലാതാകുന്നു (normalization of crimes ). ഇത് അത്യന്തം അപകടം തന്നെയാണ്.

സിനിമാറ്റിക്ക് ഡാൻസ് എന്ന നിരുപദ്രകരമായ ഒരു ആസ്വാദനകല വരെ നിരോധിച്ച ഈ സംസ്ഥാനത്ത് ഈ സാംസ്കാരികവൈകൃതത്തിന് കത്രിക വയ്ക്കാൻ സർക്കാർ ധൈര്യം കാണിക്കണം. ജനങ്ങൾക്ക് വേണ്ടത് ഞങ്ങൾ കൊടുക്കും എന്ന റ്റുബർട്ട് മർഡോക്കിന്റെ സിദ്ധാന്തം ഒന്ന് മാറ്റി പിടിച്ചുക്കൂടെ പ്രിയ മാദ്ധ്യമങ്ങളെ?  ഈ സമൂഹത്തിന് ഉണ്ടാകുന്ന പ്രശ്നം നിങ്ങളുടെ നിലനില്പിനെയും ബാധിക്കുമെന്നോർക്കുക.

## ഈ പൂച്ചക്ക് ആര് മണി കെട്ടും?

ഇതൊരു സാമൂഹികവിപത്താണ് എന്ന ഒറ്റക്കാരണം കൊണ്ടു മാത്രം പൊന്തുട്ടയിടുന്ന ഈ താറാവിനെ മാദ്ധ്യമങ്ങൾ കൊല്ലുമെന്ന് കരുതാനാവില്ല? പ്രത്യേകിച്ച ലാഭമോ വോട്ടോ മറിയാത്തതുകൊണ്ട് രാഷ്ട്രീയപാർട്ടികളോ സർക്കാരുകളോ സ്വന്തം നിലയ്ക്ക് ഒന്നും ചെയ്യമെന്ന് പ്രതീക്ഷിക്കാനില്ല.  കയ്യടിയോ മൈലേജോ കിട്ടാനില്ലാത്തതുകൊണ്ട് സ്ത്രീപക്ഷ സംഘടനകൾക്കും ഇതൊരു പ്രശ്നമായി തോന്നിയിട്ടില്ല. പക്ഷെ ഇതിൽ വലിയൊരു പങ്കുവഹിക്കാവുന്നവരാണ് മതസംഘടനകൾ. എല്ലാ മതത്തിലും പെട്ട പുരോഹിതവർഗ്ഗത്തോട്ടുള്ള ഏറ്റവും വിനീതമായ അപേ ക്ഷയാണ് ഇത്. ടി. വി. സീരിയലുകൾ ഉണ്ടാക്കുന്ന സാമൂഹിക, മാനസിക അരക്ഷിതാവസ്ഥയെക്കുറിച്ച് ദയവ് ചെയ്ത നിങ്ങൾ ഒന്ന് പറയണം. അത്

കാണന്നത് ആത്മീയമായി തന്നെ ക്ഷയം ഉണ്ടാക്കുമെന്ന് നിങ്ങൾക്കും അറിയാമല്ലോ.  ഈ സമൂഹത്തെ മനോരോഗത്തിലേക്ക് തള്ളിവിടാതിരി ക്കാനുള്ള ധാർമ്മികമായ ഒരു കടമ നിങ്ങൾ ഏറ്റെടുക്കണം.

# അശ്ലീല വെബ്സൈറ്റുകൾ നിരോധിക്കുമ്പോൾ

അശ്ലീല ചിത്രങ്ങൾക്ക് അടിമയായ തന്റെ ഭർത്താവിനെയുംകൊണ്ട് ആ കോളേജ് അദ്ധ്യാപിക അല്പം ജാള്യതയോടെയാണ് എന്റെ മുമ്പിൽ വന്നത്. അയാളും കോളേജ് അദ്ധ്യാപകൻ തന്നെയാണ്. അയാളുടെ ലൈംഗികതാ ല്പര്യങ്ങൾ വളരെ വിചിത്രമായായിരുന്നു. ഭാര്യയുമായി അയാൾ ആഴ്ചയിൽ രണ്ടു മൂന്ന് തവണയൊക്കെ ലൈംഗികമായി ബന്ധപ്പെടുന്നുണ്ട്. ഭാര്യയ്ക്ക് രതിമൂർച്ച ഉണ്ടാകുന്നുമുണ്ട്. പക്ഷെ അയാൾക്ക് സ്ഖലനം ഉണ്ടാകണമെങ്കി ൽ ഫോണിൽ അശ്ലീല വിഡിയോകൾ കണ്ടു സ്വയംഭോഗം ചെയ്യണം. ആ കാണുന്ന സൈറ്റുകൾ മിക്കതും സ്വവർഗ്ഗ രതിയുടെ ആയിരിക്കും എന്നതാണ് ഭാര്യയ്ക്ക് ഏറ്റവും കൂടുതൽ ബുദ്ധിമുട്ടുണ്ടാക്കികൊണ്ടിരിക്കുന്നത്.

വിചിത്രമായ ലൈംഗിക അനുഭവങ്ങളിലൂടെ കടന്നുപോകുന്ന അനേക രുടെ അനുഭവങ്ങളിൽ ഒന്ന് മാത്രമാണിത്.

### ലൈംഗികതയുടെ അപാര മാസ്മരികത

പ്രകൃതിയുടെ അടിസ്ഥാന ധർമ്മം അതിജീവനവും സന്താനോല്പാദന വ്യമായതിനാൽ തന്നെ, അതിലേയ്ക്ക് നയിക്കുന്ന ലൈംഗികതയ്ക്ക് ഒരുപാട് വശ്യത പ്രകൃതി നല്കിയിട്ടുണ്ട്. ഈ വശ്യത ഇല്ലായിരുന്നുവെങ്കിൽ ലൈം ഗികത എന്ന പ്രവൃത്തി എത്ര വിരസമായിരുന്നു എന്ന് ഓർക്കുക. ഈ വിരസത ജീവികളുടെ വംശനാശത്തിന് കാരണമാവുകയും ചെയ്യും. ഒരുവ ർഷം ഒരു ആഞ്ഞിലിമരത്തിൽ ലക്ഷകണക്കിന് കുരുക്കളാണ് ഉണ്ടാകുന്നത്. എന്നാൽ ഇതിൽ നിന്ന് എത്ര തൈകൾ ഉണ്ടാവും? ഏതാണ്ട് പത്തോളം മാ ത്രം. ഇപ്രകാരം തന്നെ ലൈംഗികതയും അതിന് ആധാരമായ പ്രണയവും മനുഷ്യവികാരങ്ങളിൽ ഏറ്റവും ആകർഷകമായ വികാരമാകുന്നു.

ലൈംഗികദാരിദ്ര്യവും സദാചാര ഭയവും നിലിനില്ക്കുന്ന ഒരു നാട്ടിൽ, സൈബർ സെക്സ് നല്കുന്ന അനന്തമായ സാദ്ധ്യതകൾ പലതാണ്. സൂര

ക്ഷിത്വം, സ്വകാര്യത, ചെലവ് കുറഞ്ഞയും അതേസമയം പ്രത്യക്ഷത്തിൽ പ്രത്യാഘാതങ്ങൾ ഒന്നുംതന്നെ ഇല്ലാത്തയുമായ ലൈംഗികാനുഭൂതി. ഇതെല്ലം സൈബർ സെക്സിലേയ്ക്ക് ആളുകളെ വലിച്ചാകർഷിക്കുന്നു.

## ഇലക്ട്രോണിക്ക് സെക്സ്

മനുഷ്യസംസ്കാരത്തിലും ജീവിതരീതിയിലും ചിന്താഗതികളിലും ഏറ്റവും ശക്തമായ പ്രഭാവം ചെലുത്തിയ ശാസ്ത്രസംഭാവനയാണ് ടെലിഫോൺ. എന്നാൽ മനുഷ്യനുമായി ബന്ധപ്പെട്ടു നില്ക്കുന്ന സമസ്ത മേഖലകളിലും സമൂലമായി തന്നെ പിടിമുറുക്കുകയും മനുഷ്യചിന്താഗതികളെയും ബൗദ്ധികതയെയും വിപ്ലവകരമായി സ്വാധീനിക്കുകയും ചെയ്ത ഒന്നാണ് ഇന്റർനെറ്റും മൊബൈൽ ഫോണും. മനുഷ്യവികാരങ്ങളെയും സമൂഹബന്ധങ്ങളെയും ലൈംഗികതയെയും എല്ലാം ഈ സാങ്കേതിവിദ്യ പുനർനിർവചിച്ച കഴിഞ്ഞു.

ഇന്റർനെറ്റ് സന്ദർശകരിൽ 60% പേരും ലൈംഗിക താല്പര്യത്തോടെ അശ്ലീല സൈറ്റുകളിൽ പരതുന്നവരാണ്. ലൈംഗിക ചിത്രങ്ങൾ കാണുകയും സ്വയംഭോഗത്തിൽ ഏർപ്പെടുകയും ചെയ്യുക എന്നതിനപ്പുറം അതിവിശാല മായ ലൈംഗിക സാധ്യതകളും കാമപൂർത്തീകരണത്തിന്റെ നവമേഖലകളും തുറന്നുകൊടുക്കുന്ന കോടികണക്കിന് രൂപയുടെ അതി ബൃഹത്തായ ഒരു വാണിജ്യ വിപണിയാണ് സൈബർ സെക്സ്. ആൺ/പെൺ വേശ്യകളുടെ സങ്കേതങ്ങളിലേക്കുള്ള ക്ഷണം, സ്വന്തം ലൈംഗികത ചിത്രീകരിച്ച വികൃ തമായ സുഖം തേടാനോ, പണം സമ്പാദിക്കുവാനോ ഉള്ള മാർഗങ്ങൾ, അചേതനവസ്തുക്കളിൽ ലൈംഗികതാല്പര്യം കണ്ടെത്താനുള്ള വഴികൾ (ഫെറ്റിഷിസം), ലൈംഗിക കളിപ്പാട്ടങ്ങൾ വില്ക്കുന്ന വിപണികൾ അങ്ങനെ നീളുന്നു അത്.

ലൈംഗികഭാവനകൾ, രതികഥകൾ, ലൈംഗികസാധ്യതയുള്ള പരസ്യ ങ്ങൾ, ലൈംഗികഗേമുകൾ, ചാറ്റ് റൂമുകൾ, ലൈംഗികപങ്കാളിയെ തിരയുവാനും പരിചപ്പെടുവാനും സന്ധിക്കുവാനും അവസരമൊരുക്കുന്ന അനേകം ഫോറ മുകൾ അങ്ങനെ അന്തമില്ലാതെ നീളുന്ന പതിനായിരം കോടി രൂപയിലേറെ വിപണനം നടക്കുന്ന മഹാവിപണി.

ലൈംഗികദാരിദ്ര്യവും സദാചാരചിന്തകളും വല്ലാതെ പിടിമുറുക്കുന്ന നമ്മുടെ സമൂഹം ഈ സെക്സിനെ രണ്ടു കയ്യും നീട്ടി സ്വീകരിച്ചതിൽ അതി ശയം തോന്നേണ്ടതില്ല. എന്നാൽ പലപ്പോഴും ഇത് വൈകൃതങ്ങളിലേക്ക് നീങ്ങുന്നതാണ് കാണുന്നത്. തങ്ങളുടെ സ്വകാര്യ ലൈംഗികവേഴ്ച പങ്കാളി അറിയാതെ ക്യാമറയിൽ പകർത്തി പങ്കാളിയെ വഞ്ചിക്കുക, ലൈംഗിക

സംഭാഷണങ്ങൾ ഫോണിൽ റിക്കോർഡ് ചെയ്ത് യൂ ട്യൂബ് ഉൾപ്പെടെയുള്ള സമൂഹമാധ്യമങ്ങളിലൂടെ പ്രചരിപ്പിക്കുക തുടങ്ങിയ അധമപ്രവൃത്തികൾ ചെയ്ത് സായൂജ്യമടഞ്ഞാണ് പലരും തങ്ങളുടെ മാനസിക വൈകല്യം വെളിപ്പെടുത്തുന്നത്.

## സ്ത്രീ പുരുഷഭേദം

സ്ത്രീകളുടെയും പുരുഷന്മാരുടെയും ലൈംഗികതയുടെ തലം തികച്ചും വിഭിന്നമായത് കൊണ്ടുതന്നെ പുരുഷന്മാരെ അപേക്ഷിച്ച സൈബർ സെ ക്സിലേയ്ക്ക് നീളുന്ന സ്ത്രീകളുടെ എണ്ണം താരതമ്യേന കുറവാണ് (60- 40). ഏറ്റവും അപകടകരമായ അവസ്ഥയിലേക്ക് എത്തുന്നത് കുട്ടികളാണ്. യഥാർത്ഥ ലൈംഗികതയും അതിന്റെ വിശുദ്ധിയും ധർമ്മവും എല്ലാം മനസിലാക്കുന്നതി നും മുമ്പ് സൈബർ സെക്സിന്റെ മായ്മരികതയിലേയ്ക്കും വൈകൃതങ്ങളിലേക്കും ഊളയിട്ടിറങ്ങുന്ന കുട്ടികളുടെ മനസ്സിൽ ലൈംഗികതയെക്കുറിച്ച വികലമായ ധാരണകൾ മാത്രമായിരിക്കും നിറഞ്ഞു നിൽക്കുക. ഇത് തീർച്ചയായും അവരു ടെ ദാമ്പത്യജീവിതം ഉൾപ്പെടെ തകിടം മറിക്കും.

സൈബർ സെക്സ് ആസ്വദിക്കുന്ന 8-10% വരെ ആളുകളും ഇതിന് അടിമയാവുകയും ജീവിതത്തിൽ പിന്നീട് നീണ്ടുനിൽക്കുന്ന മാനസികവും ശാരീ രികവുമായ പ്രശ്നങ്ങൾക്ക് വശംവദരാവുകയും ചെയ്യുന്നു.

## സൈബർ സെക്സ് അഡിക്ഷൻ പ്രശ്നങ്ങൾ

സൈബർ സെക്സ് അഡിക്ഷൻ ഉണ്ടാക്കുന്ന പ്രശ്നങ്ങൾ എന്തെല്ലാമാണെ ന്ന് പരിശോധിക്കാം.

1. അശ്ലീല സൈറ്റുകളിലെ രതിവൈകൃതങ്ങളിൽ ആകൃഷ്ടരാവുകയും മന സ്സിൽ രതിയെക്കുറിച്ചും പുരുഷനെക്കുറിച്ചും/സ്ത്രീയെക്കുറിച്ചും തെറ്റായ സങ്കല്പങ്ങൾ വെച്ച് പുലർത്തുകയും ചെയ്യുക.

2. അശ്ലീല സൈറ്റുകളിൽ കാണുന്ന രീതിയിലുള്ള രതി വൈകൃതങ്ങളിലേ ക്ക് പങ്കാളിയെ വലിച്ചിഴക്കുകയോ പ്രേരിപ്പിക്കുകയോ ചെയ്യുക.

3. ഒരേ രീതിയിലുള്ള സെക്സ് സൈറ്റുകൾ കണ്ടു മടുക്കുമ്പോൾ കൂടുതൽ കൂടുതൽ വൈകൃതങ്ങൾ തേടി പോവുക.

4. ലൈംഗികതയുടെ പവിത്രതയും പ്രകൃതിധർമ്മവും പൂർണ്ണമായി വിസ്മ രിച്ച് അതിന്റെ ഭോഗവാസനയും നിറം പിടിപ്പിച്ച വൈകൃതഭാവനക ളും മനസിന്റെ സമനിലയെ ബാധിക്കുവാൻ കരണമാവുക. ഇത് ദാ മ്പത്യ ജീവിതം നശിപ്പിക്കുക തന്നെ ചെയ്യും.

5. സെക്സ് സൈറ്റുകളിൽ നിന്ന് പ്രചോദിതരായി ഒരേസമയം ഒന്നിലധി കം പേരുമായി ലൈംഗികമായി ബന്ധപ്പെടുവാൻ ആഗ്രഹിക്കുകയും ലൈംഗികതൊഴിലാളിയെ സമീപിക്കുവാൻ പ്രേരിതരാവുകയും ചെ യ്യുക.

6. നിയമവിരുദ്ധമായ ലൈംഗികവൃത്തികളിൽ ഏർപ്പെട്ട നിയമ കുരുക്കി ൽ പെടുക.

7. സുരക്ഷിതമല്ലാത്ത ലൈംഗികവേഴ്ചയില്ലൂടെ ലൈംഗികരോഗങ്ങൾ പിടിപെടുക.

8. അമിതമായ സ്വയഭോഗവും അത് സൃഷ്ടിക്കുന്ന മാനസികവും ശാരീരി കവുമായ പ്രശനങ്ങൾ.

വളരെ ചെറുപ്പത്തിൽ തന്നെ അശ്ലീല ഇന്റർനെറ്റ് സൈറ്റിനും ഇലക്ട്രോ ണിക് ലൈംഗികസാദ്ധ്യതകൾക്കും എക്സ്പോസ്ഡ് ആകുന്ന കുട്ടികളുടെ ദാമ്പത്യജീവിതവും ലൈംഗികതയുടെയും താളം തെറ്റവാനുള്ള സാദ്ധ്യത വളരെ കൂടുതലാണ്. ലൈംഗികതയെ കുറിച്ച് മനസ്സിൽ നിറഞ്ഞുനില്ക്കുന്ന വികൃതമായ ഭാവന, ജീവിത പങ്കാളിയെക്കുറിച്ചുള്ള വികലമായ സങ്കല്പം, ലൈംഗികതയുടെ ആത്യന്തികമായ ലക്ഷ്യത്തെക്കുറിച്ചുള്ള ധാരണയില്ലായ്മ, ആത്മവിശ്വാസക്കുറവ് അങ്ങനെ പലതരം പ്രശ്നങ്ങൾ ഈ കൂട്ടർ അനുഭവി ക്കേണ്ടി വരും.

സൈബർ സെക്സ് അഡിക്ഷനുള്ള ചിലർക്ക് കംമ്പ്യൂട്ടറിന്റെ മുമ്പിൽ ഇരിക്കുമ്പോൾ തന്നെ ലൈംഗിക ഉത്തേജനം ഉണ്ടാകുന്നു. ഇക്കൂട്ടരുടെ ജോ ലിയെയും സാമൂഹികജീവിതത്തെയും ദാമ്പത്യ ജീവിതത്തെയും ഈ പ്രശ്നം സാരമായി ബാധിക്കും. ഇതിനെല്ലാം അപ്പുറമാണ് ഇന്റർനെറ്റിലൂടെയുള്ള ലൈംഗികചൂഷണത്തിന് ഇരയാകുവാനുള്ള സാദ്ധ്യത.

**എന്താണ് നമ്മുടെ നാട്ടിൽ ഇതിന് ഇത്ര പ്രചാരം ഉണ്ടാകുവാൻ കാരണം?**

ഇലക്ട്രോണിക് സെക്സിന്റെ മൊത്തവ്യാപാരികൾ പാശ്ചാത്യരാജ്യങ്ങളും അതിന്റെ ഏറ്റവും കൂടുതൽ ഉപഭോക്താക്കൾ കടുത്ത സദാചാരനിയമങ്ങൾ സമൂഹത്തിലുള്ള ഏഷ്യൻ രാജ്യങ്ങളുമാണ് എന്നത് തികച്ചും അതിശയകര മായി തോന്നാം.

യാഥാസ്ഥിതികത്വം നടമാടുന്ന നമ്മുടെ സമൂഹത്തിൽ, അടിച്ചമ ർത്തപ്പെടുന്ന അടിസ്ഥാന ലൈംഗികചോദനയ്ക്കുള്ള ബഹിർഗമനത്തിന്

ഇന്റർനെറ്റ് ഒരുക്കിയ അങ്ങേയറ്റം സ്വകാര്യമായ അവസരം മലയാളികൾ ഉപയോഗപ്പെടുത്തിവരുന്നു. സൈബർ സെക്സ് അഡിക്ഷനിൽ അകപ്പെടുന്ന ആളുകളുടെ എണ്ണം ദിനംപ്രതി വർദ്ധിച്ച തന്നെയാണ് വരുന്നത്. തനിക്ക് മാനസികമായി ഒരു പ്രശ്നമുണ്ട് എന്ന് പൊതുവെ ആരും അംഗീകരിച്ച തരാത്തതുപോലെ താൻ സൈബർ സെക്സിന് അടിമയാണ് എന്നതും പലരും അംഗീകരിക്കാൻ മടി കാണിക്കുന്നു. അതുകൊണ്ട് തന്നെ ഇക്കൂട്ടർക്കുള്ള ചികിത്സയും സഹായവും ബുദ്ധിമുട്ടാകുന്നു.

കൂടുതൽ സമയം കംമ്പ്യൂട്ടറിലോ, മൊബൈൽ ഫോണിലോ ചില വഴിക്കുവാൻ അവസരം കിട്ടുന്ന വലിയ പങ്ക് ആളുകളും ജോലിയുടെ സമയത്തുപോലും ലൈംഗികചോദനയുള്ള സൈറ്റുകൾ പരതാറുണ്ട്. സോ ഫ്റ്റ്‌വെയർ ഉദ്യോഗസ്ഥരിൽ ഗ്രഗിൽ നടത്തിയ ഒരു വിവരശേഖരണത്തിൽ പത്തിൽ ഏഴ് പേരും ദിവസം ഒരു തവണ എങ്കിലും ഓൺലൈൻ ഉത്തേജനത്തിന് ശ്രമിക്കാറുണ്ട്. ജോലിയുടെ വിരസതയും ആവർത്തന സ്വഭാവവും ഇവരെ മറ്റ് ഉത്തേജന മാർഗങ്ങൾ തേടിപോകുവാൻ പ്രേരിപ്പിക്കുന്നു.

## കുറ്റകൃത്യങ്ങളിലേയ്ക്ക് നീളുന്ന സൈബർ സെക്സ്

അശ്ലീല സൈറ്റുകളിൽ ഏതാണ്ട് 20% ബാല ലൈംഗികചിത്രങ്ങളാണ്. പത്തലക്ഷത്തോളം ബാല ലൈംഗികചിത്രങ്ങളാണ് ഇന്റർനെറ്റിലുള്ളത് എന്നാണ് കണക്ക്. ദിനംപ്രതി എന്താണ്ട് 200 പുതിയ ചിത്രങ്ങൾ ഇന്റ ർനെറ്റിൽ പോസ്റ്റ് ചെയ്യപ്പെടുന്നുണ്ട്. ലോക രാജ്യങ്ങളിൽ വെറും 27 രാജ്യങ്ങളിൽ മാത്രമാണ് ബാല ലൈംഗികചിത്രങ്ങൾ പ്രദർശിപ്പിക്കുന്നതിന് എതിരെ കൃത്യമായ നിയമങ്ങൾ ഉള്ളത്. നാഷണൽ ക്രൈം റിക്കോർഡ് ബ്യൂറോയുടെ കണക്കപ്രകാരം രാജ്യത്തെ ഓൺലൈൻ അശ്ലീല പ്രസിദ്ധീ കരണങ്ങളിൽ 27 ശതമാനവും കേരളം കേന്ദ്രീകരിച്ചുള്ളതാണ്.

## സൈബർ സെക്സും കുടുംബജീവിതവും

ജീവിതപങ്കാളിയുടെ സ്നേഹക്കുറവ്, ലൈംഗിക താല്പര്യക്കുറവ്, ഫോണിലോ, കമ്പ്യൂട്ടറിലോ മുഴുകി പങ്കാളി ഇരിക്കുമ്പോൾ ഉണ്ടാകുന്ന ഏകാന്തത, തങ്ങൾക്ക് വെറുപ്പും, അറപ്പുമുള്ള ലൈംഗിക പ്രവർത്തികൾക്ക് നിർബന്ധിതയായാകേണ്ടി വരുന്നതില്ലുള്ള അപമാനഭാരം, ലൈംഗിക സം തൃപ്തിക്കുറവ്, തന്റെ പങ്കാളിയുടെ മനസ്സിൽ മുഴുവൻ അശ്ലീല ചിത്രങ്ങളിലെ അനേകം കഥാപാത്രങ്ങൾ ആണെല്ലോ എന്നോർക്കുമ്പോളുള്ള വെറു പ്പം ,വീർപ്പുമുട്ടലും ഇതെല്ലാം ദാമ്പത്യജീവിതത്തിൽ വിള്ളൽ വീഴ്ത്തുന്നു. അശ്ലീല ചിത്രങ്ങളിലെ കഥാപാത്രങ്ങളുടെ അതിസാഹസിക ലൈംഗിക

പ്രകടങ്ങളമായി തന്റെ പങ്കാളിയുടെ നിസ്സാരതയെ താരതമ്യപ്പെടുത്തുക, അല്ലെങ്കിൽ അവരുടെ കുതിരശക്തിയ്ക്ക് മുമ്പിൽ താൻ വെറും അശ്രുവാണല്ലോ എന്നോർത്ത് നിരാശയിൽ ജീവിക്കുക.

## ചാറ്റിംഗ് എന്ന ചതിക്കുഴി

സെക്സ്റ്റിങ് (sexting ) സന്ദേശങ്ങളിലൂടെ ലൈംഗിക പൂ
ർത്തീകരണം തേടുമ്പോൾ

വളരെ നിർദോക്ഷം എന്ന് പുറമെ തോന്നിക്കുകയും ചതിയുടെ വാരിക്കുഴിയുമായി ഇരയെ കാത്തിരിക്കുകയും ചെയ്യുന്ന വഞ്ചനയുടെ നരക വാതിലാണ് പലപ്പോഴും ചാറ്റിങ്. അപ്പുറത്ത് ഇരിക്കുന്നവർ പ്രക്ഷേപിക്കുന്ന അതിവർണാഭമായ വ്യക്തിത്വത്തിൽ ഇരകൾ പെട്ടെന്നതന്നെ വീഴുന്നു. പല കുടുംബബന്ധങ്ങളുടെയും പരാജയങ്ങൾക്ക് പിന്നിലും, പല വിവാഹമോചന കളുടെ കാരണവും പങ്കാളിയുടെ ഇപ്രകാരമുള്ള ചാറ്റിങ് ആണെന്നത് ഈ വിഷയത്തിന്റെ ഗൗരവം ചൂണ്ടികാണിക്കുന്നു.

ലൈംഗിക ചുവയുള്ള സന്ദേശങ്ങൾ മൊബൈൽ ഫോൺ വഴി ഇൻസ്റ്റൻറ് ചാറ്റ് ആപ്ലിക്കേഷനുകൾ വഴി മറ്റുള്ളവർക്ക് അയച്ചുകൊടുത്ത് ലൈംഗിക ഉത്തേജനവും സംതൃപ്തിയും നേടുന്നതിനാണ് സെക്സ്റ്റിങ് എന്നു പറയുന്നത്. സെക്സ്+ടെക്സ്റ്റിംഗ് എന്നതിനെ യോജിച്ചാണ് സെക്സ്റ്റിങ് എന്ന പദം ഉണ്ടായത്.

സ്മാർട്ട് ഫോണുകളുടെ ആവിർഭാവത്തോടു കൂടി സെക്സ്റ്റിങിന്റെ തലങ്ങളും ഭാവങ്ങളും ആകെ മാറി. സ്വന്തം നഗ്ന ചിത്രങ്ങളും വിഡിയോയും എല്ലാം വാട്സാപ്പ് പോലെയുള്ള മെസേജിങ് സംവിധാനം വഴി അയച്ച് ലൈംഗികനിർവ്വതി നേടുന്നവരുടെ എണ്ണം വല്ലാതെ വർദ്ധിച്ചു. തങ്ങളുടെ പ്രവൃത്തികൾ താരതമ്യേന നിരുപദ്രവകരവും സുരക്ഷിതവും ദുരവ്യാപകമായ യാതൊരു പ്രത്യാഘാതങ്ങൾ ഉണ്ടാക്കുവാൻ സാദ്ധ്യതയില്ലാത്തതുമാ ണെന്ന ചിന്തയാണ് കൂടുതൽ കൂടുതൽ ആളുകളെ സെക്സ്റ്റിംഗിലേയ്ക്ക് ആകർഷിക്കുന്നത്. സന്ദേശങ്ങൾ ലഭിച്ച 10 സെക്കൻഡുകൾക്കുള്ളിൽ അത് തനിയെ അപ്രത്യക്ഷമായി കൊള്ളും എന്നതിനാൽ സ്നാപ്പ് ചാറ്റ് എന്ന മെസേജിങ് ആപ്പ് ആണ് കൗമാരക്കാർക്ക് പ്രിയങ്കരം. എന്നാൽ ഇതിലൂടെ അപകീർത്തികരമായ സന്ദേശങ്ങൾ അയച്ച നിയമകുരുക്കിൽ പെട്ടവരും കുറവല്ല.

നിങ്ങൾ സൈബർ സെക്സിന് അടിമ ആണോ എന്നറിയുവാൻ ചില ചോദ്യങ്ങൾ

- ജീവിതപങ്കാളിയുമായി ബന്ധപ്പെട്ടമ്പോൾ നിങ്ങൾ കണ്ട അശ്ലീലചിത്രങ്ങളിലെ കഥാപാത്രങ്ങൾ മനസ്സിൽ തങ്ങിനില്ലാറുണ്ടോ?

- യഥാർത്ഥ ലൈംഗികതയിൽ നിന്നുപോല്യം ഒഴിഞ്ഞു മാറി ഓൺലൈൻ സെക്സ് തേടി നിങ്ങൾ പോവാറുണ്ടോ?

- ജോലി സമയത്തോ ഗൗരവമേറിയ മറ്റേതെങ്കില്യം പ്രവൃത്തികൾക്കിടയിലോ ഡിജിറ്റൽ സെക്സ് തേടി നിങ്ങൾ കമ്പ്യൂട്ടറോ മൊബൈൽ ഫോണോ തിരയാറുണ്ടോ?

- അസ്വാഭികമായതോ പ്രകൃതിവിരുദ്ധമായതോ കുറ്റകൃത്യമായി പരിഗണിക്കുന്നതോ ആയ ലൈംഗികപ്രവൃത്തികളുടെ ചിത്രങ്ങൾ മനസിനെ മഥിക്കുകയോ മനസ്സിൽ സദാ തങ്ങി നില്ലുകയോ ചെയ്യാറുണ്ടോ?

- നിങ്ങൾ നിശ്ചയിക്കുന്നതില്യം കൂടുതൽ സമയം അശ്ലീല ചിത്രങ്ങൾ കാണുവാനോ കമ്പ്യൂട്ടറിൽ ലൈംഗിക ഉത്തേജന കാര്യങ്ങൾക്ക് വേണ്ടി ചിലവഴിക്കുകയോ ചെയ്യുന്നുണ്ടോ?

- മറ്റ ജോലികളോ സഹ്ദങ്ങളോ വിനോദോപാധികളോ ഒഴിവാക്കി എല്ലാ ദിവസവും തന്നെ അശ്ലീല സൈറ്റുകൾ സന്ദർശിക്കവാനോ വിഡിയോ കാണവാനോ നിങ്ങൾ സമയം കണ്ടെത്താറുണ്ടോ?

- മുമ്പ് തീരുമാനിച്ചതില്യം വളരെ കൂടുതൽ നേരം നിങ്ങൾ സൈബർ സെക്സിനവേണ്ടി സമയം ചിലവഴിക്കുകയോ ചിലവഴിക്കുന്ന സമയം ക്രമാതീതമായി കൂടി വരുന്നുമുണ്ടോ?

ഇതിൽ മൂന്നോ അതിലധികം ചോദ്യങ്ങൾക്കോ നിങ്ങൾ അതെ എന്നാണ് ഉത്തരം നല്ലിയതെങ്കിൽ നിങ്ങൾ സൈബർ സെക്സിന് അടിമയായിക്കൊണ്ടിരിക്കുന്ന എന്ന് മനസിലാക്കി ഒരു മനഃശാസ്ത്രജ്ഞന്റെ സഹായം തേട്ടന്നത് നല്ലതായിരിക്കും.

**ഡിജിറ്റൽ സെക്സിൽ നിന്ന് പുറത്തുകടക്കുവാനുള്ള മാർഗങ്ങൾ:**

നിങ്ങൾ സൈബർ സെക്സിന് അടിമയാണ് എന്ന് സ്വയം ബോധ്യമായാൽ അതിൽനിന്ന് പുറത്തുകടക്കുവാൻ നിങ്ങളെ സഹായിക്കുവാൻ സാദ്ധിക്കും എന്നറപ്പുള്ള ഒരു വ്യക്തിയെ കണ്ടുപിടിക്കുക. ആ വ്യക്തി

നിങ്ങളുടെ ജീവിതപങ്കാളി അല്ലാതെ ഇരിക്കുന്നതാണ് ഏറ്റവും നല്ലത്. കാരണം നിങ്ങളുടെ ഈ ലഹരി മൂലം പങ്കാളി ഇതിനകം വളരെയേറെ വൈകാരികമായി കഷ്ടപ്പെട്ടിട്ടുണ്ടാകാം എന്നതിനാൽ ശരിയായ ദിശയിൽ, ക്ഷമയോടെ നിങ്ങളെ സഹായിക്കുവാൻ ആ വ്യക്തിക്ക് കഴിഞ്ഞു എന്ന് വരില്ല.   അതുകൊണ്ടുതന്നെ ഒരു പ്രൊഫഷണൽ സൈക്കോളജിസ്റ്റിന്റെ സഹായം തേടുന്നത് നല്ലതായിരിക്കും.

അടുത്തതായി വേണ്ടത് ഒരു ഡയറി സൂക്ഷിക്കുകയും സൈബർ സെക്സ് ലഹരി വിമുക്തിക്കുവേണ്ടി നിങ്ങൾ കൈക്കൊള്ളുന്ന തീരുമാനങ്ങൾ, എടുത്ത നടപടികൾ, പുരോഗതി, തടസ്സങ്ങൾ, അനുഭവിക്കുന്ന മാനസികമായ ബു ദ്ധിമുട്ടുകൾ എല്ലാം കൃത്യമായി രേഖപ്പെടുത്തുകയും നിങ്ങളെ സഹായിക്കുന്ന സൈക്കോളജിസ്റ്റുമായി ആഴ്ചയിൽ ഒരിക്കൽ വിശകലനം ചെയ്യുകയും ചെയ്യാം.

നിങ്ങളെ ഈ ദുശ്ശീലത്തിലേയ്ക്ക് വലിച്ചിഴക്കാനുള്ള സാഹചര്യങ്ങൾ ഒഴിവാക്കുക.

നിങ്ങളുടെ ഫോണിൽനിന്നും കമ്പ്യൂട്ടറിൽ നിന്നും അശ്ലീലചിത്രങ്ങൾ മുഴുവൻ നീക്കുക. കമ്പ്യൂട്ടർ എല്ലാവരും കാണുന്ന രീതിയിൽ വീട്ടിലെ പൊതുമു റിയിൽ സ്ഥാപിക്കുക. സ്വയം ഭോഗത്തിനുള്ള ഉത്തേജനം എന്ന രീതിയിലാ ണ് ഭൂരിപക്ഷവും സൈബർ സെക്സ് ഉപയോഗിക്കുന്നത്. അതിനാൽ തന്നെ സ്വയംഭോഗം നിയന്ത്രിക്കുവാനുള്ള തീരുമാനവും അതിന സഹായകരമായ മാർഗങ്ങളും സ്വീകരിക്കുക. നിങ്ങൾ വിവാഹിതൻ/വിവാഹിതയാണെങ്കിൽ നിങ്ങളുടെ ജീവിതപങ്കാളിയുമായിയുള്ള മാനസികവും ശാരീരികവുമായ ബന്ധം സുഗമമാക്കുവാൻ ഉള്ള മാർഗങ്ങൾ സ്വീകരിക്കുക. എല്ലാ ദിവസ വും കുറച്ചസമയം ശാരീരികവ്യായാമം കിട്ടുന്ന എന്തെങ്കിലും കളികളിൽ ഏർപ്പെടുക. ഫാന്റസിയും യാഥാർത്ഥ്യവും തമ്മിലുള്ള വ്യത്യാസം മനസിലാ ക്കുക. ലൈംഗികത എന്നത് ആസ്വാദനത്തിനപ്പുറം ഒരു പ്രകൃതി ധർമ്മം നിറവേറ്റുവാനുള്ള കർമ്മം കൂടിയാണ് എന്ന് മനസിലാക്കുക. തികച്ചും അസ്വഭാവികമായ മാർഗങ്ങളും ക്യാമറ ട്രിക്കുകളും കൊണ്ട് തികച്ചും പ്രൊ ഫഷണൽ ആയിട്ടുള്ള അഭിനേതാക്കൾ നടത്തുന്ന ലൈംഗികപരാക്രമങ്ങൾ യഥാർത്ഥ ജീവിതവുമായി വളരെയേറെ അകലെയാണ് എന്ന് മനസ്സിൽ ഉറപ്പിടുക. നിങ്ങളുടെ ഈ ലഹരി അടിമത്ത്വം മൂലം കഷ്ടപ്പെടുന്ന നിങ്ങളുടെ ജീവിതപങ്കാളി എന്ന സഹജീവിയുടെ മാനസികവും ശാരീരികവുമായ വേദനകളെക്കുറിച്ച് ഇടയ്ക്ക് ഓർക്കുക. എല്ലാത്തിനും ഉപരി ഓർക്കേണ്ട പ്രധാന മന്ത്രം അലസന്റെ മനസ്സ് പിശാചിന്റെ പണിപ്പുരയാണ്. ഒരു മി

നിറ്റ് പോല്യം വെറുതെ അലസമായി ഇരിക്കാനുള്ള അവസരം ഉണ്ടാക്കരുത്.

കുട്ടികളുടെ ഇന്റർനെറ്റ് ഉപയോഗം നിയന്ത്രിക്കവാൻ വേണ്ട ലോക്ക കൾ പലപ്പോഴും ഓപ്പറേറ്റിംഗ് സിസ്റ്റത്തിൽ തന്നെ ഉണ്ട്. ഒരു കമ്പ്യൂട്ടർ വിദഗ്ധന്റെ സഹായത്തോടെ അശ്ലീല സൈറ്റുകൾ ബ്ലോക്ക് ചെയ്യുക. കുട്ടികൾ എന്തൊക്കെയാണ് കമ്പ്യൂട്ടറിൽ ചെയ്തത് എന്നറിയുവാനുള്ള സോഫ്റ്റ്‌വെയറുകളും ലഭ്യമാണ്. അതേപോലെതന്നെ കുട്ടികളുടെ സ്മാർട്ട് ഫോണും നമുക്ക നിരീക്ഷിക്കവാൻ സാദ്ധിക്കും. പിള്ള മനസിലും കള്ളമുണ്ട് എന്ന് മനസിലാക്കുക. അതുകൊണ്ടതന്നെ കുട്ടികൾ പറയുന്നതെല്ലാം മാതാപിതാക്കൾ കണ്ണടച്ച് വിശ്വസിക്കരുത്.

## അശ്ലീല സൈറ്റുകൾ നിരോധിക്കമ്പോൾ ആർക്കാണ് യഥാർത്ഥ ബുദ്ധിമുട്ട്?

ഇന്ത്യയിൽ പോണോഗ്രഫിക്ക് സൈറ്റുകൾ നിരോധിക്കാൻ എന്താണ് കാരണം? വ്യക്തമായ കാരണം സർക്കാർ പറയുന്നില്ലെങ്കിലും ചില സാദ്ധ്യ തകൾ പറയാം. ഭാരതീയ പാരമ്പര്യം സംരക്ഷിക്കവാനാണ് ഈ നടപടി എന്ന് ഇതുവരെ ആരും പറഞ്ഞു കേട്ടില്ല. കാരണം ഖജുരാഹോയിലേ ച്ചവർ ചിത്രങ്ങളിലേയ്ക്ക് വിരൽ ചൂണ്ടപ്പെട്ടും എന്ന് അവർക്ക് അറിയാം. ഇനി മതങ്ങൾ പറഞ്ഞത് കൊണ്ടാണോ? ഒരിക്കലും ആവാൻ വഴിയില്ല. വിക്ടോറിയൻ മൊറാലിറ്റി പറയുന്ന മതഗ്രന്ഥങ്ങളിൽ ഉൾപ്പെടെ പലതിലും ഇന്നത്തെ മൂല്യങ്ങൾക്കും സഭ്യതയ്ക്കും യോജിക്കാത്ത പലതുമുണ്ട്. പിന്നെയു ള്ള കാരണങ്ങൾ രണ്ടാണ്.

ബാൻഡ് വിഡ്ത് ഉപയോഗം കുറയ്ക്കുക. ഫ്രീയായി ലഭിക്കുന്ന ഇന്റ ർനെറ്റിന്റ പ്രധാന ഉപയോഗവും ഈ വിഡിയോകൾ കാണുന്നതായിരുന്നു. ഇത് ബാൻഡ് വിഡ്ത് ഉപയോഗം വളരെ കൂട്ടി. ലോകത്ത് ഏറ്റവും കൂടുതൽ സൈറ്റുകൾ ഉള്ളയും, സർഫസ് ഇന്റർനെറ്റിന്റെ ബഹുഭൂരിപക്ഷവും, ഏറ്റവും കൂടുതൽ വിറ്റവരവ് നടക്കുന്നയും, ഏറ്റവും അധികം ആളുകൾ ഉപയോഗിക്ക ന്നയും എല്ലാം ഇത്തരം സൈറ്റുകൾ ആണ്.

ഇന്റർനെറ്റ് ന്യൂട്രാലിറ്റിയുമായി ബന്ധപ്പെട്ടതാണ്. അതായത് ഇനി ഒരു ഇന്റ ർനെറ്റ് പാക്കേജിൽ എല്ലാം ലഭ്യമല്ലാതാകും. പോൺ സൈറ്റുകൾ ലഭിക്കുന്ന പായ്ക്കൾക്ക് കൂടുതൽ പണം നല്കേണ്ട അവസ്ഥ വന്നുകൂടായ്കയില്ല. അതായ ത് പക്കാ ബിസിനസ്സ്.

ഇലക്ട്രോണിക്ക് മാദ്ധ്യമങ്ങളില്ലൂടെ ലൈംഗികപൂർത്തീകരണം നടത്തു ന്നവരിൽ കൗമാരക്കാരും യുവാക്കളമാണ് ബഹുഭൂരിപക്ഷമെങ്കിലും നൂതന സാങ്കേതികവിദ്യ കൈപ്പിടിയിൽ ഒതുക്കുവാൻ സാദ്ധിച്ച മധ്യവയസ്കരും, വാർദ്ധക്യത്തിലേയ്ക്ക് കടന്നവരുമായ ഒരുപാട് ആളുകൾ തങ്ങളുടെ സഫ ലമാകാതെ പോയ ലൈംഗികതൃഷ്ണ ശമിപ്പിക്കുവാൻ സാങ്കേതികവിദ്യ അതിവിദഗ്ധമായി ഉപയോഗപ്പെടുത്തുന്നുണ്ട്.    ഏതാനും സെക്കന്റുകൾ മാത്രം നീളുന്ന ചുംബനദൃശ്യങ്ങൾ മാത്രം കണ്ട് നിർവൃതി അടയുവാൻവേണ്ടി പാതിരാപടത്തിന് ഉറക്കമിളച്ച് ഇരുന്നിരുന്ന മലയാളിക്ക് ലൈംഗികത യുടെ മഹാസാഗരം അടുത്ത് കണ്ടപ്പോൾ അഭിവാഞ്ഛ തോന്നി അതിൽ വീണുപോയത് സ്വാഭാവികം മാത്രം.   തങ്ങൾക്ക് കൈമോശം വന്നുപോയ ലൈംഗിക അവസരങ്ങളും പ്രായം നല്കിയ ശാരീരികവും, സാമൂഹികവുമായ തടസ്സങ്ങളും മാറി കടക്കുവാൻ ഈ വിദ്യകളെ ഫലപ്രദമായി ഉപയോഗി ക്കുന്നവർ ധാരാളമുണ്ട്.   തങ്ങളുടെ യഥാർത്ഥ പ്രായം മറച്ചുവച്ച് ശാരീരിക പരിമിതികൾ മറികടക്കാൻ, ഭാവനയുടെ ലോകത്ത് ഒരു അറേബിയൻ പടക്കുതിരയെ പോലെ തേരോട്ടം നടത്തുവാൻ സാങ്കേതികവിദ്യ ഇവരെ സഹായിക്കുന്നു.   പുരുഷന്മാരാണ് ഇക്കൂട്ടത്തിൽ കൂടുതൽ എങ്കിലും 30 % സ്ത്രീകളും ഈ ഭാവനാ ഒളിപ്പോരാളികളിൽ പെടും.

സർക്കാർ അശ്ലീല സൈറ്റുകൾ നിരോധിച്ചപ്പോൾ ടെക്കികളായ ആളുകൾ പ്രോക്സി സൈറ്റുകൾ, VPN തുടങ്ങിയവ വച്ച് അതിൽ ഒളിഞ്ഞുക യറിയപ്പോൾ അതിന് സാദ്ധിക്കാത്തവർ പ്രത്യേകിച്ച പ്രായമുള്ളവരാണ് വിഷമവൃത്തത്തിലായത്.ലൈംഗികമുരടിപ്പും ലൈംഗികദാരിദ്ര്യവും അനുഭവി ക്കുന്ന ഒരു സമൂഹത്തിന് വലിയ ഒരു തിരിച്ചടിയാണ് ഈ സർക്കാർ നടപടി.

# രക്തം കുടിക്കുന്ന നിയമപാലനം

## ഒരു കുടിയേറ്റത്തിന്റെ കഥ

കുടിയേറ്റങ്ങളുടെ ചരിത്രം നരവംശശാസ്ത്രജ്ഞർക്ക് എന്നും പ്രിയങ്കരമാ
യിരുന്നു. അന്നുവരെ സ്വന്തമായി കരുതിയിരുന്ന നാട്ടും, സ്വത്വബോധങ്ങളും
വ്യക്തിത്വങ്ങളും എല്ലാം ഉപേക്ഷിച്ച് പുതിയ മേച്ചിൽപ്പുറങ്ങൾ തേടിയുള്ള
യാത്ര. പുതിയ വ്യക്തിബന്ധങ്ങളും, ഭാഷാ ശൈലിയും സംസ്കാരവും ജോ
ലിയും സ്വീകരിക്കുവാൻ മനസ്സുകൊണ്ട് സ്വയം പാകപ്പെടുത്തുന്ന ദിനങ്ങൾ.
പ്രിയപ്പെട്ട പലതിനെയും ഉപേക്ഷിച്ചുള്ള ഒരു പറിച്ചുനടൽ. ഇക്കര നിന്ന്
നോക്കുമ്പോൾ കാണുന്ന പച്ചപ്പ് അത്രമേൽ യാഥാർത്ഥ്യമല്ലെന്ന് തിരിച്ചറി
യുന്ന ആദ്യനാളുകൾ. അതിജീവനത്തിനുവേണ്ടിയുള്ള വെമ്പലുകൾ.

2012 ലാണ് ഞാൻ ഭാര്യയുമൊത്തു ക്യാനഡയിലെ ടോറോൻറോ എന്ന
വൻനഗരത്തിൽ എത്തുന്നത്. ശാന്തവും സുന്ദരവുമായ ഒഴുകി നടക്കുന്ന
വാഹനങ്ങൾ. തിരക്കിനിടയിൽപോലും ആളുകൾ കാണിക്കുന്ന പരസ്പര
ബഹുമാനം. അസഹിഷ്ണുതയുടെ മുഖഭാവങ്ങൾ ഞാനിവിടെ കണ്ടില്ല. പൗര
ബോധം എന്നൊന്നുണ്ടെന്ന് ആദ്യമായി ഞാൻ മനസ്സിലാക്കിയ ദിനങ്ങൾ.
മനുഷ്യർ മനുഷ്യരെ ബഹുമാനിക്കുകയും അന്യന്റെ വികാരങ്ങൾക്ക് വില
കല്പിക്കുകയും ചെയ്യുന്ന സംസ്കാരം.

## ബാലാരിഷ്ടതകൾ

അന്നുവരെ നേടിയ പ്രാഗത്ഭ്യവും, ബന്ധങ്ങളും, തൊഴിൽ പരിചയങ്ങളും
എല്ലാം ഉപേക്ഷിച്ചാണ് ഞങ്ങൾ കാനഡയിലേക്ക് കുടിയേറിയത്. നമ്മുടെ
അസ്തിത്വവും വ്യക്തിത്വവും പുനർനിർവചിക്കേണ്ട സാഹചര്യങ്ങൾ. കുടിയേ
റ്റവും വിദ്യാർത്ഥികളുടെ വരവും ഒരു ആദായ മാർഗ്ഗമായി സ്വീകരിച്ച ഈ
നാട്ടിൽ തൊഴിലഭ്യത വളരെ വിരളമാണ്. കുറച്ച വർഷങ്ങൾ കഴിയുമ്പോൾ
സ്വന്തം മേഖലയിൽ എങ്ങനെയെങ്കിലും അള്ളിപ്പിടിച്ച് കയറാമെന്ന വിശ്വാ

സത്തിൽ ആളുകൾ ഇവിടെ എത്തിച്ചേരുന്നു. ഡോക്ടർമാർ, ചാർട്ടേർഡ് അക്കൗണ്ടന്റുമാർ, എൻജിനീയർമാർ തുടങ്ങിയ അഭ്യസ്തവിദ്യർ പലരും അവിടെ ജോലിയില്ലാതെ ചുറ്റിത്തിരിയുന്നുണ്ട്. ശരീരത്തിനും മനസ്സിനും ഒട്ടും തന്നെ യോജിക്കാത്ത ജോലികളൊക്കെ ചെയ്ത് പലരും കാലങ്ങൾ തള്ളിനീക്കുന്ന ദിവസങ്ങൾ. എല്ലാം ശരിയാവും എന്ന പ്രതീക്ഷയോട്ടുകൂടി.

ലോകത്തിന്റെ മുക്കിലും മൂലയിലും നിന്നുള്ള ആളുകൾ കാനഡയിലേക്ക് കുടിയേറിയിട്ടുണ്ട്. കുടിയേറ്റക്കാരെ സഹായിക്കുന്ന ഒരുപാട് സംഘടനകൾ അവിടെ സജീവമാണ്. പല സംസ്കാരങ്ങളിലും ഭാഷയിലുമുള്ള മനുഷ്യരെ ഒരേ സംസ്കാരത്തിലേയ്ക്ക് എത്തിക്കുന്നതിനുവേണ്ടി പ്രവർത്തിക്കുന്ന ഈ സംഘടനകൾക്ക് സർക്കാരിൽ നിന്ന് നല്ലൊരു തുക ഗ്രാൻഡായി ലഭിക്കുന്നു. ഇംഗ്ലീഷിൽ തീർത്തും പരിജ്ഞാനമില്ലാത്തവർക്ക് വേണ്ടിയുള്ള ഭാഷാ പരിശീലനം, കമ്പ്യൂട്ടർ പരിശീലനം, ജോലിക്ക് വേണ്ടിയുള്ള ചില തയ്യാ റെടുപ്പുകൾ അങ്ങനെ പ്രാദേശികമായ പല സഹായങ്ങളുമാണ് ഇക്കൂട്ടർ പുതിയതായി വരുന്ന കുടിയേറ്റക്കാർക്കുവേണ്ടി ചെയ്തുകൊടുക്കുന്നത്.

## ഒരു നരഹത്യയുടെ കാഴ്ച

സ്കാർബറോ, ടോറോൻറോ, ക്യാനഡ

ഞാൻ ഇടയ്ക്കിടെ സന്ദർശിക്കുന്ന ഒരു സ്ഥാപനം എന്റെ വീടിനടുത്തത ന്നെ ഉണ്ടായിരുന്നു. സമയം രാവിലെ ഒരു 11:00 ആയിട്ടുണ്ടാവും. ഞാൻ മേല്പറഞ്ഞ സ്ഥാപനത്തിൽ നിന്ന് താഴേക്കിറങ്ങി വരുന്ന സമയത്ത് ഒരു വെടിപൊട്ടുന്ന ശബ്ദം കേട്ടു. ഞാൻ താഴത്തെ നിലയിൽ എത്തിയപ്പോ ഴേക്കും വീണ്ടും പലതവണ വെടിയൊച്ച കേട്ടു. അവിടെയുള്ള ഒരു മദാമ്മ പരിഭ്രാന്തിയോടെ എന്നോട് പറഞ്ഞു. പുറത്തേക്കിറങ്ങരുത്. അവിടെ വെടിവെപ്പ് നടക്കുകയാണ്. അവർ കരഞ്ഞുകൊണ്ട് ആരെയോ ഫോണിൽ വിളിക്കുന്നു. അമേരിക്കയിൽ ഇടയ്ക്കിടക്ക് നടക്കുന്ന വെടിവെപ്പിനെ കുറിച്ചുള്ള വാർത്തകളും ചിത്രങ്ങളും ചിരപരിചിതമായിരുന്നെങ്കിലും വളരെ അടുത്തത ന്നെ ഒരു വെടിവയ്പ്പ് നടക്കുന്നത് കണ്ടപ്പോൾ മനസ്സിലുണ്ടായ വികാരം വ്യക്തമല്ല. ഞാൻ ഗ്ലാസ് ഡോറിന് വെളിയിലേക്ക് നോക്കി. അഞ്ചോളം പോലീസ് കാറുകൾ പലസ്ഥലങ്ങളിലായി പാർക്ക് ചെയ്തിരിക്കുന്നു. പോ ലീസ് ചുറ്റും നിലയുറപ്പിച്ചിട്ടുണ്ട്. മുപ്പത് വയസ്സിന് താഴെ പ്രായമുള്ളവരാണ് പോലീസുകാരിലേറെയും. വെടികൊണ്ട വ്യക്തിയെ അപ്പോഴാണ് ഞാൻ കാണുന്നത്. നാല്പത് വയസ്സിനടുത്ത പ്രായമുള്ള ഒരു ആഫ്രിക്കൻ വംശ ജൻ. പ്രാകൃത വേഷം. മുടി ജട പിടിച്ച പനങ്കുലപോലെ നീണ്ടുകിടക്കുന്നു. അയാളുടെ വയറ്റിൽ ഒരു ഷാൾ വരിഞ്ഞുകെട്ടിയിരിക്കുന്നു. അതിനിടയിലൂടെ

രക്തം ഇറ്റവീഴുന്നുണ്ട്. അയാൾ റോഡ് ക്രോസ് ചെയ്ത് ഞാൻ നിന്നിരുന്ന കെട്ടിടത്തിന് അടുത്തേക്ക് കുസലില്ലാതെ നടന്നുവരികയാണ്.    മുഖത്ത് യാതൊരു ഭാവങ്ങളും ഇല്ല. വയറ്റിൽ നിന്ന് രക്തം ഒഴുകാൻ തുടങ്ങിയിരുന്നു.

പോലീസുകാർ അയാളുടെ പുറകെ നടന്നു.    അവർ രണ്ടു മൂന്നുപേർ ചേർന്ന് അയാളെ ബലമായി കീഴടക്കി മുഖത്തോട്ട ചേർത്തു നിലത്തു കിടത്തി.    ഏതാനും സെക്കൻഡുകൾ കൊണ്ട് തന്നെ അയാളുടെ ചലനം നിലച്ചു. തിരിച്ചു കിടത്തിയപ്പോഴേക്കും അയാളുടെ ജീവൻ വേർപെട്ടിരുന്നു.

അയാൾ മരിച്ചു എന്ന് ഉറപ്പായപ്പോളായിരുന്നു വിചിത്രമായി തോന്നിയ അടുത്ത പോലീസ് പ്രകടനം.    അവർ തന്നെ വെടിവെച്ച കൊന്ന ആ മനുഷ്യന്റെ ശരീരത്തിന് പ്രഥമശുശ്രൂഷ നല്ലകയാണ്.    മൃതശരീരം അന ങ്ങിയില്ല.    ആ പ്രദേശം മുഴുവൻ പോലീസ് റിബൺ കൊണ്ട് വലിച്ചുകെട്ടി വാഹനങ്ങൾ വഴിതിരിച്ചുവിട്ടു.    ആംബുലൻസും, പോലീസ് വെടിവയ്പിനെ കുറിച്ച് അന്വേഷണം നടത്തുന്ന പ്രത്യേക അന്വേഷണസംഘവും ടി. വി. ചാ നലുകളും ഹെലികോപ്റ്ററുകളും എല്ലാം പെട്ടെന്ന് അവിടെ സന്നിഹിതരായി. ആകാംഷയോടെ ഒരു മണിക്കൂറിലധികം ഞാൻ അവിടെ ചുറ്റിപ്പറ്റിനിന്നു. ഈ സമയം മുഴുവൻ ആ മനുഷ്യശരീരം പാതയോരത്ത് തന്നെ കിടന്നു. ഭാരമേറിയ മനസ്സുമായി ഞാൻ ജോലി സ്ഥലത്തേക്ക് പോയി.    പിന്നീട് പത്രത്തിൽ വന്ന വാർത്തകൾ വായിച്ചപ്പോൾ മാത്രമാണ് എന്താണ് ശരിക്കും സംഭവിച്ചത് എന്ന് എനിക്ക് മനസിലായത്.

മാനസികമായി ചില പ്രശ്നങ്ങളുള്ള ഒരു സാധുമനുഷ്യനായിരുന്ന കൊല്ലപ്പെട്ടയാൾ. ചെറിയ ചെറിയ ജോലികൾ ചെയ്ത് ജീവിക്കുന്ന അനേകം ഭവനരഹിതരിൽ ഒരാൾ.  സംഭവം നടക്കുന്ന ദിവസം അയാൾ പല്ലരിയുന്ന ഒരു കത്തിയുമായി ഒരു ബാങ്ക് പരിസരത്ത് വെറുതെ നില്ലകയായിരുന്നു. അയാളുടെ കത്തി കണ്ട് പരിഭ്രാന്തയായ ഒരു ബാങ്ക് ഉപഭോക്താവ് പോലീസിനെ വിളിച്ചു.  പിന്നീട് നടന്നതെല്ലാം വളരെ പെട്ടെന്നായിരുന്നു. ജെയിംസ് ബോണ്ട് സിൻഡ്രോം ബാധിച്ച പോലീസുകാർ കൂട്ടമായി എത്തി. വീടും കൂട്ടം ഇല്ലാത്ത, ഭാഷ പോലും ശരിക്കും വശമില്ലാത്ത, മാനസിക നില പെരുങ്ങലിലായ ഒരു വ്യക്തി മറ്റുള്ളവർക്കും പോലീസിനും ഒരു ഭീഷണിയല്ല. എന്നാൽ കിട്ടിയ ഒരു ഇരയെ വെറുതെ വിടാനും ഇവർ ഉദ്ദേശിച്ചിരുന്നില്ല. കത്തിയുമായി നില്ലുന്ന ഈ മനുഷ്യൻ ലോകത്തിനു തന്നെ ഭീഷണിയാണെ ന്ന് അവർ മനസ്സിൽ വിധി എഴുതി.

കത്തി താഴെ ഇടാൻ അവർ കൂട്ടമായി അലറി.  ഇംഗ്ലീഷ് സിനിമകളി ൽ കാണുന്നതുപോലെ പോലീസുകാർ ഇയാൾക്ക് ചുറ്റംകൂടി തോക്കുചൂണ്ടി നി

ലയറപ്പിച്ച. കത്തി താഴെ ഇടുവാൻ അവർ ഒന്നു പറഞ്ഞു, രണ്ടു പറഞ്ഞു. എന്നാൽ എന്താണ് നടക്കുന്നത് എന്ന് പോലും മനസ്സിലാക്കുവാൻ അയാ ൾക്ക് സാദ്ധിച്ചില്ല. മാനസികനിലയും ഭാഷയും ഒന്നും വ്യക്തമല്ലാത്ത ഒരാ ൾക്ക് എന്താണ് സംഭവിക്കുന്നതെന്ന് അറിയുവാൻ ഒരു മിനിറ്റെങ്കിലും വേണ മല്ലോ. അയാൾ പകച്ചുനിന്നുപോയി. ഏതാനും സെക്കൻഡുകൾക്കുള്ളിൽ തന്നെ ഈ ജെയിംസ് ബോണ്ടുകൾ വെടിവെച്ചു. ഒന്നല്ല പലതവണ. വെടി യുണ്ടകൾ ആ ശരീരത്തിൽ തുളച്ചുകയറി.

ഇതിനെല്ലാം ശേഷം നടന്ന കാര്യങ്ങളെക്കുറിച്ച് പത്രത്തിൽ എഴുതിയി രുന്ന വാർത്തകളാണ് എന്നെ ഏറ്റവും അമ്പരപ്പിച്ചത്. മനുഷ്യാവകാശത്തി ന്റെയും ജനാധിപത്യത്തിന്റെയും ഉന്നത മാതൃക പുലർത്തുന്നു എന്ന് ഞാൻ വിശ്വസിച്ച ഈ രാജ്യത്ത് മനുഷ്യജീവന് എത്രത്തോളം വിലയുണ്ടെന്ന് എനിക്ക് സംശയിക്കേണ്ടിവന്നു.

പത്രത്തിൽ വന്ന വാർത്ത ഇങ്ങനെയായിരുന്നു. 'വെടിയേറ്റ് വീണ ആ മനുഷ്യനെ ഉടൻ സണ്ണി ബ്രൂക് മെഡിക്കൽ കോളേജ് ആശുപത്രിയിൽ എത്തിച്ചെങ്കിലും ജീവൻ രക്ഷിക്കാനായില്ല'. ഓർക്കണം അയാളുടെ ചേതനയറ്റ ശരീരം ഒരുമണിക്കൂറോളം പാതയോരത്ത് കിടക്കുന്നത് കണ്ട ദുക്ലാക്ഷിയാണ് ഞാൻ.

ഒരു വർഷം ഏതാണ്ട് ആയിരത്തോളം നിരപരാധികളാണ് പോലീസ് വെടിവെപ്പിൽ ഇതുപോലെ അമേരിക്കയിൽ മരിക്കുന്നത്. കാനഡയിലെ ജനസംഖ്യയനുസരിച്ച് നോക്കുമ്പോൾ ആനുപാതികമായി തന്നെ ഇവി ടെയുമുണ്ട് ഈ നരവേട്ട. ഈ മരിച്ച മനുഷ്യനുവേണ്ടി ആരും ചോദ്യങ്ങൾ ചോദിച്ചില്ല. ഉറ്റവരും ഉടയവരും ഇല്ലാത്തതിനാൽ ആരും സമരം ചെയ്യാനും ഉണ്ടായില്ല.

പ്രിയ സുഹൃത്തേ നിങ്ങൾ ആരാണെന്നോ നിങ്ങളുടെ പേര് എന്താ ണെന്നോ എനിക്കറിയില്ല. പക്ഷെ ഒന്നറിയാം. നിങ്ങൾ എന്റെ സഹജീ വിയായിരുന്നു. എന്നെപ്പോലെ തന്നെ വികാരവും വിചാരവ്യവുമുള്ള ഒരു മനുഷ്യനായിരുന്നു. പത്തുവർഷങ്ങൾക്ക് ശേഷവും നിങ്ങളുടെ മരണം എന്നെ ദുഃഖിപ്പിക്കുന്നു. ഈ മനുഷ്യജീവിയെ കൊന്നുകളഞ്ഞ നിയമപാല കർ അന്നത്തെ ജോലി കഴിഞ്ഞ് ഒരു ബിയർ കുടിച്ച് വിശ്രമിച്ചിട്ടുണ്ടാവാം. നഷ്ടപ്പെട്ടത് ഒരു ജീവനാണ്.

**ഒരു ബാലനോട് ഇതു വേണമായിരുന്നോ?**

സ്ഥലം : ടോറോൻറോ ഡൗൺ ടൗൺ , കാനഡ. ജൂലൈ 27, 2013. ഒരു അജ്ഞാത വ്യക്തി തന്റെ മൊബൈൽ ഫോൺ ക്യാമറയിൽ പകർത്തിയ ആ ദാരുണസംഭവം, യൂട്യൂബിലൂടെ ലോകം കണ്ടപ്പോൾ ആയിരകണക്കിന് മനസുകളിൽ ഞെട്ടലിന്റെയും രോക്ഷത്തിന്റെയും ദുഃഖത്തിന്റെയും അലകളടിച്ചയരുകയായിരുന്നു. മുഖ്യധാരാ മാദ്ധ്യമങ്ങൾ തങ്ങളുടെ പതിവ് ശൈലിയിൽ തമ്സ്കരിക്കുവാൻ ശ്രമിച്ചിട്ടും, ലോകം സത്യമറിഞ്ഞു.

രാത്രി നന്നേ വൈകിയിരുന്നു. സ്ട്രീറ്റ് കാറിൽ (ട്രാം ) പൊതുവെ ആളുകൾ കുറവായിരുന്നു. സമ്മി യതിം എന്ന സിറിയൻ കൗമാരക്കാരൻ ട്രാമിന്റെ ഏറ്റവും പുറകിലായി സമാധാനപരമായാണ് ആദ്യം കാണപ്പെട്ടത്. അടത്തിരുന്ന പെൺകുട്ടികളെപോലും അവൻ ശ്രദ്ധിക്കുന്നതായി തോന്നിയില്ല. എന്നാൽ കുറച്ചസമയം കഴിഞ്ഞപ്പോൾ സമ്മിയിൽ ഭാവമാറ്റങ്ങൾ കണ്ട തുടങ്ങി. അയാൾ എവിടെ നിന്നോ ഒരു മൂന്നിഞ്ച് നിളമുള്ള പേന കത്തി വലിച്ചെടുത്തു. മാത്രമല്ല, തന്റെ ഒരു കയ്യ് കൊണ്ട് തന്റെ സ്വകാര്യഭാഗങ്ങൾ പ്രദർഷിപ്പിക്കുകയും ചെയ്തു എന്ന് ദൃക്സാക്ഷികൾ കോടതിയിൽ രേഖപെടുത്തുകയുണ്ടായി.


സമ്മി കത്തിയുമായി വാഹനത്തിന്റെ മുമ്പിലേയ്ക്ക് നടന്നുനീങ്ങുകയും എല്ലാവരോട്ടും വാഹനത്തിൽ നിന്നിറങ്ങുവാൻ ആവശ്യപ്പെട്ടുകയും ചെയ്തു. ജനം പരിഭ്രാന്തരായി. പിന്നിട് അയാൾ ഡ്രൈവറുടെ അടുത്തേയ്ക്ക് നീങ്ങി. സമനില കൈവിടാതെ ഡ്രൈവർ വാഹനം സുരക്ഷിതമായി നിറുത്തി. യാത്രക്കാർ എല്ലാവരും പുറത്തേക്കോടി. അവസാനം ഡ്രൈവറും ഇറങ്ങി ഓടി. കത്തിയുമായി യുവാവ് മാത്രം വാഹനത്തിൽ നിലയുറപ്പിച്ചു.


യാത്രക്കാർ വിവരം അറിയിച്ചതനസരിച്ച് പോലിസ് പാഞ്ഞെത്തി. ആദ്യമെത്തിയ പോലിസ് കാറിലെ ഓഫീസർ കോൺസ്റ്റബിൾ ജെയിംസ് ഫൊർസില്ലൊ തോക്ക് ചൂണ്ടി സമ്മിയുടെ അടുത്തെത്തി. നിന്നസ്ഥലത്തു നിന്ന് ഒരടി നീങ്ങരുത് എന്നും കത്തി താഴെയിട്ടുവാനും പോലീസ് ആജ്ഞാപിച്ചു. എന്നാൽ മയക്കമരുന്നിന്റെ പ്രഭാവത്തിലായിരുന്ന ആ കുമാരന് പോലീസിന്റെ ആജ്ഞ അനുസരിക്കേണ്ടാതായി തോന്നിയില്ല. അല്പമൊന്ന് നീങ്ങിനിന്ന സമ്മിക്ക നേരെ കോൺസ്റ്റബിൾ ജെയിംസ് ഫൊർസില്ലൊ നിറയൊഴിച്ചു. ഒന്നും രണ്ടുമല്ല. ഒൻപത്തു തവണ. ആദ്യത്തെ രണ്ട വെടി യുണ്ടകൾ കൊണ്ടതന്നെ സമ്മി യതിം നിലം പൊത്തി. വീണുകിടക്കുന്ന ആ കുട്ടിക്ക് നേരെ ആറു തവണ കൂടി വെടിവെയ്ക്കുവാൻ ആ നിയമപാലകൻ മടിച്ചില്ല. എല്ലാത്തിനുമുപരി പുറകെ എത്തിയ ഫൊർസില്ലൊയുടെ മേല്ഉദ്യോസ്ഥാൻ ട്യൂസർ ഗൺ കൊണ്ട് സമ്മിയെ ഷോക്കടിപ്പിക്കുവാൻ പ്രത്യേകം ശ്രദ്ധിച്ചു.

സാധാരണ ഇപ്രകാരം നടക്കുന്ന പോലിസ് നരനായാട്ടുകളുടെ പിന്നിലുള്ള സത്യം ലോകം അറിയാറില്ല. നിയമസംരക്ഷണം ഉറപ്പാക്കുന്ന ആപൽക്കരമായ ശ്രമത്തിൽ, സമൂഹത്തിനു ഭീഷണി ഉയർത്തിയ വ്യക്തിയെ സ്വയരക്ഷയ്ക്കുവേണ്ടി മാത്രം പോലീസ് വെടിവെച്ചു എന്നായിരിക്കും സ്ഥിരം പോലിസ് ഭാഷ്യം. മാദ്ധ്യമങ്ങളും കോടതിയും കരുണകാട്ടുന്നത് എന്നും പോലീസിനോട് മാത്രമായിരിക്കും. നഷ്ടപ്പെടുന്നത് മരിച്ച വ്യക്തിയുടെ കുടുംബത്തിനു മാത്രം.

എന്നാൽ ഇവിടെ ദൃക്സാക്ഷി പകർത്തിയ വിഡിയോ യൂട്യൂബില്ലൂടെ ലോകം കണ്ടതോടെ കഥയുടെ ഗതി മാറി. പതിവ് ശൈലിയിൽ കഥ്യ് കഴുകാൻ പോലീസിനു സാധിച്ചില്ല. മരിച്ച സമ്മിയുടെ കുടുംബവും കാനഡയിലെ സിറിയൻ സമൂഹവും മാദ്ധ്യമങ്ങളും മനുഷ്യാവകാശ പ്രവർത്തകരും ശക്തമായ പ്രതിഷേധങ്ങളമായി നീതിക്കുവേണ്ടി ഉറച്ചതന്നെ നീങ്ങി. $ 8 മില്ലിയൻ ഡോളറിനു(40 കോടി രൂപ ) നഷ്ടപരിഹാര തുക ആവശ്യപ്പെട്ട് ടൊറോൻറോ പോലീസ് ഡിപ്പാർട്ട്മെന്റിനെതിരെ സമ്മിയുടെ കുടുംബം നിയമയുദ്ധം ആരംഭിച്ചു. കോൺസ്റ്റബിൾ ജെയിംസ് ഫൊർസില്ലോയെ കൊലപാതകുറ്റത്തിന് അറസ്റ്റുചെയ്യവാൻ കോടതി ഉത്തരവിട്ടു. സെക്കണ്ട് ഡിഗ്രി കൊലപാതക കുറ്റമാണ് ചുമത്തിയിട്ടുള്ളത്.

കോടതി മുറിയിൽ ക്രൗൺ പ്രോസിക്യൂട്ടറും (പബ്ലിക്ക് പ്രോസിക്യൂട്ടർ) സമ്മിയുടെ മാതാവും ലോകവും ഏക സ്വരത്തിൽ ജെയിംസ് ഫൊർസില്ലോയോട് ചോദിച്ച ഒരു ചോദ്യം ഇതായിരുന്നു. 'ഒരു സ്വിച്ചിട്ടാൽ പൂർണ്ണമായി വെളിയിൽ നിന്ന് അടച്ചുപൂട്ടാവുന്ന ഒരു വാഹനത്തിൽ, മുറി കത്തിയുമായി ഒറ്റയ്ക്ക് നില്ലുന്ന ഒരു കൗമാരക്കാരൻ നിങ്ങൾക്കോ, മറ്റുള്ളവർക്കോ എന്ത് സുരക്ഷാ ഭീഷണിയാണ് ഉയർത്തിയത്? മനോനിലയിൽ വ്യതിയാനം വന്ന ഒരു കൗമാരക്കാരനെ ശാന്തനാക്കുവാൻ എന്തെല്ലാം മാർഗങ്ങൾ പോലീസിനു മുമ്പിലുണ്ടായിരുന്നു. എന്താണ് അവന്റെ പ്രശ്നം എന്നും, എന്തെങ്കിലും ആവശ്യം സാധിക്കുവാനുണ്ടോ എന്നും ആരോടെങ്കിലും സംസാരിക്കുവാനുണ്ടോ എന്നും പോലീസിനു ചോദിക്കാമായിരുന്നില്ലേ?'

വീണുകിടക്കുന്ന യുവാവിനുനേരെ ആറു ബുള്ളറ്റ് കൂടി പായിക്കുവാൻ എന്ത് ചേതോവികാരമാണ് ജെയിംസ് ഫൊർസില്ലോയെ പ്രേരിപ്പിച്ചത്?

മനഃശാസ്ത്രവും ക്രിമിനോളജിയും പഠിച്ചിറങ്ങിയ, ശാസ്ത്രീയമായ പോലീസ് ട്രെയിനിംഗം കഴിഞ്ഞ ജെയിംസ് ഫൊർസില്ലൊ എന്ന നിയമപാലകനിൽ നിന്ന് ഏത് കിരാത കുറ്റവാളിയെയും തോല്പിക്കുന്ന പ്രവർത്തി തന്നെയാണ്

ഉണ്ടായത്. ജെയിംസ് ഇപ്പോൾ ജയിൽ ശിക്ഷ അനുഭവിക്കുകയാണ്.

## വെറുതെ ഇരിക്കുന്ന ഒരു പയ്യൻ

ടെക്സാസിലെ ഒരു ഷോപ്പിംഗ് മോളിൽ ഒരു ബാലൻ ഒരു കസേരയിൽ ശാന്തനായിരിക്കുന്നു. അവന്റെ കയ്യിൽ ഒരു തോക്കുണ്ട്. അവൻ അത് വെറുതെ അങ്ങോട്ടും ഇങ്ങോട്ടും ചുണ്ടികാണിക്കുന്നു. അത് വെറുമൊരു കളിത്തോക്കാണ് എന്നാണ് എല്ലാവരും കരുതിയത്. കുറച്ച കഴിഞ്ഞപ്പോൾ ഒരാൾക്ക് മനസിലായി അവന്റെ കയ്യിലിരിക്കുന്നത് നല്ല ഒറിജിനൽ തോക്ക തന്നെയാണെന്ന്. അവർ പോലീസിനെ വിളിക്കുന്നു. ജെയിംസ് ബോണ്ട് സിൻഡ്രോം ബാധിച്ച അമേരിക്കൻ പോലീസ് കുട്ടിയെ വളഞ്ഞു വിരട്ടുന്നു. കുട്ടി ശരിക്ക് വിരണ്ടു. അവൻ വെടിവെച്ചു. മൂന്ന് പോലീസുകാർ വെടികൊണ്ട് താഴെ. ബാക്കിയുള്ള പോലീസുകാർ കുട്ടിയെ വെടിവെച്ച് കൊല്ലുന്നു.

അമ്മയുടെ പേഴ്സിൽ നിന്ന് മോഷ്ടിച്ച തോക്ക് കൊണ്ട് കളിക്കുന്ന ബാലനോട് 'കത്തി താഴെ ഇട് മോനെ ചോക്കലേറ്റ വാങ്ങി തരാം' എന്നുപോലും പറയാൻ അറിയാൻ വയ്യാത്ത ഈ പോലീസിന് എന്ത് തരത്തിലുള്ള മനഃശാസ്ത്ര പരിശീലനമാണ് ലഭിക്കുന്നത്?

രക്തം കുടിക്കുന്ന നിയമപാലനത്തെക്കുറിച്ച് എഴുതി തുടങ്ങിയാൽ അനേകം വാല്യങ്ങളുള്ള പുസ്തകങ്ങൾ എല്ലാ വർഷവും ഇറക്കുവാൻ മാത്രം സംഭവങ്ങൾ ഉണ്ടാകുന്നുണ്ട്. ഇരകളിൽ 70 ശതമാനവും മാനസികാരോഗ്യ പ്രശ്നമുള്ളവരോ ലഹരിവസ്തുക്കളുടെ അടിമകളോ ആണ്. യുഎസ്എയിലെ എല്ലാ വംശങ്ങളിലും സംസ്ഥാനങ്ങളിലും, 1980-നും 2018-നും ഇടയിൽ പോലീസ് അക്രമത്തിൽ 30,800 മരണങ്ങൾ നടന്നു എന്നാണ് പ്രശസ്തമായ ലാൻസെറ്റ് ജേർണലിന്റെ കണ്ടെത്തലുകൾ. ക്യാനഡയിലെ പോലീസ് വെടിവെപ്പിൽ മരണപ്പെട്ട ആളുകളുടെ ഒരു നീണ്ട ലിസ്റ്റ് തന്നെ വിക്കിപീ ഡിയയിൽ ലഭ്യമാണ് എങ്കിലും യഥാർത്ഥ കണക്കുകൾ അതിലും വളരെ വല്യതാണ്.

തെറ്റായ പോലീസ് പരിശീലനം, ശരിയല്ലാത്ത മാനേജ്മെന്റ്, വെറുപ്പി ന്റെയും ഭീതിയുടെയും ഒരു സംസ്കാരം, അതിശക്തമായ സ്ഥാപനവൽക്കരിച്ച പോലീസ് യൂണിയനുകൾ എന്നും എപ്പോഴും അനുകൂലമായി പെരുമാറുന്ന പ്രോസിക്യൂഷനുകളും സർക്കാർ സംവിധാനങ്ങളും എല്ലാം പോലീസിന്റെ ഈ അഴിഞ്ഞാട്ടത്തെ പ്രോത്സാഹിപ്പിക്കുന്നു. ഇത്തരം നടപടികളിൽ നിയമവും നിയമ സംരക്ഷകരും സാധാരണ പോലീസിന് ഒപ്പമാണ് ഉണ്ടാകാറുള്ളത്. മനുഷ്യാവകാശം മൗലികമൂല്യമായി കാണുന്ന നോർത്ത്

അമേരിക്കയിൽ അരെങ്ങേറിയിട്ടുള്ള ഇത്തരം കിരാത വെടിവെയ്പ്പുകളിൽ ശി ക്ഷിക്കപ്പെട്ടിട്ടുള്ളവർ വളരെ വിരളമാണ്. വെടിവെയ്ക്കേണ്ട ഒരു സാഹചര്യം ഉണ്ടായാൽ തന്നെ പോലീസിന് എന്തുകൊണ്ട് മുട്ടിനു താഴെ വെടിവെച്ച് കൂടേ എന്ന ചോദ്യം പലരും ചോദിക്കാറുണ്ട്. വെടിയേറ്റ ഒരാൾ പിന്നിട് കേസിന് പോകാൻ പാടില്ല എന്നതു തന്നെ കാരണം.

# കിരാതന്മാരായി മാറുന്ന നിയമപാലകർ

**തുത്തുക്കുടിയിലെ നരാധമന്മാർ**

തമിഴ്നാട്ടിലെ തുത്തുക്കുടിക്കടുത്തുള്ള പട്ടണത്തിൽ ജയരാജും ബെന്നിക്കും ഒരു മൊബൈൽ ഷോപ്പ് നടത്തിയാണ് ജീവിച്ചിരുന്നത്. 2020 ജൂൺ 30 വെള്ളിയാഴ്ച, രാത്രി 8:15 ഓടെ അന്നത്തെ കച്ചവടം കഴിഞ്ഞ് അവർ കട അടച്ചു. എന്നാൽ കോവിഡ് ലോക്ക്ഡൗൺ നിയന്ത്രണങ്ങൾ കാരണം അനുവദനീയമായ സമയപരിധിക്കപ്പുറം അവർ സ്റ്റോർ പ്രവർത്തിപ്പിച്ച എന്ന് പറഞ്ഞ് പട്രോളിംഗ് ഡ്യൂട്ടിയിലുണ്ടായിരുന്ന പോലീസുകാർ, ഇവരുമായി വാഗ്വാദത്തിലായി. അവർ ജയരാജിനെ കാലിൽ പിടിച്ച് റോഡിലൂടെ വലിച്ചിഴച്ചതായി റിപ്പോർട്ടുണ്ട്. പിന്നീട് അയാളെ പോലീസ് സ്റ്റേഷനിൽ എത്തിക്കുകയും അവിടെ വെച്ച് വീണ്ടും മർദ്ദിക്കുകയും പിന്നീട് സബ് ജയിലി ലേയ്ക്ക് മാറ്റുകയും ചെയ്തു.

വിവരമറിഞ്ഞ മകൻ ബെന്നിക്ക് സ്റ്റേഷനിൽ എത്തി. തന്റെ പിതാവിനെ ഒരു ഉദ്യോഗസ്ഥൻ ശാരീരികമായി ഉപദ്രവിക്കുന്നത് അയാൾക്ക് കണ്ടുനി ല്ലാനായില്ല. പ്രകോപിതനായ ബെന്നിക്ക് ആ ഉദ്യോഗസ്ഥനെ ചോദ്യം ചെയ്യുകയും അയാളെ തടയാൻ ശ്രമിക്കുകയും ചെയ്തു. ഇത് പോലീസ് സംഘത്തെ കൂടുതൽ പ്രകോപിപ്പിച്ചു. അവർ ബെന്നിക്കിനെയും വലിച്ച് അകത്തിട്ടു. അവർ അച്ഛനെയും മകനെയും മണിക്കൂറുകളോളം തല്ലി. പീഡ നസംഘത്തിൽ രണ്ട് സബ് ഇൻസ്പെക്ടർമാരും രണ്ട് കോൺസ്റ്റബിൾമാരും ഉണ്ടായിരുന്നു. അവസാനം കൊടിയ പീഡനത്തിനൊടുവിൽ ആ പിതാവും മകനും ദാരുണമായി കൊല്ലപ്പെട്ടു. സംഭവസമയത്തു ഫ്രണ്ട്സ് ഓഫ് പോലീസിന്റെ ഭാഗമായ സന്നദ്ധപ്രവർത്തകർ ഉൾപ്പെടെ, 13 ഉദ്യോഗസ്ഥർ സ്റ്റേഷനിൽ ഉണ്ടായിരുന്നവെന്ന് ഈ കൊലപാതകത്തെക്കുറിച്ച് അന്വേ ഷിക്കുന്ന അന്വേഷണ ഉദ്യോഗസ്ഥർ പറയുന്നു.

**എന്റെ ക്ലയന്റിന്റെ അനുഭവം**

തന്റെ ഇളയകുട്ടിക്ക് വാക്സിൻ എടുത്തശേഷം മൂന്ന് കുട്ടികളുമായി എന്നെ കാണാൻ വന്നതാണ് ലിസ (പേരുകൾ സാങ്കല്പികമാണ്). അനേകം പ്രശ്നങ്ങളിലൂടെ കടന്നുപൊയ്ക്കൊണ്ടിരിക്കുന്ന ഒരു സമയമായിരുന്ന അവളു ടേത്. അവരുടെ ഭർത്താവ് ഒരു പ്രത്യേക അവസ്ഥയിൽ വിദേശത്താണ്. സാമ്പത്തികമായി വല്ലാത്ത തകർച്ചയും. (വിചിത്രവും ദയയനീയവുമായ ആ അവസ്ഥ അവളുടെ സ്വകാര്യതയെ കരുതി ഇവിടെ വിശദീകരിക്ക ന്നില്ല). അവർ എന്നോട് പങ്കുവെച്ച കാര്യങ്ങളാണ് ചുവടെ ചേർക്കുന്നത്. അവരുടെ ഭാഷ്യം അനുസരിച്ചുള്ള കാര്യങ്ങൾ. "എന്റെ ഇളയ സഹോദരൻ ജോജി കൺസ്ട്രക്ഷൻ ബിസിനസ് നടത്തുകയാണ്. വീട് പണിതതിന് ശേഷം മുൻകൂർ പണമടച്ച വ്യക്തിക്ക് അത് കൈമാറും. വലിയ കുഴപ്പങ്ങൾ ഒന്നുമില്ലാതെ മുമ്പോട്ടപോകുന്ന സമയത്താണ് പ്രശ്നങ്ങളുടെ ആരംഭം. അവസാനം പണിത കൈമാറിയിരുന്ന വീടിന്റെ പണം മുഴുവനായി കിട്ടിയി രുന്നില്ല. ഏതാണ്ട് 15 ലക്ഷം രൂപ കൂടി കിട്ടാനുണ്ട്. പണം ചോദിച്ചുചെന്ന അവനെ നല്ല സ്വാധീനമുള്ള വീട്ടുകാർ ഭീഷണിപ്പെടുത്തി. ജോജി എന്റെ ഒപ്പം ജില്ലാ പോലീസ് മേധാവിയുടെ ഓഫീസിലെത്തി വിശദമായ പരാതി നല്കി. എന്നാൽ ഈ വീട്ടുകാർ ജോജിക്കെതിരെ വീട്ടിൽ കയറി ഭീഷണി പ്പെടുത്തി എന്ന് പറഞ്ഞു ലോക്കൽ പോലീസ് സ്റ്റേഷനിൽ മറ്റൊരു പരാതി നല്കിയിരുന്നു.

അവിട്ടത്തെ എസ്. ഐ. മൂന്നാംമുറയുടെ കാര്യത്തിൽ കുപ്രസിദ്ധനും അനേകം കേസുകൾ ഇത്തരത്തിൽ തന്റെ പേരിലുള്ള ആളുമാണ്.

അയാൾ ജോജിയെ പോലീസ് സ്റ്റേഷനിൽ വിളിച്ചുവരുത്തി. മൂന്നത വണ കൈ മുട്ട് കൊണ്ട് ഇടിച്ചതിന് ശേഷമാണ് കേസ് എന്താണെന്ന് പോലും പറയുന്നത്. പിന്നീട് പല ദിവസങ്ങളിലും ജോജിയെ സ്റ്റേഷനിൽ വിളിച്ചുവരുത്തി, തെളിയാതെ കിടന്ന പല കേസുകളും അവന്റെ പേരിൽ ചേർത്തു. ഞാൻ വക്കീലിന്റെ സഹായത്തോടെ ജോജിയെ ജാമ്യത്തിൽ ഇറക്കി. എന്നാൽ പിന്നീട് പല കേസുകളിലും പോലീസ് അവനെ കുടുക്കി, സ്ഥിരം കുറ്റവാളികളുടെ ലിസ്റ്റിൽ പെടുത്തി. എപ്പോൾ വിളിച്ചാലും സ്റ്റേഷ നിൽ എത്തണം എന്ന വ്യവസ്ഥയുണ്ടാക്കി. ഈ സമയങ്ങളിൽ പോലീസ് സ്റ്റേഷനിലെ മർദ്ദനമുറകൾ ഭീകരമായിരുന്നു. വെള്ളം നിറഞ്ഞ ടാങ്കിൽ നഗ്നനായി മണിക്കൂറുകളോളം നിർത്തുക, ടാങ്കിൽ തല മുക്കി പിടിക്കുക തുടങ്ങിയ അക്രമങ്ങൾ. ഇതിനിടയിൽ മറ്റേ കക്ഷിയുടെ സ്വാധീനത്തിന് വഴ ങ്ങി ജോജിയെ അവർ പോക്സോ കേസിൽ കുടുക്കി പ്രായപൂർത്തിയാകാത്ത അവരുടെ പെൺമക്കളെ ഓട്ടോയിൽ കയറ്റി കൊണ്ടുപോയി പീഡിപ്പി ക്കാൻ ശ്രമിച്ചുവെന്നാണ് കേസ്. ഇങ്ങനെയൊരു സംഭവം നടന്നിട്ടില്ല. ബസ്സ് ഇറങ്ങി ഒരു നഗരത്തിലെ ഒരു കടയുടെ മുമ്പിൽ നിന്ന ജോജിയെ

അവർ അറസ്റ്റ് ചെയ്തു.    അവിടെയൊരു കടയിലോട്ട് അവനെ ഇടിച്ച് കയറ്റി, നിലത്തിട്ട ചവിട്ടിമെതിച്ചു.  അവന്റെ കൈ പുറകിൽ കെട്ടി.  ഒരു തെറ്റും ചെയ്യാത്ത അവനെ ആ വെറിപിടിച്ച പോലീസുകാരൻ തല്ലിച്ചതച്ചു. സ്റ്റേഷനിൽ കൊണ്ടുവന്ന് എസ്. ഐ. ലാത്തികൊണ്ട് വയറ്റിൽ കുത്തി ചവിട്ടി താഴെയിട്ടു. നീ കല്യാണം കഴിച്ച് ഒരു പെണ്ണിന്റെ കൂടെ ജീവിക്കരുത് എന്ന് പറഞ്ഞുകൊണ്ടായി പിന്നീടങ്ങോട്ടുള്ള ക്രൂരത.    പിന്നെ നടന്ന പോലീസ് അക്രമം വിവരിക്കാവുന്നതിന് അപ്പറമാണ്.    മലം വാരിക്കുക, ഉരുട്ടുക, നിലത്തിട്ട് ചവിട്ടുക, ടാങ്കിൽ തണുത്ത വെള്ളത്തിൽ നിർത്തുക തുടങ്ങി അതികിരാതമായ പല നടപടികളും.   ജാമ്യം കിട്ടാതിരിക്കാനുള്ള വകുപ്പുകളെല്ലാം അവർ എഴുതിച്ചേർത്തു എങ്കിലും 28 ദിവസത്തിനശേഷം നിരപരാധി എന്ന് ബോധ്യപ്പെട്ടതിനാൽ അവന് കോടതിയിൽ നിന്ന് ജാമ്യം ലഭിച്ചു.

ജാമ്യം ലഭിച്ച് അവൻ വീട്ടിൽ കഴിയുന്ന സമയം.  ഞാൻ അന്ന് ഏഴ മാസം ഗർഭിണിയാണ്.    കുറച്ച് ആളുകൾ വന്ന് അടുത്തുള്ള വീട്ടിലോട്ടുള്ള വഴി ചോദിച്ചു. ഞാൻ വീട്ടിലോട്ട് കയറിയ ഉടനെ മറ്റേ കക്ഷിയുടെ ഗുണ്ടകൾ വരാന്തയിൽ ഇരുന്ന ജോജിയുടെ ശരീരമാസകലം വെട്ടിപ്പരിക്കേല്പിച്ചു. ഞാൻ അവനെ രക്ഷിക്കുവാൻ കത്തിയുമായി എത്തി.    ഗർഭിണിയായ എന്നെ അവർ നിലത്തു തള്ളിയിട്ട ചവുട്ടി.  മരണത്തിൽ നിന്ന് കഷ്ടിച്ച രക്ഷപ്പെട്ട ജോജി ഇപ്പോൾ ആകെ തകർന്ന അവസ്ഥയിലാണ്. പോലീസ് സ്റ്റേഷനിൽ വച്ച് ഏറ്റ മർദ്ദനം മൂലം വിവാഹം പോലും ചെയ്യാൻ സാദ്ധ്യമല്ലാ ത്ത അവസ്ഥയിലാണ് അവനിപ്പോൾ".

നിയമവും നീതിയും പണമുള്ളവർക്കും സ്വാധീനമുള്ളവർക്കും മാത്രമാണ ല്ലോ എന്നോർത്ത് ലിസ എന്റെ മുമ്പിൽ ഇരുന്ന് പൊട്ടിക്കരഞ്ഞു.

### അതിക്രമങ്ങൾക്ക് കയ്യടിക്കരുതേ...

(ഈ കൊറോണ കാലത്ത പോലീസ് നടത്തുന്ന നിസ്തുലവും നിസ്വാ ർത്ഥവുമായ സേവനത്തെ അങ്ങേയറ്റം ബഹുമാനിക്കുകയും അഭിനന്ദിക്ക കയും ചെയ്യുന്നു.   പക്ഷേ പോലീസ് പല സ്ഥലത്തും സ്വന്തമായി നിയമം ഉണ്ടാക്കുകയും അഴിഞ്ഞാട്ടുകയും ചെയ്തു .   ഓർക്കുക അധികാരികൾ ഈ കാര്യങ്ങൾ മനസ്സിലാക്കിയില്ലെങ്കിൽ കാര്യങ്ങൾ കൈവിട്ടു പോകും.)

ബംഗാളിൽ പാല്വാങ്ങാൻ പോയ ആളെ പോലീസ് തല്ലിക്കൊന്നു. കട അടയ്ക്കാൻ താമസിച്ചെന്ന് പറഞ്ഞ് തമിഴ്‌നാട്ടിൽ അച്ഛനെയും മകനെ യും പോലീസ് ക്രൂരമായി കൊന്നു.  ഇന്ത്യയിൽ പല സ്ഥലത്തും പോലീസ്

പൗരന്മാരെ ഇപ്പോഴും തല്ലി ഓടിക്കുന്നുണ്ട്.  കേരളം വിട്ടാൽ ലോക്കപ്പ് മരണങ്ങൾ ഏറെയാണ്.  എൻകൗണ്ടറിൽ മരിക്കുന്നവർ അതിലേറെയും. പോലീസിന്റെ ക്രൂരമർദ്ദനത്തേക്കാളും പതിന്മടങ്ങ് ക്രൂരമാണ് ഫോറസ്റ്റുകാ രുടെയും എക്സൈസ്കാരുടെയും ഉപദ്രവം.  ഇവർക്ക് ഇങ്ങനെ ചെയ്യവാൻ എന്ത് ന്യായമാണ് മുമ്പിലുള്ളത്?

അടിയന്തരാവസ്ഥ കാലത്തു കൊല്ലപ്പെട്ട രാജൻ എന്ന കോഴിക്കോ ട് റീജണൽ എൻജിനിയറിംഗ് കോളജ് വിദ്യാർത്ഥിയുടെയും നക്സൽ വർഗീസിന്റെ കൊലകൾ പോലീസ് നടത്തിയ നരനായാട്ടിന്റെ ഏറ്റവും കുപ്രസിദ്ധ ഉദാഹരണമായി ചൂണ്ടികാണിക്കുന്നതാണ്.  എന്നാൽ ഇന്ത്യ യിൽ പോലീസ് നടത്തുന്ന കൊലപാതകളുടെ ലിസ്റ്റിൽ ഇത് ആദ്യത്തെയും അവസാനത്തേയും അല്ല.

കഴിഞ്ഞ 20 വർഷത്തിനിടെ രാജ്യത്തുടനീളം 1,888 കസ്റ്റഡി മരണങ്ങൾ റിപ്പോർട്ട് ചെയ്യപ്പെട്ടു.  893 പോലീസ് ഉദ്യോഗസ്ഥർക്കെതിരെ കേസ് രജിസ്റ്റർ ചെയ്യുകയും 358 ഉദ്യോഗസ്ഥർക്ക് എതിരെ കുറ്റപത്രം സമർപ്പിക്ക കയും ചെയ്തു.  എന്നാൽ ഇക്കാലയളവിൽ 26 പോലീസുകാർ മാത്രമാണ് ശിക്ഷിക്കപ്പെട്ടതെന്ന് ഔദ്യോഗിക രേഖകൾ വ്യക്തമാക്കുന്നു.

കസ്റ്റഡിയിലുള്ളവരോട് പോലീസ് അതിക്രമം കാണിക്കുന്ന കാ ര്യത്തിൽ കേരളം  ബിഹാർ,  ഛത്തീസ്ഗഡ്,  ജാർഖണ്ഡ്,  പഞ്ചാബ് എന്നിവയേക്കാൾ മോശമാണ്.
ആഭ്യന്തര മന്ത്രാലയത്തിന്റെയും ദേശീയ മനുഷ്യാവകാശ കമ്മിഷന്റെയും കണക്കുകൾ പ്രകാരം 2018-19 ൽ എട്ട് കസ്റ്റഡി മരണങ്ങൾ രേഖപ്പെ ടുത്തിയപ്പോൾ 2017-18 ൽ മൂന്ന്, 2016-17ൽ അഞ്ച് എന്നിങ്ങനെയാണ് രേഖപ്പെടുത്തിയിരിക്കുന്നത്.

കസ്റ്റഡിയിലുള്ളവർക്കെതിരെ തേർഡ് ഡിഗ്രി രീതികൾ അവലംബി ക്കുന്ന ഉദ്യോഗസ്ഥർക്കെതിരെ കർശന നടപടിയെടുക്കുമെന്ന് പോലീസ് ഉന്നതർ ഉയർന്ന അവകാശവാദങ്ങൾക്കിടയിലും, 2017-നെ അപേക്ഷിച്ച് 2018-19-ൽ കേരളത്തിലെ കസ്റ്റഡി മരണങ്ങളുടെ എണ്ണം നൂറ് ശതമാന ത്തിലധികം വർദ്ധിച്ചു. -18 പേരാണ് ഈ കാലയളവിൽ കൊല്ലപെട്ടത്.

## അധികാരത്തിന്റെ മനശ്ശാസ്ത്രം

ഒരിക്കൽ അധികാരത്തിന്റെ ലഹരിപിടിച്ച് പറ്റിയാൽ പിന്നെ അത് എങ്ങനെയാകും പിന്നീട് ഒരാളുടെ പെരുമാറ്റങ്ങളിൽ പ്രതിഫലിക്കുന്നത്

എന്നതിന്റെ മനശാസ്ത്ര വിശകലനം: ഒരു മനുഷ്യൻ എങ്ങനെ കാട്ടാളനായി മാറുന്നു എന്നതിനെക്കുറിച്ച് ഏറ്റവുമധികം പഠനങ്ങൾ നടത്തിയ സമൂഹ മനഃശ്ശാസ്ത്രജ്ഞന്മാരാണ് ഡോക്ടർ ഫിലിപ്പ് ജി. സിംബാർഡോ, ഡോ. സ്റ്റാൻലി മിൽഗ്രാം എന്നിവർ. ഓരോ മനുഷ്യനും ഒരു മദർ തെരേസയോ ഒരു ഹിറ്റ്‌ലറോ ആകാൻ സാഹചര്യങ്ങൾ കാരണമാകുന്നു എന്നവർ അഭി പ്രായപ്പെടുന്നു. തങ്ങളുടെ ചെയ്തികൾ ആരാലും അറിയപ്പെടുകയില്ലെന്നും പിടിക്കപ്പെടുകയില്ലെന്നും ഉറപ്പുള്ള അവസ്ഥയിൽ ആളുകൾ കൂടുതൽ ക്രൂരന്മാ രായി തീരും. ഒരേ തരത്തിലുള്ള വസ്ത്രങ്ങൾ (യൂണിഫോമുകൾ), ആയുധങ്ങൾ, ചിഹ്നങ്ങൾ ഇവയൊക്കെ ധരിക്കുമ്പോൾ ആളുകളിൽ അക്രമവാസന കൂടിവ രുന്നു.

## സ്റ്റാൻഫോർഡ് ജയിൽ പരീക്ഷണം

അധികാരം ലഭിച്ചാൽ കാര്യങ്ങൾ മുഴുവൻ തങ്ങളുടെ നിയന്ത്രണത്തി ലാക്കാനുള്ള ഒരു കാനനവാസന, കിരാതമായ ഒരു വെമ്പൽ ഓരോ വ്യക്തിയിലും ഉണ്ടാകുമെന്നാണ് ഡോക്ടർ ഫിലിപ്പ് ജി. സിംബാർഡോയുടെ സ്റ്റാൻഫോർഡ് ജയിൽ പരീക്ഷണത്തിൽ തെളിയുന്നത്. 1971-ൽ ഡോ. സിം ബാർഡോ സ്റ്റാൻഫോർഡ് സർവകലാശാലയിലെ തന്റെ വിദ്യാർത്ഥികളെ ഒരു പരിക്ഷണത്തിന് വിധേയരാക്കി. അദ്ദേഹം അവരെ തരം തിരിച്ച് അവർക്ക് കുറ്റവാളികളുടെയും, ജയിൽ വാർഡന്മാരുടെയും റോൾ നല്കി.

ആറു ദിവസം കഴിഞ്ഞപ്പോൾ അദ്ദേഹത്തിന് പരീക്ഷണം മുഴുമിപ്പി ക്കാനാവാതെ അവസാനിപ്പിക്കേണ്ടിവന്നു. ഗാർഡുകളായി വേഷമിട്ട വിദ്യാർത്ഥികൾ കുറ്റവാളികളുടെ വേഷമിട്ട തങ്ങളുടെ സഹപാഠികളോട് അതിക്രൂരമായിട്ടാണ് പെരുമാറിക്കൊണ്ടിരുന്നത്. തങ്ങൾക്ക് അധികാരം കിട്ടി എന്ന തോന്നൽ പോലും അവരിൽ ക്രൂരമായ ഒരു മനോവിശേഷം ഉണ്ടാ ക്കിയെടുത്തു. അധികാരത്തിന്റെ യൂണിഫോം, സംഘബലം, ചിഹ്നങ്ങൾ, ശക്തി ഇവയെല്ലാം തങ്ങളുടെ സഹപാഠികളോട് ക്രൂരമായി പെരുമാറാൻ ഇവരെ പ്രേരിപ്പിക്കുകയായിരുന്നു. നിങ്ങളിലെ ചെകുത്താൻ പുറത്തുവരാൻ അധികം സമയമൊന്നും വേണ്ട എന്നർത്ഥം.

പോലീസ് ക്രൂരത ഇന്ത്യയിൽ മാത്രം ഉള്ളതല്ല. അമേരിക്കയിലും കാനഡയിലും അവർ കാണിച്ചുക്കൂട്ടുന്ന കിരാത വേഴ്ചയെക്കുറിച്ച് മറ്റൊരു ലേഖനത്തിൽ പറഞ്ഞിട്ടുള്ളത് ഓർക്കുമല്ലോ?

# ഒളിഞ്ഞിരിക്കുന്ന ഇൻസെസ്റ്റ് (രക്തബന്ധമുള്ളവരുമായുള്ള ലൈംഗികബന്ധം)

2020 ജൂൺ 26-ന് ആക്ടിവിസ്റ്റ് രഹന ഫാത്തിമ്മയ്ക്കെതിരെ സോഷ്യൽ മീഡിയ പ്ലാറ്റ്ഫോമുകളിൽ വിചിത്രമായ ഒരു വീഡിയോ പോസ്റ്റ് ചെയ്തതിന് പ്രാദേശിക പോലീസ് കേസെടുത്തു. അവരുടെ പ്രായപൂർത്തിയാകാത്ത രണ്ടു കുട്ടികൾ രഹനയുടെ അർദ്ധനഗ്നമേനിയിൽ പെയിന്റ് ചെയ്യുന്നതായി രുന്നു ആ വീഡിയോ. തിരുവല്ല പോലീസ് സ്റ്റേഷനിൽ അവർക്കെതിരെ പോലീസ് കേസ് രജിസ്റ്റർ ചെയ്തു. പോക്സോ നിയമപ്രകാരമാണ് കേസ് രജിസ്റ്റർ ചെയ്തത്.

**രഹനയുടെ പ്രവർത്തിയിൽ ഒളിഞ്ഞിരിക്കുന്ന അപകടം**

രക്തബന്ധമുള്ളവരുമായിട്ടുള്ള ലൈംഗികബന്ധത്തിനാണ് ഇൻസെസ്റ്റ് (Incest) എന്ന് പറയുന്നത്.
മൂന്നുതരം ഇൻസെസ്റ്റുകൾ ഉണ്ട്.

1. പരസ്യമായത് :- ഒരു ബന്ധുവുമായുള്ള ശാരീരികമായ ലൈംഗികബ ന്ധമാണിത്.

2. രഹസ്യമായത് (Covert Incest) :- രക്തബന്ധമുള്ളവരുമായി ശരീര ത്തിൽ സ്പർശിക്കാതെ ലൈംഗികവൈകാരികത കൈമാറുക, കിടപ്പ മുറിയിൽ/ കുളിമുറിയിൽ ഒളിഞ്ഞുനോക്കുക, എപ്പോഴും കൂടെയായിരി ക്കുക, പ്രേമം, അനുചിതമായ ലൈംഗിക സംസാരം.

3. വൈകാരികമായത് (Emotional Incest) :- ഇവിടെ ഒരുതരത്തി ല്ലുള്ള ലൈംഗിക ദുരുപയോഗമാണ് നടക്കുന്നത്. മാതാപിതാ ക്കളോ മുതിർന്നയാളുകളോ വൈകാരിക പിന്തുണയ്ക്കായി കുട്ടിയെ

ആശ്രയിക്കുന്നു. കുട്ടികൾ മുതിർന്നവരാകുമ്പോൾ അവർക്കുള്ള രഹ സ്യമായ ഇൻസെസ്റ്റ് അനുഭവങ്ങൾ ഒരു പരിധിവരെ യഥാർത്ഥ ഇൻസെസ്റ്റായി പരിണമിക്കും എന്ന് കരുതപ്പെടുന്നു.

മാതാപിതാക്കളും കുട്ടികളും മികച്ച സുഹൃത്തുക്കളാണ്. പക്ഷേ മാതാപി താക്കളും കുട്ടിയും തമ്മിൽ വൈകാരികമായി ഉന്മേഷം പകരുന്നതിനുപോലും പരിധികളുണ്ട്. മാതാപിതാക്കൾ കുട്ടിയെ അമിതമായി വൈകാരികമായി ആശ്രയിക്കുന്നത് പോലും വൈകാരിക ഇൻസെസ്റ്റാണ്. അതായത്, കിടപ്പുമുറിയിൽ അമ്മ കരയുന്നത് മൂന്ന് വയസുള്ള കുട്ടി കാണുന്നു. അമ്മ മരിക്കുന്നതുപോലെ കുട്ടിക്ക് തോന്നുന്നു. കുട്ടിയിൽ ഇത് വല്ലാത്ത അരക്ഷി തബോധം ഉണ്ടാക്കുന്നു. കുട്ടി പരിഭ്രാന്തയായി 'ഐ ലവ് യു മമ്മി!' എന്ന് പറയുന്നു. അമ്മ കുട്ടിയെ നോക്കുന്നു. കണ്ണുകൾ സ്നേഹത്തിൽ നിറയുന്നു, മുഖത്ത് പുഞ്ചിരി വിടരുന്നു. 'ഓ മുത്തേ, ഞാൻ നിന്നെ വളരെയധികം സ്നേഹിക്കുന്നു. നീ അമ്മയെ ആശ്വസിപ്പിച്ചു' എന്നും പറഞ്ഞ് കുഞ്ഞിനെ കെട്ടിപ്പിടിക്കുന്നു.

ഹൃദയസ്പർശിയായ ഒരു രംഗം എന്ന് തോന്നാം. പക്ഷേ അല്ല എന്നതാ ണ് സത്യം. വൈകാരിക ദുരുപയോഗമാണ് ഇവിടെ നടന്നത്! അമ്മയുടെ ജീവൻ രക്ഷിക്കാൻ അവന്/അവൾക്ക് ശക്തിയുണ്ടെന്ന സന്ദേശം കുട്ടിക്ക് ലഭിച്ചു. തന്നെ രക്ഷിക്കാൻ അമ്മയ്ക്ക് ശക്തിയില്ലെന്ന ബോധവും. ഇവിടെ ഒരു വൈകാരിക ഇൻസെസ്റ്റ് നടക്കുന്നു എന്നാണ് ആധുനിക മനഃശാസ്ത്രം പറയുന്നത്.

അമേരിക്കൻ സൈക്കോളജിക്കൽ അസോസിയേഷന്റെ അഭിപ്രാ യത്തിൽ, രഹസ്യ ഇൻസെസ്റ്റ് (covert incest) ഒരുതരം വൈകാരിക ദുരുപയോഗമാണ്. ഒരു രക്ഷിതാവോ പരിപാലകനോ തങ്ങളും കുട്ടിയും തമ്മിലുള്ള സാധാരണ അതിരുകൾ ഇടർച്ചയായി ലംഘിക്കുമ്പോഴാണ് ഇത് സംഭവിക്കുന്നത്. രഹസ്യ ഇൻസെസ്റ്റ് ബന്ധത്തിൽ, ഒരു രക്ഷിതാവ് വൈകാരിക പിന്തുണയ്ക്കായി ഒരു കുട്ടിയെ ആശ്രയിക്കുന്നു. ഇത് രക്ഷാ കർത്തൃത്വത്തിന്റെ മാനദണ്ഡങ്ങളെ വിപരീതമാക്കുകയും കുട്ടി മുതിർന്നവരുടെ ആവശ്യങ്ങൾക്ക് മുൻഗണന നല്ലുകയും ചെയ്യും. ചില സന്ദർഭങ്ങളിൽ, മു തിർന്നവർ കുട്ടിയെ ഒരു റൊമാന്റിക്ക് പങ്കാളിയായി കണക്കാക്കുന്നു. എന്നിരുന്നാലും, രഹസ്യ ഇൻസെസ്റ്റിനെ മറ്റ് ചൂഷണങ്ങളിൽ നിന്ന് വ്യത്യ സ്തമാക്കുന്നത് ഇവിടെ ലൈംഗികമായ ഒന്നും സംഭവിക്കുന്നില്ല എന്നതാണ്.

മാതാപിതാക്കളിൽ നിന്നോ കുട്ടിയെ പരിചരിക്കുന്നയാളിൽ നിന്നോ കുട്ടിയോട് ഉണ്ടാകുന്ന അടുത്ത ബന്ധമോ സ്നേഹമോ ഒന്നും ഒരിക്കലും

ഈ ഗണത്തിൽ വരില്ല എന്നോർക്കുക.

മുതിർന്നവർ തങ്ങളുടെ വൈകാരിക ആവശ്യങ്ങൾക്ക് മുൻഗണന നല്ലന്നതിൽ നിന്നാണ് പലപ്പോഴും ഈ അട്ടപ്പമുണ്ടാകുന്നത്. ആളുകൾക്ക് സങ്കടമോ വേദനയോ അനുഭവപ്പെടുമ്പോൾ അവർ കരയുന്നത് വളരെ സ്വഭാവികമാണെന്നും അത് നല്ലതാണെന്നും രക്ഷിതാക്കൾ കുട്ടികളെ ബോധ്യപ്പെടുത്തിക്കൊടുക്കണം. വൈകാരികമായി ആരോഗ്യവാനായ ഒരു രക്ഷകർത്താവ് കുട്ടിക്ക് എപ്പോഴും 'റോൾ മോഡൽ' ആയിരിക്കും.

നമ്മൾ അറിയാതെ ചെയ്യുന്ന മറ്റ ചില പ്രശ്നങ്ങൾ കൂടിയുണ്ട്. മാതാപിതാ ക്കളിൽനിന്ന് കുട്ടിയുടെ പ്രായത്തിന് അനുചിതമായ ലൈംഗികസംസാരം ഉണ്ടാകുക. 'എന്റെ കാമുകൻ/കാമുകി, ഭർത്താവ്/ ഭാര്യ' മുതലായ കുട്ടിക്ക് അനുചിതമായ വിളിപ്പേരുകൾ നല്ലി കുട്ടിയെ വിളിക്കുക തുടങ്ങിയവയൊക്കെ അപകടമാണ്.

മുതിർന്നവരുടെ ബന്ധത്തിന്റെ തകർച്ച അല്ലെങ്കിൽ വൈകാരികത യുടെ അഭാവം, വിവാഹമോചനം, വേർപിരിയൽ അല്ലെങ്കിൽ മറ്റൊരു മുതിർന്നയാളമായുള്ള വൈകാരികബന്ധത്തിന്റെ അഭാവം എന്നിവ മാതാപിതാക്കൾ കുട്ടികളെ വൈകാരികമായി ചൂഷണം ചെയ്യുന്നതിന് സാഹചര്യം ഉണ്ടാക്കുന്നു.

കുട്ടിക്കാലത്തോ കൗമാരത്തിലോ ഉണ്ടാകുന്ന രഹസ്യമായ ഇൻസെസ്റ്റ് പിന്നീട് ലൈംഗിക മരവിപ്പ്, അമിത ലൈംഗിക ആസക്തി, ബന്ധങ്ങ ളിലെ പ്രശ്നങ്ങൾ, ഇണയുമായി വൈകാരിക അകലം എന്നിവയിലേക്ക് നയിച്ചേക്കാം. ഇക്കൂട്ടർക്ക് വിവാഹബന്ധവും ലൈംഗികതയും ഒരു വലിയ പരാജയമായിരിക്കും.

സ്വന്തം അമ്മയുടെ നഗ്നമായ മാറിടം തനിക്ക് ചിത്രം വരയ്ക്കാൻ പോ ലും ഉപയോഗിക്കാൻ പറ്റുന്ന ഒന്നാണ് എന്ന ബോധ്യം ഒരു കുട്ടിയുടെ വൈകാരികതലത്തിൽ ഉണ്ടാക്കി വയ്ക്കുന്നത് തീർച്ചയായും നല്ല ചിന്തകൾ അല്ല. ഇവിടെ ഇൻസെസ്റ്റ് എന്ന വൈകാരികതയ്ക്ക് കളമൊരുക്കുകയാണ് ചെയ്യുന്നത്.

**രഹസ്യ ഇൻസെസ്റ്റിന് നമുക്ക് ചുറ്റും നിരവധി ഉദാഹരണങ്ങളുണ്ട്**

## മാനസിക പിന്തുണയ്ക്കായി ഒരു കുട്ടിയെ ആശ്രയിക്കുക:

മുതിർന്നവർ അവരുടെ ബന്ധത്തിലെ പ്രശ്നങ്ങളെക്കുറിച്ച് കുട്ടികളോട് തുറന്നുപറയുക, ആശ്വാസത്തിനോ ഉറപ്പിനോ വേണ്ടി അവരെ ആശ്രയിക്കുക, അല്ലെങ്കിൽ കുട്ടിയുടെ പ്രായത്തിന് അനുചിതമായ ഉപദേശം അവരോട് ചോദിക്കുക എന്നിവ ഇതിൽ ഉൾപ്പെട്ടേക്കാം.

## കുട്ടിയുടെ ആവശ്യങ്ങൾക്ക് മുന്നിൽ തങ്ങളുടെ ആവശ്യങ്ങൾ വെക്കുക:

കുട്ടിയെ പരിചരിക്കുന്നയാൾ കുട്ടിയിൽ നിന്ന് അടിക്കടി പ്രശംസയും വാത്സല്യവും പ്രതീക്ഷിക്കുക, അല്ലെങ്കിൽ മറ്റ് ബന്ധങ്ങളേക്കാൾ തങ്ങളാണ് കുട്ടിയുടെ ജീവിതത്തിലെ ഏറ്റവും പ്രധാനപ്പെട്ട ആൾ എന്ന തോന്നൽ ഉണ്ടാക്കുക.

## കുട്ടിയുടെ സ്വകാര്യതയിലേക്ക് കടന്നുകയറുക:

കുട്ടിയുടെ സ്വകാര്യമുറി ഇടയ്ക്കിടെ പരതുകയോ അവർക്ക് സ്വന്തമായി ഒരിടം ഉണ്ടാകുന്നത് തടയുകയോ ചെയ്യുന്നത് ഇതിൽ ഉൾപ്പെട്ടേക്കാം. കുട്ടി നഗ്നരായിരിക്കുമ്പോൾ സ്വകാര്യതയ്ക്കുള്ള അവരുടെ ആഗ്രഹം അവഗണിക്കുകയോ കുട്ടിക്ക് അസ്വസ്ഥതയുണ്ടാക്കുന്ന കാര്യങ്ങൾ ചെയ്യുകയോ ചെയ്യുക.

## കുട്ടിയെ ഒരു റൊമാന്റിക് പങ്കാളിയെപ്പോലെ പരിഗണിക്കുക:

മാതാപിതാക്കന്മാർ കുട്ടിയെ അവരുടെ സ്വകാര്യസമാഗമത്തിന് (dating) കൊണ്ടുപോകുന്നതും അവരുടെ ലൈംഗികാനുഭവങ്ങൾ ചർച്ചചെയ്യുന്നതും ഇതിൽ പെടും. അല്ലെങ്കിൽ കുട്ടിയുടെ ശരീരത്തെക്കുറിച്ചോ രൂപത്തെക്കുറിച്ചോ അനുചിതമായി അഭിപ്രായം പറയുക. മുതിർന്ന പങ്കാളികൾ വിളിക്കുന്ന ചെല്ലപ്പേരുകൾ കുട്ടി അവരെ വിളിക്കണമെന്ന

നിർബന്ധിക്കക.

## കുട്ടിയുടെ മറ്റ ബന്ധങ്ങളിൽ അസൂയ തോന്നുക:

കുട്ടി പ്രായപൂർത്തിയാകുമ്പോൾ, മാതാപിതാക്കളോ പരിപാലകനോ അവരുടെ പ്രണയബന്ധങ്ങളിൽ അസൂയപ്പെടുക. കൂടുതൽ ശ്രദ്ധയുള്ളായി അവരുമായി മത്സരിക്കുക, അവരുടെ സ്വകാര്യതയിൽ നുഴഞ്ഞുകയറുക യോ കുട്ടിയുടെ പ്രേമബന്ധങ്ങൾ അട്ടിമറിക്കാൻ ശ്രമിക്കുകയോ ചെയ്യുക.

ഒരാൾക്ക് തന്റെ കുട്ടിയുമായി രഹസ്യ ഇൻസെസ്റ്റ് ഉണ്ടാകുവാൻ മേ ല്പറഞ്ഞതിൽ ഒന്നും ചെയ്യേണ്ടതില്ല. മാതാപിതാക്കളുടെയും കുട്ടികളുടെ യും ബന്ധങ്ങളിൽ അതിരുകളുടെ സ്ഥിരമായ അഭാവമുണ്ടെങ്കിൽ അതൊരു രഹസ്യ ഇൻസെസ്റ്റാണ്.

### രഹസ്യ ഇൻസെസ്റ്റിൽ നിന്ന് എങ്ങനെ കരകയറാം

തങ്ങൾക്കുണ്ടായ രഹസ്യ ഇൻസെസ്റ്റിന്റെ പൂർണ്ണമായ ആഘാതം ഒരാൾ തിരിച്ചറിയാൻ വളരെ സമയമെടുത്തേക്കാം. കാരണം ആളുകൾ പലപ്പോഴും അവരുടെ മാതാപിതാക്കളുടെയോ പരിപാലകന്റെയോ പെരുമാറ്റത്തിന് സ്വയം കുറ്റപ്പെടുത്തുകയാണ് പതിവ്. ഒരു തരത്തിലും രഹസ്യ ഇൻസെസ്റ്റ് കുട്ടിയുടെ തെറ്റല്ലെന്ന് തിരിച്ചറിയേണ്ടത് പ്രധാനമാണ്.

### ഇതോ വിപ്ലവം?
സമൂഹം മുഴുവൻ വസ്ത്രമിട്ട നടക്കുമ്പോൾ ഉടുതുണിയില്ലാതെ നടക്കുന്നത് വി പ്ലവമോ ആക്ടിവിസമോ അല്ല. ശുദ്ധ അസംബന്ധമാണത്. ഒരു സ്ത്രീയാണ് അത് ചെയ്യുത് എന്നതുകൊണ്ട് മാത്രം അതിനെ ന്യായീകരിക്കുന്നത് വികല തയാണ്. പബ്ലിസിറ്റി നല്ലതാണ്. എന്നാൽ അത് നിയമസംവിധാനങ്ങളെ വെല്ലുവിളിച്ചുകൊണ്ടാകരുത്. ഇവിടെ നടന്നിരിക്കുന്നത് ഒരു ചൈൽഡ് അബ്യൂസ് തന്നെയാണ്.

# ചിരിച്ചുകൊണ്ട് ആത്മഹത്യ ചെയ്യുന്നവർ

കോളേജിൽ എന്റെ സീനിയറായിരുന്ന ജോൺ. അവനൊരു താരം തന്നെയായിരുന്നു. ജോണിനെ നോക്കൂ, എത്ര സന്തോഷവാനാണ് അവൻ. എന്തൊരു പ്രസരിപ്പാണ് അവന്. കോടീശ്വരനായ ഡോക്ടറുടെ മകൻ. കലാകായികരംഗങ്ങളിലും മിടുക്കനായിരുന്ന ആ സുന്ദരൻ പയ്യൻ പെൺകുട്ടികളുടെ മനസ്സിലെ ഓമനയായിരുന്നു. എപ്പോഴും ചിരിച്ച മുഖം മാ ത്രമായി കാണുന്ന ജോൺ ഏവരുടെയും പ്രിയപ്പെട്ടവൻ തന്നെയായിരുന്നു. നല്ല നിലയിൽ പഠിച്ചിറങ്ങിയ അവന് നല്ലൊരു ജോലിയും ലഭിച്ചു.

അന്ന് രാത്രിയും അവൻ മാതാപിതാക്കളുടെ ഒപ്പം പതിവുപോലെ ഭക്ഷണം കഴിച്ചു, അവർക്കൊപ്പം വീഡിയോ ലൈബ്രറിയിൽ നിന്നെടുത്ത സിനിമ കണ്ടു. അവർക്ക് മുത്തം കൊടുത്ത്, ഉറങ്ങാൻ പോയി. രാവിലെ നേരമേറെ വൈകീട്ടും മകൻ എഴുന്നേൽക്കാത്തതിനാൽ അവന്റെ മുറിയിൽ ചെന്നുനോക്കിയ അമ്മ കണ്ട കാഴ്ച ഹൃദയഭേദകമായിരുന്നു. തന്റെ മകൻ മരിച്ചുകിടക്കുന്നു. വിഷം കഴിച്ചാണ് മരിച്ചത്. ഒരു കുറിപ്പും എഴുതി വച്ചിട്ടു ണ്ടായിരുന്നു, എനിക്ക് ജീവിതം മടുത്തു എന്ന്. എന്തായിരുന്നു ജോണിന്റെ മരണത്തിന് കാരണം എന്ന് നാട്ടിൽ പല കഥകളും പരന്നു. ആളുകൾ അവർക്ക് അറിയാവുന്ന കാര്യങ്ങളൊക്കെ ഭാവനയിൽ നിരത്തി.

### ചിരിയിൽ മറഞ്ഞിരിക്കുന്ന വിഷാദരോഗം

മനോരോഗങ്ങൾ, അതിൽ പ്രത്യേകിച്ച് വിഷാദരോഗം എന്ന പറ യുന്ന ഡിപ്രഷൻ - ഒരു പ്രഹേളികയാണ്. അതിൽ തന്നെ മനുഷ്യന് കണ്ടുപിടിക്കാൻ സാധിക്കാത്ത ഒന്നാണ് സ്മൈലിംഗ് ഡിപ്രഷൻ. ഉള്ളി ൽ വെന്തുരുകുമ്പോൾ പോലും ഇവരുടെ ചെയ്തികളിൽ, മുഖഭാവങ്ങളിൽ വിഷാദത്തിന്റെ യാതൊരു ലക്ഷണങ്ങളും കണ്ടെത്താൻ സാധിക്കില്ല. ഇത്തരക്കാർ വിവാഹിതരും, നല്ല സാമ്പത്തികമുള്ളവരും, നല്ല ജോലിയും, നല്ല വിദ്യാഭ്യാസമുള്ളവരും, ജീവിതത്തിൽ വിജയിച്ചവെന്ന് ബാക്കിയുള്ളവർ

കരുതുന്നവരുമായിരിക്കും. ഇവരുടെ അടഞ്ഞ മനസ്സിനുള്ളിൽ നിരാശ, ഉൽക്കണ്ഠ, ആകുലത, താനൊരു പരാജയമാണെന്ന തോന്നൽ, കുറ്റ ബോധം ഒക്കെ നിരന്തരം അലയടിക്കുന്നുണ്ടാവും. വർഷങ്ങളായി ഒരേ മാനസികാവസ്ഥയിലൂടെ കടന്നുപോകുന്ന ഇവർ ഒരിക്കലും തങ്ങളുടെ പ്ര ശ്നങ്ങൾ ബാക്കിയുള്ളവരുമായി പങ്കുവെയ്ക്കാറില്ല. മറ്റുള്ളവർ തങ്ങളെക്കുറിച്ച് എന്ത ചിന്തിക്കും എന്ന ഭയത്താൽ, അവർ തങ്ങൾക്ക് എന്തെങ്കിലും ബുദ്ധിമുട്ട് ഉള്ളത് ബാക്കിയുള്ളവരെ അറിയിക്കില്ല.

സ്മൈലിംഗ് ഡിപ്രഷൻ എന്നത് ഒരു ക്ലിനിക്കൽ ഡയഗ്നോസിസ് അല്ലെങ്കിലും, പലർക്കും ഇത് ഒരു യഥാർത്ഥ പ്രശ്നമാണ്. സാധാരണഗ തിയിൽ, വിഷാദം അനുഭവിക്കുന്ന വ്യക്തികൾ അവരുടെ ലക്ഷണങ്ങളെ മറച്ചുവെച്ച് പെരുമാറുന്നതാണ് സ്മൈലിംഗ് ഡിപ്രഷൻ. തങ്ങൾ സന്തുഷ്ടരാ ണെന്ന് മറ്റുള്ളവരെ ബോധ്യപ്പെടുത്താൻ അവരൊരു പുഞ്ചിരിക്ക് പിന്നിൽ ഒളിക്കുന്നു. തൽഫലമായി, ഇത്തരത്തിലുള്ള വിഷാദം പലപ്പോഴും കണ്ടെ ത്താനാകാതെ പോകുന്നു. കാരണം മിക്ക ആളുകളും വിഷാദമുള്ള ഒരു വ്യക്തിയെ സങ്കൽപ്പിക്കുമ്പോൾ, അവർ ശരിക്കും സങ്കടപ്പെടുന്നതോ ഒരുപാട് കരയുന്നതോ ആയ ഒരാളെക്കുറിച്ചാണ് ചിന്തിക്കുന്നത്. ദുഃഖവും വിശദീകരി ക്കാനാകാത്ത കരച്ചിലും വിഷാദരോഗത്തിന്റെ പൊതുസ്വഭാവമാണെന്നത് സത്യമാണെങ്കിലും, എല്ലാവരും വിഷാദത്തിലായിരിക്കുമ്പോൾ ദുഃഖിതരായി കാണപ്പെടുന്നില്ല. പുഞ്ചിരിക്കുന്ന വിഷാദമുള്ള വ്യക്തികൾ പലപ്പോഴും പുറംലോകത്തിന് സന്തോഷവാന്മാരായി കാണുകയും അവരുടെ വിഷാദം രഹസ്യമായി സൂക്ഷിക്കുകയും ചെയ്യുന്നു.

## അടയാളങ്ങളും ലക്ഷണങ്ങളും

ലോകാരോഗ്യ സംഘടന (WHO) കണക്കാക്കുന്നത്, ലോകമെമ്പാ ടുമുള്ള ഏകദേശം 265 ദശലക്ഷം ആളുകൾക്ക് വിഷാദമുണ്ട് എന്നാണ്. സ്മൈലിംഗ് ഡിപ്രഷനുള്ള വ്യക്തികൾക്ക് വിഷാദരോഗത്തിന്റെ പല ക്ലാസിക് ലക്ഷണങ്ങളും അനുഭവപ്പെട്ടേക്കാം. അഗാധമായ സങ്കടം, ആത്മാഭിമാനമില്ലായ്മ, ദൈനംദിന ജീവിതത്തിലെ മാറ്റങ്ങൾ എന്നിവ സ്മൈലിംഗ് ഡിപ്രഷന്റെ ലക്ഷണങ്ങളിൽ ഉൾപ്പെടുന്നു.

ഇത്തരം ആളുകൾ അവരുടെ ലക്ഷണങ്ങൾ മറയ്ക്കാൻ കഠിനമായി പരിശ്രമിക്കുന്നത് അസാധാരണമല്ല. ഇക്കാരണത്താൽ, അവരുടെ ശീല ങ്ങളിലെ മാറ്റങ്ങൾ, ക്ഷീണം, അവർ ഒരിക്കൽ ആസ്വദിച്ച കാര്യങ്ങളിൽ താൽപര്യക്കുറവ് എന്നീ സൂചനകളിൽ നിന്ന് വേണം രോഗം കണ്ടെത്താൻ. ഈ ലക്ഷണങ്ങളിൽ ചിലത് മറ്റുള്ളവർക്ക് നിരീക്ഷിക്കാവുന്നതാണ്. മറ്റ്

ലക്ഷണങ്ങൾ ഇവർക്ക് സ്വകാര്യമായി സൂക്ഷിക്കാൻ സാദ്ധിക്കുന്നു. ഇവ മറ്റുള്ളവർക്ക് പെട്ടെന്ന് മനസ്സിലാവില്ല.

## മറ്റ ലക്ഷണങ്ങൾ:

1. വിശപ്പിലെ മാറ്റങ്ങൾ : ചില ആളുകൾ വിഷാദാവസ്ഥയിലായിരിക്ക മ്പോൾ അമിതമായി ഭക്ഷണം കഴിക്കും, എന്നാൽ ചിലർക്ക് വിശപ്പ് കുറയും. ഏത് തരത്തിലുള്ള വിഷാദരോഗത്തിലും ശരീരഭാരം മാറ്റുന്ന ത് സാധാരണമാണ്.

2. ഉറക്കത്തിലെ മാറ്റങ്ങൾ : എല്ലാ സമയത്തും ഉറങ്ങാൻ ആഗ്രഹിക്ക ന്നതിനാൽ ചില ആളുകൾ വിഷാദാവസ്ഥയിൽ കിടക്കയിൽ നിന്ന് എഴുന്നേൽക്കാൻ ബ്യദ്ധിമുട്ടുന്നു. എന്നാൽ ചിലർക്ക് ഉറങ്ങാൻ കഴിയി ല്ല. അവരിൽ ഉറക്കമില്ലായ്മ പ്രകടമായിതന്നെ കണ്ടേക്കാം. അല്ലെ ങ്കിൽ രാത്രിയിൽ ഉണർന്നിരിക്കുക, പകൽ ഉറങ്ങുക എന്നിങ്ങനെ അവരുടെ ഉറക്കശീലങ്ങളിൽ വലിയ മാറ്റങ്ങൾ തെളിഞ്ഞുകാണാം.

3. നിരാശ : കുറ്റബോധം, മൂല്യമില്ലായ്മ, ജീവിതത്തിന് അർത്ഥമില്ലെന്ന് തോന്നുക, നിരാശയുടെ വികാരങ്ങൾ എന്നിവ സാധാരണമാണ്.

4. എല്ലാത്തിലും താൽപര്യം നഷ്ടപ്പെടുക : ഈ വ്യക്തികൾക്ക് അവർ സാധാരണയായി ആസ്വദിക്കുന്ന പ്രവർത്തനങ്ങളിൽ താൽപര്യമു ണ്ടാകില്ല.

ഈ ലക്ഷണങ്ങളൊക്കെ ഉണ്ടെങ്കിലും, സ്മൈലിംഗ് ഡിപ്രഷനുള്ള വ്യക്തി കൾ ഉയർന്ന പ്രവർത്തനക്ഷമതയുള്ളവരായി കാണപ്പെടാൻ സാദ്ധ്യതയു ണ്ട്. അവർ സ്ഥിരമായ ഒരു ജോലി നിലനിർത്തുകയും സജീവമായ ഒരു സാമൂഹികജീവിതം നിലനിർത്തുകയും ചെയ്യേക്കാം. അവർ ആഹ്ലാദഭരിത രായും ശുഭാപ്തിവിശ്വാസമുള്ളവരായും പ്രത്യക്ഷപ്പെടാം. ഇതുകൊണ്ടുതന്നെ ഒരോ വ്യക്തിയും തങ്ങളുടെ മാനസികാരോഗ്യ പ്രശ്നങ്ങളെക്കുറിച്ച് ഇറന്ന രീതിയിൽ സംസാരിക്കേണ്ടത് പ്രധാനമാണ്.

## എന്തുകൊണ്ടാണ് ആളുകൾ അവരുടെ വിഷാദം മറയ്ക്കുന്നത്?

ആളുകൾ അവരുടെ വിഷാദം സ്വകാര്യമായി സൂക്ഷിക്കുന്നത് അസാധാ രണമല്ല. അവരുടെ സ്വകാര്യത സംരക്ഷിക്കാൻ ആഗ്രഹിക്കുന്നത് മുതൽ മറ്റുള്ളവരുടെ വിധിയെ ഭയപ്പെടുന്നത് വരെ ഇതിന് കാരണമാകാം. ആളു കൾ വിഷാദരോഗത്തിന്റെ ലക്ഷണങ്ങൾ മറയ്ക്കുന്നതിന് വ്യക്തിപരമായും

തൊഴിൽപരമായും നിരവധി കാരണങ്ങളുണ്ട്.

എന്തുകൊണ്ടാണ് ആളുകൾ വിഷാദരോഗം രഹസ്യമായി സൂക്ഷിക്കുന്നത് എന്നതിനെ കുറിച്ച് കൂടുതൽ വിശദമായി നോക്കാം:

- മറ്റുള്ളവർക്ക് ഭാരമാകുമോ എന്ന ഭയം :- വിഷാദവും കുറ്റബോധവും കൈകോർത്ത് പോകാറുണ്ട്. തത്ഫലമായി, പല വ്യക്തികളും തങ്ങളുടെ ബുദ്ധിമുട്ടുകളിൽ മറ്റാർക്കും ഭാരമാകാൻ ആഗ്രഹിക്കുന്നില്ല. മറ്റുള്ളവരെ പരിപാലിക്കുന്ന ആളുകൾക്ക് ഈ വസ്തുത പ്രത്യേകിച്ചും സത്യമായിരിക്കും. അവർക്ക് എങ്ങനെ സഹായം ചോദിക്കണമെന്ന് അറിയില്ല. അതിനാൽ അവർ തങ്ങളുടെ ബുദ്ധിമുട്ടുകൾ സ്വയം സൂക്ഷിക്കുന്നു.

- നാണക്കേട് :- വിഷാദം സ്വഭാവവൈകല്യമോ ബലഹീനതയുടെ ലക്ഷണമോ ആണെന്ന് ചിലർ വിശ്വസിക്കുന്നു. വിഷാദത്തിൽ നിന്ന് പുറത്തുകടക്കാൻ ഒരാൾക്ക് സ്വയം കഴിയണം എന്ന നുണപോലും അവർ വിശ്വസിച്ചേക്കാം. അതിനവർക്ക് സാധിക്കാതെ വരുമ്പോൾ, തങ്ങൾക്ക് എന്തോ കുഴപ്പമുണ്ടെന്ന് അവർ കരുതുന്നു. തൽഫലമായി, വിഷാദരോഗത്തെക്കുറിച്ച് അവർ ലജ്ജിച്ചേക്കാം. പല പ്പോഴും അത് സ്വയം കൈകാര്യം ചെയ്യാൻ കഴിയുമെന്ന് അവർ കരുതുന്നു.

- നിഷേധിക്കൽ :- ഒരു വ്യക്തിക്ക് വിഷാദം തോന്നുന്നു എന്നുള്ള നിഷേധത്തിൽ നിന്നാണ് സ്മൈലിംഗ് ഡിപ്രഷൻ ഉണ്ടാകുന്നത്. തങ്ങൾ പുഞ്ചിരിക്കുന്നിടത്തോളം കാലം തങ്ങൾക്ക് വിഷാദം ഉണ്ടാകില്ലെന്ന് അവർ ചിന്തിച്ചേക്കാം. പലർക്കും തങ്ങൾക്ക് എന്തെങ്കിലും കുഴപ്പമു ണ്ടെന്ന് സമ്മതിക്കാൻ സാധിക്കില്ല. തങ്ങൾക്ക് യഥാർത്ഥത്തിൽ എങ്ങനെ ഫീൽ ചെയ്യുന്നു എന്ന് തുറന്ന് പറയുന്നതിനേക്കാൾ സുഖ മായിരിക്കുന്നതായി നടിക്കുന്നത് അവർക്ക് കൂടുതൽ സ്വകാര്യതയും സൗകര്യവും നല്കുന്നു.

- തിരിച്ചടിയെകുറിച്ചുള്ള ഭയം :- ചിലപ്പോൾ ആളുകൾ വിഷാദരോഗ ത്തിന്റെ വ്യക്തിപരവും തൊഴിൽപരവുമായ പ്രത്യാഘാതങ്ങളെക്കുറി ച്ച് ആശങ്കാകുലരാണ്. ഉദാഹരണത്തിന്, ഒരു ഹാസ്യനടനോ അഭി ഭാഷകനോ ജോലിചെയ്യാനുള്ള അവരുടെ കഴിവിനെ തൊഴിലുടമ സംശയിക്കുമെന്ന് ആശങ്കപ്പെട്ടേക്കാം. അല്ലെങ്കിൽ, തങ്ങൾക്ക് വി ഷാദമുണ്ടെന്ന് വെളിപ്പെടുത്തിയാൽ പങ്കാളി തങ്ങളെ ഉപേക്ഷിക്കു

മെന്ന് വിഷമിച്ചേക്കാം. അതിനാൽ, ചികിത്സ തേട്ടുന്നതിന് പകരം അവർ ഒരു പുഞ്ചിരിക്ക് പിന്നിൽ ഒളിക്കുന്നു.

* ദുർബലനായി പ്രത്യക്ഷപ്പെടുന്നതിനെക്കുറിച്ചുള്ള ആശങ്ക :- സ്മൈലിം ഗ് ഡിപ്രഷനുള്ള ആളുകൾ തങ്ങൾക്ക് വിഷാദമുണ്ടെന്ന് വെളിപ്പെട്ട ത്തിയാൽ മറ്റുള്ളവർ തങ്ങളെ മുതലെടുക്കമെന്ന് ഭയപ്പെടുന്നു. മറ്റ ള്ളവർ തങ്ങളെ ദുർബലരായി കാണമെന്ന് മാത്രമല്ല, തങ്ങളുടെ വി ഷാദം മുതലെടുത്ത് തങ്ങളെ സ്വാധീനിക്കുമെന്നും ആശങ്കപ്പെടുന്നു. അവർക്ക് സഹായം ആവശ്യമാണെന്ന് സമ്മതിക്കുന്നതിനേക്കാൾ കഠിനമായ ഒരു പുറംചട്ട ധരിക്കാൻ അവർ ആഗ്രഹിക്കുന്നു.

* കുറ്റബോധം :- കുറ്റബോധം വിഷാദരോഗത്തോടൊപ്പമുള്ളതിനാൽ, ചിലപ്പോൾ ആളുകൾക്ക് തങ്ങൾ വിഷാദത്തിലായിരിക്കണമെന്ന് തോന്നാറില്ല. അവർക്ക് നല്ല ജീവിതമുണ്ടെന്നും മോശമായി തോന്നേ ണ്ടതില്ലെന്നും അവർ ചിന്തിച്ചേക്കാം. തങ്ങൾ എന്തെങ്കിലും തെറ്റ് ചെ യ്യുന്നതായും അതുകൊണ്ടതന്നെ തങ്ങളൊരു കുറ്റക്കാരനാണെന്നും അവർക്ക് തോന്നുന്നു. തൽഫലമായി, അവർക്ക് കുറ്റബോധവും ചി ലപ്പോൾ അവരുടെ വിഷാദത്തെക്കുറിച്ച് ലജ്ജയും തോന്നുന്നു. അതു കൊണ്ട് അവർ അത് ഒരു പുഞ്ചിരിക്ക് പിന്നിൽ മറച്ചവെക്കുന്നു.

* സന്തോഷത്തിന്റെ യാഥാർത്ഥ്യബോധമില്ലാത്ത കാഴ്ചകൾ :- സോ ഷ്യൽ മീഡിയ സന്തോഷത്തെ യാഥാർത്ഥ്യബോധമില്ലാത്ത രീതി യിൽ ചിത്രീകരിക്കുന്നു. നിരവധി ആളുകൾ സോഷ്യൽമീഡിയയിലൂ ടെ സ്ക്രോൾ ചെയ്യുകയും സന്തുഷ്ടരായ ആളുകളുടെ ചിത്രങ്ങൾ കാണ കയും ചെയ്യുന്നു. തൽഫലമായി, മാനസികാരോഗ്യ പ്രശ്നങ്ങളുമായി മല്ലിടുന്നത് തങ്ങൾ മാത്രമാണെന്ന് അവർ വിശ്വസിക്കുന്നു.

* പെർഫെക്ഷനിസം :- പെർഫെക്ഷനിസ്റ്റുകൾ പലപ്പോഴും പെർഫെ ക്ലായി കാണാനുള്ള കലയിൽ പ്രാവീണ്യം നേടിയിട്ടുണ്ട്. പലർക്കും, അവർ അനുഭവിക്കുന്ന ഏതെങ്കിലും വേദനയോ പ്രശ്നങ്ങളോ മറയ്ക്കാ നുള്ള വഴികുടിയാണത്. തൽഫലമായി, വിഷാദം സമ്മതിക്കുന്നത് അവരുടെ ജീവിതത്തിന് ഒരു കുറവാണെന്ന് അവർ കരുതുന്നു.

**എന്തുകൊണ്ടാണ് ഇത് അപകടകരമാകുന്നത്?**

സ്മൈലിംഗ് ഡിപ്രഷനും ആത്മഹത്യയും തമ്മിൽ അഭേദ്യമായ ബന്ധമു ണ്ട്. മറ്റ വിഷാദരോഗങ്ങൾക്ക് അടിമയായവർ അമിതമായ ക്ഷീണം, മടി, ഉറക്കമില്ലായ്മ/അമിതമായ ഉറക്കം, ഊർജ്ജമില്ലായ്മ എന്നിവ കാരണം എഴുന്നേറ്റുപോയി ആത്മഹത്യ ചെയ്യാനുള്ള സാധ്യത കുറവാണ്. എന്നാൽ

ഇക്കൂട്ടർക്ക് ആത്മഹത്യ ചെയ്യവാൻ വേണ്ടതിൽ കൂടുതൽ ഊർജ്ജസ്വലത ഉണ്ടാവും. പെട്ടെന്ന് ജോലിനഷ്ടപ്പെടുക, ഉറ്റവരുടെ മരണം, വിവാഹമോ ചനം എന്നിവയാണ് പുരുഷന്മാരിൽ ആത്മഹത്യയ്ക്ക് പെട്ടെന്നുള്ള കാരണം. കുട്ടികൾ ഉള്ളതും നല്ല മാനസിക പിന്തുണ ഉള്ളതും ഒക്കെ ഇവരെ ഇതി ൽനിന്നു പിന്തിരിപ്പിച്ചേക്കാം.

**നമുക്ക് എങ്ങനെ ഇവരെ സഹായിക്കാൻ സാദ്ധിക്കും?**

മനോരോഗങ്ങൾ മറ്റേത് ശരീരരോഗങ്ങൾ പോലെയുമുള്ളൊരു അവസ്ഥയാണെന്ന ബോധ്യം ജനങ്ങളിൽ സൃഷ്ടിക്കവാൻ സാദ്ധിക്ക ണം. ഇക്കൂട്ടരിൽ പലരും പെർഫക്ഷനിസ്റ്റുകൾ ആയതിനാൽ തങ്ങൾ ദുർബലരാണെന്നു പുറത്തറിയാതിരിക്കാൻ ആവുന്നതും ശ്രമിക്കും. രോഗം ഒരു ദൗർബല്യമല്ല എന്ന ബോധ്യം ഇക്കൂട്ടരിൽ ഉണ്ടാക്കി എടുക്കുക. നി ങ്ങളുടെ പങ്കാളി/സുഹൃത്ത്/ബന്ധുക്കൾ എന്നിവരിൽ പെട്ടെന്നുണ്ടാകുന്ന മാറ്റങ്ങൾ ശ്രദ്ധിക്കുക. ഉദാഹരണമായി, ബന്ധങ്ങൾ അറുത്തുമുറിക്കുക, ഫോൺ എടുക്കാതിരിക്കുക, സംസാരിക്കുമ്പോൾ ഉത്തരം പറയാതിരിക്കുക തുടങ്ങിയവ. ഇക്കൂട്ടരോട് സംസാരിക്കാൻ ശ്രമിക്കുകയും അവർക്ക് കരുതൽ നല്കുകയും ചെയ്യാം. ഡിപ്രഷൻ ലക്ഷണങ്ങൾ ശ്രദ്ധിക്കുക. എല്ലാത്തിനുമുപ രി ഒരു മനഃശാസ്ത്രജ്ഞന്റെ സഹായം തേടുക.

ജീവിതത്തിൽ എന്തെങ്കിലും പരാജയങ്ങൾ കൊണ്ടോ പ്രതിസന്ധികൾ കൊണ്ടോ ഉണ്ടോവുന്ന ഡിപ്രഷനാണ് റിയാക്ടീവ് ഡിപ്രഷൻ. മസ്തിഷ്ക്കത്തി ലെ രാസപദാർത്ഥങ്ങളുടെ വ്യതിയാനമാണ് മനോരോഗങ്ങളുടെ ഒരു പ്ര ധാന കാരണം എന്ന് പറയാമെങ്കിലും മെഡിക്കൽ സയൻസിൽ ഇഡിയോ പതിക്ക് കോസ് അഥവാ കാരണം അറിയാത്തവ എന്ന കൂട്ടത്തിൽ സ്മൈ ലിംഗ് ഡിപ്രഷൻ ഉൾപ്പെടുത്താം. ജീവിതത്തിൽ എന്തെങ്കിലും പ്രശ്നമുള്ളതു കൊണ്ടോ അല്ലെങ്കിൽ പുറമേ കാണാവുന്ന എന്തെങ്കിലും ലക്ഷണങ്ങളോടു കൂടിയോ ഈ രോഗം പ്രത്യക്ഷപ്പെടുന്നില്ല. അതുകൊണ്ടതന്നെ വിഷാദമുണ്ട് എന്ന് ഒരാൾ തിരിച്ചറിയുന്ന നിമിഷത്തിൽ തന്നെ ഒരു മനോരോഗ വിദഗ്ധ ന്റെ അടുത്ത് എത്തുക. മരുന്നുകളും കൗൺസിലിംഗും തുടങ്ങുക എന്നുള്ളതാ ണ് ഏറ്റവും അത്യാവശ്യമായിട്ടുള്ള കാര്യം.

# മാറുന്ന ലൈംഗികമേച്ചിൽപ്പുറങ്ങൾ

മാഞ്ചസ്റ്റർ യൂണിവേഴ്സിറ്റിയിൽ നിന്ന് സോഷ്യൽവർക്കിൽ ഗവേഷ ണം കഴിഞ്ഞ്, യൂണിവേഴ്സിറ്റി ഓഫ് ടോറോൻറോയിൽ ഗവേഷണത്തിന് എത്തിയതാണ് സമീർ. ഞങ്ങളുടെ ഒരു പൊതുസുഹൃത്താണ് സമീറിനെ എനിക്ക് പരിചയപ്പെടുത്തിയത്. 'വിദേശങ്ങളിൽ പഠനത്തിനും ജോലി ക്കും മറ്റാവശ്യങ്ങൾക്കുമായി പോകുന്ന ആളകളിലെ ലൈംഗികജീവിതം' അയാളുടെ പഠനവിഷയങ്ങളിൽ ഒന്നായിരുന്നു. അയാൾ പറഞ്ഞ ചില കാര്യങ്ങളിൽ നിന്നും, പിന്നീടുള്ള പഠനങ്ങളിൽ നിന്നും മനസിലാക്കിയ ചില കാര്യങ്ങളാണ് ഈ ലേഖനത്തിൽ.

ലണ്ടനിലെ കിങ്സ്റ്റൻ സർവകലാശാല അടുത്തയിടെ ഞെട്ടിക്കുന്ന ഒരു സ്ഥിതിവിവരക്കണക്ക് പുറത്തുവിട്ടു. ഒരുപാട് പെൺകുട്ടികൾ കോളേ ജിലെ ഫീസ് അടയ്ക്കാനും മറ്റ ചെലവുകൾക്കുമായി ലൈംഗികതൊഴിലിൽ ഏർപ്പെടുന്ന എന്നായിരുന്നു അത്. പണ്ടും ഇത്തരത്തിൽ പണം കണ്ടെത്തി യിരുന്ന പെൺകുട്ടികൾ ഉണ്ടായിരുന്നുവെങ്കിലും ഈ അടുത്തകാലത്തായി ഇവരുടെ എണ്ണം അമ്പതു ശതമാനമായി വർദ്ധിച്ചിരിക്കുന്നു എന്ന് പുതിയ കണക്കുകൾ വ്യക്തമാക്കുന്നു.

മദ്യപാനവും മയക്കമരുന്നുകളുടെ ഉപയോഗവും മാനസിക പ്രശ്നങ്ങ ളുമൊക്കെ സ്ട്രിപ്റ്റീസ്, ലാപ് ഡാൻസിംഗ് തുടങ്ങിയ രതിക്രിയകളിലേയ്ക്ക് പെൺകുട്ടികളെ എത്തിക്കുന്നുണ്ട്. പക്ഷേ, കൂടുതൽപേരും ഇതൊരു വരുമാ നമാർഗമായിട്ടാണ് കാണുന്നത്. സർവകലാശാല ഫീസുകൾ ഗണ്യമായി കൂടിയതും കുട്ടികളെ സമ്മർദ്ദത്തിലാക്കിയിട്ടുണ്ട്. ലൈംഗികതൊഴിലിലേക്ക് വരുന്ന വിദ്യാർത്ഥികളുടെ എണ്ണം അമ്പതുശതമാനത്തോളം ഇനിയും വർ ദ്ധിക്കുവാൻ സാദ്ധ്യതയുണ്ടെന്ന് ഈ വിഷയത്തെക്കുറിച്ച് പഠനം നടത്തിയ മനഃശാസ്ത്രജ്ഞൻ ഡോ. റോൺ റോബെർട്സും പറയുന്നു.

സോഫി[1] പറയുന്നത് ഇപ്രകാരമാണ്: "1999 മുതൽ ഞാൻ ഈ തൊഴിലിലുണ്ട്. ഡിഗ്രിയും മാസ്റ്റേഴ്സും ഇപ്പോൾ അന്താരാഷ്ട്ര രാഷ്ട്രമീമാം സയിൽ ഗവേഷണവും ചെയ്യാനുള്ള ചെലവുകൾ ഞാൻ കണ്ടെത്തിയത് ഈ തൊഴിലിൽ നിന്നാണ്. കൂടുതൽ സമയവും പഠനത്തിനായി ഉപ യോഗിക്കുന്നു, ആവശ്യക്കാർ വരുമ്പോൾ അവരുടെ കൂടെ പോകുന്നു. മക്ഡൊണാൾഡ്സ് പോലെയുള്ള ഫാസ്റ്റ് ഫുഡ് ചെയിനുകളിൽ നിന്ന് ലഭിക്കുന്ന തുച്ഛമായ പണം കൊണ്ട് ഞങ്ങൾക്ക് ഒന്നുമാവില്ല. ഇതാകട്ടെ കുറഞ്ഞ അധ്വാനമുള്ളതും വളരെയധികം പണം ലഭിക്കുന്നതുമായ ഒരു ജോലിയാണ്".

യുകെയിലെ 20 വിദ്യാർത്ഥികളിൽ ഒരാൾ ലൈംഗിക ജോലി ചെ യ്തിട്ടുണ്ട് എന്ന് വിദേശമാധ്യമങ്ങളെ ഉദ്ധരിച്ചുകൊണ്ട് ദി ടൈംസ് ഓഫ് ഇന്ത്യ എഴുതുന്നു. സർവകലാശാലയിൽ പഠിക്കുമ്പോൾതന്നെ പല വിദ്യാർത്ഥികളും ധനസമ്പാദനത്തിനായി ലൈംഗികവ്യവസായത്തിന്റെ ഭാഗമായ എന്തെങ്കിലും തൊഴിലിലേക്ക് നീങ്ങുന്നു. ഇരുപതിൽ ഒരു വിദ്യാർ ത്ഥി പഠനസമയത്ത് ലൈംഗികവ്യവസായവുമായി ബന്ധപ്പെട്ട പലതരം തൊഴിലുകളിൽ ഏർപ്പെടുന്നതായാണ് സ്വാൻസി സർവകലാശാലയിൽ ക്രി മിനോളജിയിൽ ഗവേഷണം ചെയ്യുന്ന, ട്രേസി സാഗർ വെളിപ്പെടുത്തുന്നത്. ഈ ജോലിയെ സംബന്ധിച്ച വിവരങ്ങൾ വീട്ടുകാരിൽ നിന്നും അധികാരിക ളിൽ നിന്നും ഇവർ മറച്ചുപിടിക്കുന്നു. സമൂഹത്തെ ഇവർ ഭയപ്പെടുന്നു.

## ഗാർഡിയൻ പത്രം പുറത്തുവിട്ടുന്ന റിപ്പോർട്ട് നോക്കുക:

ലൈംഗികതൊഴിലിൽ ഏർപ്പെടുന്ന വിദ്യാർത്ഥികളിൽ ഏകദേശം മൂ ന്നിൽ രണ്ട് പേരും ആധുനിക ജീവിതശൈലിക്ക് പണം കണ്ടെത്താനും 56% പേർ അടിസ്ഥാന ജീവിതച്ചെലവുകൾ നിർവഹിക്കാനും വേണ്ടിയാണ് ഇതി ലേക്ക് എത്തിപ്പെട്ടത്. അഞ്ചിൽ രണ്ട് പേർ കോസിന്റെ അവസാനത്തിൽ വരുന്ന കടം കുറയ്ക്കാനാണ് ഈ തൊഴിലിലേക്ക് എത്തിയത്. എന്നാൽ, എല്ലാവരുടെയും പ്രചോദനം പണം മാത്രമായിരുന്നില്ല. കാരണം, അഞ്ചിൽ മൂന്ന് പേരും അത് ആസ്വദിക്കുന്നുണ്ടെന്നാണ് തുറന്ന് സമ്മതിച്ചത്. 54% പേർ വെറും ജിജ്ഞാസ കൊണ്ടും 44% പേർ ലൈംഗികസുഖം തേടിയുമാ ണ് ഇതിലേക്കെത്തിയത്. നാലിലൊന്ന് പേർ ഈ വ്യവസായം വിടാൻ തങ്ങൾക്ക് ബുദ്ധിമുട്ടുണ്ടെന്നും വെളിപ്പെടുത്തി. ഈ തൊഴിൽ തങ്ങൾക്ക് അത്ര സുരക്ഷിതമല്ലെന്ന് തുറന്നുസമ്മതിച്ചത് നാലിലൊന്ന് പേരാണ്.

---

[1] യാഥാർത്ഥ നാമം അല്ല

## ഇതൊരു ചൂഷണമാവുന്നുണ്ടോ?

ഇന്ന് കേരളത്തിൽ നിന്നും പഞ്ചാബിൽ നിന്നും ഒരു വീട്ടിൽ നിന്നും ഒരാളെങ്കിലും വിദേശത്തു പഠിക്കാൻ പോകുന്ന സ്ഥിതിയാണ്. ഓസ്ട്രേലിയ, ബ്രിട്ടൻ, ജർമ്മനി, അമേരിക്ക തുടങ്ങിയ രാജ്യങ്ങളിലേയ്ക്ക് വിദ്യാർത്ഥികളായും അല്ലാതെയും ആളുകൾ ധാരാളമായി പോകുന്നുണ്ട്. ഇതിൽ കാനഡയാണ് വിസ കിട്ടുവാൻ ഏറ്റവും എളുപ്പമുള്ള രാജ്യം. പക്ഷേ ഈ പോകുന്ന ആളുകൾക്ക് ഒക്കെ ജോലി കിട്ടുന്നുണ്ടോ?

ഇല്ല എന്നതാണ് സത്യം. കാരണം കാനഡയിൽ വ്യവസായങ്ങൾ വളരെ കുറവാണ്. ഭീമമായ ഫീസ് നല്ലി യാതൊരു വിലയുമില്ലാത്ത കോഴ്സുകളിലാണ് പലരും ചെന്ന് ചേരുന്നത്. ഭൂരിപക്ഷം ആളുകളും എത്തിപ്പെടുന്നത് സർവകലാശാലകൾക്ക് പകരം നിലവാരമില്ലാത്ത ഏതെങ്കിലും കോഴ്സുകൾ നടത്തുന്ന കോളേജുകളിലാണ്. വിദ്യാ ർത്ഥികളായാലും ജോലി ആവശ്യാർത്ഥം കുടിയേറിയവരായാലും തങ്ങളുടെ ബുദ്ധിമുട്ടുകൾക്ക് ഒരു അവസാനം പ്രതീക്ഷിച്ചാണ് അവിടെയെത്തുന്നത്. പക്ഷേ, അവിടെ ചെന്ന് കഴിയുമ്പോൾ മാത്രമാണ് തങ്ങൾ പ്രതീക്ഷിച്ച വാഗ്ദത്തഭൂമിയല്ല ഇതെന്ന് ബഹുഭൂരിപക്ഷവും തിരിച്ചറിയുന്നത്.

ഫാസ്റ്റ് ഫുഡ്സ് ചെയിനുകളിലെ ജോലി വളരെ ബുദ്ധിമുട്ടുള്ളതാണ്. മൈനസ് 8 ഡിഗ്രി സെൽഷ്യൂസിൽ ഉള്ള ഫ്രീസറിൽ കയറി വളരെ ഭാരമുള്ള വസ്തുക്കൾ ലോഡ് ചെയ്യുകയും അൺലോഡ് ചെയ്യുകയും ചെയ്യണം. ഭയങ്ക രമായ ചൂടിൽ നിന്ന് പണി എടുക്കണം. ആ കടയിലെ എല്ലാ ജോലികളും ചെയ്യണം. തുച്ഛമായ ശമ്പളവും. ആ ജോലി പോലും കിട്ടുക എന്നതുതന്നെ വളരെ ശ്രമകരമാണ്.

ഇങ്ങനെയുള്ളവരെ തേടി ഏജന്റുമാർ ക്യാമ്പസിലും പൊതുസ്ഥലത്തും ജോലിസ്ഥലങ്ങളിലും ഒക്കെ കറങ്ങി നടപ്പുണ്ടെന്ന് വിവിധ മാദ്ധ്യങ്ങൾ റിപ്പോർട്ട് ചെയ്യുന്നു. പല പെൺകുട്ടികളും ആഗ്രഹിച്ചോ അല്ലാതെയോ വേശ്യാവൃത്തിയിലേയ്ക്ക് തന്നെ വീണുപോകുന്നു. കോവിഡ് 19 പടർന്നുപി ടിച്ചതോടു കൂടി കൂടുതൽ വിദ്യാർത്ഥികൾ ഈ തൊഴിലിന് ഇറങ്ങി എന്ന് കാനഡയിലെ ഏറ്റവും പ്രശസ്തമായ ദ ഗ്ലോബ് ആന്റ് മെയിൽ റിപ്പോർട്ട് ചെയ്യുന്നു.

ടോറോണ്ടോയിൽ പ്രവർത്തിക്കുന്ന Elspeth Heyworth Centre for Women എന്ന സംഘടന ഇത്തരത്തിൽ ലൈംഗിക തൊഴിലിലേയ്ക്ക് പോകുന്ന അനേകം പേരെ കണ്ടെത്തി അവർക്ക് തൊഴിൽ പരിശീലനം

നല്ലെന്ത. തങ്ങൾ ഒരുപാടുപേരെ രക്ഷപ്പെടുത്താൻ ശ്രമിക്കുന്നുണ്ടെന്നും പക്ഷേ, എത്ര പേർ ഈ തൊഴിലും ഭീമമായ വരുമാനവും ഒഴിവാക്കാൻ തയ്യാറാകുമെന്ന് അറിയില്ലെന്നും സംഘടനയുടെ തലവൻ സുന്ദർ സിംഗ് പറയുന്നു. മാത്രമല്ല, ഇവർക്ക് ഇതിലും വരുമാനമുള്ള മറ്റൊരു തൊഴിൽ വാഗ്ദാനം ചെയ്യാൻ തങ്ങൾക്ക് സാദ്ധിക്കുന്നില്ലെന്നും അദ്ദേഹം കൂട്ടിച്ചേ രക്കുന്നു. കുട്ടികൾ ഈ തൊഴിലിലേയ്ക്ക് സ്വമേധയാ കടന്നുവരുന്നതാണ്. സാമ്പത്തികമായും സാമൂഹികമായും ഒറ്റപ്പെടുന്നവരെ ഇടനിലക്കാർ പെട്ടെ ന്ന് കണ്ടുപിടിച്ച്, അവരെ സഹായിച്ചും സമ്മാനങ്ങൾ നല്ലിയും വിശ്വാസ്യത നേടിയെടുത്താണ് ചതിയിൽപ്പെടുത്തുന്നതെന്നും സുന്ദർ സിംഗ് പറയുന്നു.

ആദ്യം ഒരാളുടെ കൂടെ പോയാൽ മതി എന്ന് ഏജന്റ് പറയും. പിന്നീട് ആളുകളുടെ എണ്ണം കൂട്ടും. പണം ധാരാളമായി വന്നുതുടങ്ങിയാൽ പിന്നെ ഇതിൽ നിന്നൊരു മോചനമില്ല. അടുത്ത ബാച്ച് കുട്ടികൾ നാട്ടിൽനിന്ന് വരുമ്പോൾ അവരും ഇവരുടെ മാതൃക തന്നെ പിന്തുടരും. ഈ കാര്യങ്ങ ളെല്ലാം നിരവധി കാനേഡിയൻ ഇന്ത്യൻ മാദ്ധ്യങ്ങൾ ഇതിനകം റിപ്പോർട്ട് ചെയ്തിട്ടുണ്ട്. കാനഡ എന്ന മൂഢസ്വർഗത്തിലേക്ക് ഉള്ളതെല്ലാം വിറ്റ് മക്കളെ പറഞ്ഞുവിടുന്ന മാതാപിതാക്കൾ ഇതൊന്നും അറിയുന്നില്ല എന്നുമാത്രം. കാനഡയിൽ ഒന്ന് എത്തിപ്പെട്ടാൽ പിന്നെയെല്ലാം സ്വർഗ്ഗമാണെന്നാണ് പല ഏജന്റുമാരും ആളുകളെ പറഞ്ഞു വിശ്വസിപ്പിച്ചിരിക്കുന്നത്.

ഓസ്ട്രേലിയയിലെ കുടിയേറ്റ ലൈംഗികത്തൊഴിലാളികളിൽ പകു തിപേരും അന്താരാഷ്ട്ര വിദ്യാർത്ഥികളായാണ് ഓസ്ട്രേലിയയിലേക്ക് എത്തുന്നതെന്നും, സ്കൂൾ ഫീസോ ഉയർന്ന ജീവിതച്ചെലവോ താങ്ങാൻ കഴിയാത്തതിനാൽ അവർ ലൈംഗികത്തൊഴിലിലേക്ക് എത്തിപ്പെടുകയാ ണെന്നും ഓസ്ട്രേലിയൻ ഇൻസ്റ്റിറ്റ്യൂട്ട് ഓഫ് ക്രിമിനോളജിയിൽ നിന്നുള്ള റിപ്പോർട്ടും ചൂണ്ടിക്കാട്ടുന്നു.

വേശ്യാവൃത്തി നിയമവിധേയമായ ന്യൂ സൗത്ത് വെയിൽസ് പോലുള്ള സംസ്ഥാനങ്ങളിൽ, വിദേശ വിദ്യാർത്ഥികൾ അവരുടെ ഫീസ് അടയ്ക്കാൻ ലൈംഗിക വ്യവസായത്തിൽ അഭയം നേടുന്നുവെന്നത് നേരത്തെ വ്യക്തമാ യി രേഖപ്പെടുത്തിയിട്ടുണ്ട്. പക്ഷേ, കുടിയേറ്റ ലൈംഗികത്തൊഴിലാളികളുടെ അനുഭവങ്ങളിലേക്ക് ആദ്യമായി കടന്നുചെല്ലുന്നത് ഈ റിപ്പോർട്ടാണ്. സർവേയിൽ പങ്കെടുത്തവരിൽ ഭൂരിഭാഗവും തെക്ക് കിഴക്കൻ ഏഷ്യ യിൽ നിന്നുള്ളവരാണ്. കുറഞ്ഞ വിദ്യാഭ്യാസവും മോശം ഇംഗ്ലീഷ് ഭാഷാ പരിജ്ഞാനവുമുള്ളവരാണ് ഇവരിൽ പലരും. പഠിക്കാനും പണം സമ്പാദി ക്കാനുമുള്ള ശ്രമത്തിലാണ് അവർ സ്റ്റുഡന്റ് വിസയിൽ പ്രവേശിച്ചത്, പക്ഷേ അവരെത്തി ചേരുന്നത് വേശ്യാവൃത്തിയിലാണ്.

ഇവിടെ നമ്മുടെ മുമ്പിലുള്ളത് പല ചോദ്യങ്ങളാണ്.
നമുക്ക് ഒരു സംസ്കാരമില്ലേ?
നമ്മുടെ കുട്ടികൾ ഇങ്ങനെയൊക്കെ ചെയ്യുമോ?
ഏറ്റവും ലളിതമായി പറഞ്ഞാൽ ആന്റി ഹാർഗ്രീവ്സ് പറയുന്നത് പോലെ നമ്മുടെ സദാചാരബോധം പ്രലോഭനങ്ങൾ ഉണ്ടാവുമ്പോൾ മാത്രം അറിയുവാൻ സാദ്ധിക്കുന്നതാണ്. അല്ലെങ്കിൽ അത് അവസരങ്ങളുടെ അഭാവം മാത്രമാണ്.

(ഇതിൽ പറഞ്ഞിരിക്കുന്ന വിവരങ്ങളെ കുറിച്ച് ധാരാളമായി റിപ്പോർട്ടുകൾ സർക്കാർ തലത്തിലും അനൗദ്യോഗിക തലത്തിലുമുണ്ട്. ചില ലിങ്കുകൾ മാത്രം താഴെ നല്കുന്നു.)

**ഒരു അവസരം ലഭിച്ചാൽ തീർത്തും അപരിചിതനായ ഒരു വ്യക്തിയുമായി നിങ്ങൾ ലൈംഗികബന്ധത്തിൽ ഏർപ്പെടുമോ?**

1980-കളിൽ ഇംഗ്ലണ്ടിൽ ക്ലാർക്കും ഹാറ്റ്ഫീൽഡും ചേർന്ന് ഒരു ക്ലാസിക് സോഷ്യൽ സൈക്കോളജിക്കൽ പരീക്ഷണം നടത്തി. അപരിചിതരുമായുള്ള ലൈംഗികബന്ധത്തിന് സമ്മതം നല്കുന്നതിലെ സ്ത്രീപുരുഷ വ്യത്യാസങ്ങളെക്കുറിച്ചുള്ളതായിരുന്ന ആ പഠനം. വിവിധ കാമ്പസുകളിലെ കോളേജ് വിദ്യാർത്ഥികളെയാണ് പഠനത്തിനായി തെരഞ്ഞെടുത്തിരുന്നത്. വിദ്യാർത്ഥികളോട് എല്ലാവരോടും അവർ ഒരു ചോദ്യമാണ് ചോദിച്ചത്, "ഞാൻ നിങ്ങളെ കാമ്പസിലുടനീളം ശ്രദ്ധിക്കുന്നു. നിങ്ങളെ കാണാനും വളരെ ആകർഷകമാണ്. ഇന്ന് രാത്രി നിങ്ങൾ എന്നോടൊപ്പം കിടക്ക പങ്കിടുമോ?"

തികച്ചും അപരിചിതനായ ഒരു വ്യക്തിയുമായി ലൈംഗികബന്ധത്തിൽ ഏർപ്പെടാൻ 75% പുരുഷന്മാരും സമ്മതിച്ചു. എന്നാൽ, ഒരൊറ്റ സ്ത്രീക്കും ഇത് സമ്മതമായിരുന്നില്ല. 20വർഷത്തിന് ശേഷം, 2010ൽ ഇവർ ഡെന്മാർക്കിലും ഈ പരീക്ഷണം ആവർത്തിച്ചു. 59 ശതമാനം അവിവാഹിതരായ പുരുഷന്മാരും, "നിങ്ങൾ എന്റെ കൂടെ ശയിക്കുമോ?" എന്ന അപരിചിതരുടെ ചോദ്യത്തിന് അനുകൂലമായി പ്രതികരിച്ചു. അവിടെയും സ്ത്രീകളിലാർക്കും അക്കാര്യം സമ്മതമായിരുന്നില്ല.

അപരിചിതരുമായി ലൈംഗികബന്ധത്തിൽ ഏർപ്പെടുന്നതിനെ കുറിച്ച് ചിന്തിക്കുമ്പോൾ തന്നെ ഒരുപാട് മുൻവിധികളും സമൂഹത്തിന്റെ വിലക്കുകളും സ്ത്രീകളുടെ മുമ്പിൽ വരുന്നു. സമൂഹത്തിന്റെ മാനദണ്ഡങ്ങൾ വെച്ച് ചിന്തിക്കുമ്പോൾ വിലക്കപ്പെട്ട ഒരു കാര്യമായി അവർ ഇതിനെ കാണുന്നു.

ഇക്കാര്യം അപകടകരമായതും നിരുത്തരവാദപരവുമാണെന്നും അവർ ചിന്തിക്കുന്നു.

പക്ഷേ പല ആളുകളും മുമ്പൊരിക്കലും കണ്ടിട്ടില്ലാത്ത ഒരാളുമായി ലൈംഗികബന്ധത്തിൽ ഏർപ്പെടുന്നതിനെക്കുറിച്ച് സങ്കല്പിക്കുന്നവരാണ്. ചില യാത്രകളിൽ ഈ ഫാന്റസി യാഥാർത്ഥ്യത്തിലേക്ക് വഴുതിവീഴുകയും ചെയ്യുന്നു. പല സമൂഹങ്ങളിലും ഏറ്റവും ജനപ്രിയമായ ഫാന്റസികളിൽ ഒന്നുതന്നെയാണിത്.

**അപരിചിതരുമായി ലൈംഗികബന്ധത്തിൽ ഏർപ്പെടുന്നത് പുരുഷന്മാരുടെ ഇടയിൽ ഇത്ര വലിയ ഫാന്റസി ആവുന്നത് എന്തുകൊണ്ടാണ്?**

അപരിചിതരുമായുള്ള ലൈംഗികത മുൻവിധിയില്ലാത്തതാണ്. അതുകൊണ്ടുതന്നെ നിങ്ങളുടെ ലൈംഗികപങ്കാളി നിങ്ങളെ പ്രതികൂലമായി വിലയിരുത്താനുള്ള സാദ്ധ്യത കുറവാണ്. നിങ്ങൾ നിഷേധാത്മകമായി വിധിക്കപ്പെട്ടാലും, അത് നിങ്ങൾക്ക് ഒരു അനന്തരഫലവും ഉണ്ടാക്കുന്നില്ല. തുടർന്നുള്ള പ്രതികൂല പ്രതികരണങ്ങളെയും നിങ്ങൾക്ക് നിസ്സാരമായി അഭിമുഖീകരിക്കാം. കാരണം, നിങ്ങൾ ആ വ്യക്തിയെ ഇനിയൊരിക്കലും കാണില്ല, അതിനാൽ നിങ്ങൾ എന്തിന് വിഷമിക്കണം? ഈ ബന്ധത്തിൽ നിങ്ങൾ പൂർണ്ണമായും അജ്ഞാതനാണ്. നിങ്ങൾക്ക് ഏതുവിധത്തിൽ വേണമെങ്കിലും പ്രവർത്തിക്കാൻ സ്വാതന്ത്ര്യമുണ്ട്. ഒരുപക്ഷേ നിങ്ങൾക്ക് അടുത്തറിയാവുന്ന ഒരാളായിരുന്നു മറുഭാഗത്തെങ്കിൽ നിങ്ങൾക്ക് അഭിനയിക്കേണ്ടിവരുമായിരുന്നു. അജ്ഞാതത്വം കൂടുതൽ സാഹസികമായ ലൈംഗികതയ്ക്ക് കാരണമാകുന്നു. അപരിചിതരായ ആളുകളുമായുള്ള ലൈംഗികത കൂടുതൽ സാഹസികമാകുന്നു. ആരും പരസ്പരം വിധിക്കുന്നുമില്ല, കണക്കുകൾ സൂക്ഷിക്കുന്നുമില്ല. കുറ്റപ്പെടുത്തലുകളെ കുറിച്ചുള്ള ഭയം, പരിഹാസം, പശ്ചാത്താപം എന്നിവയുടെ കെണികളാൽ നിങ്ങൾ ബന്ധിക്കപ്പെടുന്നില്ല. അജ്ഞാതത്വം കൂടുതൽ ലൈംഗികപരീക്ഷണങ്ങൾക്കുള്ള സ്വാതന്ത്ര്യം നല്കുന്നു. ഇവിടെ സ്വന്തം ഇണയുടെ അടുത്തുനിന്ന് ലഭിക്കാത്ത പല സുഖങ്ങളും അതിലേക്കുള്ള പരീക്ഷണങ്ങളും ഉൾപ്പെടുന്നു. അപരിചിതരായ ആളുകളുമായുള്ള ഈ സെക്സ് ഫാന്റസിക്ക് വ്യാപകമായ ആകർഷണീയത ഉള്ളതിന്റെ മറ്റൊരു കാരണം അതൊരു പരിധിവരെ സ്വയം ശാക്തീകരിക്കുന്നതായി ആളുകൾക്ക് തോന്നുന്നു എന്നതാണ്.

## സ്ത്രീകളും അപരിചിത ലൈംഗികതയും

സ്ത്രീകൾ എടുക്കേണ്ട ജാഗ്രത, സാമൂഹിക വിലക്കുകൾ, അല്ലെങ്കിൽ പങ്കാളിയുടെ വിധിയെകുറിച്ചുള്ള ഭയം ഇവയൊന്നും ഇവിടെ സ്ത്രീകളെ ആശങ്കപ്പെടുത്തുന്നില്ല. എന്നിരുന്നാലും സുരക്ഷിതത്വം, ഗർഭം ധരിക്കാനുള്ള സാദ്ധ്യത, സാമൂഹിക കളങ്കം, രോഗങ്ങൾ വരുവാനുള്ള സാദ്ധ്യത ഈ ആശങ്കകൾ കാരണമാണ് സ്ത്രീകൾ അപരിചിതരുമായി ലൈംഗികബന്ധ ത്തിൽ നിന്ന് വിട്ടുനില്ക്കുന്നത്. ഈ ആശങ്കകൾ പരിഹരിക്കപ്പെടുമ്പോൾ, അവരുടെ എണ്ണം ചെറുതായി വർദ്ധിക്കുന്നുണ്ടെങ്കിലും, എന്നിരുന്നാലും ഇത് ശതമാനത്തിൽ വളരെ കുറവാണ്.

## സുരക്ഷാ പരിഗണനകൾ

'അപരിചിതരുമായുള്ള ലൈംഗിക ഫാന്റസി അപകടകരമാണോ?' എന്ന ചോദ്യത്തിനുള്ള ഉത്തരം, നിങ്ങൾ ഫാന്റസിയുടെ ഏത് ഘട്ടത്തി ലാണ് എന്നതിനെ ആശ്രയിച്ചിരിക്കും. ഏതൊരു ലൈംഗികബന്ധവും അതിന്റേതായ അന്തർലീനമായ അപകടസാദ്ധ്യതയോടെയാണ് വരുന്ന ത്.

ഫാന്റസി യാഥാർത്ഥ്യത്തിന്റെ മണ്ഡലത്തിലേക്ക് കടക്കുകയാണെ ങ്കിൽ, മനസ്സിൽ സൂക്ഷിക്കേണ്ട മറ്റ് പരിഗണനകളുണ്ട്:

1. ശാരീരിക സുരക്ഷ: കാഷ്വൽ സെക്സിന് ഒരു ഇരുണ്ട വശമുണ്ട്. നി ങ്ങൾക്ക് ഈ വ്യക്തിയെ അറിയാത്തതിനാൽ, എന്തും സംഭവിക്കാം. അവർ ഒരു പുരുഷനായാലും സ്ത്രീയായാലും, അവരുടെ കാരുണ്യ ത്തിൽ നിങ്ങൾ നിങ്ങളെത്തന്നെ പ്രതിഷ്ഠിക്കുന്നതിനാൽ അപകട ങ്ങളുടെ ഒരു പരമ്പര തന്നെ മുമ്പിലുണ്ട്. അത് ഒരുപക്ഷേ ഒരു കൊ ലപാതകത്തിലേക്കോ അംഗഛേദത്തിലേക്കോ വൈകൃതരതിയിലേ ക്കോ പീഡനങ്ങളിലേക്കോ ഒക്കെ നയിച്ചേക്കാം.

2. ആരോഗ്യപരമായ അപകടങ്ങൾ: അപരിചിതരുമായി ലൈംഗികബ ന്ധത്തിൽ ഏർപ്പെടുമ്പോൾ ഉണ്ടാകുന്ന ആരോഗ്യപ്രശ്നങ്ങളും വളരെ കൂടുതലാണ്. ലൈംഗിക-സാംക്രമിക രോഗങ്ങൾ ഏറ്റവും വലിയ വെ ല്ലുവിളിയാണ്. അതുകൊണ്ട് സുരക്ഷ ഇത്തരത്തിലുള്ള ലൈംഗികത യുടെ മുഖ്യഘടകമായിരിക്കണം. രോഗങ്ങൾ തടയുന്നതിൽ കോണ്ടം ഒരു മികച്ച കണ്ടുപിടുത്തമാണ്, അതിനാൽ അവ ഉപയോഗിക്കുക!

## എന്തുകൊണ്ട് പുരുഷന്മാർ കൂടുതൽ പങ്കാളിയെ തേടുന്നു?

സന്താനോല്പാദനം എന്ന് പറയുന്നത് ഏതൊരു ജീവിവർഗത്തിന്റെയും അടിസ്ഥാനപരമായ ചോദനയാണ്. അതായത് ഏറ്റവും കൂടുതൽ കുട്ടികളെ ഈ ഭൂമിയിൽ ഉല്പാദിപ്പിക്കുന്ന ജീവിയാണ് ആ വർഗത്തിലെ വിജയി. അതുകൊണ്ടുതന്നെ ആ കർത്തവ്യം നിർവഹിക്കപ്പെടുവാൻവേണ്ടി പ്രകൃതി ഒരുപാട് ഇൻവെസ്റ്റുമെന്റ് നടത്തിയിരിക്കുന്നു. ഒരു വർഷം ഒരു ആഞ്ഞിലി മരത്തിൽ ഏതാണ്ട് ഒരു ലക്ഷം കുരുക്കൾ ഉണ്ടാവും. അതിൽനിന്നുണ്ടാ വുന്ന തൈകളുടെ എണ്ണം നോക്കുമ്പോൾ വെറും മൂന്നോ നാലോ എണ്ണം മാത്രമായിരിക്കും അവശേഷിക്കുക.

മനുഷ്യനിൽ ലൈംഗികസുഖം എന്ന് പറയുന്നത് ഏതാനും മിനിറ്റുകൾ മാത്രം നീണ്ടുനില്ക്കുന്ന ഒന്നാണ്. എന്നാൽ അതിനുവേണ്ടി മനുഷ്യൻ ചെയ്യാ ത്ത പരാക്രമങ്ങൾ ഒന്നും തന്നെ ഇല്ല. എങ്ങനെയും കൂടുതൽ കുട്ടികളെ ഉത്പാദിപ്പിക്കുക എന്ന ത്വരയിൽ നിന്നുമാണ് ഇതുണ്ടാകുന്നത്. മനുഷ്യർ പരിണമിച്ചുണ്ടായതിനുശേഷം പ്രകൃതിയുമായി മല്ലിട്ട് തന്നെയാണ് ജീവി ച്ചത്. അതായത് പ്രകൃതി നല്ലിയിരിക്കുന്ന രീതികളൊക്കെ നമ്മൾ പാടെ ഉപേക്ഷിച്ചു. നമ്മുടെ ഏറ്റവും പ്രധാനപ്പെട്ട വിജയവും അതുതന്നെയായിരു ന്നു. അതുകൊണ്ടുതന്നെ കുട്ടികൾ ഉണ്ടാവാത്ത ലൈംഗികബന്ധം ഇന്നും നമ്മൾ കണക്കാക്കുന്നത് എന്തോ മോശം കാര്യമെന്ന നിലയ്ക്കാണ്.

പണ്ട് കാലത്ത് 12 കുട്ടികൾ ഉണ്ടായാൽ അതിൽ നാലോ അഞ്ചോ പേർ മാത്രം ജീവിച്ചിരിക്കുമായിരുന്നു. സ്വാതന്ത്ര്യം കിട്ടുന്ന സമയത്ത് പോലും മനുഷ്യന്റെ ശരാശരി ആയുസ്സ് ഇന്ത്യയിൽ 32 വയസ്സായിരുന്നു. ഇന്നത് സ്ത്രീകളിൽ 70 വയസ്സായി. നമ്മൾ നമ്മുടെ പ്രാകൃതരീതികളെ ഉപേക്ഷിച്ച് ആധുനികശാസ്ത്രത്തിന്റെ കൂട്ട് പിടിച്ചതാണ് ഈ നേട്ടങ്ങൾക്ക് കാരണം.

## നമ്മൾ മനുഷ്യർ ഏകപങ്കാളിവ്രതം പ്രകൃത്യാ പേറുന്നവരാണോ?

ഒരു പൗരാണികഗ്രന്ഥത്തിലും മതപുസ്തകങ്ങളിലും മനുഷ്യൻ ഏക പങ്കാളിയെ മാത്രം തേടുന്ന ഒരു ജീവിയായി ചിത്രീകരിച്ചിട്ടില്ല. പരി ണാമ മനഃശാസ്ത്രം വെച്ച് ഇതൊന്നു പരിശോധിച്ച നോക്കാം. മനുഷ്യനും പ്രൈമേറ്റുകൾ എന്ന കുരങ്ങുവർഗവും ഒരേ പൊതുപൂർവികനിൽ നിന്നും പരിണമിച്ചുണ്ടായതാണ്. ഹോമോസാപ്പിയൻസ് എന്ന നമ്മുടെ ഈ മന ഷ്യവർഗം പരിണമിച്ചുണ്ടായിട്ട് ഏതാണ്ട് രണ്ടുലക്ഷം വർഷമേ ആയിട്ടുള്ളൂ. അതിൽ 98ശതമാനം സമയവും നമ്മൾ കാട്ടിൽ തന്നെയായിരുന്നു. വെറും പതിനൊന്നായിരം വർഷമേ ആയിട്ടുള്ള നമ്മൾ കാട്ടിൽ നിന്ന് ഇറങ്ങിയിട്ട്.

നമ്മുടെ മസ്തിഷ്ക്ക പ്രോഗ്രാമിങ് മുഴുവൻ നടന്നിരിക്കുന്നത് കാട്ടിൽ ജീവിക്കവാൻ വേണ്ടിയുള്ളതാണ്.

നമ്മുടെ തന്നെ കസിൻസ്സായ ബോനോബോസ് എന്ന് പറയുന്ന കുരങ്ങുവർഗത്തിന്റെ പ്രവൃത്തികൾ നോക്കാം. ഈ കുരങ്ങുമായി നമുക്ക് 98% ഡി. എൻ. എ. സാമ്യമുണ്ട്. ഒരു പെൺ ബോണബോസ് ഒരു കാട്ടിൽ ഇരിക്കുന്നു. അപ്പോഴേക്കം അവിടെ അവളമായി ബന്ധപ്പെടുവാൻ ഒരു ആൺ ബോണബോസ് എത്തുന്നു. പെൺ ബോണബോസ് ഒരു പ്രത്യേക ഫ്രീക്വൻസിയിലുള്ള ശബ്ദം പുറപ്പെടുവിക്കുന്നു. ആ പഞ്ചായത്തിലുള്ള ആൺ ബോണബോസുകൾ ഒക്കെ അവിടെ എത്തുകയും അവിടെ ഒരു പൊരിഞ്ഞ യുദ്ധം നടക്കുകയും ചെയ്യുന്നു. അതിൽ വിജയിച്ച കുരങ്ങുമായിട്ട് മാത്രമേ ഈ പെൺ ബോണബോസ് ഇണ ചേരുകയുള്ളൂ.

ഇതുതന്നെയാണ് മനുഷ്യന്റെ അടിസ്ഥാനപരമായ ലൈംഗികപ്രകൃതി എന്ന് പറയാം. കാരണം പുരുഷനെ സംബന്ധിച്ചിടത്തോളം ഏറ്റവും കൂടുതൽ സ്ത്രീകളിൽ വിത്തുവിതയ്ക്കുക എന്നുള്ള അടിസ്ഥാന ചോദന അവിടെ കിടക്കുന്നു. ഏറ്റവുമധികം കുട്ടികളെ ഈ ഭൂമിയിൽ അവശേഷിപ്പിക്കുക, അതിലൂടെയാണ് അവനൊരു വിജയിയാവുന്നത്.

എന്നാൽ ഗർഭം ധരിക്കുന്നതും പ്രസവിക്കുന്നതും പാലൂട്ടുന്നതും കുട്ടികളെ സംരക്ഷിക്കുന്നതും എല്ലാം ഒരുപാട് ഊർജം വേണ്ട ഒരു കടമയായതുകൊ ണ്ടതന്നെ എല്ലാവരുടെയും ബീജം സ്വീകരിക്കുവാൻ ഒരിക്കലും ഒരു സ്ത്രീ തയ്യാറായിരിക്കില്ല. ഏറ്റവും ശക്തനായ ഇണയെ മാത്രം അതിനുവേണ്ടി അവൾ തിരഞ്ഞെടുക്കുന്നു. അതുകൊണ്ടതന്നെ എല്ലാവരുമായി ബന്ധ പ്പെടുവാനും ഒരു സ്ത്രീക്ക് ഒരിക്കലും താത്പര്യം ഉണ്ടാവില്ല. പുരുഷനാകട്ടെ ആവുന്നത്ര ആളുകളുമായി ബന്ധപ്പെടുവാനുള്ള പ്രവണതയുണ്ട് താനും.

ലൈംഗികത എന്നത് പ്രകൃതിയുടെ ഇൻവെസ്റ്റുമെന്റുള്ള ഒരുകാര്യം ആയതുകൊണ്ടും അതിന് ഇത്രയും ആകർഷണീയതയുള്ളതുകൊണ്ടും ഒരുപാട് പങ്കാളികളിൽ ലൈംഗിക പൂർത്തീകരണം നടത്തുവാൻ പുരുഷൻ ആഗ്രഹിക്കുന്നു. പുരുഷൻ എപ്പോഴും ഇണകളെ തേടിനടക്കുന്നു. എന്നാൽ സ്ത്രീകൾക്ക് അതത്ര സാധ്യമല്ല. ഗർഭധാരണം എന്നത് വളരെ ചെലവേറിയ ഒരു പ്രക്രിയയായതുകൊണ്ട് അതൊഴിച്ച് ബാക്കിയുള്ള എല്ലാ സുഖങ്ങളും സ്ത്രീകൾക്ക് ആഗ്രഹമില്ലാഞ്ഞിട്ടല്ല, എന്നാൽ പ്രകൃത്യാ ഉള്ള ഈ ചെലവ് തന്നെ അവളെ അതിൽ നിന്ന് ഒരുപാട് പുറകോട്ട് പിൻവലിക്കുന്നു.

## ധാർമ്മികതയുടെ പുതിയമുഖങ്ങൾ

നമ്മളെന്നും പാശ്ചാത്യരാജ്യങ്ങളെ നോക്കി വിലപിച്ചിരുന്ന ഒരു കാര്യ മുണ്ട്, അവർക്ക് മൂല്യങ്ങളില്ല, ധാർമ്മികത ഇല്ല എന്നത്. നമ്മുടെ രാജ്യവും വിദേശീയരെ അനുകരിച്ച് മൂല്യച്യുതിയിലേയ്ക്ക് പോവുകയാണെന്ന്. മേല്പറ ഞ്ഞ ചിന്ത എല്ലാം സംസ്കാരങ്ങളും ഒരുപോലെ പലർത്തുന്നവയാണ്. വാസ്തവത്തിൽ ഇന്ത്യക്കാർ പലപ്പോഴും ഒളിഞ്ഞിരുന്ന രതിയിൽ ഏർപ്പെട്ട്, പുറത്തു പാരമ്പര്യവും മൂല്യവും പ്രഘോഷിക്കവാൻ ആഗ്രഹിക്കുന്നവരാണ്.

## Rosy Retrospection ഭൂതകാലക്കുളിർ

ഭൂതകാലത്തെ കുറിച്ച് നിറംപിടിപ്പിച്ച കഥകൾ പറഞ്ഞുനടക്കുക, എല്ലാം സംസ്കാരങ്ങളിലും തലമുറകളിലും പെട്ടവരുടെ ഒരു സ്വഭാവമാണ്. പ്രായ മാകുന്തോറും ആ സ്വഭാവം കൂട്ടും. പണ്ടത്തെ കാലമായിരുന്നു നല്ലതെന്നും പണ്ട് ധർമ്മം മാത്രമേ ഉണ്ടായിരുന്നുള്ളവെന്നും പണ്ടെല്ലാവർക്കും വല്ലാത്ത മൂല്യബോധം ഉണ്ടായിരുന്നുവെന്നും വാദിക്കും. ഇന്ത്യയിലെ ഇപ്പോഴത്തെ ഗതകാല സംസ്കാരത്തിന്റെ മഹിമകളെ കുറിച്ചുള്ള അവകാശവാദങ്ങളെ ല്ലാം ഈ വിഭാഗത്തിന്റെ സൃഷ്ടിയാണ്. അതിലെ രാഷ്ട്രീയലക്ഷ്യങ്ങൾ വേറെ. നമ്മുടെ പ്രാചീന കൃതികൾ, കൊത്തുപണികൾ, കഥകൾ, അതിൽ പ്രത്യേകിച്ച് മതകഥകൾ, സിനിമകളൊക്കെ കാണുമ്പോൾ നമ്മുടെ ഈ ധാരണ മാറ്റമെങ്കിലും നമ്മുടെ മസ്തിഷ്കം അതത്ര പെട്ടെന്ന് സമ്മതിച്ചു തരില്ല.

പണ്ടുണ്ടായിരുന്ന ക്ലേശങ്ങളും പരിമിതികളും ദുരിതങ്ങളും ഒക്കെ വളരെ വൈദഗ്ധ്യത്തോടെ നമ്മുടെ മസ്തിഷ്കം ഓർമ്മയിൽ നിന്ന് അടർത്തിമാറ്റി മഹിമയുള്ള ഒരു കാലത്തിന്റെ ഒരു അനുഭൂതി വിശേഷം ഓർമ്മയിൽ ഉണ്ടാക്കിയെടുക്കുന്നു. ഈ ഗതകാല വിസ്മൃതിയെ കുറിച്ച് പണ്ട് റോമക്കാർ പറയുമായിരുന്നു, "പഴയ കാലം എപ്പോഴും ഓർമ്മിക്കപ്പെടും". ഗൃഹാതുരത്വം എന്ന അവസ്ഥ ശരിക്കും ഉണ്ടാകുന്നത് ഈ മസ്തിഷ്ക പ്രക്രിയയിൽ നിന്നാ ണ്.

## ലോകം ചീത്തയായയോ?

ലോകത്ത് ധാർമ്മികത കുറയുന്നില്ല. ലോകം ഉണ്ടായതിന് ശേഷമുള്ള ഏറ്റവും നല്ല കാലത്തു തന്നെയാണ് നമ്മൾ ഇപ്പോൾ ജീവിക്കുന്നത്. ലോകം മുഴുവൻ കീഴടക്കിയ കൊറോണക്ക് പോലും പ്ലേഗ്, സ്പാനിഷ് ഫ്ലൂ, വസൂരി, കോളറ തുടങ്ങിയവയുടെ അത്രയും ദുരന്തം വിതയ്ക്കാനായിട്ടില്ല എന്നോർക്കുക. മുമ്പത്തേതിന് പകരം ഒരു പുതിയ ധാർമ്മികത ഈ

ലോകത്ത് നിലനില്ക്കുന്നു. അത് പക്ഷേ പഴയ പല ധാർമ്മികതയെയും വെല്ലുവിളിക്കുന്നു. സുഖത്തിനായുള്ള ലൈംഗികത പണ്ടും ഇന്നും എന്നും നിലനില്ക്കും. അത് ഒരിക്കലും പുതിയ കാര്യമല്ല. സ്ത്രീകൾക്ക് മാറ് മറയ്ക്കാൻ അനുവാദമില്ലാത്ത കാലത്തു ജീവിച്ച ഒരു ജനത ലെഗ്ഗിൻസ് ഇടുന്നവരെ നോക്കി ധാർമ്മികത തകർന്നല്ലോ എന്ന് വിലപിക്കുന്ന ആ കാപട്യം എന്നും നമുക്കൊപ്പം ഉണ്ടാവും. എന്നാൽ അസഹിഷ്ണുതയെയും അവസര സമത്വനിഷേധത്തെയും പണ്ടത്തെ ധാർമ്മികത അനുവദിച്ചിരുന്ന പകൽ ച്ചഷണങ്ങളെയും ഇന്നത്തെ ധാർമ്മികത വെല്ലുവിളിക്കുന്നു. ഉദാഹരണത്തി ന് ലൈംഗിക ന്യൂനപക്ഷങ്ങളോട് ഇന്നത്തെ ധാർമ്മികത കൂടുതൽ കരുണ കാണിക്കുന്നു. ലോകം കൂടുതൽ നന്നായി കൊണ്ടിരിക്കുകയാണ്.

- https://www.independent.co.uk/news/education/
  education-news/sex-work-students-university-
  sugar-dating-debt-living-costs-a9166311.html

- https://timesofindia.indiatimes.com/world/uk/
  1-in-20-students-in-uk-worked-in-sex-
  trade-to-fund-living-cost/articleshow/46715888.cms

- https://www.independent.co.uk/news/education/
  education-news/students-sex-
  work-prostitution-webcam-university-
  tuition-fees-education-a8614186.html

- https://timesofindia.indiatimes.com/world/
  rest-of-world/girls-take-to-prostitution-
  to-pay-fees/articleshow/2118156.cms

- https://www.news.com.au/finance/work/careers/
  aic-report-into-migrant-sex-workers-reveals-
  majority-enter-country-on-student-
  visas-to-study/news-story/
  f2f52e759e442e23f647d1accb159e66

- https://the-peak.ca/2016/05/the-double-
  life-lived-by-student-sex-workers/

- https://www.thecanadianbazaar.com/
  sex-trafficking-of-indian-girl-students-spreading-f
  rom-brampton-to-gta/

- https://hindupost.in/world/indian-
  students-trafficked-for- sex-in-canada/

- https://www.dailymail.co.uk/news/article-
  10194573/Durham-University-offers-
  students-safety-training-Zoom-sex-work.html

- https://www.wionews.com/world/uk-university-
  defends-its-student-unions-decision-
  to-offer-sex-work-training-429189

- https://www.bbc.com/news/uk-england-tyne-59330713

www.ingramcontent.com/pod-product-compliance
Lightning Source LLC
LaVergne TN
LVHW050405160726
843469LV00041B/955